தமிழ்ச் சிறுகதையின் பெருவெளி

சு. வேணுகோபால்

தியாகு நூலகம்
கோவை

தமிழ்ச் சிறுகதையின் பெருவெளி
(திறனாய்வுக் கட்டுரைகள்)

சு. வேணுகோபால் ©

முதற்பதிப்பு: டிசம்பர் 2018
மூன்றாம் பதிப்பு: செப்டம்பர் 2022

தியாகு நூலக வெளியீடு: 01

வெளியீடு:	தியாகு நூலகம்,
	32, கேப்டன் பழனிசாமி லேஅவுட்,
	தடாகம் ரோடு,
	ஆர்.எஸ். புரம்,
	கோவை - 641 002.
தொலைபேசி:	0422-2456895
கைபேசி:	94433 95895
மின்னஞ்சல்:	thiagusnestofbooks@gmail.com
வடிவமைப்பு / அச்சாக்கம்:	ரமணி பிரிண்ட் சொல்யூசன், சென்னை-89.

ISBN: 978-81-936724-0-2

விலை: ரூ. 450/

சமர்ப்பணம்

க.நா. சுப்ரமண்யம் அவர்களுக்கு

பொருளடக்கம்

பதிப்புரை	--- 06
முன்னுரை: ஆலமரங்களும் தனித்துத் தெரியும் பனை மரங்களும்	--- 08
செம்பதிப்புமுன்னுரை	--- 15
1. புதுமைப்பித்தனின் படைப்புலகம் : சங்கிற்குள் அடங்கிவிடாத புதுவெள்ளம்	--- 17
2. கு.ப.ராஜகோபாலன் : கொதித்து அடங்கிய உள்ளம்	--- 57
3. ந.பிச்சமூர்த்தியின் கலைக்கண்ணோட்டம்	--- 73
4. மௌனி : அகவெளியில் உலவும் குரல்	--- 77
5. சி.சு.செல்லப்பா : காலத்தின் ஆவணங்களைக் கதைகளில் பிடித்து வைத்தவர்	--- 107
6. லா.ச.ராமாமிர்தம் : சொல்லோவியங்களில் மன உணர்வுகளைத் ததும்ப வைத்தவர்	--- 123
7. கு.அழகிரிசாமி : காலத்தின் கோலங்களைக் கதையில் வரைந்த கலைஞன்	--- 139

8. தி.ஜானகிராமன் :
   அபூர்வமான சொல்முறைக் கலைஞன்   --- *163*

9. சுந்தர ராமசாமி :
   அதீதப் பிரக்ஞையில் நழுவும் கலை எழுச்சி   --- *207*

10. ஜெயகாந்தன் :
    மரபைச் செழுமையாக்கியவர்   --- *235*

11. அசோகமித்திரன் :
    பறிபோகும் நம்பிக்கையின் துயரக்காட்சிகள்   --- *263*

12. ஆ.மாதவனின் பாதையற்ற பயணம்   --- *297*

13. கி. ராஜநாராயணன் :
    கிராமியப் பன்மைத்தன்மையிலிருந்து
    சாராம்சத்தைத் தொகுக்கும் எழுத்துக்கலை.   --- *315*

பதிப்புரை

கோவை தியாகு நூலகத்தில் ஒவ்வொரு சனிக்கிழமையும் கொண்டாட்டத்திற்கான தினமே. வாசகர்கள், படைப்பாளிகள், கவிஞர்கள், இசை ஆர்வலர்கள் என பலதரப்பினரும் ஒன்றாகக் குழுமும் பெருங்கூடுகையாகத் திகழும்.

அந்த வகையில் இதற்கு சனிக்கிழமை சங்கமம் என்ற பெயரும் மிகக் கச்சிதமாகப் பொருந்திப்போயிற்று.

ஒவ்வொரு கூடுகையும் பெரும் உத்வேகத்தையும் ஏதாவது இதில் இறங்கிச் செய்யலாமே என்கிற எண்ணத்தையும் தவறாமல் ஏற்படுத்திக்கொண்டேயிருக்கும்.

இதன் அடுத்த கட்ட நகர்வு என்ன என்ற கேள்வியும் இருந்து கொண்டேயிருக்கும். ஒரு நூலை ஏன் நாமே வெளியிடக்கூடாது என்று இன்று வந்து சேர்ந்திருக்கும் இடமும் அவ்வகையில் ஒரு அடுத்த கட்ட நகர்வே. இதற்கான துவக்கம் மிக சுவாரசியமான ஒரு விளையாட்டாகவே தொடங்கியது.

எழுத்தாளர்கள் சு.வேணுகோபால், எம்.கோபாலகிருஷ்ணன் ஆகியோரின் படைப்புகளைப் பற்றி முகநூலில் பதிவிடும் நண்பர் தியாகுவிடம், சு.வேணுகோபாலின் கட்டுரைகள் முழுத் தொகுப்பாக வெளியாகி இருக்கின்றனவா என்று, இளம் எழுத்தாள நண்பர் அனோஜன் பாலகிருஷ்ணன் கேட்டிருந்தார். அதற்கு நூலக நண்பர்கள் முயற்சித்தால் மிக விரைவில் வெளிவரும் என்று ஒரு நண்பர் பதிலளித்திருந்தார்.

அந்த பதிலே போதுமான வித்தாகியது; வேகத்தில் வளரத் தொடங்கியது.

இந்த நூலை வெளியிடுவதற்கான தெளிவான நோக்கமும் இருந்தது. சு.வேணுகோபாலின் கட்டுரைகள் அனைத்தும்

வெவ்வேறு இடங்களில் சிதறிக் கிடந்தன. அவை அனைத்தையும் ஒரே தொகுப்பாக கொண்டு வருவது இந்தச் சூழலில் மிகத் தேவையானதென்றே நாங்கள் நம்புகிறோம்.

இதுவரை வேணு ஒரு புனைவு எழுத்தாளராகத் தான் அறியப் பட்டிருக்கிறார். அவர் ஒரு சிறந்த கல்வியாளருங்கூட. தமிழில் முனைவர் பட்டம் பெற்றவர். அற்புதமாக உரையாடுபவர். நவீன தமிழ் இலக்கியத்தின் வரலாற்றையும் அதன் போக்கையும் அவர் போன்று எடுத்துரைப்பவர் மிகச் சிலரே.

இதுவரை அறுபதுக்கும் மேலான கட்டுரைகளை எழுதியிருக் கிறார். ஆனால் அவை ஒரு தொகுப்பாக வெளிவராமல் இருப்பது தமிழ் இலக்கிய உலகின் தீயூழ்.

இக்கட்டுரைகளில் சில இணைய இதழ்களில் வெளிவந்து பெரும் வரவேற்பைப் பெற்றன. ஆகவே சிறுகதைத் தளத்தில் இலக்கிய முன்னோடிகள் குறித்த அவரது பல கட்டுரைகளைத் தொகுத்து இப்போது வெளியிடுவதில் பெருமகிழ்ச்சி அடைகிறோம்.

தமிழ் இலக்கிய சூழலில் இது போன்ற நூல்கள் பரபரப்பின்றி தங்கள் பங்களிப்பை என்றென்றும் செய்துகொண்டே இருக்கின்றன.

வாசிப்பின் படிநிலைகளில் இளம்படைப்பாளிகளுக்கும் வாசகர்களுக்கும், தான் வாசித்தவற்றை மறு பரிசீலனை செய்து கொள்ளவும் மீள் வாசிப்பிற்கு உட்படுத்துவதற்கும், தான் வாசித்தறிந்த படைப்பாளிகளை வேறொரு கோணத்தில், வேறொரு தளத்தில் வைத்து புரிந்துகொள்ளவும் இது போன்ற முயற்சிகள் மிகவும் தேவை.

நவீன படைப்பாளிகள் மீதான ஒரு சம கால படைப்பாளியின் - அவர் சார்ந்த தளத்திலிருந்து எழுதப்பட்ட - இக்கட்டுரைகள் அந்த வகையில் மிக முக்கியமானவையும் கூட. விரைவில் முன்னோடிகள் வரிசை இரண்டு வெளிவரும். மேலும் இதுவரையில் பதிப்பு காணாத நல்ல படைப்புகளை தொடர்ந்து இதே ஆர்வத்துடன் வெளியிடுவோம் என்ற நம்பிக்கையுடன் உங்கள் ஆதரவையும் நாடும்...

தியாகு நூலகம்,
கோயம்புத்தூர்-2.

முன்னுரை:

ஆலமரங்களும் தனித்துத் தெரியும் பனை மரங்களும்

தமிழ்ச் சூழலில் தமிழ்ச்சிறுகதை கொண்டிருக்கும் வளம் எளிதாக அமைந்ததல்ல. 1930க்கு முன் தமிழ்ச்சிறுகதையில் ஆளுமையென்று சொல்லத்தக்க ஒருவரும் இல்லை. சிறுகதை என்ற வடிவம் பயிலப்பட்டுக் கொண்டிருந்த காலம். தமிழ்ச் சிறுகதைத் துறை மெல்ல மெல்ல வளர்ந்து - பாதை சமைத்து - உச்சத்தை அடையவில்லை. விரிவான தளத்திலும் இல்லை. 1934 வாக்கில் இளஞ்சூறாவளியென புதுமைப்பித்தன் திடுமெனப் புகுந்து அதை ஒரு கலைவடிவமாகத் தூக்கிப் பறந்தார். அந்த கலை வடிவத்துக்குள் கர்ணம் அடித்தார். பல்வேறு சாகசங்கள் செய்தார். சிற்சில குறைபாடுகளோடு பிறந்தாலும் பார்வையின் தீட்சண்யத்தால் ஜீவத்துடிப்பை உக்கிரமாக வெளிப்படுத்தினார். புத்திக்கூர்மை என்ற பதத்திற்கும் மேதமை என்ற பதத்திற்கும் தனது கலை ஆற்றலால் அடையாளமானார். வாழ்வு தந்த மிகக் குறுகிய அவகாசத்தில் இதனைச் செய்தார். கறாரான சமூக விமர்சனத்தோடு பெண்களின் கொதிப்புகளை ஆராதித்தார்.

புதுமைப்பித்தன் சகல திசைகளிலும் போர்வீரனாக சுழன்றாடிய போது ந.பிச்சமூர்த்தி, கு.ப.ராஜகோபாலன், மௌனி ஆகியோர் அதிகமும் ஒரு வழிப்பாதையில் ஓடினர். இதில் பெண்களின் உலகை அவர்களின் இதயக் குமுறல்களிலிருந்து பேச வைத்தவர் கு.ப.ரா. புதுமைப்பித்தனுக்கு அவசரமாக காலன் கயிற்றை வீசிக் கழுத்தை இறுக்கியது போலவே, கு.ப.ராவின் கழுத்திலும் வீசி இறுக்கினான். பத்தாண்டுக் கால அவகாசத்தில் அவர் சிறுகதைகளின் வழி கொடுத்திருக்கும் பெண்களின் ஏக்கப் பெருமூச்சு அதிகம்.

இந்த மணிக்கொடிகாரர்களை அடியொற்றி எழுதவந்தவர்கள், சிறுகதைகளின் எல்லைகளை விசாலமாக்கினர். கவித்துவ மொழியாலும் தேர்வுகளின் தனித்தன்மையாலும் தன்னை இழந்து உணர்கின்ற மென் உணர்வுகளாலும், காவிய தரிசனத்தாலும்,

விசித்திர உலகாலும், மாய விளையாட்டுகளாலும், பார்வைகளாலும் வேறுபட்டுத் தங்களின் கலை ஆற்றலை வெளிப்படுத்தினர். ஆனால் இந்தக் கூட்டம் சின்னஞ்சிறியது. இன்னொரு பக்கம் வியாபார பெருங் கூட்டம் பல்கிப் பெருகி இலக்கிய பரப்பையே கபளீகரம் செய்து கொண்டிருந்தது.

புதுமைப்பித்தன் சமராடிய வாள் மட்டுமே கிடந்தது. அதனை கையில் எடுக்க ஒருவருக்குத் தேவை இருந்தது. அதனை க.நா.சுப்ரமண்யம் கையில் எடுத்தார். மணிக்கொடி எழுத்தாளர்களிலேயே தனித்துத் தெரிபவராக புதுமைப்பித்தன், மௌனியை இனம் காட்டினார். நவீன உலக இலக்கியத்தில் நல்ல வாசிப்பு கொண்டிருந்த க.நா.சு., தரமான - தரமற்ற எழுத்துக்களைத் தொடர்ந்து வேறுபடுத்தி விமர்சித்து வந்தார். சிறுகதைகள் எழுதிய, எழுதிக்கொண்டிருந்த நாற்பது எழுத்தாளர்களில் நான்கு பேர் மட்டுமே இலக்கிய வாரிசுகள் என்று எழுதினார். நூறுபேர் எழுதிக்கொண்டிருந்த ஐம்பதுகளின் இறுதியில் தமிழ்ச் சிறுகதையாளர்களாக ஒன்பது பேரை மட்டும் குறிப்பிட்டார். இந்தக் கறாரான முன்வைப்புதான் தமிழ் நவீன இலக்கியத்தின் திசைவழியை மாற்றியது. இவர்களிடையே க.நா.சு.வால் சிறப்பிக்கப்பட்ட நான்கு இளைஞர்கள் தனித்துவ மிக்க எழுத்தாளர்களாக வளர்ந்தார்கள். தங்களை தக்கவைத்துக் கொண்டார்கள். அந்த இளைஞர்கள்: கு.அழகிரிசாமி, தி.ஜானகிராமன், சுந்தரராமசாமி, ஜெயகாந்தன்.

வாழ்வின் சிக்கல்களை, நெருக்கடிகளை நேர்முகமாக சந்திக்காமல் உண்மைக்கு மாறாக, பண்பாட்டைக் காத்தல், நன் நெறிகளை விதைத்தல் என்ற பெயரில் பொய்யான தோற்றங்களைக் கதைகளென பத்திரிக்கைகளில் எழுதி குவித்த போது, அவை இலக்கியம் அல்ல என்று க.நா.சு. ஒதுக்கித் தள்ளினார். மணிக் கொடிக்காரர்கள் என்ற தற்செயல் நிகழ்விற்கு அப்பால், நவீன தமிழ் இலக்கியத்தை உலகத் தரத்திற்கு உயர்த்த வேண்டும் என்ற கனவோடு இக்காரியத்தை க.நா.சு. செய்தார். இலக்கியப்பூர்வமான ஆளுமைகளைக் கொண்டாடவும் செய்தார்.

க.நா.சு. பேசியது எழுதியது எல்லாம் தமிழ்ச்சூழலை ஆரோக்கியமானதாக மாற்றுவதிலேயே இருந்தது. எந்த ஒரு சிறுகதை ஆளுமையாளர்களையும் (புதுமைப்பித்தனைத் தவிர) க.நா.சு. விரிவாக ஆராயவில்லை - மௌனி குறித்த முன்னுரையையும்

சேர்த்தே. ஆனால் நல்ல சிறுகதைகளைக் குறித்து தொடர்ந்து அடையாளப்படுத்தி வந்தார். மிகமிகப் பிந்தி 1987 வாக்கில் புதுமைப்பித்தன் முழு தொகுப்பிற்கு (ஐந்திணை பதிப்பகம்) விரிவான, 'புதுமையும் பித்தமும்' என்ற தலைப்பில் ஒரு முன்னுரை எழுதினார். சிறுகதை ஆளுமை குறித்து ஆழமாக அவரால் எழுதப்பட்ட கட்டுரை அதுவே.

கு.ப.ரா., லா.ச.ரா. கதைகள் குறித்து சி.சு.செல்லப்பா பகுப்பாய்வு முறையில் விரிவான கட்டுரைகள் அறுபதுகளில் எழுதியிருக்கிறார், என்றாலும் இலக்கிய ரசனையை வளர்க்கும் விதமாக இல்லை. 1960களின் இறுதியில் பிரமிள், மௌனி கதைகளுக்கு எழுதிய முன்னுரையும் சி.சு.செல்லப்பா கதைகள் குறித்து எழுதிய 'கல்தீபம்' என்ற கட்டுரையும், நவீன விமர்சன இலக்கியத்திற்கு ஒரு அந்தஸ்த்தை உண்டாக்கின. மௌனி குறித்து திலீப்குமார் எழுதிய 'மௌனியுடன் கொஞ்ச தூரம்' என்ற சிறு நூலும் முக்கியமானது. க.நா.சு. வழி வந்த சுந்தரராமசாமி எழுதிய 'புதுமைப்பித்தனின் மனக்குகை ஓவியங்கள்' கட்டுரை சிறப்பானது.

க.நா.சு., சுந்தர ராமசாமி முதலியவர்களை விட மிகப் பிந்தி எழுத வந்த ஜெயமோகன் எழுதிய 'இலக்கிய முன்னோடிகள்' கட்டுரைகள் மிக முக்கியமானவை. இந்தக் காரியத்தை சுந்தர ராமசாமி காலத்தவர்களும் சரி, அவருக்குப் பிறகு வந்த சிறுகதைப் பட்டாளத்தவர்களும் சரி அவ்வளவு சிறப்பாகச் செய்யவில்லை. முற்போக்குத் தளத்தில் இருந்து சிறுகதை ஆளுமைகளைப் பற்றி இலக்கியத் தரமான படைப்பூக்கம் மிக்க கட்டுரைகள் வரவில்லை. சமூகப் பார்வை சார்ந்து சில கட்டுரைகள் வந்திருக்கின்றன. முற்போக்கு எழுத்தாளர்கள் என்று முன்பு அடையாளப்படுத்தப்பட்ட இராசேந்திரசோழன், பிரபஞ்சன் ஆகியோரும் தி.ஜானகிராமனின் ரசிகர்களே.

படைப்பிற்கும் படைப்பு அல்லாததற்கும் வித்தியாசம் இருக்கிறது. படைப்புப் பார்வை என்ற ஒன்று உண்டு. அது இருப்பவரிடம் விசயம் கலையாக மலர்கிறது. இல்லாதவர்களிடம் விசயம் விசயமாக முன் வைக்கப்படுகிறது. இந்தக் கட்டுரைகளில் இவர்கள் ஏன் மகத்தான - சிறந்த படைப்பாளிகள் என்பதைத் தான் ஆய்வு செய்கிறேன். முக்கியமாக இதனை, படைப்பாக்கத் திறனாய்வு எனக் கொள்ளலாம்.

கு. அழகிரிசாமி - கி. ராஜநாராயணன் இருவரும் பிறந்தது இடைச்செவல் என்ற ஒரே ஊர். ஒரே வயதினர், வகுப்புத் தோழர்களும் கூட. அவர்கள் பார்த்ததும் ஒரே கரிசல் பூமி. பார்த்த வீடுகள், தெருக்கள், மரங்கள், மனிதர்கள், மொழி எல்லாம் ஒன்றுதான். ஆனால் இருவரும் ஒருவருக்கொருவர் சம்பந்தமற்ற வகையில் கலை வெளிப்பாடுகளை முன்வைத்தனர். அகவெளிப்பாடுகளை அதிகம் பார்த்தார் கு.அழகிரிசாமி. புறவெளிப்பாடுகளை அதிகம் கவனித்தார் கி.ராஜநாராயணன். தனித்துவம் என்பதும் இதுதான். இது எப்படி நிகழ்ந்தது என்றுதான் இக் கட்டுரைகளில் ஆராய்ந்து பார்க்கிறேன்.

தமிழ்ச் சிறுகதை உலகை வளமான இடத்திற்கு கொண்டு சென்ற ஆளுமைகளைப் பற்றிய கட்டுரைகளின் தொகுப்பு இது. இந்தக் கட்டுரைகளை நூலாக்கம் கருதி நான் எழுதவில்லை. பாதித்த விசயங்களை எழுதிவைப்போம் என்று தோன்றியதிலிருந்து எழுதியவை. விரிவான தளத்தில் நான் எழுதிய கட்டுரை என்று தி.ஜானகிராமனைக் குறித்த கட்டுரையைச் சொல்லலாம். இதனைப் பின் தொடர்ந்து சில ஆளுமைகளைப்பற்றி விரிவாக எழுதவேண்டும் என்று தோன்றியது. எழுதினேன். இக் கட்டுரைகளில் சிலவற்றை அவ்வப்போது இலக்கிய இதழ்களுக்குத் தந்தேன் - வெளியிட்டன. காலவரிசையில் எழுத்தாளர்களை எடுத்துக் கொண்டு ஆராயவில்லை. எழுதிய கட்டுரைகளை காலவரிசையில் தொகுத்து உள்ளேன். இது ஒரு உத்தேசமான கால வரிசைதானே தவிர, தர வரிசை அல்ல.

இத்தொகுப்பில் ஆய்வு செய்யப்பட்டுள்ள சிறுகதையாளர்களைப் போல நாம் கொண்டாடத்தக்க சிறுகதை ஆளுமைகள் தொடர்ந்தும் வெளிப்பட்டுள்ளனர். அ.முத்துலிங்கம், வண்ணதாசன், வண்ண நிலவன், அம்பை, நாஞ்சில் நாடன், பூமணி போன்றவர்களைப் பற்றி எழுதியிருக்கிறேன். இந்த நூல் எத்தகைய தமிழ் வாசகர்கள் இடையே வரவேற்பை பெறுகிறது என்பதைக் கொண்டே இந்த வரிசையின் அடுத்த நூல் வரும். தமிழ் இலக்கியக் கிணற்றுக்குள் போடப்பட்ட மற்றும் ஒரு கல் இது என்றால், அடுத்த தொகுப்பைக் கொண்டு வராமல் நிறுத்திக் கொள்வதே நல்லது. வருவதும் வராமல் போவதும் தமிழ் வாசகர்கள் கையில்தான் இருக்கிறது.

இந்த நூலை வெளியிடுபவர்கள் புகழ்பெற்ற பதிப்பகத்தார் அல்ல. என் இலக்கிய நண்பர்களும் வாசகர்களுமாகிய சிலர் சேர்ந்து,

இதைக் கொண்டு வருகிறார்கள். அவர்களின் ஆசையின் பொருட்டு வருகிறது. இப்படி எப்போதோ ஆசையின் பொருட்டு முன்பு வந்த நூல்களைப் பற்றி இப்போதும் மதிப்புடன் பேசுகிறார்கள் என்பதை நானும் அறிவேன். இந்த நூலைக் கொண்டு வரும் தியாகு நூலக நண்பர்களுக்கு என் மனமார்ந்த நன்றிகள். இக்கட்டுரைகளுள் சிலவற்றை வெளியிட்ட உயிர் எழுத்து, புதுப்புனல், உங்கள் நூலகம், ரசனை, இருவாட்சி, சொல்வனம் முதலிய இதழாசிரியர் களுக்கு எனது வணக்கங்கள்.

க.நா.சு. ஒரு சிறுகதை ஆளுமையாளாராக இல்லாமல் இருக்கலாம். ஆனால் அதைவிட, சிறுகதைத் துறையை வளப்படுத்தியவர்களை இனம் கண்டு தொடர்ந்து முன்வைத்தார். சிறியதை விரும்பாது பெரியதை விரும்பிய காலத்தின் இலக்கிய நாயகர் அவரே. இது ஒரு மிகச்சிறந்த பணி. தன் படைப்பாக்கத் திறனைக் கொன்றுவிட்டு தமிழ்ச் சூழலை ஒரு இயக்கமாக மாற்றியமைக்க அயராது பாடுபட்டவர் அவர். அவரால் நவீன தமிழ் இலக்கியம் வளம் பெற்றது.

கலை அம்சத்தோடு கூடிய முற்போக்கு இலக்கியமும் முற்போக்குப் பார்வையுடன் கூடிய கலைப்படைப்பும் உருவாவதற்கு க.நா.சு., க.கைலாசபதி ஆகிய இருவரின் பார்வைகள் நவீன தமிழ் இலக்கியத்திற்கு உதவி இருக்கின்றன. விசயம் முக்கியந்தான் - ஆனால் அது எப்படி கலைத்துவத்தோடு வெளிப்பட்டிருக்கிறது என்பது படைப்பிற்கு மிக மிக முக்கியம். இந்தக் காரியத்தை அரை நூற்றாண்டு காலம் தொடர்ந்து பேசியும் எழுதியும் வந்த க.நா.சு.வாலேயே செழுமையான இடத்தை நவீன இலக்கியம் எட்டியது. இன்று இலக்கியம் என்றாலே தரமானதுதான்.

எழுத வந்த முதல் கதையிலே கூட புதியவர்களால் ஒரு தரத்தை எட்டி விட முடிகிறது. இந்தச் சூழலை உருவாக்கி சாத்தியமாக்கியவர் க.நா.சு. நான் கல்லூரிக்குப் படிக்க வந்த காலத்திலேயே க.நா.சு. அதிகம் எழுதவில்லை. அவரின் எழுத்து இருந்தது. சிறுவனான எனக்கு அவரின் குறிப்புகளின் வழியே தேர்ந்த படைப்புகளைத் தேடிப் படிக்க முடிந்தது. படைப்பாளியாக முடிந்தது. படைப்பாக்கம் குறித்து என் பார்வையில் சிலவற்றை சொல்ல முடிந்தது. சிறந்த கதைகளைக் கண்டடைய முடிந்திருக்கிறது. இந்த வளர்ச்சிக்கு க.நா.சு. எழுத்தும் ஒரு காரணம்.

ஆழமும் அகலமும்கொண்ட பெரும் பரப்பாகத் தமிழ்ச் சிறுகதையை மடைமாற்றியதில் க.நா.சு.விற்கு முக்கியமான பங்குண்டு.

அவருக்கு இந்நூலை ஆத்மார்த்தத்துடன் சமர்ப்பணம் செய்கிறேன்.

தீபாவளித் திருநாள், சு. வேணுகோபால்
18.10.2017. (தொடர்புக்கு : *9442884033).*

செம்பதிப்பு முன்னுரை

இந்த இரண்டாவது பதிப்பான செம்பதிப்பு இவ்வளவு விரைவாக வரும் என்று நான் நினைக்கவில்லை. எட்டுமாதத்திற்குள் முதல் பதிப்பு விற்றதும் எனக்கு ஆச்சரியம்தான். இந்நூல் பெரிய பதிப்பகம் சார்பாக வரவில்லை. தியாகு நூலக நண்பர்கள் விரும்பிக் கொண்டுவந்தார்கள்.

இந்த இரண்டாம் பதிப்பை மூன்றாண்டுகள் கழித்து கொண்டு வரலாம் என்பது என் தனிப்பட்ட விருப்பம். முதல் பதிப்பு விற்றது போல் வேகமாக செல்லுமா என்ற தயக்கம் காரணமாக தள்ளிப்போட எண்ணினேன். ஆனால் என் மதிப்பிற்கும் பேரன்பிற்கும் உரிய தேர்ந்த வாசிப்பாளரான திரு. அமரநாதனின் விருப்பத்தால் செம்பதிப்பாக வருகிறது. இவருக்கு வலதுகரமாக நின்று ஆர்வமாக செயல்பட்டவர் தியாகு அவர்கள் . உடன் நிற்பவர்கள் தியாகு நூலக நண்பர்கள்.

முதல்பதிப்பை பலதிசைகளிலிருந்து வாசகர்கள் வரவேற்றார்கள். சி.சு. செல்லப்பா கட்டுரையை படித்த என் பேராசியரும் திறனாய் வாளருமாகிய தி.சு.நடராசன் இந்த கட்டுரையை படித்துவிட்டு உன் பாதிப்பில்லாமல் செல்லப்பாவை எழுதவே முடியாது. எழுத முயன்றும் என்னால் முடியவில்லை. அவ்வளவு தாக்கத்தை தருகிறது என்றார். க.நா.சுப்பிரமணியம், வெங்கட்சாமிநாதன்,சுந்தரராமசாமி, போன்றோரால் எழுத முடியாத கட்டுரை அது என்றார். எழுத்தாளர் கர்ணன் அவர்கள் செல்லப்பா வாழ்ந்த காலத்தில் இப்படியொரு கட்டுரையைப் பார்த்திருந்தால் அவர்தம் இலக்கிய வாழ்வு பொருளுடையதாக ஆகியிருக்கும். இவ்விதம் இத்தொகுப்பிலுள்ள கட்டுரைகள் குறித்து வாசகர்கள் நிரம்பவே பகிர்ந்துள்ளனர். விரிவு கருதி விடுக்கிறேன். என்னைவிட இப்பதிப்பு நண்பர்களாலே இயல்கிறது.

இச்செம்மையாக்கத்திற்கு மூலகாரணமாக இருந்தவர் எனது நண்பரும் மதுரை தியாகராஜர் கல்லூரி ஆங்கிலப் பேராசிரியருமான மா. இளங்கோ அவர்களுக்கு நன்றி.

எங்கள் நட்பில் விழைந்த அவரது உழைப்பு இந்த நூலில் இருக்கிறது.

02.10.2019 **சு.வேணுகோபால்**

தமிழ்ச் சிறுகதையின் பெருவெளி

புதுமைப்பித்தனின் படைப்புலகம் :

சங்கிற்குள் அடங்கிவிடாத புதுவெள்ளம்

புதுமைப்பித்தனின் கதைத் தொகுப்பு நூலை எடுத்துப் புரட்டும் போதெல்லாம் ஒரே ஆண்டில் 45 கதைகளை எழுதி வீசிவிட்ட அவரின் அசுரத்தனமான வேகத்தின் பட்டியலை ஒவ்வொருமுறையும் பார்ப்பேன். அதைப் பார்க்கும் போதெல்லாம் - ச்செ, எடுத்த எடுப்பிலேயே என்ன வேகம்! - என்ற மனவெழுச்சி ஏற்படுகிறது. இதில் 1935-ல் முதல் மாதத்தில் எழுதிய இரு கதைகளையும் 1934-ன் இறுதியில் எழுதியதாகச் சொல்வேன். அவர் இறுதி ஆண்டுகளில் எத்தனைக் கதைகள் எழுதியிருக்கிறார் என்று பார்ப்பேன். 1947-க்கு ஒரு கதை, 1948-க்கு ஒரு கதை என்ற பட்டியலைப் பார்க்கும்போது என்னுள் சொல்லமுடியாத துக்கம் ஒன்று எழும்பும். எனக்கு அது படைப்பாளியாகப் பல விசயங்களைச் சொல்வதுண்டு. ஆனால் இந்த வாழ்க்கைச் சக்கரத்தில் நசுங்குவதிலிருந்து விடுபட்டு வர முடிவதில்லை. இளம் வயதில் அகால மரணமடைந்த புதுமைப்பித்தன் 55 வயது வரையேனும் இருந்திருந்தால் புனைகதையுலகில் என்ன வெல்லாம் சாதித்திருப்பார் என குழந்தைத்தனமாக நினைத்திருக்கிறேன்.

புதுமைப்பித்தன் மரணமடைந்து எத்தனையோ பத்தாண்டுகள் போய்விட்டன. இன்னும் பத்தாண்டுகள் மட்டும் வாழ்ந்திருந்தால் எப்படியெல்லாம் தனது ஆக்கங்களைத் தந்திருப்பார் என்று அபத்தமான எண்ணம் இப்போதும் தோன்றுகிறது. புதுமைப் பித்தனை நினைக்கும்போதெல்லாம் இந்த மனநிலையை, கனவைத் தடுக்கமுடிவதில்லை. கம்பனுக்கு வாய்த்த சடையப்ப வள்ளல் புதுமைப்பித்தனுக்கு இல்லாமல் போன துக்கம் தோன்றுவதுண்டு. போகட்டும். புதுமைப்பித்தனைப் பல்வேறு சந்தர்ப்பங்களில் படிக்க நேர்ந்தும் குறிப்புகளாகவேனும் ஏதும் எழுதவில்லை. என் மனம் போன போக்கில் இப்போதேனும் எழுதிவிடவேண்டும் என்று தோன்றியதால் இதை எழுதுகிறேன்.

2

புதுமைப்பித்தனின் கதைகளைப் வாசிக்கின்றபோது, புனைவு மொழியைச் சர்வ சுதந்திரத்துடன் கையாளும் ஆற்றலும் பொய்மைகளைப் போட்டுடைக்கிற பார்வையின் தீவிரமும் உடனடியாக வசீகரிக்கச் செய்கின்றன. தமிழ்ச் சிறுகதை வரலாற்றில் புதுமைப்பித்தனுக்கு முன்னோடியென்று யாரும் இல்லை. தடமும் இல்லை. தன் இஷ்டப்படி புகுந்து சென்ற துணிச்சல் மிக்க கலைஞன் அவர். அப்படி முன்னோடிகளோ தடங்களோ இல்லாதது பல்வேறு அனுகூலங்களை அவருக்குத் தந்திருக்கின்றன. இந்த வடிவத்தில்தான் எழுத வேண்டும் இந்தவடிவத்தில் எழுதினால் சரிவராது என்ற எடுத்துரைப்பியல் முறை அவர் முன் இல்லை. மனதில் தோன்றிய வடிவங்களில் எந்த தயக்கமும் இல்லாமல் எழுதினார். அதை அநாயசமாகக் கைப்பற்றிக் கொண்ட கதைஞன். பிரச்சனைகளை, பிரச்சனைகள் குறித்து தனக்குள் தோன்றும் எண்ணங்களைக் கொட்டு கிறார். சாட்டையால் சொடுக்குகிறார். மிச்சம் மீதி வைக்காமல் சொல்லி விடுகிற பேராசைக்காரர் அவர். பெரும்பாலும் குறிப்பால் உணர்த்தும் பண்பை ஏகதேசமாக தூக்கிப் போட்டுவிடுகிறார். இந்த முற்போக்குத் தன்மை பின் வந்த முற்போக்குவாதிகளின் எழுத்துலகிலிருந்து முற்றிலும் வேறொன்றானதாக இருக்கிறது. அவர்களால் கைப்பற்ற முடியாத மனப்போக்கு ஒன்று புதுமைப் பித்தனிடம் பொங்கியபடி இருக்கிறது. நாம் எதிர்பாராத உவமைகள்; நாம் அனுமானித்திராத விவரணைகள்; நமக்குள்ளிருந்து கேலியுடன் பாய்ந்துவராத பழந் தமிழ இலக்கிய வரிகள்; நமக்குத் தோன்றாத பார்வைகள் எல்லாம் அவருக்குள் அவருக்கே உரித்தான எக்காளத்தில் தெறித்தன. எந்தக் கொள்கைக்கும் விசுவாசம் காட்டாத மாற்றுப்பார்வை அவரிடம் தீவிரத்துடன் இயங்கியிருக்கிறது. கடவுளர்களை, பழம்மரபுகளை, நம்பிக்கைகளை, சாதிகளை, மதங்களைத் தூக்கிப்போட்டுப் பந்தாடுகிற புதுமைப்பித்தன் அவற்றிலிருந்து அந்நியப்பட்டுப் பேசுவதில்லை. அந்தச் சூழலுக்குள் நின்றபடி பேசுகிறார். வெளியிலிருந்து கொள்கைகளைக் கொண்டுவந்து அளப்பதில்லை. தன் அனுபவ சாரத்திலிருந்து, தனது பார்வைகளை, மதிப்பீடுகளை வெளிப்படுத்துகிறார்.

எல்லாவற்றையும் தன்னுடைய கோணத்தில் எக்களிப்புடன் சொல்லிவிடுகிற எள்ளல்மொழி பெரும் வசீகரத்தைக் கொண்டிருக் கிறது. அது பிரச்சார தொனிபோன்று ஒலித்தாலும் பிரச்சாரம் இல்லை.

நாம் உருவாக்கி வைத்திருக்கும் கெட்டிதட்டிப் போன - பெண்களை வஞ்சிக்கிற கருத்தியல்களை உடைத்து தகர்க்கிறதாக இருக்கின்றன. அவை நம் வாழ்க்கையை விமர்சனம் செய்வதாக அமைகின்றன. ஒருவகையில் உள்நின்று ஒலிக்கிற குரலாக அமைகிறது.

கயமை செய்தவர்களைச் சில கதைகளில் முச்சந்தியில் போட்டுக் கிழித்தாலும், சில கதைகளில் கயமை செய்ய நேர்கிற மனிதர்களை அனுதாபத்தோடும் பார்க்கிறார். சாதி வெறியின் அவலத்தைச் சொல்கிற புதுமைப்பித்தன் மனிதனுள் சாதிய நம்பிக்கை ஆழப்புதைந்து அவனைத் தத்தளிக்கவிடும் கோலத்தைச் சொல்கிறார். விளிம்புநிலை அல்லது தாழ்த்தப்பட்ட பெண்களின் வறுமை அவர்களது கற்பைப் பிடுங்கித்தின்னும் காட்சிகளை ஆவேசத்தோடு சொல்லும் புதுமைப்பித்தன், இல்லத்தரசிகளின் எளிய கனவுகளை மிக்க மதிப்போடு கொண்டாடவும் செய்கிறார். இளம்பெண்களின் பாலியலை ஒடுக்கும் நடுத்தர வர்க்க குடும்பத்து வழக்கங்களை நொறுக்கவும் செய்கிறார். மீறல்களைப் பண்பாட்டுக் கேடாகப் பார்ப்பதில்லை. அது இயற்கையின் மகத்தான பண்பு என்றே போற்றுகிறார். சில பிராமண எழுத்தாளர்கள் விதவைகளின் துயரத்தைப் பாலிய விவாகத்தை விமர்சனம் செய்வதுபோல ஒரு சாந்த - சமாதான சூழலுக்குள் நிறுத்துகிறபோது புதுமைப்பித்தன் அந்த அவலத்தை வெயில் உரைக்க நெடுஞ்சாலையில் கொண்டு வந்து நிறுத்துகிறார். விதவைகளின் துயரத்தை ரத்தமாக அள்ளி எடுத்து கடவுளின் முகத்தில் பூசவும் செய்கிறார்.

அறிவார்ந்த பார்வையைப் போற்றும் புதுமைப்பித்தன், எளியவர்களின் உணர்ச்சிகளையும் பேதமைகளையும் மதிக்கிறார். எளிய பெண்களின் உணர்ச்சிகளையும் குழந்தைகளின் பேதமை மிக்க வெளிப்பாடுகளையும் மனம் தோய்ந்து வெளிப்படுத்துகிறார். கடவுளர்களை விரட்டியும் அடிப்பார். தேடி வந்தால் அச்சத்துடன் கைகுலுக்கி அனுதாபத்துடன் அழைத்தும் செல்வார். பேய்கள் இல்லை என்பார். சில கதைகளில் அவைகளின் கூத்துக்களை பயத்தோடு காட்டுவார். நொறுங்கி குவியலான பழந்தமிழர் பெருமைகளைக் காட்டியவாறே கடலுக்குள் கபாடபுரத்துத் தமிழர்களின் பெருமையைக் காட்ட அழைத்துச்செல்வார். ஞானமார்க்கம் என்பது போலிமார்க்கமாக புதைந்துகிடப்பதைச் சொல்லும் அதே புதுமைப்பித்தன், அதிலே நாம் அறிந்திராத ஞானம் இருக்கக்கூடும் என்பதாக இமயமலை பனிச்சிகரத்துக்கு அழைத்துச் சென்றும் காட்டுவார்.

புதுமைப்பித்தனின் இலக்கிய அழகியலை 'மாற்றுப்பார்வை' என்பதாக வரையறுக்கலாம். சமூகச்சீர்திருத்தக்காரர்கள் ஒன்றைச் சொன்னால் அது ஆயிரமாண்டுகாலம் மனிதர்களுள் உளவியல் பிரச்சனையாக மாறிக்கிடப்பதை புதுமைப்பித்தன் சொல்வார். ஒரு கன்னத்தில் அடித்தால் மறுகன்னத்தைத் திருப்பிக்காட்டு என்று போதிக்கிற பாதிரிமார்களின் வேறுவிதமான அடிகளைத் திரை விலக்கிக் காட்டுவார். கற்பு, கற்பு என்று குதிப்போர்களைப் பார்த்து பசி, பசி என்று குதிப்பார். காமத்தைச் சமூக கட்டுக்குள் வைத்து ஒடுக்கும் போதெல்லாம் அது உயிர்களின் இயல்பு என்கிறார். பணக்காரர்களின் கீழ்மையை வெறுக்கிற புதுமைப்பித்தன் எளியவர் களிடம் தோன்றும் மாண்புகளைப் போற்றவும் செய்கிறார். இப்படி எல்லாவற்றிற்கும் மாற்று உலகம் ஒன்று இருப்பதைத் துணிச்சலாகக் காட்டியவர் புதுமைப்பித்தன். எப்படி நோக்கினாலும், அவர் எளியவர் களின் பக்கம் நின்று பேசுவதைக் காணலாம்.

பணம், மனிதர்களை வெவ்வேறாக உருட்டியெடுக்கும் எத்தனையோ காட்சிகளைக் காட்டியிருக்கிறார். உழைக்கும் வறியவர் களிடம் கணப் பொழுது எழுந்துவரும் எளிய அன்பை ஆராதிக்கிறார். எளியவர்களின் எல்லா அழுக்குகளையும் ஏற்றுக்கொள்கிற பக்குவம் அவருக்கு உண்டு. சொந்த சாதி பிள்ளைமார்களின் திருகுதாளங் களைத் துணிச்சலோடு 'நாசகார கும்பல்' என்று அவரால் சொல்ல முடிகிறது. அதே அளவு கிறித்துவ போதகர்களின் மதமாற்றத்திற்குப் பின் உள்ள சாதிய உணர்வுகளைப் 'புதிய கூண்டில்' ஏற்றிவிடக் கூடிய எக்களிப்பும் அவரிடம் உண்டு. ஏகபத்தினி விரதனான ராமன் தரும் விமோச்சனத்தை அது விமோச்சனமல்ல சாபம் என்று காட்டுகிற அறச்சீற்றமும் உண்டு. புதுமைப்பித்தன் மனிதர்களின் உள்ளங்களை ஒரு சட்டகத்திற்குள் கொண்டுவந்து நிறுத்துபவர் அல்ல. சட்டகத்தை மறுப்பவர். மனிதர்களின் எண்ணற்ற தனித்துவ குணங்களாகப் பார்க்கிறார் என்றாலும் படைப்பின் அறப் பார்வையில் இருந்து விலகாமல் அவற்றை வாசகர்கள் முன் வைக்கிற ஞானம் அவருக்கு இயல்பிலேயே வாய்த்த ஒன்று.

இன்று முடிவுகள் கூறாத, மையத்திற்குள் இழுக்காத, விளிம்பைப் பேசுகிற, அர்த்தத்தைத் திணிக்காத, கொண்டாட்டத்தை போஷிக்கிற, மாயத்தை விரும்புகிற, விஞ்ஞான உலகத்தின் இரும்புவிதியை மறுதலிக்கிற, தலித்திய பெண்ணிய விடுதலைக்குரலைப் போற்றுகிற, புதிய சொல்முறைகளை ஆராதிக்கிற கதைகளைப் பின் நவீனத்துவக் கதைகளாக முன் வைக்கின்றனர். இவை அனைத்தையும் அவ்விதமான

கொள்கை கோட்பாடுகளின்றியே எழுதிக் குவித்தவர் புதுமைப் பித்தன். 'புரட்சி மனப்பான்மை', 'ஞானக் குகை' 'பிரம்ம ராக்ஷஸ்' 'செவ்வாய் தோஷம்' 'ஆற்றங்கரைப் பிள்ளையார்' 'எப்போதும் முடிவிலே இன்பம்', 'கட்டிலைவிட்டு இறங்காத கதை', 'அகல்யை' 'அபிநவஸ்நாப்' 'கனவுப்பெண்' 'திருக்குறள் செய்த திருக்கூத்து', 'உபதேசம்', என இந்தவகையில் சொல்லத்தக்கக் கதைகள் பல உள்ளன.

விளிம்பு மனிதர்களின் வாழ்க்கையைப் பரிதாபகரப் பார்வை யில் வெளிப்படுத்தாமல், உள்ளது உள்ளதுபடி வெளிப்படுத்தியவர் புதுமைப்பித்தன். 'பொன்னகரம்', 'கவந்தனும் காமனும்', 'குப்பனின் கனவு' 'தெருவிளக்கு' 'மகாமசானம்', 'இது மிஷின் யுகம்' 'தனி ஒருவனுக்கு' 'நியாயம்' 'அவதாரம்', 'துன்பக்கேணி' போன்ற கதைகள் இதற்குச்சான்று.

வைதீக கருத்தியலில் நசுக்கப்பட்ட பெண்களின் குரலை 'வழி' 'ஆண்மை' 'வாடாமல்லிகை' 'சாபவிமோசனம்' 'கலியாணி' போன்ற கதைகளில் உக்கிரமாக வெளிப்படுத்தியுள்ளார். இப்படி இன்றைய பல்வேறு கோட்பாடுகளுக்கு உதாரணங்கள் சொல்லும்படி பல கதைகளை அன்றே எழுதியிருக்கிறார்.

இலக்கிய அரசியல் ஓங்கிநிற்கும் இன்றைய காலகட்டத்தில் புதுமைப்பித்தனின் இம்மாதிரி கதைகளை வகைமாதிரிகளாக முன் வைக்கவேண்டிய சூழல் ஆகிவிட்டது. ஆனால் இந்த காபந்துகளுக் கெல்லாம் அப்பாற்பட்டு தமிழ்ச்சிறுகதை வரலாற்றில் படைப் பெழுச்சியின் தனித்துவ ஆளுமையாக நிற்பவர் புதுமைப்பித்தன். பித்தன் மீது வீசப்படும் வசைகளுக்கு, அவரின் கதைகளுக்குள்ளிருந்தே சரியான பதில்கள் உண்டு. முன் முடிவு தடிகளோடு சாத்த முயன்ற திருவாளர்களுக்கும் இது தெரியும். ஆனால் புதுமைப்பித்தனின் பதில்களை வசதியாக ஒளித்துவைத்துவிட்டு ஆடும் நர்த்தனத்தை வாசகன் படித்து கண்டடையும்போது அவர்களின் சாயம் வெளுத்த படியே தான் இருக்கிறது. கோட்பாட்டுத் தடியைக்கொண்டு வீழ்த்தப் பார்த்தவர்களின் நோக்கம் புதுமைப்பித்தன் பிள்ளை சாதியில் பிறந்து விட்டதும், வைதீகம்போல கிறித்துவ பெருமத பாதிரிமார்களின் ஆட்டத்தை போட்டுடைத்ததும் காரணம். மேலாதிக்க பிள்ளை சமூகம் தலித்துகளுக்கு எதிரானது; துரோகம் இழைத்தது என்ற சமூகவியல் அடிப்படையில் பிள்ளைமார் சாதியில் பிறந்த புதுமைப்பித்தனைத் தூற்றினர். அவர் பிள்ளைமார்களின் அடாவடித்தனங்களை துணிச்சலோடு எள்ளி நகையாடிய இலக்கியப் பேராளுமை என்பது

உலகறிந்த விசயம். பெருமாள் முருகன் 'மாதொருபாகன்' நாவலில் அரைபக்கம் - அதுவும் குறிப்பாக எழுதியதற்கே எழுதமுடியாமல் முடக்கப்பட்ட இந்நாளில் புதுமைப்பித்தன் போகிறபோக்கில் பல கதைகளில் பிள்ளைமார்களைக் கடிந்துகொண்டிருக்கிறார்; என்பதை மட்டும் புரிந்துகொண்டால் போதுமானது. இன்று புதுமைப்பித்தன் இருந்தால் இப்படி எழுதமுடியுமா என்பதும் சந்தேகம்தான்.

3

தனது ஆரம்பகால படைப்புகளில் புதுமைப்பித்தன் பாத்திரங்களின் பின்னிருந்து கதையை நிகழ்த்துவதில்லை. ஒரு சிக்கலை, வாழ்வின் முரணை, புதிய கற்பனைப் படிமத்தைச் சொல்ல தனது விரிந்த விவரணைக்குள் பாத்திரங்களைக் கொண்டு வந்து ஊன்றுகிறார். அதனால் அவரின் மொழிஜொலிப்பதுபோல பாத்திரங்கள் ஜொலிப்பதில்லை. முழுக்க புதுமைப்பித்தனின் புதிய கருத்தியல் ஆளுமையைக் காட்டுவதாகவே அமைகிறது. பாத்திரங்களின் குரலாக நமக்குள் எதிரொலிப்பதில்லை. பல நல்ல கதைகள் படிக்கும் போது ஏற்படுத்திய பாதிப்பை நினைவுகளிலிருந்து ஏற்படுத்துவதில்லை. அதற்குக் காரணம் மாந்த உருவாக்கத்தின் மீது அக்கறை அற்று பிரச்சனைகளின் உக்கிரத்திற்கு முக்கியத்துவம் கொடுத்துத் தனது எண்ண வெளிப்பாட்டை தீவிரமான மொழியில் வெளிப்படுத்தியது தான். கதாமாந்தர்களின் வழி பிரச்சனையின் தீவிரம் வெளிப்படும் போது அவை சிறந்த, மிகச்சிறந்த கதைகளாக கலையின் ஆற்றலோடு வெளிப்பட்டிருக்கின்றன. இரண்டாண்டு காலத்திலேயே இவ்விடத்திற்கு வந்து விடுகிறார். சிறுகதை என்பது ஒருவித நிதானத்தில் உருவாவது என்பதை படைப்பாளியாக அவர் உணர்ந்ததும் நல்ல கதைதகள் கிடைக்கத் தொடங்குகின்றன.

'வாடாமல்லிகை' 'வழி' இரண்டும் விதவைகளின் பாலியல் ஒடுக்குமுறையைச் சொல்கிற கதைகள்தாம். தம்பியின் திருமணம்; பக்கத்து வீட்டு புதுமணத் தம்பதிகளின் சல்லாபம் என்கிற பின்புலத்தில் இப்பெண்களின் ஒடுக்கப்பட்ட இச்சையைச் சட்டென சொல்லிவிட்ட கதைகள். அவர்களின் பாலியல் தவிப்பும் இருக்கவே செய்கிறது. ஆனால் வாழ்வை முழுமையாக நெருங்கி அப்பெண் களின் தவிப்புகளாகப் புதுமைப்பித்தன் காணவில்லை.

ஒரு பொதுப் புத்தியில் அறிந்ததை ஓங்கி அடிக்கிறார். பொய்யான காருண்யத்தின் மீதும் சமூகக் கருத்தியல் மீதும் ஏறிச்சாடுகிற இடத்திற்குப் பறந்துவிடுகிறார்.

'வாடா மல்லிகை' கதையில் வரும் சரசு, தன்னைத் திருமணம் செய்து கொள்கிறேன் என்று வருபவனை மறுதலிக்கிறாள். திருமணம் இல்லாமலே உறவு இருந்தால் போதும் என்கிறாள். அதற்கு அவன் 'நீ ஒரு பரத்தை' என்கிறான். அதற்கு 'உமது தியாகத்திற்கு நான் பலியாக மாட்டேன். அதில் எப்பொழுதும் உமக்கு இந்தக் காலத்து நன்மதிப்பு ஏற்படும். தைரியசாலி என்பார்கள். அதை எதிர்பார்க்கிறீர். நான் பரத்தை அல்ல – நான் ஒரு பெண். இயற்கையின் தேவையை நாடுகிறேன்' என்கிறாள்.

'வழி' கதையில் வரும் இளம் விதவையான அலமி, வசதியான பெண். எதிர்வீட்டு விசாலத்தின் சந்தோசம் சூசகமாகத் தெரிய வருகிறது. அலமிக்கு கணவனோடு இருந்த பழைய நினைவுகள் வருகின்றன. தகப்பனிடம் தன் தத்தளிப்பைச் சொல்ல முடியாது. அவரும் இதனைப் புரிந்து நல்ல வழி எடுக்கப்போவதில்லை. விதவை யாகவே கிடந்து அழிய வேண்டியதுதான். துக்கத்தோடு கட்டிலில் பொத்தென விழுபவளின் நெஞ்சில் கொத்துச்சாவியின் முள்வாங்கி விர்ரென பாய்கிறது. ரத்தம் குபுகுபுவென வெளியேறுகிறது. மகளின் அறையில் இன்னும் விளக்கெரிவதைப் பார்த்து தந்தை உள்ளே நுழைகிறார். மகளின் மார்பிலிருந்து ரத்தம் வழிவதைக் கண்ட தகப்பன் பதறுகிறார். 'நெஞ்சின் பாரம் போவதற்குச் சின்னவாசல்' என்கிறாள். மயக்கத்தில் ரத்தத்தை அடைக்க முயல்கிறார். 'மூச்சுவிடும் வழியை அடைக்க வேண்டாம்' என்று தடுக்கிறாள். 'பைத்தியமா? உனக்கு ரத்தம் வருகிறதேடி' என்று கதறுகிறார். 'இந்த ரத்தத்தை அந்த பிரம்மாவின் மூஞ்சியில் பூசிடுங்கோ' என்கிறாள்.

இந்த இரு கதைகளிலும் வரும் விதவைகள் இருவரும் மரணத்தைத் தேர்வு செய்கின்றனர். புதுமைப்பித்தன் விதவை களின் பக்கமிருந்து நமது பழங்கருத்தியல்கள் மீது ஓங்கி அடித்து நொறுக்குகிறார். பிராமண எழுத்தாளர்கள் இவ்விதமான கதைகளில் ஒருவித மென்மைப் போக்கைக் கையாண்டபோது புதுமைப்பித்தன் அக்கருத்துகள் மீது வெடிகுண்டுகளை வீசி சிதறடிக்கிறார். இரண்டும் முக்கியமான கதைகள்தான். விதவை களின் பாடுகள் வழி அடர்த்தி கூடி வந்திருக்குமானால் 'சாப விமோசனம்' போல மகத்தான கதைகளாக வாய்த்திருக்கும். பல நல்ல கதைகள் சுருக்கமாகச் சொல்லப்பட்டதாலே அவைகள் அடைந்திருக்க வேண்டிய

உச்சத்தை அடையாமல் போய்விட்டன. மொழியின் வழி வெளிப்படும் கிண்டலும் உக்கிரமும் பாதிக்கச் செய்கின்றன.

'வாடா மல்லிகை' கதையில் 'அவள் பெயர் ஸரஸு; ஒரு பிராமணப்பெண். பெயருக்குத் தகுந்ததுபோல் இருக்க வேண்டும் என்று நினைத்தோ என்னவோ பதினேழு வயதிற்குள்ளேயே சமூகம் அவளுக்கு வெள்ளைக்கலையை மனமுவந்து அளித்தது. அவள் கணவனுக்குக் காலனுடன் தோழமை ஏற்பட்டுவிட்டால் அதற்குச் சமூகம் என்ன செய்யமுடியும்?' என்று பண்பாட்டுக்கூறுகளை எள்ளலுக்கு உள்ளாக்கி, 'புருஷன் வாழ்க்கையின் இன்பத்தைச் சற்றுக் காண்பித்துவிட்டு விடாய் தீருமுன் தண்ணீரைத் தட்டிப் பறித்த மாதிரி, எங்கோ மறைந்துவிட்டான். என்று ஏக்கத்தைச் சொல்லி, 'கொள்கைக்காக நீர் தியாகம் செய்து கொள்ள முயலுகிறீர். அதுவேண்டாம். மிஞ்சினால் நான் உமக்குப் போகக் கருவியாகத்தான் உமது தியாகத்தின் பலிபீடமாகத்தான் நீர் கருதுவீர். அது எனக்கு வேண்டாம். நான் காதலைக் கேட்கவில்லை. தியாகத்தைக் கேட்கவில்லை. நான்தேடுவது பாசம்...' என்று பேசவும் வைக்கிறார். வாடாமல்லிகை கதை நிகழும் காலம், சமூகசீர்திருத்தம் பரபரப்புடன் வளர்ந்து வந்த காலம் *(1934)* என்பதையும் இவ்விடத்தில் நினைவு படுத்திக் கொள்ளலாம்.

'வழி' கதையில் புதுமைப்பித்தன் தம் மொழிவழி உருவாக்கும் பார்வையை இவ்விதம் தருகிறார். 'ஒரு வருஷம் சென்றது தெரியாதபடி வாழ்க்கை இன்பத்தின் முன்னொளி போலத் துரிதமாகச் சென்றது. பிறகு அந்த நான்கு வருஷங்களும் பிணிவாய்ப்பட்ட கணவனின் சிக்ருஷை என்ற தியாகத்தில் வாழ்க்கையின் முன்னொளி செவ்வானமாக மாறி, வைதவ்யம் என்ற வாழ்க்கை அந்தகாரத்தைக் கொண்டு வந்தது.'

'மரண தண்டனையனுபவிக்கும் ஒருவன், சார்லிசாப்ளின் சினிமாபடத்தை அநுபவிக்க முடியுமா? வைதவ்ய விலங்குளைப் பூட்டிவிட்டு சுவாரஸ்யமான பிரசங்கத்தைக் கேள் என்றால் அர்த்த மற்ற வார்த்தையல்லவா அது?'' இப்படி சொல்லிவருகிற புதுமைப்பித்தன்,

'இந்த வெள்ளைக்காரன் ஒரு முட்டாள். 'சதி'யை நிறுத்தி விட்டதாகப் பெருமையடித்துக் கொள்கிறான். அதை இந்த முட்டாள் ஜனங்கள் படித்துவிட்டுப்போகிறார்கள். முதலில் கொஞ்சம் துடிக்க வேண்டியிருக்கும். பிறகு... ஆனால்

வெள்ளைக்காரன் புண்ணியத்தால் வாழ்க்கை முழுதும் சதியை, நெருப்பின் தகிப்பை அனுபவிக்க வேண்டியிருக்கிறதே! வைதவ்யம் என்றால் என்ன என்று அவனுக்குத் தெரியுமா? ஒவ்வொரு நிமிஷமும் நெருப்பாகத் தகிக்கும் சதியல்லவா வைதவ்யம்?' என்று வெள்ளைக்காரன் சட்டத்தின் ஓட்டை மீதும் ஒரு சொடுக்கு சொடுக்குகிறார். (உரைநடையில் விசயம் சார்ந்து தெறிக்கும் சிந்தனைகளைப் புனைகதை மொழிக்குள் மிக லாவகமாக கையாண்டவர் புதுமைப்பித்தன்) இந்த வகையில் வாழ்வின் நெருக்கடிகளைச் சற்று விரிவாக எழுதியிருந்தால் 'தனி ஒருவனுக்கு' 'மோட்சம்', 'தியாகமூர்த்தி' 'பாட்டியின் தீபாவளி' 'நியாயந்தான்' போன்ற கதைகள் கூடுதல் பரிமாணம் பெற்றிருக்கும்.

ஒரு பக்கத்தில் சொல்லி முடித்து விடுகிற கதைகளிலும் பிரச்சனையின் மையத்தை ஒட்டி வேறு என்னென்ன சொல்லத் தோன்றுகிறதோ அதையெல்லாம் சொல்லி வந்து மையத்தைத் தொடுகிறார். இதில் அவர் எடுத்துக்கொள்ளும் சுதந்திர உணர்வு சிறுகதையின் ஒருமைக்கு வெளியே சென்றாலும் அதுபற்றி அவர் கவலைப்படுவதில்லை. புதுமைப்பித்தனின் முத்திரையே அம்மாதிரி இடங்களில்தான் துள்ளிவிழுகிறது. மற்றொன்று, சிறுகதையின் வடிவ ஒருமை குறித்து தீவிரமாக விவாதிக்கப்படாத காலம். வடிவத்தை லேசாக நெகிழ்த்துக்கொண்டு எண்ணத்தின் வீச்சுக்களுக்கு முழு சுதந்திரம் அளிக்கிறார்.

ஒரு இடத்தைப் பற்றி சொல்லும்போது அவருக்கே உரிய கிண்டல் தொனி மேலோங்கச் சொல்கிறார். ஒருமைப் பண்பாட்டு இழைகளால் பின்னப்பட்டிருப்பதாலே தமிழ் வாசகர்களை வசீகரிக்கச் செய்கின்றது. 'பொன்னகரத்தைப் பற்றிக் கேட்டிருக்கிறீர்களா? நமது பௌராணிகர்களின் கனவைப்போல் அங்கு ஒன்றுமில்லை. பூர்வ புண்ணியம் என்று சொல்கிறார்களே அந்தத் தத்துவத்தைக் கொண்டு நியாயம் என்று சமாதானப்பட வேண்டிய விதிதான். ஒரு சில 'மகாராஜக்களுக்காக' இம்மையின் பயனைத் தேடிக் கொடுக்கக் கடமைப்பட்டு வசிக்கும் மனிதத் தேனீக்களுக்கு உண்மையில் ஒரு பொன் நகரந்தான் அது, என்று பொன்னகரத்தை அறிமுகப்படுத்திவிட்டு பொன் நகரத்து மக்கள் வாழும் பூர்வ புண்ணியத்தெருவை அடுத்துக் காட்டுகிறார்.

'இந்தத் திவ்விய பிரதேசத்தைத் தரிசிக்க வேண்டுமானால்... சிறு தூறலாக மழை சிணுசிணுத்துக் கொண்டிருக்கும்பொழுது சென்றால்தான் கண்கொள்ளாக் காட்சியாக இருக்கும், வழி

நெடுகச் சேற்றுகுழம்புகள். சாலையோரமாக 'முனிசிபல் கங்கை' அல்ல, யமுனைதானே கறுப்பாக இருக்கும்? அதுதான். பிறகு ஓர் இரும்புவேலி. அதற்குச்சற்று உயரத்தள்ளி அந்த ரயில்வே தண்டவாளம்.

மறுபக்கம் வரிசையாக மனிதக்கூடுகள் - ஆமாம், வசிப்பதற்குத் தான்!' என்று விவரித்துச் செல்கிறார். பொன்னகரத்து அம்மாளு வறுமையால் கற்புபிறழ்வதை சொல்லவந்த புதுமைப்பித்தன் ஊரின் வறுமையை, தெருவின் அலங்கோலத்தை, அங்கு வாழும் மனிதர்களின் பசியைச் சொல்லி அம்மாளு அடிபட்டுகிடக்கும் கணவனுக்குப் பால்கஞ்சி வாங்க ஆடவன் அழைத்த இருண்ட சந்துக்குள் ஒதுங்கி காசைப்பெற்று வருவதைச் சொல்கிறார். அதை மட்டும் தொட்டு நிறுத்தாமல் ஒரு குதி குதிக்கிறார். திருவிளையாடல்களை நிகழ்த்த கைலாயத்திலிருந்து அடிக்கடி மதுரை நோக்கி இறங்கி வந்த சிவனின் காலடிபட்ட இடம்தான் இந்த பொன்னகரம் என்பதையும் கற்புகனலியால் எரியூட்டப்பட்ட மதுரை என்பதையும் நினைவிற்குள் கொண்டு வந்து 'என்னமோ கற்பு கற்பு என்று கதைக்கிறீர்களே! இதுதான் ஐயா, பொன்னகரம்' என்று ஒரு போடும் போடுகிறார்.

பிரச்சனைக்குரிய மனிதரைப் பற்றி அறிமுகம் செய்யும்போது மொழியில் எகத்தாளம் தெறிக்கிறது. 'தேவ இறக்கம் நாடார் - அவருக்கு வல்லின இடையினங்களைப் பற்றி அபேதவாதக் கொள்கையோ, தனது பெயரை அழுத்தமாகச் சொல்லவேண்டும் என்ற ஆசையோ எதுவானாலும் அவர் எப்பொழுதாவது ஒரு தடவை இந்த 'டமிலில்' எழுதுவதுபோல எழுதிவிடுவோம் - நல்ல கிறித்தவர். புரோட்டஸ்டான்ட் சர்ச்சில் சேர்மனாக இருந்து, மிஷனில் உபகாரச் சம்பளம்பெற்று வருபவர். இந்த உலகத்திலே கர்த்தருடைய நீதிவழங்கப் பெறுவதற்காகப் பாடுபட்டதனால் ஏற்படப்போக இருக்கும், இந்த உலகத்தின் பென்ஷனை எதிர்பார்க்கிறார்.' (நியாயம்)

இரவுநேர சென்னை நகரத்தைப் பற்றி 'கண்ணைப் பறிக்கும் விளக்குகள், உள்ளத்தைப் பறிக்கும் நாகரிகம்! மனிதனின் உயர்வையும் உடைவையும் ஒரே காட்சியில் காண்பிக்கும் நாகரிகச் சின்னங்கள்'

'இது கலியுகமல்ல, விளம்பரயுகம் என்பதற்குப் பொருள் தெரிய வேண்டுமானால் இந்த நகரத்தின் இரவைக் காணவேண்டும். இந்தக்

கூட்டங்கள்! - ஏன் இவ்வளவு அவசரம்? இதுதான் நாகரிகத்தின் அடிப்படையான தத்துவம் - போட்டி வேகம்? இந்தப் பக்கங்களுக்கு அதற்குமேல் வரவேண்டுமென்றால் ‘ஆசாமியாக இருக்கவேண்டும்; அல்லது குருடனாக இருக்கவேண்டும். அல்லது கண்கள் எல்லா வற்றையும் பார்ப்பதற்குத்தான் என்ற இரும்புத் தத்துவம் கொண்ட மனிதனாக இருக்கவேண்டும்.’ என்று மூன்று நகர்வுகளாகக் காட்டி விட்டு திடுக்கென ஒரு காட்சியைக் காட்டுகிறார்.

‘அதோ மூலையில் சுவரின் அருகில் பார்த்தீர்களா? சிருஷ்டித் தொழில் நடக்கிறது. மனிதர்களா? மிருகங்களா? நீங்கள் போட்டிருக் கிறீர்களே பாப்லின் ஷர்ட்டு உங்கள் ஷெல் பிரேம் கண்ணாடி! எல்லாம் அவர்கள் வயிற்றில் இருக்கவேண்டியதைத் திருடியது தான். ரொம்ப ஜம்பமாக, நாஸுக்காகக் கண்ணை மூடவேண்டாம். எல்லாம் அந்த வயிற்றுக்காகத்தான்’ எந்த இடத்தில் எப்படிச் சொல்வார் என்று அனுமானிக்க முடியாத எழுத்து அவருடையது. ஆனால் மிகப் பொருத்தமானது. விழிப்புணர்வு மிக்கது. புதுமைப் பித்தனிடம் கிளம்பும் கூர்மையான - தற்செயலான விமர்சன மொழி படைப்பிற்குள் பேரெழிலோடு ஜொலிக்கிறது.

புதுமைப்பித்தனின் மரபிலக்கிய வாசிப்பு புனைகதைகளுக்குக் கூடுதல் பரிமாணத்தைத் தரும் மொழியாக மாறி செயலாற்றுகிறது. பசியால் வாடி வதங்கும் பரம ஏழையான அம்மாசிச் சாம்பானைப் பற்றி ‘இவனுடைய வளர்ச்சிப் படலத்தைப் பற்றிய பிள்ளைத்தமிழ் யாரும் எழுதிவைக்காமல் போய்விட்டதால் இருபது வயது வருமட்டுமுள்ள சரித்திரக்குறிப்புகள் கிடைக்கவில்லை’ என்று படிக்காத பாமரரின் ஒன்றுமற்ற தடங்களை எழுதுவார். அதேபோல விவரணையில் வந்துவிழும் ஆங்கிலச் சொற்களுக்கும் ஒரு கவர்ச்சி ஏற்பட்டு விடுகிறது. ‘புரட்சி மனப்பான்மை’ கதையில் ‘மலையாளத்து ரிஸர்வ் போலிஸ்காரர்கள் சட்டத்தையும் ஒழுங்கையும் தங்கள் சொந்த பாங்கில் இருக்கும் கரண்ட் டெப்பாஸிட்டாகக் கருதி அதில் அத்துமீறித் தலையிடுகிறவர்களைத் தங்கள் சொந்த கோபாவேசத்திற்கு ஆளாக்குகின்றனர்’ என்று எழுதுவார்.

ராமசாமி பத்தர், அப்பாவின் குலத்தொழிலை வெறுத்து நகரத்தில் ‘ஒர்க் ஷாப்’ வைத்து தொழில் செய்கிறார். அத்தொழில் ஏற்றம் இறக்கம் காண்கிறது. பல பெண்களோடு அவருக்கு உறவு ஏற்படுகிறது. தொழில் முடங்குகிறது. ஆட்டபாட்டம் ஒடுங்கி நாற்பது வயதில் வேறு வேலை தேடுகிற பத்தரைப்பற்றி ‘பழைய சல்லாப காலங்களில் சேகரித்த ‘முதல்’ வீணாகப் போகவில்லை.

மருந்து என்ற சிறிய தடையுத்தரவிற்குப் பயந்து இத்தனை நாட்கள் பதுங்கியிருந்த வியாதிகள் மீண்டும் உறவாட ஆரம்பித்தன.' இப்படி எள்ளலோடு எழுதுகிறார்.

புதுமைப்பித்தன் சமூகமனநிலையைப் போகிற போக்கில் தொட்டுக்காட்டிச் செல்லும் போது கதையின் உண்மை தன்மைக்குக் கூடுதல் அழுத்தம் ஏற்படுகிறது. இதே ராமசாமிபத்தர் (தியாகமூர்த்தி) ராமானுஜலு நாயுடு மோட்டார் மெக்கானிக்கில் சேர்ந்து உழைக்கிறார். முதலாளி பற்றி 'ராமானுஜலு நாயுடு குணமுள்ளவர் தாம். சில சமயங்களில் ஐந்து பத்து முன்பின் யோசிக்காமல் கொடுத்து உதவுகிறவர் தாம். ஆனால் பணம் சேர்ப்பதற்குத்தான் அவர் சென்னையிலிருந்து திருநெல்வேலிக்கு வந்தாரே ஒழிய, தொழிலாளர்களுக்குத் தர்மம் செய்து புண்ணியம் சம்பாதிக்க வரவில்லை.' என்று மனிதனின் யதார்த்த உளவியலுக்குள் இழுத்து விடுகிறார்.

வாய்ப்பு ஏற்படும்போதெல்லாம் புதுமைப்பித்தன் தன் எண்ணத்தை, தனது மதிப்பீட்டை, தனது பார்வையைத் தனது அனுபவச்சாரத்திலிருந்து பெற்ற தெளிவைச் சொல்லாமல் விட்டது இல்லை. 'எப்போதும் முடிவிலே இன்பம்' என்ற கதையில் ஒரு கலெக்டர் பங்களாவில் முயல்பதுங்கி வாழ்கிறது. அதைப்பிடிக்க நாய்வரவழைக்கப்படுகிறது. நாய், முயலுடன் நட்புக்கொள்ள விரும்புவதாகப் பேசுகிறது. முயல் பதில் அளிக்கிறது.

"நீரோ மாமிசத்தைவிட முடியாது என்கிறீர். என்னைத் தின்ன மாட்டேன் என்றாவது சத்தியம் செய்து கொடுப்பீரா?''

"இந்த லோகத்திலே யாராவது குருவைத் தின்பார்களா? உமக்கு ஏன் இந்த சந்தேகம்'' என்றது நாய்.

"லோகத்திலேதான் சில பேர், தம் வயிற்றுக்குள்ளே குரு போய் விட்டால் தாமே குருவாகிவிட்டதாக நினைத்துக் கொள்கிறார்கள். அது நமக்குத் தெரியாது போல இருக்கிறது.'' என்று சொல்லியது முயல்.

'?' என்றொரு கதை. அதில் குருவும் சிஷ்யனும் இமயமலைப் பயணம் செல்கின்றனர். குரு சொல்கிறார்:

"அதோ தெரிகிறதே பார்த்தாயா கைலயங்கிரி, உயர்ந்து கம்பீரமாக வானைக்கிழித்துக் கொண்டு! சிகரத்திலகம்போல அதன் உச்சியில்

வான் தகட்டில் தெரிகிறதே ஒரு நட்சத்திரம் - பிரகாசமாக - அதைப்போலத்தான் இலட்சியம், தெய்வம்!''

''பிரபோ! நிமிர்ந்து நின்று என்ன பயன்? உயிரற்றுக்கிடக்கிறதே! பிரகாசமாக இருந்தால் மட்டும் போதுமா? ஒருவன் எட்டிப் பிடிப்பதற்காக அது இருந்தென்ன அல்லது கண்ணுக்குத் தெரியாமல் போய் என்ன?'' என்கிறான் சிஷ்யன்! இப்படி புதுமைப்பித்தனின் மேதமை வெளிப்படும் இடங்கள் பல உண்டு. பொதுவாக, சொர்க்கம், கைலாசம், வைகுந்தம், எமலோகம், சிவன், விஷ்ணு, திருமால், பிள்ளையார் - கடவுள் என மனித வாழ்க்கைக்கு எட்டாத விசயங்கள் சமூகத்திற்கு, தனிமனிதனுக்கு பயனில்லை என்பதுதான் புதுமைப்பித்தன் கருத்து. அல்லது இவ்விசயங்கள் புழுதியில் புரளும் மக்களை காருண்யத்தோடு அனைத்துக்கொள்ளாதபோது இருந்தும் பயனில்லை என்பது புதுமைப்பித்தனின் கருத்து. (காலனும் கிழவியும், மனக்குகை ஓவியங்கள், '?', சாமியாரும் குழந்தையும் சீடையும், அன்று இரவு)

நிச்சயித்திருந்த பெண்ணின் திருமணம் பெற்றோர்களால் தடை படுகிறது. தன் கற்பைப் பறிகொடுத்து விடுகிறாள். புத்திபேதலித்து கணவனைத் தேடியலைகிறாள். (ஆண்மை) 'நடைமுறை உலகத்திலே, இந்த மகத்தான கலியுகத்திலே, திருமணம் என்றால் குலப்பெருமை கிளைத்தும் கலகாரம்பம் என்பது எனக்குத் தெரியும்' என்று திருமணம் குறித்த தனது விமர்சனத்தை முன் வைக்கிறார்.

இரண்டாம் உலகப்போர்ச் சூழலில் மனிதர்களிடம் ஏற்பட்ட பயத்தையும் பதைபதைப்பையும் மௌன ஓலத்தையும் சொல்கிறது 'படபடப்பு' கதை. அதிலே 'உலகிலே - மனிதனுக்கு உலகம் என்பது என்ன? பூகோள புஸ்தகத்தில் படிப்பதா? அல்லவே அல்ல. அனுபவ கிரந்தத்தில் படிப்பதேயாகும். அது இரண்டரைச் சதுரமைல் விஸ்தீரணமுள்ள ஓட்டப்பட்டியாக இருக்கலாம். அல்லது நியூயார்க் மாதிரி ஒரு சின்ன பிரபஞ்சமாக இருக்கலாம். அல்லது நாலுமுழத் தொட்டிலாக இருக்கலாம். பக்குவத்துக்கு ஏற்றபடி அதுதான் உலகம். அந்த உலகத்தைத்தான் ஆதிசேஷன் தாங்குகிறான். சூரிய மண்டலத்தைச் சுற்றிவரும் உருண்டையான கிரஹ கோலத்தையல்ல...' என்று அனுபவ உலகைப் பெரும் போர் நிகழ்ந்த சூழலிலும் வேறொன்றாக மேலதிகமான சிந்தனையோட்டங்களைச் சர்வசாதாரணமாக வெளிப்படுத்தி விடுகிறார்.

'வழி' கதையில் இளம் பெண் விதவையான கோலத்தை, 'ஒரு வருஷம் சென்றது தெரியாதபடி வாழ்க்கை, இன்பத்தின் முன்னொளிபோலத் துரிதமாகச் சென்றது. பிறகு, அந்த நான்கு வருஷங்களும் பிணிவாய்ப்பட்ட கணவனின் சிச்ருஷை என்ற தியாகத்தில் வாழ்க்கையின் முன்னொளி செவ்வானமாக மாறி வைதவ்யம் என்ற வாழ்க்கை அந்தகாரத்தைக் கொண்டுவந்தது' என்று எழுதியது விதவையான பெண்கள் அத்தனை பேருக்குமான ஒரு துயரப்படிமமாக அமைந்து பொருள் தருகிறது. அப்படி காணுகின்ற ஆற்றலைத்தான் மேதமை என்று குறிப்பிடுகிறோம்.

'பிரம்மராக்ஷஸ்' ஒரு சிக்கலான மாய எதார்த்தக்கதை. மனிதனுக்குள் ஓடும் தேடல் என்ற அதிதீவிரம் உந்த மர்மத்தின் உள்முகங்களைக் காணப்புறப்பட்டு குகைக்கு உள்ளே கரிக் கட்டையான நன்னயபட்டனின் கதை இது. நித்தியத்துவத்திற்கு ஆசைப்பட்டு அதன் ரசவாதங்களைச் செய்து பார்த்து தவறான செய்கையால் இழந்த நன்னயபட்டனின் மன உலகைக் கவித்துவ வரிகளால் எழுதுகிறார்.

'அவன் பொன்னை விரும்பவில்லை. பொருளை விரும்ப வில்லை. போகத்தை விரும்பவில்லை. மனக்கோடியில் உருவம் பெறாது வைகறை போல் எழும் ஆசை எண்ணங்களைத் துருவி யறியவே ஆசைப்பட்டான். மரணத்தால் முற்றுப்புள்ளி பெறாது, ஆராய்ச்சியின் நுனிக்கொழுந்து வளரவேண்டுமென்ற நினைப்பில் அவன் ஏற்றுக்கொண்ட சிலுவை அது' - இக்கதை முழுக்க எக்களிப்புடன் தீவிரமான படைப்புமொழி பொங்கிவழிவதை வாசகர்கள் படித்து அனுபவிக்கவேண்டியது. அதில் ஓரிடம். 'காற்று அசைவில்லாது நிற்கும் மரங்களிடையே ஒரு துயரம் பொதிந்த பெருமூச்சு எழுந்தது' என்ற வரி இக்கதையின் ஒட்டுமொத்தமான குரலாக மாறும் விந்தையையும் காணலாம்.

4

புதுமைப்பித்தனுக்குக் குழந்தைகள் மீதுதான் எவ்வளவு பிரியம்! அவர் காட்டிய குழந்தைகள் வறுமையில் வாடியவைகள். ஆனால் மகத்தான பேதமையின் வார்ப்புகள். சிறிதும் பெரிதுமாக இருபத்தைந்து கதைகளிலேனும் குழந்தைகள் வருகின்றனர். பாட்டி வெற்றிலையை வாயில் போட்டு ஒதுக்கிக்கொண்டு 'கண்ணா

ஒரு முத்தம்' என்று இருகைகளை நீட்டினால் 'மாத்தேன் போ' என்று காலை நீட்டி உட்கார்ந்து கொள்கிறது. பாட்டியிடம் குழந்தை, 'அன்னிக்குச் சொன்னயே அந்தக்கதை சொல்லுப்பாட்டி.... நன்னா.... நாந்தான் இப்படி மடியிலே உக்காந்துப்பேனாம்' என்று கதை கேட்கிறது. பாட்டி 'நரகாசுரன்னு ஒத்தனாம். அக்கிரமம் செய்தானாம். எல்லோரையும் அடிச்சு, குத்தி பாடுபடுத்தி னானாம்....' என்கிறாள். 'நான் படுத்துவேன்' பியே அது மாதிரியா' என்று கேட்கிறது அக்குழந்தை. உலகத்திலிருந்து மறைந்துபோன அக்குழந்தையின் குரல் பாட்டியின் காதுகளில் எதிரொலித்த படியே இருக்கிறது.

ஒரு தாய் குழந்தையை 'ஓடிவா! ஓடிவா! ஒன்று இரண்டு... மூன்று....' அழைக்கிறாள். குழந்தை களங்கமற்ற வெள்ளிக்கிண்ணச் சிரிப்பைச் கொட்டியபடி ஒரே பாய்ச்சலாகப் பாய்கிறது.

ராமுவுக்கு எட்டு வயது. செல்லப்பிள்ளைதான் என்றாலும் நோய் நொடியில் சவலைப் பிள்ளையாக இருக்கிறான். வீட்டுப்பாடம் எழுதாமல் வருகிறான். 'திருட்டு நாயே என்ன ஒளியிற வா இங்கே' என்று மிரட்டி கையை நீட்டச் சொல்கிறார் ஆசிரியர். அவன் 'நாளைக்குக் கொண்டு வந்துவிடுகிறேன் ஸார்' என்கிறான். 'நாளைக்கு அடிக்கலை ஸார், நீட்டு கையை. உம்.' 'ஐயோ ஐயோ! வலிக்குமே ஸார்' 'இல்லை ஸார்' 'வலிக்கத்தான் ஸார் அடிக்கிறது' என்கிறார் அவர்.

மாலைநேரம். வெயில் தணிகிறது. நெடுஞ்சாலையின் ஓரம் ஒரு இஸ்லாமிய கிழவன் செத்துக்கொண்டிருக்கிறான். இதைப்பற்றி யெல்லாம் கவலைப்படாத ஜனங்கள் தங்கள் ஜோலிகளுக்காக எதிரும் புதிருமாக விரைகின்றனர். அப்படி வந்தவர் ஒருவர் தன் மகளை நடைபாதை ஓரம் நிறுத்திவிட்டு, சாலையைக் கடந்து பழம் வாங்கச்செல்கிறார். குழந்தை சிறிதுநேரத்தில் செத்துக் கொண்டிருக்கும் கிழவனின் காட்சியை விநோதமாகப் பார்க்கிறது. அருகில் செல்கிறது. செத்துக் கொண்டிருக்கும் கிழவனுக்கு உதவியாக இருக்கும் மற்றொரு பிச்சைக்காரனிடம் என்னவென்று கேட்கிறது. அவன் செத்துக்கொண்டிருக்கிறான் என்பதைப் புரிய வைக்க தலையை கொலக்கென தொங்கவிட்டுக் காட்டுகிறான். குழந்தை அதை மறுபடியும் செய்துகாட்டு என்கிறது. அவன் கையால் பதில் சொல்கிறான். பாதசாரிகள் எறிந்த சில சில்லறைகாசுகள் கிடக்கின்றன. செத்துக்கொண்டிருப்பவருக்கு 'பட்டாணி

வாங்கிக்குடேன்’ என்கிறது குழந்தை. தகரப்பீப்பாயை இறுக்கமாகப் பற்றியபடி இருக்கிறான் செத்துக்கொண்டிருப்பவன். உதவியாளன் ‘உன்கிட்டேதுட்டுஇருக்கா’ என்றுசுற்றும்முற்றும்பார்த்துகமுக்கமாகக் கேட்கிறான். அது தன் கையிலிருந்த ஒரு புதுத்துட்டை எந்த விசனமும் இல்லாமல் நீட்டுகிறது. அதை வாங்கிப்போட்டுக் கொண்டு ‘நீ போ’ என்கிறான். அது மாட்டேன் என்று காலை பரப்பி நின்று கொள்கிறது. பால் வாங்கி வருகிறான். பாலை ஊற்றும்போது அவன் செய்ததுபோல வாயைக்குவித்து ‘பாவா’ என்று அழைக்கிறது. உள்ளுக்குள் பயம் குழந்தைக்கு. தந்தை வந்து இழுத்துச் செல்கிறார். குழந்தை அப்பா வாங்கி வந்த மாம்பழத்தில் மனசை பறிகொடுத்து ‘வாசனையா இருக்கே’ என்கிறது. செத்துக்கொண்டிருப்பவனை ஜனங்கள் கண்டு கொள்ளாமல் கடந்து கொண்டுதான் இருக்கிறார்கள். குழந்தைக்குப் பெரியசோகம் ஒன்றும் இல்லை. செத்துக் கொண்டிருப்பவனை விநோதமாகப் பார்க்கிறது. அதனோடு உறவாடுகிறது. கள்ளங் கபடம் இல்லாமல் பேசுகிறது. மாம்பழத்தைப்போல செத்துக் கொண்டிருக்கும் அந்த மனிதனை நேசிக்கிறது. அவ்வளவுதான். இந்த எளிய ஆதூரம்தான் நகர்ந்து கொண்டிருக்கும் மனிதர்களிடம் இல்லை. குழந்தையின் அப்பாவிடமும் இல்லை. ஒரு துயரத்தைக் காரணமில்லாமல் நேசிக்கிற கவித்துவ எழுச்சியாக குழந்தை மாற்றிவிடுகிறது.

‘கடவுளும் கந்தசாமிப் பிள்ளையும்’ கதையில் பிராட்வேயும் எஸ்பிலினேடும் சந்திக்கிற இடத்தில் பேருந்திற்காக காத்துக் கொண்டிருக்கும் கந்தசாமி பிள்ளைமுன் தோன்றுகிறார் கடவுள். இருவரும் மெல்லமெல்ல அறிமுகமாகின்றனர். கந்தசாமி பிள்ளை தனது வறுமைநிலையிலிருந்து தப்பிக்க கடவுள் மீது செலவுகளைத் தள்ளிவிட்டு தப்பிக்கிறார். அவர் நடத்தும் ‘சித்தாந்த தீபிகை’ இதழுக்கு எப்படியும் ஒரு சந்தாதாரராக சேர்த்துவிட கடவுளிட மிருந்து 25 ரூபாயை அமுக்கிவிட திட்டம் போடுகிறார். அது குறித்துப் பேசுகிறார். இருவரும் ரிக்ஷாவில் ஏறி திருவல்லிக் கேணிக்கு வருகின்றனர். ரிக்ஷாக்காரனிடம் கூலிப்பணத்திற்குக் கந்தசாமி பிள்ளைப் பேரம் பேசுகிறார். வண்டியைவிட்டு இறங்கியதும் கடவுள் ஒரு ரூபாய் நோட்டைத் தூக்கித் தருகிறார். ரிக்ஷா காரனுக்குப் பிரியம் பொங்குகிறது. ‘நல்லா இருக்கணும் சாமி’ என்கிறான். கந்தசாமி பிள்ளைக்குக் கோபம் வருகிறது. ‘நீ என்னடா பெரியவரைப் பார்த்து ஆசிர்வாதம் பண்ணுவது?’ என்று கேட்கிறார். கடவுள், ‘இத்தனை நாளா, காதுகுளிர இந்த மாதிரி ஒரு வார்த்தை கேட்டதில்லை. அவன் சொன்னால் என்ன?’ என்கிறார். களங்கமற்ற

ஆசிர்வாதத்தை ஒரு எளிய ரிக்ஷாக்காரனிடமிருந்து பெறுவதை கடவுள் போற்றுகிறார்.

கடவுளுடன் வீட்டிற்கு வரும் கந்தசாமிபிள்ளைப் பார்த்து, 'அப்பா எனக்கு என்ன வாங்கி வந்தே' என்கிறது. 'என்னைத்தான் வாங்கி வந்தேன்' என்கிறார். 'தினம் தினம் உன்னையே வாங்கிவர்றயே. திங்கிறதுக்கு எதுவும் வாங்கித்தரமாட்டேங்கிறயே' என்கிறது. கிழிந்த ஆடைகள் உடுத்தியிருப்பதைப் பொருட்படுத்தாமல்தான் இக்குழந்தைகள் நடமாடுகின்றன. இந்தக் குழந்தைகளின் சடையில் ரிப்பனுக்கு பதிலாக வாழைமட்டை நார்தான் தொங்குகின்றது. கடவுளிடம் இந்த கோலத்தோடுதான் மகிழ்ந்து பேசுகிறது இக்கதையில் வரும் குழந்தை.

கந்தசாமியின் மகளைத் தூக்கிச் சென்று மிருகக்காட்சி சாலையைக் காட்டிவிட்டு அழைத்து வருகிறார் கடவுள். வரும்போது லட்டு வாங்கித் தருகிறார். வீட்டிற்கு வந்ததும் 'சித்தாந்த தீபிகை' பிரச்சனையை எடுக்க, கடவுள் உடன்படாமல் மலுப்புகிறார். பொட்டணத்தை அவிழ்த்துக்கொண்டிருந்த குழந்தை, 'ஏன் தாத்தா அப்பாகிட்ட பேசுதே? அவுங்களுக்கு ஒண்ணுமே தெரியாது. இத கொஞ்சம் தின்னு. இனிச்சுக் கெடக்கு' என தன் மழலைக்குரலால் இழுக்கிறது. கடவுள் 'பாப்பா உதுந்தது எனக்கு. முழுசு உனக்கு' என்கிறார். ஒரு லட்டை எடுத்து கையில் வைத்துக்கொண்டு யோசிக்கிறது. பின் 'தாத்தா முழுசு வாய்க்குள்ளே கொள்ளாதே. உதுந்தது உனக்குன்னு சொல்லுரியே. அப்ப எனக்கில்லையா?' என்று கேட்கிறது. கடவுள் குழந்தையின் சந்தேகத்தைக் கேட்டு 'உனக்கே உனக்குத்தான்' எனறு சிரிக்கிறார்.

குழந்தையுடன் சேர்த்து வட்டாடப் பிரியப்படுகிறார் கடவுள். நொண்டி ஆடும்போது தவறுதலாக கோட்டை மிதித்துவிடுகிறார். தோற்கிறார். அது எப்படி என்று கேட்கிறார். 'தாத்தா ஆடத் தெரியாம ஆடலாமோ?' என்கிறது. குழந்தைகளின் பேச்சு தங்குதடையில்லாமல் வருகிறது. இவரது கதையில் அவர்களின் எண்ண வெளிப்பாடுகளைப் பேரழகோடு மொழியில் வெளிப் படுத்தியிருக்கிறார். கவித்துவம் பொங்கும் குழந்தையின் உலகம் இவரது கதைகளில் அழுத்தமாக வருகிறது. 'ஒரு நாள் கழிந்தது' கதையில் வரும் அலமு வின் வெளிப்பாடு அபாரமானது. குழந்தையும் தெய்வமும் ஒன்று என்கிறார்களே அதனைப் புதுமைப்பித்தனின் கதைகளில்தான் காண முடிகிறது.

'சிற்றன்னை' குறுநாவலில் வரும் குழந்தையின் ஓயாத விளையாட்டு, குழந்தைச்செல்வத்தின் பேரெழிலை அள்ளித்தருகிறது. சிற்றன்னையைத் திரைப்படம் எடுக்கும் முயற்சிக்காக எழுதி யிருப்பார் போலத் தெரிகிறது. காட்சிகளாக எடுப்பதற்குத்தோதான விவரணையிலேயே விவரித்துச் செல்வதிலிருந்து புரியும். இந்த குறுநாவலை அடியிழையாக வைத்து வேறொரு கதையாக மகேந்திரன் மாற்றி 'உதிரிப்பூக்கள்' படமாகக் கொடுத்திருப்பதும் ஓர் ஆச்சர்யம்தான். இக்கதையில் வரும் அன்பான வாத்தியார் அப்பா, படத்தில் வில்லனாக மாறுகிறார். துடுக்குத்தனமான குழந்தை துயரத்தின் சாயலாகப் படத்தில் வருகிறாள். புதுமைப்பித்தனின் கதைகளில் முரண்பாடுகள் வலுவாக இருக்கும். சிற்றன்னையில் அழுத்தமான முரண்பாடுகள் இல்லை. இயக்குநர் மகேந்திரன் குடும்பத்திற்கு உள்ளும் சமூகத்திற்கு உள்ளும் உலவும் முரண்பாடான பாத்திரத்தை உருவாக்கிப் புதிய கதையாடலாக மாற்றி இருக்கிறார். என்னைப் பொருத்தவரையில் புதுமைப்பித்தனின் 'சிற்றன்னை'யை விட மகேந்திரனின் 'உதிரிப்பூக்கள்' படம் சிறப்பானது. மகேந்திரன் ஒரு மூலத்திலிருந்து தனது கதையை வேறொன்றாக படைத்திருக்கிறார்.

5

கவி பாரதிபோல, புதுமைப்பித்தன் பெரும் புனைகதை ஆளுமை என்று ஒருசேர அனைவரும் இன்று ஒத்துக்கொண்டுவிட்டனர். ஜனரஞ்சக பத்திரிக்கை உலகில் நேற்றும் இன்றும் பறந்த பறக்கும் கொழுத்த எழுத்தாளர்கள் எல்லாம் முக்கியமாகப் படித்திருக்க - படிக்க வேண்டிய கதை 'ஒருநாள் கழிந்தது', 'கருச்சிதைவு' 'கடிதம்' 'புதுமைப்பித்தன் வரலாறு', 'கண்மணிகமலாவிற்கு'. எல்லாம் படிக்கிறபோது, தமிழ் இலக்கியச் சூழலில் ஒரு படைப்பாளி எப்படி செயல்பட்டான்; எப்படி கதைகள் எழுதினான் என்பதற்கு ஆதாரங்களாக அமைவதைக் காணலாம். தன் வறுமையை சுயபகடி செய்து சிரிக்க வைத்தபடி பெரும் சோகத்தை நம்மீது கவிழ்க்கிற எழுத்துகள் புதுமைப்பித்தனுடையவை என்பது விளங்கும்.

'ஞானக்குகை'யின் வேறு பயணம்தான்' பிரம்மராக்ஷஸ்' கதை. 'வாடா மல்லிகை'யின் இன்னொரு பெருமூச்சுதான் 'வழி'. '?' கதையின் பரிசோதனை முயற்சிதான் 'உபதேசம்', 'அகலிகை'யின்

மற்றொரு கோணம்தான் ‘சாபவிமோசனம்’ ‘உணர்ச்சியின் அடிமைகள்’ இல்வாழ்க்கையின் கனவின் வடிவம் என்றால் ‘பொய்க்குதிரை’ இல்வாழ்க்கையில் தத்தளிப்பான சூழலைச் சொல்லும் தருணமாக பரிணமிக்கிறது. தொடர்புள்ள இவ்வகையான கதைகளில் மறுமுறை எழுதும்போது ஆழமும் பார்வைக் கூர்மையும் பெற்று துலங்குகின்றன.

செக்குமாட்டுச்சூழல் ஒருபோதும் மேடேற்றிவிடாது என்று தோன்றும் போதெல்லாம் அதிலிருந்து தப்பித்துவிட மனம் தவிக்கிறது. எவ்வளவோ பிரயத்தனங்களுக்கிடையே ஒரு கணம் தோன்றிய சுதந்திர உணர்ச்சியால் மீறிவிடவும் முடிகிறது. அப்படி மீறி வெளியேறிய ஸ்டோர் குமாஸ்தா மீனாட்சி சுந்தரம் பிள்ளையின் 45 ஆண்டுகால அடிமை வாழ்வு கற்றுதந்த தர்மம் மீண்டும் சுழலுக்குள் இழுத்துக் கொள்கிறது. (‘மனித யந்திரம்’) மீற நினைத்தும் முடியாமல் போகிற மீனாட்சிசுந்தரத்தின் மனப் போராட்டம் நம்முடைய மனப்போராட்டமும்தான். மனவெழுச்சி யின் தருணங்களை நசுக்கி நசுக்கி பழகிய தொழில் தவிர எதற்கும் உதவாத மனிதனாக ஒடுக்குகிறது. கனவுகளோடு துடித்த இளமை, கனவுகளற்ற ஜென்மமாக மாற்றிப்போடுகிறது.

‘மனிதயந்திரம்’ கதையின் மறுபக்கம் என்று சொல்லும்படியாக ‘நியாயம்தான்’ கதை இருக்கிறது. இத்தோடு ‘துன்பக்கேணி’ மருதியின் கதையும் ஞாபகம் வருகிறது. கொழும்பு சென்று சம்பாதித்து வந்து கடனை அடைத்து நல்வாழ்வு வாழச் சென்ற வடலூர் குமாரு பிள்ளையும், மருதியும் இலங்கையில் படுகின்ற அவமானங்கள், அவர்களின் எளிய வாழ்க்கைக் கனவை நிர்மூலமாக்குகின்றன. வடலூர் பிள்ளைக்கு ஒரு பற்றுக்கோடு கிடைத்ததும் பித்தலாட்டம் செய்து முன்னேறிவிட முடிகிறது. மருதிக்கு எந்த பற்றுக்கோடும் கிட்டாமலே போய்கிறது. மருதி பெண் அல்லவா! உடலை ஆளாளுக்குச் சிதைக்கின்றனர். ஒருவருக்கு வாய்ப்பும் ஒருவருக்கு இழிவும் கிட்டுவது சாதியின்பாற்பட்டதாக அமைகிறது. அக்காலத்தில் திருநெல்வேலி மக்களிடையே இருந்த கொழும்பு மோகத்தின் இருண்ட பகுதிகளை இக்கதைகள் காட்டுகின்றன. ‘நாசகாரகும்பல்’ கதையில் வரும் குடிமகன் மருதப்பன் அங்கிருந்து சம்பாதித்து வந்தாலும் இங்கு வெள்ளாளப் பிள்ளைகளால் துரத்தியடிக்கப்படுகிறான்.

பால்வண்ணம் பிள்ளையவர்கள் அலுவலகத்தில் பெட்டிப் பாம்பாக இருப்பதற்கும் வீட்டில் எறிந்து விழுந்து வறட்டுத்தனமாக

நல்ல விசயங்களைத் தூக்கிப்போடும் பிடிவாத குணத்திற்கும் அலுவலகபணியில் கீழ்நிலை ஊழியராக ஒடுங்கி வேலை செய்ய நேர்வதும், அந்தப்பற்றுக்கோட்டை விடமுடியாத தன்மையும்தான் காரணமாகிறது.

இது இப்படி என்றால் 'புதிய நந்தன்', 'கடவுளின் பிரதிநிதி', 'தனி ஒருவனுக்கு' முதலிய கதைகள் ஆயிரமாண்டு சாதிய கருத்தியல்களில் ஊறி ஊறி வந்த மனிதர்கள் புதிய வெளிச்சங்களை ஏற்க முடியாது தவிக்கின்றனர். தீமைகளைத் தீமையென்று பார்க்கமுடியாமல் தழுவியபடி இருக்கின்றனர். சாதிய கருத்தியல் சுயத்தையே அழித்துவிடுகிறது.

புராணங்களை, ஐதீகங்களை, புதுமைப்பித்தன் நம்பக் கூடியவர் அல்ல. ஆனால் மார்க்சியர் போல, திராவிட இயக்கத்தவர்போல பகுத்தறிவால் வெட்டியெடுத்து அதன் பொய்மைகளை அறிவார்ந்த தளத்தில் சாடுவதில்லை. பழைய நம்பிக்கைகளை இன்றைய வாழ்வின் கதியில் உறவாட வைத்து மனிதனின் வெற்றிகளைக் கொண்டாடுகிறார். பகைமை பாராட்டாத தோழமையுடன் நெருங்கி சண்டையிட்டு பொய்மைகளை எடுத்துப்போடுகிற கலைப்பார்வை புதுமைப்பித்தனுடையது. மொண்ணையாக மரபுகளை நிராகரிப்பதும் இல்லை. தமிழ்ச் சமூகத்தின் செழுமைகளைப் போற்றவும் செய்கிறார். இந்த இலக்கிய குணம் மற்றவர்களுக்கு வாய்க்காத ஒன்று. அதனால்தான் 'சிற்பியின் நரகம்', 'வேதாளம் சொன்ன கதை', 'காலனும் கிழவியும்' 'மனக்குகை ஓவியங்கள்', 'சாபவிமோசனம்', 'கடவுளும் கந்தசாமி பிள்ளையும்', 'கபாடபுரம்', 'அன்று இரவு', 'கயிற்றரவு', 'சித்தி' போன்ற கதைகளை மனம் தோய்ந்து அவரால் எழுதமுடிகிறது.

கலிங்கத்துப் பரணியில் உண்டாட்டு கொண்டாடிய கொழு கொழு பேய்கள் புதுமைப்பித்தனின் 'வேதாளம் சொன்ன கதை'யில் மெலிந்து கிழடுதட்டி பயந்து நடுங்குகிற பேய்களாக மாறிவிடுகின்றன. மின்சாரம் கோலோச்சும் இந்த அறிவியல் யுகத்தில் பேய்கள் வாழமுடியாது போகின்றன. மானிடர்களுக்குள் துடிக்கும் பொறாமைகளும், பணப்பித்தும் இந்த பேய்களுக்குள்ளும் புகுந்து விட்ட நவீன யுகமாகக் காண்கிறார்.

இறைநிலை, மோட்சம், ஆன்மீக எழுச்சி, உயிர் - உடல் - ஞானம் என்பதெல்லாம் உழைக்கும் எளிய மனிதர்களின் எளிமைக்கு சமானம் ஆகாது; விண்ணை நேசிப்பதற்கு மறுதலையாக மண்ணை

நேசிப்பவர்களுக்கு 'சொர்க்கம்' அவர்களின் கால்தூசிக்குக்கூட ஈடாகாது என்பதை 'காலனும் கிழவியும்', 'மனக்குகை ஓவியங்கள்', 'சாமியாரும் குழந்தையும் சீடையும்' முதலிய கதைகளில் காட்டுகிறார். 'ஒரு நாள் கழிந்தது', 'கடவுளும் கந்தசாமி பிள்ளையும்', 'செல்லம்மாள்' கதைகளைப் படிக்கிறபோது மகத்தான கலைஞன் கொண்டாடத் தெரியாமல் கொன்றொழித்த மேட்டிமைத்தனம் தான் தெரியவருகிறது. சுரணையற்ற தமிழ்ச்சமூகத்தின் மீதான ஒரு கலைஞனின் விமர்சனமாக ஒலிக்கவும் செய்கிறது.

சரஸ்வதி நாக்கிலே எழுதியிருக்கிறாள் என்பார்களே! அதற்கு புதுமைப்பித்தன் சிறந்த உதாரணம். வாழ்வின் அத்தனை முரண்களையும், நிகழ்கால சமூகத்தின் எல்லாப் பிரச்சனைகளையும் சொல்லிவிடவேண்டும் என்ற ஆவேசத்தை எழுதவந்த முதலாண்டிலேயே வெளிப்படுத்தியிருக்கிறார். பிரச்சனைக்குரிய விசயம் தென்பட்டதும் மூர்க்கமாக இழுத்துவந்து போட்டுடைத்தார்.

விளிம்புநிலை மக்களின் பாலியல் பிறழ்வை, பெண்களின் பாலியல் மீறல்களை அனுதாபத்தோடு அவர்களின் ஒலிக்காத குரலாக ஒலிக்கிறார். விதவிதமான ஆசைகள், விதவிதமான தவறுகள், விதவிதமான பிடிவாதங்கள், விதவிதமான ஏக்கங்கள், விதவிதமான பொறாமைகள் என மனிதர்களின் அகப்பிரச்சனைகளை அவர்களின் வீழ்ச்சிகளை, எழுச்சிகளை தனது ஆக்கத்திற்குள் வெளிப்படுத்தினார். தமிழச்சாதிகளின் சமூக அடுக்கு எப்படி இருக்கிறது என்பதையும் வெளிப்படுத்தினார். யதார்த்த உலகிற்கு மாறான பௌராணிக உலகின் நம்பிக்கைகள் சார்ந்து பெரிய சாதனையை சிறுகதையில் நிகழ்த்தியிருக்கிறார். அவர்காலத்தில் வேறு யாரும் இவ்வித உலகிற்குள் பெரிய பாய்ச்சலை நிகழ்த்தியதில்லை.

புதுமைப்பித்தன், பிரச்சனைகளை கதைகளில் கையாண்டவிதம் பற்றி சிலவற்றைச் சொல்லவேண்டியிருக்கிறது. கதை என்று எழுத பேனாவைக் கையில் எடுத்ததும் பாத்திரங்களின் முழு குடுமியையும் தன் கையில் பிடித்து ஆட்டி வைத்தார். பாத்திரங்களின் சுயம்புவான இயக்கத்திலிருந்து புதுமைப்பித்தன் கதைகளை எழுதவில்லை. பாத்திரங்களைக் கோட்டோவியங்கள் போல மொழியில் வரைந்து சடாரென பிரச்சனையைத் தொடுகிறார். இந்தத்தன்மை எழுத வந்த முதல் ஆண்டு கதைகளில் (45 கதைகள்) தெறிப்பாகத் தெரிகின்றன. இந்தத் தன்மை மெல்ல மெல்ல அடங்கி பாத்திரங்களின் குணவியல்பிற்கு அழுத்தம் தந்து எழுத ஆரம்பிக்கிறார். அதன்பின்தான்

அவரின் கதைக்களத்திற்குள் அடர்த்தி என்ற நுட்பம் கூடிவருகிறது. ஆரம்பத்தில் பிரசுரமாக ஆக வெகு உற்சாகத்தோடு அசுதரத்தனமாக எழுதித்தள்ளியிருக்கிறார். புதுமைப்பித்தனின் நூறு கதைகளைப் படித்தபோதும் அலுப்புத் தட்டுவதில்லை. மிகச்சிறப்பாக வந்திருக்க வேண்டிய பல கதைகள் விசயத்தைப் போட்டுடைப்பதுதான் கதை என்ற வேகம் மட்டுமே துள்ளுவதுதான் காரணம். அந்த வேகத்தில் தான் புதுமைப்பித்தனின் ட்ரேட்மார்க் எள்ளல்மொழி எகிறி வெளிப்பட்டிருக்கிறது என்பதையும் பொருட்படுத்தவேண்டும். கலை என்பது கதைக்குள் நிதானத்தோடு வாழ்வின் கதியைத் தக்க வைத்துக்கொண்டு பார்வையை மேலெடுப்பதுதான் என்று பிடிபட்டவுடன் எழுதப்பட்ட கதைகள் கலையாற்றல் மிக்க கதைகளாகக் கிடைக்கின்றன. இந்தத் தொடக்கம் அவரது ஐம்பதாவது கதையான 'கலியாணி'யிலிருந்து தொடங்குகிறது எனலாம். 'பால் வண்ணம் பிள்ளை', 'வழி' கதைகளில் அவசரம் தெரியும். இதனை விசய வேகம் என்றுகூட சொல்லலாம்.

மற்றொரு வகையில் செறிவாகச் சொல்லப்பட்ட கதைகள் பேசப் படாமல் போனதற்கு காரணம் விசயகனம் இல்லாமல் போனதுதான். 'ஆற்றங்கரைப் பிள்ளையார்' 'நியாயந்தான்' 'உபதேசம்', 'செவ்வாய் தோஷம்', 'பொய்க்குதிரை', 'சிவசிதம்பர சேவுகம்' 'நிர்விகற்ப சமாதி' 'நிசமும் நினைப்பும்' போன்ற கதைகளைச் சொல்லலாம். விசயம் இருந்தும் அடர்த்தி இல்லாமலும், அடர்த்தியிருந்தும் விசயகனம் இல்லாமலும் அமைந்த கதைகள்தான் இன்று பின் தங்குகின்றன. ஆனால் எல்லா கதைகளும் உயர் தகுதியை அடையமுடியாது. வாழ்வின் சிறிதும் பெரிதுமான எல்லா விசயங்களையும் புதுமைப்பித்தன் எழுதினார். அதாவது எல்லா விதமான மனித முகங்களையும், முரண்களையும் எழுதினார். நோக்கமும் அதுவே. ஒரு படைப்பாளி அப்படித்தான் இயங்க முடியும். உக்கிரமான விசயங்கள் மட்டுமே கதைக்கான பொருள் அல்ல. எளிய பிரச்சனைகளும் எளிய மடமைகளும் முக்கியமானவைகள்தான். ஆனால் வாசகனின் தேர்வு என்பது; கனம் கூடிய ஆற்றல்மிக்க கதைகள் மீதே இருக்கும். விமர்சகர்களால் புதுமைப்பித்தனின் முக்கியமான கதைகளில் ஒன்றாகச் சொல்லப்பட்ட 'கலியாணி' கதையைப் பார்க்கலாம்.

ஐம்பது வயது நிரம்பிய சுப்புவையர் பதினேழுவயது நிரம்பிய கலியாணி என்கிற இளம் பெண்ணை இரண்டாம் திருமணம் செய்து கொள்கிறார். இவரது வீட்டிற்கு இளம் ஓவியர் சுந்தர சர்மா ஒப்பந்த

அடிப்படையில் உணவு மட்டும் உண்டுகொள்ள ஏற்பாடாகிறது. சுப்புவையர் எல்லா விசயத்திலும் கலியாணியிடம் குறை காண்கிறார். உணவு பரிமாறுவதிலிருந்து வீட்டில் விளக்கேற்றுவது வரை முதல் மனைவிபோல இவள் இல்லை என்று சுப்புவையர் திட்டுகிறார். சர்மா சாப்பிடவரும்போதும் குறைசொல்கிறார். அடுத்தவர் முன்னிலையில் தன்னை மூத்தாளோடு ஒப்பிட்டும், செய்கிற வீட்டு வேலைகளில் குறைகண்டும் திட்டுவதைத் தாங்க முடியாது புழுங்குகிறாள். இந்த இளம்பெண்ணின் இளமையும் அவளது துன்பமும் சர்மாவின் உள்ளத்தில் காதலையும் காமத்தையும் கிளர்த்துகிறது. கலியாணிக்கும் அவ்விதமான எண்ணம் தோன்றுகிறது. அவர்களுள் நெருக்கமும் பழக்கமும் ஏற்படுகிறது. இந்த அடிமைச் சங்கிலியிலிருந்து கலியாணியை மீட்க தன்னுடன் வந்துவிடும்படி சர்மா அழைக்கிறார். குடும்ப சூழலுக்குள் கலியாணி - சர்மா இருவரின் மணத்தவிப்புகளும், சுப்புவையரின் காதலற்ற வெறுப்பு பேச்சுக்களும் குடும்பத்தை விட்டு வெளியேறுவதற்குரிய நியாயங்களைக் காட்டுகின்றன. சர்மா உடன்வரும்படி அழைத்தும் கலியாணி மண பந்தத்திலிருந்து வெளியேற விருப்பமில்லாமல் மறுதளிக்கிறாள். சர்மா பிரிந்து செல்கிறார்.

ஊருக்காகவோ, குடும்ப கௌரவத்திற்காகவோ சுப்புவையரை விட்டுச் செல்வது அப்படியொன்றும் உயர்ந்த தர்மமில்லை என்பதாகவோ, ஓடுவதினால் குடும்பப்பிரச்சனை தீர்ந்து விடாது என்பதற்காகவோ கலியாணி மறுத்திருக்கலாம். தன்னை விட்டால் இந்த மனிதருக்கு யார் இருக்கிறார் என்று கூட தோன்றியிருக் கலாம். சுப்புவையரை விட்டுப் போய்விடவேண்டும் என்ற எண்ணம் அவளுக்கு தோன்றாமலே இருந்திருக்கலாம். ஓடுவது குறித்து முடிவெடுக்க முடியாத நிலையை நுட்பமாகச் சொன்ன கதை இது. அவளுக்குச் சுப்புவையர் மீது வெறுப்புகிடையாது. ஆனால் சுப்புவையருக்கும் கலியாணிக்கும் உடல்ரீதியாக இணைவு இல்லை என்பது போல காட்டியிருப்பதும், மூத்தாளுக்குக் குழந்தைகள் இருந்ததா என்பது பற்றி எந்த செய்தியும் இல்லாது இருப்பதும் நம்பகத்தன்மையைக் கீழிறக்குகிறது. ஒரு கதையைக் கட்டமைத் திருப்பதாகத் தோன்றுகிறது. சிக்கலைச் சிறப்பாக வெளிப்படுத்தி னாலும் தொடர்புடைய கிளைகள் கதையில் படர்ந்து வரவில்லை. சில கூடுதலான தகவல்கள்தான் கதையை நம்பும் படியாகவும் வீரியம் மிக்கதாகவும் மாற்றுகிறது. அந்தக்குறை இந்தக் 'கலியாணி' கதையில் உண்டு. இந்தியப் பண்பாட்டில் திருமணபந்த கண்ணிகள் பெண்களைச் சுதந்திரமாக முடிவெடுக்க முடியாமல் இழுத்து

அமுக்குகிறது. கசப்பான சூழலுக்குள்ளேயே வாழ்ந்து கிடக்கச் செய்கிறது என்பதை இக்கதை விமர்சனம் செய்வதாகவும் கொள்ளலாம். புதுமைப்பித்தன் காமத்தைக் குற்றமாகக் காணவில்லை. சிக்கலைத் தான் பேசுகிறார். வேறு கதைகளிலும் இந்த பார்வை அவரிடம் இருக்கவே செய்கிறது. மனிதனுள் சதா விழித்துக் கொண்டிருக்கும் காமத்தைக் குற்றமாகப் பார்க்காமல் பக்குவமாக நோக்க வேண்டிய விசயம் என்பதை 'அகலிகை', 'விபரீத ஆசை' 'சாபவிமோசனம்' போன்ற கதைகளில் வெளிப்படுத்தியிருக்கிறார்.

அவரது கற்பனைகளும்,சிந்தனை வீச்சுகளும் இப்போதும் புதிய அனுபவத்தைத் தருகின்றன. புதுமைப்பித்தன் காலத்து சக எழுத்தாளர்களின் கதைகளிலும் சரி, அவருக்குப்பின்வந்த பல எழுத்தாளர்களின் கதைகளிலும் சரி அவர்கள் எழுதிய கதைகளில் நான்கில் ஒரு பாகம் தேறும். அதாவது நூற்றுக்கு 25 கதைகள் எனலாம். அவற்றில் படைப்பாளியின் பார்வை வீச்சிற்கு ஏற்ப சிறந்த நல்ல கதைகள் பத்து இருக்கக்கூடும். புதுமைப்பித்தனின் நூறு கதைகளில் 50 கதைகள் இன்றும் வாசிக்கத்தக்கனவாய் இருக்கின்றன. காலத்தால் பின் தங்கிடாத அவரது சாதனைக் கதைகளாக இருபது கதைகள் வரை இருக்கின்றன. 'சங்குத் தேவனின் தர்மம்', 'தெருவிளக்கு', 'துன்பக்கேணி', 'சிற்பியின் நரகம்', 'புதியகூண்டு', 'ஒருநாள் கழிந்தது', 'வேதாளம் சொன்ன கதை', 'மனிதயந்திரம்', 'காலனும் கிழவியும்', 'நாசகாரகும்பல்', 'நினைவுப் பாதை', 'மனக்குகை ஓவியங்கள்', 'மகாமசானம்', 'காஞ்சனை', 'செல்லம்மாள்', சாப விமோசனம்', 'கடவுளும் கந்தசாமி பிள்ளையும்', 'சித்தி', 'கபாடபுரம்', 'அன்று இரவு', 'கயிற்றரவு' போன்றவற்றைச் சொல்லத் தோன்றுகிறது.

இக்கதைகளைப் படிக்கும் முன் அவரின் சில நல்லகதைகளைப் படித்து விட்டு பின்வருவனவற்றைப் படிப்பது நல்லது. 'இது மிஷின்யுகம்', 'பால் வண்ணம்பிள்ளை', 'கலியாணி', 'விநாயக சதுர்த்தி', 'சாமியாரும் குழந்தையும் சீடையும்', 'அவதாரம்', 'படபடப்பு', 'பொன்னகரம்', 'கவந்தனும் காமனும்', 'தனி ஒருவனுக்கு', 'வாடா மல்லிகை', 'குப்பனின் கனவு', 'பாட்டியின் தீபாவளி', 'கோபாலய்யங்காரின் மனைவி'. 'வழி', 'ஞானக்குகை', 'பிரம்மராக்ஷஸ்', 'சுப்பையாபிள்ளையின்காதல்கள்', பொய்க்குதிரை', 'விபரீத ஆசை' முதலிய கதைகள், பத்து பதிமூன்று ஆண்டுகால இலக்கிய வாழ்வில் அதுவும் இளம் வயதிலே மரணம் இழுத்துக்

கொண்ட இந்த மிகக்குறைந்த அவகாசத்தில் புதுமைப்பித்தன் இதனை சாதித்திருக்கிறார். இதை அறியும் போது எனக்கெல்லாம் வெட்கமாக இருக்கிறது.

6

புதுமைப்பித்தனைச் சிறுகதை மன்னன் என்று குறிப்பிடுகின்றனர். அவரது கதைகளைப் படிக்கின்றபோது அவ்விதமே தோன்றுகிறது. அவரது கலையாற்றல் எப்படியெல்லாம் வெளிப்பட்டிருக்கிறது என்பதைச் சில கதைகளில் நுழைந்து பார்க்கலாம்.

மகாகவி காளிதாஸ் பற்றிய கதைக்கு எதிர்துருவத்தில் செல்லும் கதையாக 'ஞானக்குகை'யைச் சொல்லலாம். ஊர்தலைமைக்கார தேவருக்குப் பிறந்த பிள்ளை நீண்ட நாள் வாய்பேச முடியாத ஊமையாகத் திரிகிறான். பத்தாவது வயதில் அப்பா அம்மா என்ற சொற்களைச் சொல்லும் அளவுக்கு ஞாபகம் வைத்துக்கொள்ளும் அளவுக்கும் வருகிறான். தேவர் பிரியப்பட்டு பள்ளிக்கு அனுப்புகிறார். ஊர் கேலியாகச் சிரிக்கிறது. அவன் புத்திசுவாதீனக் குறையுள்ள பிள்ளை, ஊர் பிள்ளைகளோடு மாடு மேய்க்கிறான். அவனுக்குப் பதினைந்து வயதாகும்போது ஒரு திருமணத்தை நடத்திவைத்தால் எல்லாம் சரியாகிவிடும் என்று கருப்பியை நிச்சயிக்க நினைக்கிறார் தேவர். அவள் அவன் கண்களுக்கு அடிக்கடி தட்டுப்படுகிறாள். மாடுமேய்க்கும் சிறுவர்கள் செல்ல அஞ்சும் சித்தர்குகைக்கு பயம் என்பது அறியாமல் தண்ணீர் தாகத்தைத் தீர்த்துக்கொள்ளச் செல்கிறான். குளிர்ந்த நீரில் விழுந்து மகிழ்கிறான். சித்தர் நீர்மேல் நடந்தபடி வந்து இவனை குகைக்குள் அழைத்துச் செல்கிறார். இவனது மந்தபுத்தியை மாற்றி விழிப்புள்ளவனாக்க நினைத்திருக்கலாம். சித்தர்களின் தியான வரிசையில் இருக்கச் செய்கிறார். தியானத்தின் இறுதியில் கருத்த பெண்தெய்வம் ஒன்று தோன்றுகிறது. காற்றையே உணவாக உட்கொண்டு வாழும் சித்தர் உலகில் புதிய சுவையையும் பரிமளத்தையும் காற்று கொண்டு வருகிறது. 'தேவியைப் பார்' என்றொரு குரல் எழுகிறது. கனிந்த கரிய உருவமாக தேவி கண்முன் தோன்றுகிறாள். அவளின் உக்கிரமான கண்கள் அவனுக்குப் பயத்தைத் தோற்றுவிக்கவில்லை. நிர்வாணமாகக் கருத்து மின்னும் திரண்ட பருவச்செழிப்பைக் கண்டு 'கருப்பி' என ஆவல் மிகுதியால் சொல்கிறான். தேவி

இரு கூராக பிளக்க ஆயிரம் மின்னல்கள் அவன்மீது தாக்கி கரிக் கட்டையாக்குகிறது.

மகாகவி காளிதாஸ் அடைந்த ஞானம் அல்லது பெருங்கவி வரம் - சரஸ்வதிதேவி வாக்கு பற்றி கதை எங்கும் குறிப்பிடவில்லை. நல்ல புத்தியோடு பிறந்த குழந்தைகளுக்கு இருக்கும் பயம் இவனுக்கு இல்லை. விநயமும் இல்லை. மந்தபுத்தி உள்ளவனுக்கு இதெல்லாம் இரண்டாம் பட்சம். இந்த ஞானத்திற்கு எதிரான ஒரு ஞானத்தை அவன் காண்கிறான். கருத்துப் பளபளக்கும் தேவியை மானுடப் பெண்ணாக, காமத்தைத் தூண்டும் பெண்ணாகக் காண்கிறான். மந்தபுத்தியுடைய இவன் அடையக்கூடிய ஞானம் தனக்குள் காமம் ஒன்று துடிப்பதைத்தான் என்று ரொம்ப ரொம்ப குறிப்பால் காட்டுகிறார். இந்திரனுக்கு மானிடப் பெண் மீது காமம் தோன்றுவது போல மனிதனுக்குத் தேவியின் பருவச் செழிப்பில் காமம் தோன்றும் என்பதை 'ஞானக்குகை' கதை வழி காட்டுகிறார். புத்திசுவாதீனம் குறைவுடைய பையனை இக்கதையின் கதாபாத்திரமாக ஊடாட விட்டதுதான் புதுமைப் பித்தனின் வித்தியாசமான பார்வை என்பது.

சாவு உறைந்துகிடக்கும் அறையிலும் காமம் வெளிப்பட்டு விடும். அச்சம், பயம் மிரட்டினாலும் தன்னை பணயம் வைக்கும் காமத்தை 'விபரீத ஆசை'யில் காட்டுகிறார். காமத்தைப்போல இன்று பொருளியல் ஆசை மானிட இச்சையாக மாறிவிட்டதை 'நாசகார கும்பல்', 'மகாமசானம்', 'கடவுளும் கந்தசாமிப் பிள்ளையும்', 'வேதாளம் சொன்னகதை' 'நியாயந்தான்' கதைகளில் காணமுடிகிறது. துறவு மேற்கொள்ளும் செண்பகராம் பிள்ளை தன் ஆழ்மனதில் பொருளாசையைப் போற்றியபடியேதான் சந்நியாசி கோலத்தில் அலைகிறார் என்பதை 'சித்தி' கதை நுட்பமாக வெளிப்படுத்துகிறது.

மரணத்தை வென்று பார்க்கவேண்டும் என்ற கனவின் வெளிப்பாடு 'பிரம்மராக்ஷஸ்' கதை. 'ஞானக்குகை'யில் மரணமா காமமா என்ற தேர்வில் காமத்தைத் தேர்ந்தெடுப்பதை சித்தர் காண்கிறார். எந்த நிலையிலும் காமம் உயிரின் அம்சமாக துடிப்பதைக் கண்டடைகிறார். 'பிரம்மராக்ஷஸ்' கதையில் சித்தர் ரஸவாத பரிசோதனையில் ஈடுபட்டு மரணத்தை வெல்ல முயன்ற இருவரை முன் நிறுத்தி சொல்லப்படுகிறது. ஒருவன் மரணத்தை வென்றாலும் உடலினுள் புகமுடியாது காற்றில் உருத்தெரியாமல் கரைந்திருக் கிறான். மற்றொருவன் உடலுக்குள் உயிரை செலுத்தி நிலைநிறுத்த

முயல்கிறான். இந்த ரஸவாத முயற்சியில் பெண்ணின் சிரிப்பொலி கேட்கிறது. பார்க்கக்கூடாது என்று கட்டளை இருந்தும் பேய் உருவைத் திரும்பிப் பார்க்கிறான். மறதியாக வைக்கப்பட்ட தன் சடையைப் பேய் கவ்வும் தருணம் அது. தடுக்கிறான். பேரிடி ஒலிக்க மின்னல் பாய்ந்து கரிக்கட்டையாகிறான். இரண்டு முயற்சிகளும் தோல்வியில் முடிகின்றன. தனித்தனியாகிப்போன உயிரையும் உடலையும் ரஸவாதத்தால் உண்டாக்க நினைத்த மனிதனின் புதிய படைப்பை பிரம்மராக்ஷஸ் அழிக்கிறது. பெண்ணைத் தொடரும் பிரம்மராக்ஷஸ் என்ற ஐதீகத்தையும் நினைத்துப் பார்க்கலாம். இன்று ஒரு மனிதனின் செல்லிலிருந்து புதிய குழந்தையை உண்டாக்கிவிட முடியும் என்கிறது நவீன அறிவியல். மகத்தான லட்சியக் கனவோடு இயங்குபவன் சலனத்திற்கு ஆட்பட்டால் எழமுடியாத பாதாளத்தில் வீழ்ந்துவிட நேரும் என்பதை சொல்வதாகவும் இடமளிக்கிறது இக்கதை.

தொண்ணூறுகளின் துவக்கத்தில் மாய யதார்த்தக் கதைகள் என்ற புதிய போக்கு கிளம்பியது. இக்கதைகளை எழுதிய எவருக்கும் அதற்குரிய அடிப்படை உரிப்பொருளைக் கண்டடையாமல் கன்னாபின்னாவென்று எழுதி பொக்குகளைத் தந்தனர். அம்மாதிரி யான கோட்பாட்டு கதைகள் தெரியாத முன்னொரு காலத்தில் புதுமைப்பித்தன் சாதனைகளை நிகழ்த்தியிருக்கிறார். ‘வேதாளம் சொன்னகதை’, ‘காஞ்சனை’ ‘செவ்வாய் தோசம்’ முதலிய கதைகளில் பேய்களின் உலகிலிருந்து மானிட அச்ச உணர்வை புதுவிதமாகக் காட்டுகிறார்.

புதுமைப்பித்தன் விதவிதமான வடிவத்தில் கதைகளை எழுதிப் பார்க்கிறார். தன் மனதிற்குள் சிறுவயதில் கேட்ட கதையோடு உரையாடுவதைப்போல, (விநாயக சதுர்த்தி); ஆற்றில் குளித்துக் கொண்டிருப்பவரின் நெஞ்சில் மோதிய ஏடுலிருந்து (கட்டிலை விட்டு இறங்காத கதை); கலெக்டர் வீட்டில் மறைந்திருக்கும் முயலின் கோணத்தில் (எப்போதும் முடிவிலே இன்பம்) கடவுளை சென்னை நகரில் இறக்கி இருக்கமுடியாமல் ஓட ஓட விரட்டும் மானிடகூத்தை (கடவுளும் கந்தசாமி பிள்ளையும்) என பல வடிவங் களில் கதைகளைப் படைத்திருக்கிறார்.

ஏழாம் எட்டாம் நூற்றாண்டு பின்னணியில் சைவம் ஓங்கி உயர்ந்து வரும் காலகட்டத்தில் கோயில் சார்ந்து கலை வடிவங் களுக்கு ஏற்றம் கிடைத்தன. காப்பீரியர்களும், யவனர்களும், கடாரவாசிகளும், வட இந்தியர்களும் வியாபார நிமித்தமாக

பட்டினத்தில் குழுமிய காலம். சைவ - சமண மோதலின் காலகட்டம். கலை குறித்தபார்வையை மூவர் கண்ணோட்டத்திலிருந்து முன் வைக்கிறது. 'சிற்பியின் நரகம்' பைலார்க்ஸ் என்கிற யவனன் நடராஜசிலை உருவாக்கத்தைக் கண்டு கலைஞனின் மகத்தான சிருஷ்டியாகப் பார்க்கிறான். சைவபரதேசி எல்லாம் இறைவனின் கைங்கர்யம் என்கிறான். இருவரது பார்வையும் தெளிவானது. ஒருவன் மனித ஆற்றலை நம்புகிறான். ஒருவன் கடவுளின் படைப்பாகப் பார்க்கிறான். இதில் கலைஞனான சாத்தனுக்குத் தெரிகிறது; தன் எண்பதாண்டு கலை அனுபவத்தில் உண்டாக்கியது என்று. பல்வேறு தருணங்களில் மனிதர்களிடம் துடிக்கும் அங்கங்களின் துடிப்புகளை ஒரு கலை வடிவத்திற்குள் கொண்டு வந்து வடித்த கற்பனையின் வீச்சு கை கூடுகிறது. இப்படி படைப்பதற்கான ஆற்றலைத் தனக்குத் தந்தது இறைசக்தி என்று நம்புகிறான். அடுத்து அந்த சிற்பத்திற்குள் இறங்கிய கலையின் ஜீவதுடிப்பு இறைவனின் கைங்கர்யம் என்று பார்க்கிறான். அரசன் வேண்டியபடி அற்புத சிருஷ்டியைக் கோயிலில் வைப்பது சரிதான் என்று நினைக்கிறான் சாத்தன். பைலார்க்ஸ், மகத்தான கலையெழுச்சியுள்ள தேசத்தில் கலைஞனுக்குக் கலைபற்றிய மதிப்பு தெரியவில்லையே என்ற ஆவேசத்தில் 'இந்த வெறிபிடித்த மனிதர்களைவிட, அந்த கடலுக்கு எவ்வளவோ புத்தியிருக்கிறது...' என்கிறான். காவிரிப்பூம்பட்டினம், கபாடபுரம், தென்மதுரை எல்லாம் ஆழிப்பேரலையால் விழுங்கப்பட்டதை அர்த்தம் மிக்கதாக இந்த இடத்தில் குறிப்பால் நினைவிற்குக் கொண்டுவரும் புதுமைப் பித்தன் இதற்கு மாற்றாக கலையின் ஆற்றலைக் கொண்டாடும் கதையையும் எழுதியிருக்கிறார். 'சிற்பியின் நரகம்' கதையின் எதிர்நிலை உச்சம்தான் 'கபாடபுரம்' கதை. இதை பின்பு பார்க்கலாம். இங்கு, கலைஞனைப் போற்றாத, கலைஞனைக் கொண்டாடாத தேசம் இருப்பதைவிட அழிந்துபோவது அர்த்தமுள்ளது என்கிறார்.

கலைகுறித்த ஞானம் இருந்தும் அதனை தெய்வீகசக்தியின் கொடுப்பினை என்று பார்க்கும் சிற்பியான சாத்தனுக்கும் ஒரு தரிசனம் கிடைக்கிறது. கோவிலுக்கு வருபவர்கள் கண்களை மூடி தலைதாழ்த்திச் செல்லும் அபத்தத்தைக் காண்கிறான். கலையின் ஜீவதுடிப்பைக் கண்டு பெருமிதம் கொள்வார் யாருமில்லை. பொருள் அற்ற வெற்றுக் கூத்தாகப் போகும் இந்த அபத்த தரிசனத்தைக் கனவில் கண்டதும் சிலையைப் போட்டு உடைக்கிறான். ஒரு கணம் கலைஞனின் நரகம் இது என்பது புலப்படுகிறது. கனவிலிருந்து திடுக்கிட்டு விழிக்கிற சாத்தன் மறுபடி பக்திமார்க்கத்திற்குள்

சிலை புதைவதை ஏற்றுக்கொள்கிறான். தமிழ்நாட்டில் மகத்தான கலைக்கும் மக்களுக்குமான உறவு வெகுதூரம் என்பது இன்று நேற்றல்ல இரண்டாயிரம் ஆண்டுகளாகத் தொடர்ந்து வரும் 'பாக்கியம்' என்பதை புலப் படுத்துகிறது. தமிழ்நாட்டில் கலைஞனாக இருக்க நேர்கிறவன் நரகத்தைத்தான் அனுபவிக்க நேரும் என்கிற நிதர்சனம் இன்றளவும் தொடர்ந்து வருவதால் காலத்தை வென்று நிற்கிறது கதை. இப்படி வரலாற்றுப் பின்புலத்தில் 'கனவுப்பெண்' 'கொன்றசிரிப்பு' 'அன்றிரவு' போன்ற கதைகளில் வெவ்வேறு பார்வையை வெளிப்படுத்தியிருக்கிறார்.

'சாபவிமோசனம்' எப்படி ராமாயணப் பிரியர்களுக்குப் பிடிக்காதோ அதுபோல கிறித்தவர்களுக்குப் 'புதிய கூண்டு' கதை பிடிக்காது. கிறித்துவத்திற்குள்ளும் மதப்பிரிவுகள், சாதிகள் மனிதர்களிடம் முரண்பட்டுக்கிடப்பதை ஓங்கி அடிக்கிறார். இக்கதை, மதமாற்றத்தால் குடும்ப உறவு சீரழிந்ததைச் சொல்கிறது. இந்துமதம் ஒரு கூண்டு என்றால் கிறித்துவ மதம் ஒரு புதிய கூண்டு என்கிறார். இருப்பினும் கிறித்துவப் பெண்ணான ஜெயா, தாயின் மரணத்தில் மதத்தை முன்னிட்டு சகோதரர்கள் சண்டையிடும்போது அவள் தன் மத அடையாளங்களுக்கு அப்பாற்பட்டு துயரத்தைத் துயரமாகப் பார்க்கிற நெகிழ்ச்சியான தருணத்தைக் காட்டுகிறார். மதக் கருத்துகளுக்கு அப்பாற்பட்டு, அந்த கூண்டில் இருந்தபடியே பெண்களால் நேசிக்கமுடிகிறது என்று காட்டுகிற அந்த கணம் சட்டென கதையை ஒரு சமநிலைக்கு கொண்டுவந்து நிறுத்துகிறார்.

கிறித்தவ குருமார்கள் கல்வியைக் கொண்டு வந்து தமிழ்ச் சமூகத்திற்கு நல்ல காரியம் ஆற்றினார்கள். அதன்வழி கிறித்துவத் திற்கும் மதம் மாற்றினார்கள். மாறாதவர்களை மாறும்படியும் நெருக்கினார்கள். இது ஒருபுறம். குருமார்களின் உட்புற லீலை புற உலகம் அறியாதது. தகப்பன் தன் பிள்ளை கல்விகற்று பெரிய ஆளாக வர ஆசைப்படுகிறார். அந்த கோனாரின் பையனை பாதிரியார் பாலியல் தொந்தரவிற்கு உள்ளாக்குகிறார். வெளியில் சொல்ல முடியாமல் கல்வியே வேண்டாம் என்று ஓடிவிடுகிறான். லட்சியத் திற்கும் - காமத்திற்கும் உள்ள உறவை "ஒரு லட்சியமோ கொள்கையோ இல்லாதவர்களும் அல்லது லட்சியத்திலோ கொள்கையிலோ நம்பிக்கையில்லாதவர்களும் பிரமச்சரிய விரதத்தை அனுஷ்டிக்க முயலுவதும், அனுஷ்டிக்கும்படி கட்டாயப்படுத்தப்படுவதும் ரொம்ப அபாயகரமான விசயம். தீயுடன் விளையாடுவதாகும். இது மன விகாரங்களில் புகுத்தும் சுழிப்புகள் அந்த மனிதனுக்கு ஆபத்தை

விளைவிப்பதுடன் நின்றுவிடாமல் ஸ்தாபன பலத்திற்கே உலை வைத்துவிடுகின்றன.'' என்கிறார். 'நாசகாரகும்பலில்' கிறித்துவ வெள்ளாளர்களின் சாதிபற்றைப் போட்டுடைப்பதையும் இங்கு நினைவுபடுத்திக் கொள்ளலாம்.

7

சங்குத்தேவன் தர்மம், செல்லம்மாள், நினைவுப்பாதை, கபாட புரம், கயிற்றரவு, அன்று இரவு, மகாமசானம், சாபவிமோசனம், கடவுளும் கந்தசாமிபிள்ளையும் முதலிய கதைகளில் தமிழ்வாழ்வின் கவித்துவ கணங்கள் உச்சமாக வெளிப்பட்டிருக்கின்றன.

'துன்பக்கேணி'யில் ஒரு காட்சி. வெள்ளையன் மருதியிடம் இருந்து தன் குழந்தையைத் தூக்கிக்கொண்டு இலங்கையைவிட்டு கிளம்புகிறான். அவன் தலை மறையும் மட்டும் பாறையின் மீது நின்றபடி பார்க்கிறாள். தேயிலைத் தோட்டத்தில் நோய்வாய்ப் பட்டு முடங்கிப்போன அடிமை மருதி, 'அந்த லெக்கிலேதான் நம்ம ஊரு' என்று அடிவானத்தை பார்த்துக் கொண்டு நிற்கிறாள். நாடுவிட்டு நாடுவந்து செல்வத்தைத் தேக்கிக்கொண்டு செல்லலாம், ஊரில் பட்ட கடனை அடைத்து நிம்மதியாக வாழலாம் என்று வந்த மருதியின் எட்டாத கனவை ஒரே வரியில் சொல்லி காவிய சோகத்தைக் காட்டுகிறார்.

தன் மனைவி இறந்துபோன இரவில் வைரவன்பிள்ளை மனசிலிருந்து எழுந்து வரும் பழைய நினைவுகளின் சிறுசிறு அசைவுகள் தான் 'நினைவுப்பாதை'. பேரன் பேத்தி எடுத்த வைரவன் பிள்ளையின் பிள்ளைகள் பணத்தின் மீதும் இறந்துபோன தாயின் நகையின் மீதும் குறியாக இருக்கின்றனர். பிள்ளைக்கும் தெரிய வருகிறது. கசப்பான உண்மைகள் தாக்கினாலும் மகள் பாப்பாத்தி பருவமெய்தி சடங்கு நடக்கும்போது அவள் நின்ற கோலமும் இப்போது இறந்துகிடக்கும் மனைவி, மணமகள் கோலத்தில் பதினாறு வயது வள்ளியம்மையாக வந்த கோலமும் அவரை வந்து தாக்குகிறது. ஐம்பதாண்டு மணவாழ்க்கையில் ஏற்பட்ட பல ஏற்ற இறக்கங்கள் நினைவிற்கு வருகின்றன. அதனிடையே மகள், மனைவி பற்றி இந்த பேதமைமிக்க காட்சி வந்து அவரை நெகிழ்ச்சியடைய வைக்கிறது. கதையின் இறுதியில் கூட்டம் சுடுகாட்டை நோக்கிச் செல்கிறது. வரவேண்டாம் என சொல்லியும் வைரவன் பிள்ளையின் பேரன்

கூட்டத்தோடு வருகிறான். யாரோ அவனைத் தடுக்கிறார்கள். அப்பா முன் செல்கிறார். இவன் தாத்தாவிற்குப் பின் தடுக்க தடுக்க மறைந்து வருகிறான். நிகழ்காலத்தின் மனசை தொடும் ஒரு காட்சி. பண்பாட்டு நிகழ்வில் இப்படியான கவித்துவ காட்சிகள் மௌனமாக கதையில் அசைகின்றன. வைரவன்பிள்ளை தன் வாழ்விலே கண்ட அழகிய தருணங்களாக அவற்றைக் காணுவதைச் சொல்லாமல் சொல்லி இருக்கிறார் புதுமைப்பித்தன்.

முறுக்குப்பாட்டி முத்தாச்சி கணவனை இழந்த ஏழை. முறுக்கு சுட்டு விற்று கொஞ்சம் பணம் சேர்க்கிறாள். தன் மகளுக்குத் திருமணம் கைகூடி வருகிறது. தன் பாம்படத்தை அழித்து மகளுக்குப் புதிதாக செய்து போட நகையாசாரியிடம் தருகிறாள். நாள் நெருங்கியதால் பாம்படத்தை வாங்க வருகிறாள். செய்யாமல் கிடந்த பாம்படத்தை அருகில் இருந்து செய்ய வைத்து வாங்கிச் செல்கிறாள். அது ஒரு காட்டுப்பாதை. கள்வர்கள் இப்படி வருபவர்களிடம் இருக்கும் பணத்தைக் கொள்ளையடித்து விரட்டிவிடும் சம்பவங்கள் அடிக்கடி அப்பாதையில் நடக்கின்றன. இந்தக் கொள்ளையை நிகழ்த்துபவன் சங்குத்தேவன் என்று பயத்தோடு பேசிக்கொள்கின்றனர். இந்தப் பாதையை எப்படி கடந்து வந்தாள், சங்குத்தேவனை எப்படி சந்திக்கிறாள் என்பதை நான்கு பக்கத்திற்கும் குறைவான எல்லையில் இக்கதையைச் சொல்கிறார் புதுமைப்பித்தன்.

இக்கதையில் அக்காலகட்ட தொழில், மகளுக்காக காதணிகளை இழந்த காதுகள், கிழவியின் வெற்றிலைப் பழக்கம், கொள்ளை யடிப்புச் சம்பவங்கள், சமூகத்தில் நிலவிய ஒரு கட்டுத்திட்டத்தை வெள்ளைக்காரன் அழித்து மாற்றியமைத்ததால் ஒரு இனமக்கள் மரியாதை இழந்து திருடர்களாக மாறிப்போன நிகழ்வுகள், நீ கேட்ட கூலியைத் தர முடியாது என்று சொல்லும் கிழவியைப் பார்த்து 'அப்படியன்னா' தொள்ளாளிக்கு கூலி குடாம முடியுமா?' என்று கேட்கிற ஆசாரி, ஜனநடமாட்டம் இல்லாத இருட்டிய பாதையில் தனியாக நடந்து செல்கின்ற கிழவியின் பயம், இருட்டில் மரங்கள் இன்னும் இருண்டு பயத்தை உண்டாக்குகின்றன. ஒவ்வொரு மரத்திற்குப் பின்பும் அதன் கிளைகளுக்குப் பின்பும் கொள்ளைக்காரன் சங்குத்தேவன் மறைந்திருப்பானோ எனத் தோன்றும் பதட்டம், அந்தப்பாதையில் முத்தாச்சி சந்திக்கிற கருத்த உருவத்தை வழித் துணையாகப் பெற்று தான் வந்த காரியத்தையும் மகள் காரியத்தையும் சொல்லிப் பகிர்கிற எளிய உள்ளம்; அவள் சங்குத்தேவனின் கொள்ளை குறித்து வைக்கிற விமர்சனம், அதற்கு சங்குத்தேவன்

வைக்கிற இனக்குழு சார்ந்த நுட்பமான பதில், அவளின் துணிச்சல், வறுமை எல்லாம் அறிந்த சங்குத்தேவன் தான் கொள்ளையடித்த பொருளை முத்தாச்சிக்குத் தருகிற சந்தர்ப்பம், அதைப் பெற்றுக் கொண்டு வாழ்த்திய கிழவி என் பேரனுக்கு உன் பேர வைக்கணுமே என்ன பேரிட என்கிறபோது அவன் 'சங்குத்தேவன்' என்று சொல்கிற மனவெழுச்சி, அதைக்கேட்டதும் பயந்துபோகிறாள் கிழவி. கிழவி திடுக்கிட்டுப்போனதற்கு சங்குத்தேவன் நூறு பவுன் நகையல்லவா என வேறுவிதமாக நினைத்துக்கொண்டு இருளில் நடந்து மறைகிற கோலம் என்று மிகச்சிறிய கதையில் அக்கால சமூக வரலாற்றுப் பின்புலங்கள் வெகு இயல்பாக ஒன்றுடன் ஒன்று இயைந்து புதுமைப்பித்தனின் கைவண்ணத்தையும் பெயரையும் அழுத்தமாகச் சொல்கிற கதையாக அமைந்துவிட்டது. 'சங்குத் தேவனின் தர்மம்' என்ற அவரது இரண்டாவது கதையிலேயே அத்தனை அம்சங்களும் கூடி வந்த கதையாக அமைந்துவிட்டது. யார் யாரோ வழிப்பறிக்கொள்ளை அடிப்பதையெல்லாம் சங்குத் தேவனின் தலையில் போடும் சமூக மனிதர்களின் உளவியலையும் சொல்லாமல் சொல்லியிருக்கிறது.

இருட்டில் நடந்துவரும் முத்தாட்சி முரடனைச் சந்திக்கிறாள். அவன் சங்குத்தேவன் என்பது தெரியாமல் வழித்துணையாக அமைந்தவன் என்று உரையாடுகிறாள். முதலில் முத்தாட்சி ஒரு பள்ளனை திருமணவிசயமாக பார்த்து வரப் போவதாகப் பொய் சொல்கிறாள். கொண்டு செல்லும் பாம்படத்தை மறைக்க அப்படி சொல்கிறாள்.

''பொழுதா? நேரம் ஒண்ணுமாகல்லே? நீ எங்க போறே?'' என்றான் துணைக்கு வந்த பாதசாரி.

''நான் எங்கே போனா என்ன? ஒங்க பரச்சேரியிலே ஒரு பள்ளன பாக்கணும் அதான்!''

''நீ என்ன சாதி?''

''நாங்க வெள்ளாம் புள்ளைக. நீரு?''

''நான் தேவ மாரு!''

''தேவமாரா! என்ன அய்யா. இப்படியும் உண்டா? உம்ம சாதிக்காரன் ஊரெல்லாம் இப்படி கொள்ள போடுரப்ப, நீங்க பெரிய மனிசரெல்லாம் சும்மா இருக்கலாமா? அந்த அநியாயத்தை நீங்க பார்த்துச் சும்மா இருக்கலாமா? கலிகாலமா?'' என்றார்.

கிழவியின் இந்த துணிச்சலான பேச்சிற்கு, சங்குத்தேவன்.

''கெழவிக்கு வாய்த்துடுக்கப்பாரு!'' என்று கோபித்தவன், கலகலவென்று சிரித்துவிட்டு, ''அது கொலைத் தொழிலுதானே! ஆமாம் நீ சொல்லுது போல கலிதான். நீ என்னமோ தெரியாமே பேசுறயே. அவன் வேறே கிளை. நான் வேறே. அந்தப் பய கொண்டையங் கோட்டையன். நான் வீரம் முடிதாங்கி...'' என்கிறான்.

திருட்டுத் தொழிலும், கொலைத்தொழிலும் இந்தப் பகுதியில் நடத்துகிறவன்களில் நான் வேறுஆள் என்கிறான். தேவர் இனக்குழுக்குள்ளே சங்குத்தேவன் வந்த வம்சவரலாறு வேறு. சங்குத்தேவன் அடிக்கும் கொள்ளையில் ஒரு அறம் இருப்பதைக் குறிப்பால் உணர்த்துகிறான். இவன் கொலை செய்பவன் அல்ல. பணப்பெருச்சாளிகளிடம் பறித்து இல்லாதவனுக்குத் தருபவன். கிழவி தான்வந்த சமாச்சாரத்தை விலாவாரியாகச் சொல்ல சங்குத்தேவன் கனிந்து விடுகிறான். ஊர்க்காவல் என்ற பரம்பரையாக வந்த வழமையைக் கும்பெனியன் அழிக்க அந்தத் தொழிலைப் பார்த்து வந்தவர்கள் திருடர்களாக மாறுகின்றனர். அந்த வழி வந்தவன் தான் சங்குத்தேவன். முத்தாச்சியின் மகளுக்கு மணமகனாக வர இருப்பவன் யார் என்றால் விண்டில் துரை பங்களாவில் அடிமை வேலை செய்பவன். கதையெல்லாம் முத்தாட்சி தன் பேச்சில் சொல்லியிருக்கக்கூடும். காவல் உரிமையைப் பறித்து நாடோடி களாக்கிய வெள்ளைக்காரன் வீட்டில்தான் முத்தாச்சியின் வருங்கால மருமகன் வேலை செய்கிறான் என்பதைத் தெரிந்தும் தன்னிடமுள்ள பொருளை மனமுவந்து ஏழைக்குத்தருகிறான். அவனது பெருந்தன்மை குறைவில்லாமல் வெளிப்படுகிறது. சங்குத் தேவனின் தர்மம் இது.

ஒரு சின்ன கதைக்குள் பல்வேறு மனிதர்கள். சமூகப்பார்வைகள். அக்கால நிலமைகள், எல்லாம் குறைவான சொற்களில் வெகு நேர்த்தியாகக் கூடி எவ்வித பிரயத்தனமும் இல்லாமல் சிறந்த கதையாக உருவாகி இருப்பதைக் காணமுடிகிறது. இக்கதையின் முத்தாட்சிக் கிழவி தன் பேத்திக்குத் தன் பாம்படத்தை அழித்து புதிதாக நகை செய்து கொண்டு வருபவளாகக் காட்டியிருந்தால் மிகச்சிறப்பாக அமைந்திருக்கும். மகளுக்கு என்று சொல்லும்போது கிழவியாக இருக்கமுடியாது. நடுக்கட்டு வயது பெண்மணியாக இருந்திருக்கக்கூடும். இருப்பினும் அக்காலத்தில் 40. 45 வயதை தொட்டவர்களைக் கூட கிழவி என்று அடையாளப்படுத்தும் தன்மை இருந்தது என்பதையும் இவ்விடத்தில் நினைவூட்டிக் கொள்ளலாம்.

கணவன் மனைவி இருவரின் பேரன்பை 'செல்லம்மாள்' கதை போல தமிழில் வேறொரு கதை வெளிப்படுத்தியதில்லை. சிலகணம் புத்திசுவாதீனம் இல்லாமல் போகும் செல்லம்மாள் கணவன் மீது குற்றாச்சாட்டை வைக்கிறாள். திருநெல்வேலிக்குப் போகவிடாமல் அவன் கட்டிப்போட்டு வைத்திருப்பதாகக் கணவனைத் தன் அம்மாவாகப் பாவித்து முறையிடுகிறாள். அவரும் தாயாக பதில் சொல்கிறார். அவள் தன் சின்னச்சின்ன விருப்பங்களை நோய்ப் படுக்கையில் இருந்தபடி சொல்கிறாள். கணவனால் செய்ய முடியாத விருப்பங்கள்தான்; எப்படியும் இந்த ஆண்டு நிறைவேற்றுகிறேன் என்கிறார். வீராப்பில் எழுந்து தன் அருமை கணவனுக்குத் தன் கையால் சமைத்து அதை பரிமாறக்கூட தெம்பு இல்லாமல் மறுபடி சுருண்டு படுத்துவிடுகிறாள். 'காசை கரியாக்காதீக', 'நான் நல்லாத் தானே இருக்கேன்', 'என் சாக்கை வச்சு வேலைக்குப் போகாமல் டிமிக்கி தராதீக' என்று படுத்தபடி கண்டிப்பதைச் சரி என்று தலையாட்டி ஏற்கும்போது பெருமிதம் கொள்கிறாள். தன் விருப்பங்களை நிறைவேற்றாததால் கணவன் மீது கண்டனங்கள் உண்டு. அதே சமயம் அவன்மீது அவளுக்குத் தீராத காதலும் உண்டு. கணவன் ஏழை என்ற கனிவும் உண்டு. தன்னால் அவளுக்கு மகிழ்வான விசயங்களை உண்டாக்கித் தர முடியவில்லையே என்ற தீராத வருத்தம் அவருக்கும் உண்டு. செல்லம்மாள் பிழைத்து விடவேண்டும் என்று அவளது மார்பில் ஒத்தடம் கொடுப்பதும் மூக்கில் இஞ்சி புகை பிடிப்பதும் ஒரு குழந்தையைத் தாய் அரவணைப்பதற்கு நிகரானது.

செல்லம்மாளைத் தொட்டுப் பார்க்கிறார். அவள் இறந்து விட்டது தெரிகிறது. மாரில் கைவைத்தபடி சுவரில் விழும் நிழலைப் பார்க்கிறார். 'கைகள் செல்லம்மாள் நெஞ்சைத் தோண்டி உயிரைப் பிடுங்குவனபோல் இருந்தன' என்று எழுதுகிறார். தன் உடல் நோவையும் தன் ஆசைகளையும் தன் கணவனிடம் ரொம்ப வெளிப்படையாக சொல்லி தளரும்போது, அவள் சொல்லும் எல்லா குற்றச்சாட்டுகளையும் ஏற்றுக்கொண்டு அவளின் கன்னத்தைத் தடவிக்கொடுக்கிற காட்சி ஓர் அரிதான இடம்.

அழைத்து வந்த டாக்டர் மீதும் அவளுக்கு நம்பிக்கை இல்லை. உனக்கு வேறு டாக்டரே கிடைக்கவில்லையா என திட்டவும் செய்கிறாள். தளர்ச்சியிலும் எழுந்து வீட்டுவேலை செய்கிறாள். விழித்துக்கொண்டால் ஓயாது பேசுகிறாள். நான் சாகத்தான் போகிறேன் என்கிறாள். மிச்சம் மீதி வைக்காமல் பேசுகிறாள்.

செல்லம்மாளின் உருத்தான பேச்சை இலக்கியப் பூர்வமான பந்தம் என்று சொல்லலாம். கணவன் மீதான காதல் என்றும் சொல்லலாம். உலகத்தரம் உலகத்தரம் என்று சொல்கிறோமே அது தமிழ்வாழ்வின் சாரத்திலிருந்து 'செல்லம்மாள்' கதையாக பிறந்திருக்கிறது.

இந்திரனால் சீரழிக்கப்பட்ட பேரழகி அகலிகையின் துயரைச் சொல்ல அபூர்வமான பார்வை வேண்டும். படைப்பாளியும் பாத்திரமும் ஒன்றான கோலத்தில் வெளிப்படுத்திக் கொண்ட கதை 'சாபவிமோசனம்'. சகல நோக்கிலும் முழுக்க முழுக்க அகலிகையின் குரலாகவே புதுமைப்பித்தன் மாறி வெளிப்படுத்தியிருக்கிறார். இறுகிக் கிடக்கும் கல்லினுள் ரத்தம் கரைந்து, கல் தசைகோலமாக உயிர் பெறுகிற அகலிகை, இறுதியில் உணர்ச்சியற்ற, மீண்டும் கல்லாய் போகும் இந்தப் படிமம் ஒட்டுமொத்தப் பெண் சமூகத்தின் குறியீடாக மாறுகிறது. இந்த சமூகத்தில் பெண்களுக்கு விமோசனம் கிட்டினாலும் கல்லாய்போய்விடுகிற சாபமே விமோசனமாகக் கூடப்படுகிறது என்பதை அகலிகை ஒவ்வோர் இடத்திலும் படுகின்ற அவமானங்கள் அவளை சுருக் சுருக்கென்று துடிக்க வைக்கின்றன. மன மாசில்லா பெண் அகலிகை எனத் தெளிவுற்ற கவுதமன், தழுவும்போது இந்திரன் உருவில் தழுவும் ஆணாக அவளுக்குத் தோன்றுகிறது. புறஉலகம் வேசி என்பதைக் கைவிடவும் இல்லை. பழைய தீமை உள்ளத்திலிருந்து நீங்குவது மில்லை. இரண்டின் நெருக்குதலும் சுட்டுப்பொசுக்குகின்றன. புனிதப்படுத்தும் ராமன் புனிதனில்லை எனும்போது விமோசனம் எப்படி உண்மையாகும் என்ற உண்மையை உரத்துச் சொல்கிறது 'சாபவிமோசனம்'.

கடல்கோளால் மூழ்கிப்போன தமிழர்களின் தொன்மையான நகரம் கபாடபுரம். இது பற்றி உரைநூல்கள் நிறைய கதைகள் சொல்கின்றன. பாண்டியர்களின் பழமையான நகரம் கபாடபுரம். அதன் இயற்கை அமைப்பு, கலைத்திறம் எப்படியிருக்கும்? அந்த வாழ்வின் சாரம் பின் வந்த பாண்டியர்களின் வாழ்க்கையில் எப்படி பிணைந்திருக்கும் என்பதைப் புனைவின் பெரும் பாய்ச்சலில் படைக்கப்பட்ட படைப்பு கபாடபுரம். கற்பனையின் எல்லா சாத்தியங்களையும் தமிழ் மரபிலிருந்து எடுத்துவிவரித்திருக்கிறார் புதுமைப்பித்தன். பாண்டியர்களின் பழைய கடற்கரை கோயிலில் இருந்து கடலுக்குள் இருக்கும் கபாடபுரத்தைத் தேடிச் செல்கிறான். அப்படி நடக்கும்போது கடல்வற்றி தரையாகவும் சேறாகவும் கிடக்கிறது. கடலுக்குள் இருந்த பாறைகள் குன்றுகள் தெரிகின்றன.

கடற்கரை கோயிலில் புறப்படும் முன் ஒரு காட்சியைக் காண் கிறான். கருங்கல் கன்னியின் உருவில் மஞ்சணை மெழுகு வைத்து அர்ச்சகர் உருவாக்கிய பதினாறு வயது கன்னியின் உரு பேரெழிலோடு இருக்கிறது. மறுநாள் மஞ்சணை பூச்சு இல்லாத அந்த கருங்கல் கன்னியைப் பார்த்து பெருத்த ஏமாற்றம் அடைகிறான். அந்த மூலிக்கல்லில் அர்ச்சகன் உருவாக்கிய அதே அழகிய கன்னியின் உருவை கடலுள் மூழ்கிய கபாடபுரத்தில் கண்டு அதிசயிக்கிறான். அந்த அழகு அர்ச்சகர்களின் வழி வழி மஞ்சணை மெழுகு பூச்சில் துலங்குகிறது. எத்தனை எத்தனையோ காலம் இந்த கன்னியின் அழகு அர்ச்சகப் பரம்பரையின் நினைவில் படிந்து மனித வம்சத்தின் ஞாபகச் சரடாக இருந்து வந்திருப்பதை புனைவிற்குள் கண்டடைகிற இடம் அபாரமானது. ஜெயமோகன் 'கொற்றவை'யில் பாண்டியர்களின் மதுரையைப் பற்றிச் சொல்லும்போது, 'பருவடிவம் எல்லாம் காலத்தால் அழிந்தாலும் அதன் கருவடிவம் அழியாமல் மாறி மாறி வந்தது' என்று எழுதியிருப்பது புதுமைபித்தனின் இக்கதைத் தாக்கத்தால் எழுந்ததுதான். இதனை ஜெயமோகனே சொல்லி இருக்கிறார்.

இயல்பு என்று நாம் நம்புவதற்கு மாறாக வேறொரு மாய உலகை கபாடபுரத்தில் வெளிப்படுத்துகிறார். கபாடபுரத்தை நாடி வந்த வனுக்கும் அங்கே இருக்கும் சித்தபுருசருக்கும் இடையே உரையாடல் நிகழ்கிறது. எல்லாம் இயல்புக்கு மாறாக இருக்கிறது என்கிறான். (உடல் இல்லாமல் தலைமட்டும் வழிகாட்டியாக முன் வருவது...) அதற்கு சித்தபுருசர் "இயல்பு என்று நீ நினைத்துக் கொண்டிருப்பதற்கு மாறாக எதுவும் நிகழ்ந்தால் அதை இயல்புக்கு மாறானது என்று நிச்சயப்படுத்தி விடலாமா?" என்கிறார். மீன் சின்னம் பாண்டியர் களின் கபாடபுரத்து கடல் உறவிலிருந்து உண்டானது என்று புதுமைப்பித்தன் சொல்லுமிடம் நமக்குள் ஒரு வியப்பை ஏற்படுத்து கிறது. யானையையே பிய்த்துத் தின்னும் வரிய விலங்கான (500 அடி உயரம்) சர்ப்பேந்திரத்தைக் காட்டுகிறார். ஜுராஸிக் விலங்கு ஞாபகம் வருகிறது. பெண்ணை ஆணை பலி கொடுப்பதற்காக வளர்த்து குறிப்பிட்ட நாளில் அழைத்துச் செல்லும் நிகழ்வில் கதை சொல்லி கலந்து கொள்கிறான். நைஜீரிய எழுத்தாளரான சினுவா ஆச்சுப்பியின் 'சிதைவுகள்' நாவலில் கூட இப்படியான கொலை சடங்கு நிகழ்கிறது. இந்த ஆதிகால உறவை ரொம்பவும் முன்னமே புதுமைப்பித்தன் 'கபாடபுரம்' கதையில் வெகு இயல்பாக புனைவிற்குள் விவரிக்கிறார். மதுரை நகரைப் போல குமரிமலையில் கபாடபுரம் இருந்தது; அமானுஷிய சக்திகளால் ஆளப்படுகிறது. மலையின் நடுவில் இருக்கும்

பெரியகோயில் விசித்திர சக்திகளால் இயங்குகிறது. இந்தக் காட்சி களின் வழி எரிமலைக்குழம்பு வெடித்து மலையென உயர்ந்து பாகாக உருகி வழிகிறது. மக்கள் கடற்கரையை நோக்கி ஓடுகின்றனர். கடல் பொங்குகிறது. எல்லாம் நீரில் மூழ்குகிறது. கபாடபுரம் அழிந்த செய்தியைப் புனைவில் அசாத்தியமான கற்பனையில் படைத்துக் காட்டுகிறார். ஐதீகமோ வரலாறோ ஒரு புறம் இருக்கட்டும். தமிழர்களின் நினைவு படிமங்களுக்குச் சிறந்த கலைவடிவமாக இலட்சியக் கனவாக கபாடபுரம் கதையை புதுமைப்பித்தன் படைத்திருக்கிறார்.

‘அன்று இரவு’ கதையில் ஈசனின் இரு திருவிளையாடல்களை மூலமாக எடுத்துக்கொண்டு மானிட கொந்தளிப்பைக் காட்டுகிறார். வாதவூராருக்காக (மாணிக்கவாசகர்) நரியைப் பரியாக்கிய கதையையும் புட்டு விற்கும் கிழவிக்காக மண் சுமந்த கதையையும் ஒரு சரடில் இணைக்கிறார். இரண்டும் அரிமர்த்தன பாண்டியன் ஆட்சியில் நிகழ்கிறது. ஈசனே நரியை பரியாக்கி, பரியை நரியாக்கி விளையாடினாலும் தான் செய்த காரியம் அறத்திற்கு எதிரானது என்று வாதவூரார் கலங்கும் பகுதி சிறப்பானது. புட்டு விற்று பிழைக்கிற கிழவிக்காக மண் சுமக்கிற ஈசன் கரைபுண்டோடும் வேலையில் குதித்து நீராடுகிறான். பிரளயம்போல் உருண்டோடும் வேகத்தைப் பிளந்து எதிர்நீச்சலடித்து பெருஞ்சுழலில் குதித்து மேலெழுந்து நதியோடு கும்மாளம் இடுகிற காட்சியும் அதனை ஊரே கரையில் நின்று மெய் மறந்து காணுகின்ற கோலமும் நிகழ்கிறது. இயற்கையின் இரு பேராற்றலை கண்முன் விளையாட்டாக மாற்றிக்காட்டியிருக்கும் கற்பனைக் காட்சி கவித்துவமானது.

ஈசனின் சேட்டையை மனித சேட்டையாக நினைத்து அரிமர்த்தன பாண்டியன் கோபம் கொள்கிறான். கரை உடைக்கும் பகுதியில் மண் போடாமல் நீராடினால் விடுவானா? பாண்டியன் தன் பிரம்பால் சொடுக்கிய சொடுக்கு ஈசனின் நெஞ்சில் விழுகிறது. கோபம் தனியாத பாண்டியன் வைகைப்பெருக்கில் குதித்து அவனைப் பிடிக்க முயன்று பிணமாக ஒதுங்குகிறான். அவன் கையில் பரியைப் பெற்றுக்கொண்ட ஓலை இருக்கிறது. பாண்டியனின் பொற்பிரம்பு ஈசனின் மார்பில் விழுந்ததும் அண்ட சராசரம் அனைத்திலும் அடி விழுகிறது. தாய்மார்களின் கருவில் விழுகிறது. பாண்டிய மன்னன் மனைவியின் முலைக்குவடில் விழுகிறது.... பாண்டியனிடம் பெற்ற அடியோடு வந்த ஈசனை அங்கையற்கண்ணி கலவியில் கூடி

வேதனையைப் போக்குகிறாள். அவள் வயிற்றிலே சிசு உண்டாகிறது. அந்தச் சிசு, அரிமர்த்தன பாண்டியனாக பிறந்து அன்னையின் மடியில் விளையாடுகிறான். இப்படியான உருமாற்றத்தை 'அன்று இரவு' கதையில் காண்கிறோம். கற்பனைதான். சங்கம் வைத்து தமிழ்வளர்த்த பாண்டியனுக்கும் ஈசனுக்கும் உள்ள உறவானது தொப்புள்கொடி உறவாகக் கதையில் பரிமாணம் பெறுகிறது. சேக்கிழாரிலிருந்து வேறுபட்ட சேக்கிழாராக புதுமைப்பித்தன் புனைவிற்குள் புதிய புராணவரலாற்றைக் கட்டமைக்கிறார். காலங்காலமாக தமிழ்ச் சமூகம் உண்டாக்கிய பாண்டிநாட்டு ஈசன் பற்றிய கதையாடலுக்கு புதிய வெளிச்சத்தைத் தருகிறார்.

புதுமைப்பித்தன் மீது பெரும் மதிப்பு வைத்திருந்த சுந்தர ராமசாமியால் 'கபாடபுரம்', 'அன்று இரவு' 'பிரம்மராக்ஷஸ்' கதைகளைச் சிறப்பானவை என்று குறிப்பிட முடியவில்லை. தமிழ்ச்சமூகம் உண்டாக்கிய இறைஉலகை, சித்தர்உலகை மரபின் செழுமையான பார்வையிலிருந்து பார்க்கவேண்டும். சுந்தர ராமசாமிக்கு மரபை உள்வாங்கிக்கொள்ள முடியவில்லை. அதற்கு வசதியாக நவீனத்துவப் போக்கே இலக்கியத்திற்கானது என்று கொண்டார். மரபிலக்கிய வாசிப்பு அற்ற நவீன இலக்கியவாதியான கு.ப.ரா. தனது இறுதிகாலத்தில் சிலப்பதிகாரத்தின் சிறப்பை கரிச்சான்குஞ்சு வழியாக அறிய நேர்ந்தபோது படிக்காமல் போய் விட்டேனே என்று ஆதங்கப்பட்டிருக்கிறார். பின் நவீனத்துவம் இம்மாதிரியான கதைகளைக் கொண்டாடியபோது புதுமைப் பித்தனின் மேதமையும் வெளிப்பட்டது எனலாம். புதுமைப் பித்தனுக்கு இருந்த சைவமரபின் பின்புலம் - அதை எதிர்க்கிற அவரிடமே நேர்நிலை உச்சங்களையும் தொட்டிருக்கிறது.

'கயிற்றரவு' கதை பரமசிவம்பிள்ளையின் வாழ்க்கையை முன் வைத்து உலகம் நிஜமா - மாயையா என்று காண முற்படுகிறது. 'நான் என நினைத்த - நினைக்கும் - நினைக்கப்போகும் பல தனித் துளிகளின் கோவை செய்த நினைப்புத்தானே இந்த நாகரிகம்' என்று சொல்லி விட்டு 'மகா காலம் என்ற சிலந்தியின் அடிவயிற்றிலிருந்து பிறக்கும் ஜீவநதியின் ஓரத்தில் கட்டிவைத்த மணற்சிற்றில்' தான் இந்த மனிதர்களின் வாழ்க்கை. காலத்தின் முன் அழிவுபட்டு போய்விடக் கூடிய மிகச்சின்ன விசயம் இந்த மனிதர்களின் வாழ்க்கை என்கிறார்.

பரமசிவம்பிள்ளை அழகிய நம்பியாபிள்ளைக்கு மகனாகப் பிறந்து குழந்தையாகத் தவழ்ந்து, விடலைப்பையனாக ஓடி, வாலிபம்

எய்தி, திருமணம் முடித்து, குழந்தைகள் பெற்று மூப்பெய்தி சாகக் கிடக்கிறார். புண்ணிய சாவு அடைய தேவாரம் படிக்கிறார்கள். பரமசிவம் பிள்ளைக்கு அது தொந்தரவாக இருக்கிறது. சாகக்கிடக்கும் அந்த கணத்தில் 'தூரத்தில் இருந்து படித்தால் கேட்பதற்குச் சுகமாக இருக்கும். பக்கத்திலிருந்தால் காதில் வண்டு குடைகிற மாதிரி தொந்தரவாக இருக்கிறது' என்கிறார். மனிதன் சாவிலும் தன் சுயத்திற்குத்தான் முக்கியத்துவம் தருகிறான்.

காலம் பிரமாண்டமானது என்றாலும் மனிதனுக்கு முன் 'காலம் ஒரு கயிற்றரவாக' தோன்றவும் செய்கிறது. சம்பத் 'இடைவெளி' நாவலில் 'சாவு என்பது இடைவெளி' என்று எழுதியதற்கெல்லாம் 'கயிற்றரவு' கதை மூலமாக இருக்கிறது. ஒவ்வொரு மனிதனின் ஜீவிதத்திலும் காலம் ஓடுகிறது. காலம் என்று தனியாக ஒன்றும் இல்லை. இதுவும் உண்மைதான். 'நான் ஓடினால் காலம் ஓடும். நான் அற்றால் காலம் அற்றுப்போகும்...' காலத்தை மானிட வாழ்வி லிருந்தும் காண்கிறார். ஆனாலும் காலம் ஓடுகிறது. இந்த வாழ்க்கை எப்படிப்பட்டது? நிரந்தரமுடையதா? இப்படி விடை காண்கிறார். 'வெறும் கயிற்றரவு'. கயிறாகவும் பாம்பாகவும் மாறி மாறி உண்மையை உணர்த்துவதாக இந்த மனித வாழக்கை இருப்பதாகக் காண்கிறார்.

புதுமைப்பித்தன் கதைகள் எண்ணற்ற பாதைகளில் பிரிந்து செல்வது. சொல்லச் சொல்ல விரிந்து செல்வது. அவரது படைப்புகள் தரும் அனுபவம் என்பது முரட்டுத்தனமானது. ஓங்கி ஒலிக்கும் கலகக் குரலைக் கொண்டது. இந்தக் கலகக்குரல் தன்னியல்பிலிருந்து எழுந்து வருவது. பெரியாரின் குரலாகவோ காந்தியின் குரலாகவோ இருக்கமுடியாதது. தமிழ் வாழ்வின் முழுமையிலிருந்து மீட்டெடுத்த காலத்தின் குரல். இதயத்தின் குரல். அது இலக்கியப்பூர்வமானது.

ஒருமுறை சுஜாதா கணையாழியில் இப்படி எழுதினார், 'நீண்ட யோசிப்பிற்குப் பின் மிகச்சிறந்த தமிழக கதைகள் வரிசையில் புதுமைப்பித்தனின் எந்தக் கதையும் தேறாது.' பதினைந்து ஆண்டுகள் கழித்து 'ஒரு அதிர்ச்சி வைத்தியத்திற்கு அப்படி எழுதினேன். புதுமைப்பித்தனைப் படிக்காதவன் எவனும் சிறுகதை எழுதவரக்கூடாது.' என்று அதே கணையாழியில் திரும்ப எழுதினார். அப்படி எழுதியதற்கும் இப்படி எழுதியதற்கும் ஓர் அரசியல் உண்டு.

தொண்ணூறுகளின் துவக்கத்தில் அதிர்ச்சி வைத்தியங்களை புதுமைப்பித்தன் கதைகள் மீது பலர் நிகழ்த்தினர். அவர்கள் எல்லாம் சமீபத்திய பதிணைந்து ஆண்டுகளுக்குள்ளாகவே மங்கிவிட்டனர். முன்னைவிட புதுமைப்பித்தன் இப்போது ஓங்கித் தெரிகிறார். தங்கள் அரசியல் சார்பான கயிறுகளை வீசி மடக்கிப்பிடித்து மண்ணை கவ்வ வைக்க வேண்டும் என்று பிரயத்தனப்பட்டனர். கருத்தியல் சார்பானவர்கள் சிக்கித் திண்டாடாலாம். கலைஞனை கட்டிப் போடுவது அவ்வளவு லேசில்லை. அந்த ஆற்றலை கொண்டிருப்பது கலை. அதை புதுமைப்பித்தன் கதைகள் நிரூபித்திருக்கின்றன. மடக்கி முடக்கி வைக்க முயன்ற கோட்பாட்டு பெட்டிகள் தான் பட்டென்று தெறித்துச் சிதறின. பெரிய கலைஞனை அடக்க இந்த சின்ன பெட்டிகளால் முடியாது.

மானிடர்களிடம் பதுங்கியுள்ள பொய்மைகளை ஆவேசத்தோடு சொன்னவர். அவரது பார்வை வீச்சு உக்கிரமானது. உலகலாவியது. மத, சாதி சார்பாளர்களை காயப்படுத்துவது. பண்பாட்டுக் காவலர்களைக் கோவப்படுத்துவது, அதேசமயம் மானிடர்களின் துயரை காருண்யத்தோடு அணுகிய கண் அவருடையது.

இந்தக் கட்டுரையில் நான் சொல்லியுள்ளவை ஒரு கோணம், ஒரு வாசிப்பு அனுபவம். இதுபோல இன்னும் நான்கு ஐந்து வெவ்வேறு கட்டுரைகளை என்னால் எழுத முடியும். அப்படி எழுதினாலும் முழுமையாகச் சொல்லிவிட முடியாதபடி மீறி நிற்பவர் புதுமைப்பித்தன் என்பது நிதர்சனம். நவீனத் தமிழ் இலக்கிய உலகில் சத்திய ஆவேசத்தோடு சமராடிய கலைஞன் புதுமைப்பித்தன். தனது ஆற்றல் முழுவதையும் வெளிப்படுத்த முடியாமல் நோயும் வறுமையும் இளம்வயதிலேயே அவனைக் கவ்வி குதறி வீசிவிட்டது. வாழ்ந்து எழுதியிருக்க வேண்டிய பரப்பு பெரும் வெற்றிடமாகத் தோன்றுகிறது. பதிணைந்து ஆண்டுகால வாய்ப்பில் தமிழ்ச்சிறுகதை பரப்பிற்கு சில சிகரங்களைத் தந்திருக்கும்போது, புதுமைப்பித்தன் எழுத முடியாது போன பல சிகரங்கள் எளிய வாசகனாக என்னைத் தொந்தரவு செய்கின்றன. இதெல்லாம் வழிவழியாக வரும் தமிழின் இலக்கியபாக்கியம்தானே.

கு.ப.ராஜகோபாலன் :

கொதித்து அடங்கிய உள்ளம்

இலக்கிய இரட்டையர்கள் என அறியப்படுகிற ந.பிச்சமூர்த்தியும், கு.ப.ராஜகோபாலனும் தொடக்ககாலத் தமிழ்ச் சிறுகதைகளுக்கு வலுவான அடித்தளத்தை உண்டாக்கியிருக்கின்றனர். கதையை எப்படி நேர்த்தியாகச் சொல்வது என்ற வடிவப்பிரக்ஞை இருவருக்கும் உண்டு. பின் எழுதவந்த தலைமுறையினருக்கு இந்த வடிவார்த்தம் சிறுகதை இலக்கியத்தை இன்னும் வளமுள்ளதாக மாற்றி இருக்கிறது. இருவரின் கதைகள் வெவ்வேறு தளத்தில் இயங்குபவை. ந.பி. தனது கதை தளத்தை அதிகமும் புறஉலகப் பிரச்சனையிலிருந்து உருவாக்கியிருக்கிறார். கு.ப.ரா. தனது கதை உலகத்தை அதிகமும் அகப் பிரச்சனையிலிருந்து உருவாக்கி இருக்கிறார். இப்படி புறமும் அகமுமாக இவர்களின் கதை உலகம் விரிகின்றது.

கு.ப.ரா.வின் அதிகம் பேசப்படாத எளிய கதைகளில் கூட வாழ்க்கை சார்ந்த அனுபவத்தை மிகச்சரியாக உண்டாக்கி விடுகிறார். பிரச்சனையின் மையப்புள்ளியை வெகு இயல்பாக இனம் கண்டு, மோதல் எப்படி கிளைவிட்டுச் செல்கிறது என்பதைத் தோய்ந்த கலாச்சார அனுபவத்திலிருந்து உண்டாக்கி விடுகிறார். அந்தப் பிரச்சனையின் மையம் எளியது. மென்மையானது. ந.பி. புறஉலகப் பின்னணியிலிருந்து மனிதமன ஊடாட்டங்களைக் கதையின் பிரச்சனைகளோடு இயல்பாகப் பிணைக்கிறார். கு.ப.ரா. மானிட உள்ளத்தின் விசித்திரங்களை மோதல்களை ஆதாரமாகக் கொண்டு மனிதர்களைப் பின் தொடர்கிறார். மனிதர்களிடம் வெளிப்படும் அக உண்மைகளை வெளிப்படுத்திக்கொண்டு செல்லும்போது வாசகர்கள் தான் சார்ந்த அனுபவத்தை நெருக்கமாக உணர்கிறார்கள். பிரச்சனையின் உச்சம் வரை நம்பகத்தன்மையைச் சரியாக வெளிப்படுத்தி விட்டு முடிவு சார்ந்து திரும்பும்போது அதற்கு ஒரு நல்ல தீர்வு தரவேண்டும் என விரும்புகிறார். வாழ்க்கை மீது

கொள்ளும் பற்று சார்ந்தது இது. வாழ்க்கையை அதன் நேர்நிலையில் காணும் கசப்பிற்கு மாறாகவும் இருக்கிறது. ஒருவகையில் கு.ப.ரா.வின் விருப்ப நிறைவேற்றம் போல சில கதைகள் அமைந்து விடுகின்றன.

இந்த இடத்தில் இரண்டு விசயங்களைச் சொல்லவேண்டும். அதிகம் பேசப்படாத இந்த எளியகதைகளில் முக்கால் பங்கு நமது வாழ்வின் அக நெருக்கடியைச் சொல்லிவிட்டு இறுதி பகுதியில் முடிவுகளை நம்பிக்கையூட்டும் வகையில் மரபான வாழ்க்கைக்குச் சாதகமாக முடிக்கிறார். இன்றைய வாழ்வின் பொய்மைகள் முன் அவைகள் காலத்தால் பின் நகர்ந்து போய்விடுகின்றன. நேற்றைய வாழ்க்கையில் இருந்த லட்சியம், காருண்யம் இன்றைய வாழ்க்கையில் காலவதியாகிக் கிடப்பதால் அம்முடிவுகள் பொருளற்று எஞ்சு கின்றன. அவை காலத்தை எதிர்த்து முன்நகரும் கதைகளாக இல்லாததால் தோல்வியடைகின்றன. புதுமைப்பித்தன் காவிய காலத்து மேன்மைகளைத் தனது கதைகளின் முடிவுகளாக முடிச்சு போடாததால் இன்றளவும் அவரின் சாதாரண கதைகள் கூட படிக்கப் புதுசாக இருக்கின்றன.

மற்றொரு வகையில் பார்த்தால் இன்றுவரை எழுதப்பட்டு வரும் முற்போக்குக் கதைகளைவிட இந்த கதைகளில் சில நல்ல முற்போக்கு அம்சத்தை வெளிப்படுத்தும் கதைகளாகவும் இருக்கின்றன. ‘தாயாரின் திருப்தி’, ‘ஸ்டூடியோ கதை’, ‘வாழ்க்கை காட்சி’, ‘தாய்’, ‘மன்னிப்பு’, ‘அடி மறந்தால் ஆழம்’, ‘முன்தலை முறை’ போன்ற கதைகளில் பொய்மைக்கு எதிராகவும் உண்மைக்கு ஆதரவாகவும் குரல் எழுப்பும் முற்போக்குத்தன்மை நன்றாகவே கூடிவந்திருக்கின்றது.

மனச்சிடுக்குகளைச் சுயபரிசீலனை செய்யும் ‘விசாலாஷி’, ‘காதல் நிலை’, ‘தவறுகளோ தன்மைகளோ’, ‘நடுத்தெரு நாகரிகம்’, ‘சந்திப்பு’, ‘மனம்வெளுக்க’, ‘சோகத்தின் முன்னிலையில்’ போன்ற கதைகளில் உள்ளத்தின் விசித்திரங்களை உயிரோட்டமாக மீட்டெடுத்து விடுகிறார். கணவன் - மனைவி, காதலன் - காதலி, அப்பா - மகள், கடைக்காரன் - கடனாளி, மாமா - மைத்துனன், அண்ணன் - தம்பி, மாமியார் - மருமகள், மாமனார் - மருமகள், இவர்களுக்குள் எழும் பூசலை கதைகள் கச்சிதமாக அகப்படுத்தி சுயபரிசீலனையை அகழ்த்திச் செல்கிறார். தவறுகளை உணர்வதாக முடிவை நோக்கித் திரும்பும்போது ‘நல்ல’ மனிதர்களாக செயற்கையாக மாற்றி அமைக்கிறார். இதுதான் கதைகளை மேலெழவிடாமல் கீழ் இறக்குகின்றன. காலத்தின் முன் பழசாக்குகின்றன. நல்ல மனிதனாக வாசகனை உருமாற்றுவது என்பது வேறு; கதையில்

வரும் மாந்தர்கள் நல்லவர்களாக மாறுவது என்பது வேறு; கு.ப.ரா.வின் இந்தக் கதைகளில் கதை மாந்தர்கள் நல்லவர்களாக மாறுகிறார்கள். வாசகர்கள் அல்ல. எனினும் இந்தக் கதைகளில் அணுகியிருக்கும் பிரச்சனை உண்மையானது. முடிவுகளைத் தவிர்த்து வாசிக்கும் போது அகச்சிக்கல்களை அறிந்து கொள்ள ஏதுவாகின்றன. பிரச்சனைக்குரிய மையங்களை ஒரு எழுத்தாளனாக சிறுகதை வடிவத்திற்குள் கு.ப.ரா. அகப்படுத்தியிருக்கிறார் என்பது முக்கியமான விசயம். இது படைப்பாளிக்கு இருக்க வேண்டிய காலக்கண்ணோட்டம். அது கு.ப.ரா.விற்கு இருக்கிறது. ந.பி.யை விட உறவுச் சிக்கல்களைப் பண்பாட்டு தளத்தின் ஓட்டத்திலேயே சிறப்பாக வெளிப்படுத்தியிருக்கிறார். இந்த வகையில் பிராமணர் உலகை அசலாகக் கொண்டுவந்துள்ளார். சிறுகதைக்குரிய இவ்விதமான லட்சணங்கள் கதைகளில் கூடி வந்தாலும் இன்று ஏன் பின்தங்குகின்றன என்று பார்க்கும்போது கு.ப.ரா.வின் கதைகளில் பேசப்படும் பிரச்சனைப்பாடுகள் இன்று சாதாரண மானவை. கனமற்றவை. கணவன் - மனைவி, மாமியார் - மருமகள் உரசல் என்பனவெல்லாம் சிறுகதையின் சிறு பகுதிகளே. இந்த உரசல்களைத் தாண்டி கனமான விசயங்கள் விவரிக்கப்படவில்லை. அல்லது அதனைத் தொடவில்லை எனலாம். காலத்தால் பின்தங்கும் இந்த கதைகளிலும் நுட்பமான கண்ணிகளை இனம் காட்டியிருக்கிறார்.

2

இதழில் பிரசுரமான கு.ப.ரா.வின் முதல்கதை 'விசாலாஷி' 1934-ன் துவக்கத்தில் எழுதப்பட்டது. இரு இளவயது நண்பர்கள், முன் இரவு தொடங்க காவேரி மணல்படுகைக்குச் செல்கின்றனர். அன்று ஊரில் காமதகன விழா நடக்கிறது. ஊருக்கு வெளியே அமைதியாக அமர்ந்து காமதகனம் மற்றும், இறந்துபோன ஒரு பெண்ணை எரியூட்டும் காட்சியையும் பார்க்கின்றனர். அது பற்றி பேசுகின்றனர். இவர்களின் பேச்சிடையே நாற்பது வயதிற்கு மேற்பட்ட ஒரு தாடிக்காரர் பரதேசிபோல வந்து இங்கு அருகில் அமரலாமா என்று கேட்கிறார். அமருங்கள் என்கின்றனர்.

வந்தவர் ஒரு குடும்பக்கதையைச் சொல்கிறார். அம்மா - மகன் - மனைவி மூவர் பற்றிய கதை. மாமியாருக்கும் மருமகளுக்கும் செய்யும் வேலையின் நிமித்தம் உரசல் எழுந்துகொண்டே இருக்கிறது. அம்மா

மனைவி இருவரின் முறையிடல்களுக்கு எந்தப்பக்கம் சார்பாக சொல்வது எனத் திண்டாடுகிறான் மகன். ஒரு நாள் எண்ணெய் பாத்திரத்தை உறியிலிருந்து எடுக்கும்போது பால்பாத்திரம் தவறி கீழே விழுந்துவிடுகிறது. மாமியாரின் கோவத்திற்கு பயந்து பூனை தட்டிவிட்டதாகச் சொல்கிறாள். மாமியார் இதனை நம்ப மறுத்து வம்பு இழுக்கிறாள். கோர்ட்டில் சரியாக வழக்காடாது தோல்வியுடன் வருகிறான் விசுவநாதன். அம்மா வந்ததும் வத்தி வைக்கிறாள். அடுக்களைக்குள் நுழைந்தவன் மனைவியை அடிக்கிறான். அவள் திடுக்கென எழுந்ததால் கை தவறி எட்டு மாத கர்ப்பிணியின் வயிற்றில் படுகிறது. சண்டையைத் தூண்டி விட்ட அம்மாவே ஓடிவந்து கர்ப்பிணியை அடிக்கலாமா என்று தடுக்கிறாள். வலி கண்டதால் அறுவைசிகிச்சை மூலம் குழந்தையை எடுக்கின்றனர். ஜன்னி கண்டு இறக்கும் தருவாயில் கணவன் நல்லவன்; சந்தர்ப்பம் இப்படியாகி விட்டது என தேற்றுகிறாள். இந்தக் கதையைச் சொல்பவன்தான் அந்தக் கணவன் - பரதேசி என கதை முடிகிறது.

உறியிலிருந்து பாலை பூனை தட்டிவிட்டது என்பதான பொய், பூதாகரமாகும் பிரச்சனைக்குரிய இடம். சாவைப் பறிக்கும் அளவு பிரச்சனை கனமாக இல்லை. மாமியார் கர்ப்பிணியை அடிக்கலாமா என்று அடுத்தநிமிடமே மருமகள் பக்கம் சாய்வது மனப்போக்கிற்கு எதிரானது. அந்த அடியைக்கூட தாய் உள்ளூர விரும்பியிருக்கக் கூடும். தவறுதலாக பட்டவுடன் பிரசவிக்க வேண்டிய சூழலும் பொருத்தமாக இல்லை. கடுமையான வலி ஏற்பட்டிருக்கும். கதையின் முடிவு சார்ந்து திரும்பும்போது கணவன் நல்லவன் என விசாலாஷி நெகிழ்வதாகக் காட்டுகிறார். அவளுக்கு கணவன் தீர யோசிக்காமல் அம்மா பக்கம் நின்றாரே என வருத்தம் இருந்திருக்கும். அது இல்லை. ஒரு நல்ல கதை இம்மாதிரி எளிய காரணங்களாலே நம்பகத் தன்மையை இழக்கிறது. அதன் வீச்சைக் கீழிறக்குகிறது.

இப்படியான கதைகளில்கூட கு.ப.ரா.வாழ்வின் கோலங்களின் வழி வாழ்வின் சாராம்சத்தை நுட்பமான மொழியின் வழி வெளிப்படுத்தியிருக்கிறார். அது புது அனுபவத்தைத் தருகிறது.

காவிரி ஆற்று மணலில் அமரும் இரு இளைஞர்கள் சுடுகாட்டில் இளம்பெண் எரியூட்டப்படுவதைப் பற்றி பேசுகிறார்கள். அவள் கிணற்றில் விழுந்து தற்கொலை செய்து கொண்டவள். என்ன காரணம் என்று அலசப்படவில்லை. 'குடும்ப பிரச்சனையாக' இருக்கும் என்ற ஒரு வார்த்தை மட்டும் பேச்சிடையே வருகிறது. இது தொடர்பாக ஒரு இளைஞனிடம் ஒரு வரி வருகிறது. 'எனக்கென்னவோ நமது

குடும்ப வாழ்க்கையென்பது பெரிய சிறைச்சாலை என்று தோன்று கிறது' என்கிறான். கதைக்கு பின்னணியாக எழுந்த சுடுகாட்டில் எரியூட்டும் சித்திரத்திலிருந்த அந்தப் பெண்ணின் மரணத்திற்கான சொல்லப்படாத குடும்பநெருக்கடி அந்த ஒற்றை வரியில் விளங்கி விடுகிறது. கதை சொன்ன விசுவநாதனின் குடும்ப வாழ்வும் ஒரு சிறைச்சாலையின் அழுத்தத்தைத் தந்ததைக் குறிக்கவும் செய்கிறது.

ஊருக்குள் காமதகன விழா நடக்கிறது. காமனை சிவன் எரித்தான். எரிந்து சாம்பலான காமனை இன்றைய வாழ்வுடன் பிணைத்து 'சிவனின் சினம் உபயோகமில்லை' என்கிறார். 'எரிக்கப் பட்டவனே உலகத்தை இந்த ஆட்டு ஆட்டுகிறான்' என்று ஒருவன் சொல்கிறான். நம் உடலில் உள்ள காம குரோத வன்மங்களை எத்தனைமுறை எரித்தாலும் மீண்டும் உயிர்பெற்று ஆட்டிப் படைப்பதைச் சூசகமாகச் சொல்கிறார். அத்தோடு விசாலாட்சியின் கணவன் விசுவநாதன் (சிவன் பெயர்) தான் செய்த கொடூரத்தை இவர்கள் முன் சொல்லி பிழையை எரிக்கிறான். விசாலாட்சி விசாலமான மனம் படைத்தவள் என அறியவும் செய்கிறோம்.

மகனுக்கு உகந்த மணமகளைத் தாய் 'வடமக் கூட்டத்தையே அலசி ஆராய்ந்து பொறுக்கி எடுத்துத்'தான் கட்டி வைக்கிறாள். ஆனால் அவளுக்கும் - மருமகளுக்கும் ஒத்துப்போக முடிவதில்லை. வாழ்க்கை காட்டும் வேடிக்கை இது.

இந்தக் குடும்ப இக்கட்டு, தன் கணவனுடன் அந்தரங்கத்துடன் தாராளமாக பழகவிட மறுப்பதை விசாலாட்சி சொல்கிறாள். அதற்கு 'குடும்பக் கட்டுப்பாடுகள் தான் அன்பைத் தீபோல வளர்க்கும்' என்று கவி காளிதாசனைத் துணைக்கு இழுக்கிறான். சுதந்திரம் - சுதந்திர மின்மைக்கான மனமோதல்களைக் குடும்ப அமைப்பு எப்படிப் பார்க்கிறது என்பதை இவ் இருவரின் பார்வை வெளிப்படுத்து கிறது. இந்திய சமூகத்தில் பாலியல் ஒடுக்குமுறை பெண்களுக்கு அதிகமாகவும் ஆண்களுக்கு மிகக்குறைவாகவும் இருக்கிறது. இதனை இளம் கணவன் - மனைவி பார்க்கும் பார்வை தலை கீழாக்குகிறது.

இளம் பெண்ணும் ஆணும் குடும்ப உறவிற்குள் நுழைய இருக்கிறார்கள். அது பற்றிய பருவத்தை மொழிக்குள் வசப்படுத்து கிறார் கு.ப.ரா. 'அந்த யௌவனப் பருவத்திய உணர்ச்சிகளை நீங்கள் நன்றாக ஊகிக்கலாம். ஒருவரையொருவர் பார்க்க ஏங்குவதிலும், பார்த்து ஏங்குவதிலும், பார்க்காமல் ஏங்குவதிலும் காலம்

சென்றது' என விசுவநாதன் வாயிலாக அந்த மனநிலையைத் துல்லியப் படுத்துகிறார்.

மாமியார் - மருமகள் மோதல் என்பது தென்னிந்திய குடும்ப வாழ்வில் பிரிக்க முடியாதது. இதனை ஒரு 'துவந்தபாவம்' அதாவது இரட்டைத்தன்மை கொண்ட தத்துவமாக கு.ப.ரா. பார்க்கிறார். அவரே இரவு பகல், சுகதுக்கம் என்ற எதிரிடைகள் இருப்பதுபோல மாமியார் மருமகள் என்பது இரண்டு எதிரிணைகள் என்கிறார்.

'அரச மரத்தடியில் இருக்கும் நாகர்களைப் பார்த்திருக்கிறீர்களா? இரண்டு பாம்புகள் ஒன்றில் ஒன்று சுற்றிக் கொண்டு தலை யெடுத்து ஒன்றை ஒன்று சீறி நிற்பது போன்ற சிலையைக் கவனித்திருக்கிறீர்களா?... புருஷனாகியகல்.,... அவனைச் சுற்றி அவனை விடாது நெருக்கிக் கொண்டிருக்கும் இரண்டு பாம்புகள் ஒன்றை ஒன்று தாக்கிக்கொண்டே இருக்கின்றன.'

குடும்ப பிரச்சனையின் மையத்தையே அற்புதமான படிமமாக்கி மொழிக்குள் கொண்டு வந்திருக்கிறார். அதுவும் தனது முதல் கதையிலேயே. இந்த படிமத்தை ஒரு ஐரோப்பிய, அமெரிக்க எழுத்தாளன் உருவாக்கிவிட முடியாது. கு.ப.ரா.வின் கதைகளின் பலமே இந்த பண்பாட்டிழைகளின் பின்னல்களால்தான் அமைந்திருக்கின்றது. முதல் கதையிலேயே ஒரு எழுத்தாளனுக்குரிய நுட்பமான அடையாளங்கள் வெளிப்பட்டுள்ளன.

இந்த மாமியார் - மருமகள் கொத்தல்கள் தீராதா என எல்லா கணவன்மார்களும்தான் நினைக்கின்றனர். கு.ப.ரா எழுதுகிறார். 'இருவர்களுடைய இருதயங்களையும் ஒன்று சேர்க்கும் இரவு வருமா என்று ஏங்கிய காலம்போய் நரகவேதனையைப் போக்கும் பகல் போகிறதே என்ற காலம் வந்தது' என்று சதா சச்சரவு நடக்கும் வீட்டிற்குத் திரும்பும்போதெல்லாம் மனிதன்படும் உள்ளத்தத்தளிப்பு எத்தகையது என்று காட்டுகிறார்.

'விசாலாக்ஷி' கதை சில பலவீனங்களைக் கொண்டிருப்பதை முன்பு சுட்டினேன். ஆனால் இந்தக் கதைக்குள் வாழ்க்கைப் பற்றிய விசாரம் நுட்பமான தகவல்களுடன் ஆழமாக பரிசீலிக்கப்பட் டிருப்பதைப் பார்க்கமுடிகிறது. எனவே தோல்வியுற்ற கதைகளிலும் ஒரு எழுத்தாளனின் தனித்துவப் பார்வை துலங்கவே செய்கிறது. அக்கதைகளைப் படிப்பதுவும் ஒரு முக்கியமான அனுபவம். இன்றும் நம்மிடையே தொடரும் உரசல்களாக, வெறுப்புகளாக, உள்ளத்தின்

தவிப்புகளாக, ஏக்கங்களாக இருக்கின்றன. எனவே இக்கதைகளிலும் முக்கியத்துவம் இருக்கவே செய்கின்றன.

ந.பி, கு.ப.ரா. இருவரின் ஒட்டுமொத்த கதைகளிலும் தொடக்க கால - இடைக்கால - இறுதிகால எழுத்துக்களில் கலைநுட்பம் சார்ந்த வளர்ச்சி படிப்படியாக மாற்றமுற்றதாகக் கொள்ள முடியவில்லை. மிகச்சிறுசிறு மாற்றங்கள் கூடிவந்திருக்கலாம். அது தொழில் நுட்பம் சார்ந்தது. பார்வை சார்ந்தது அல்ல. இருவரும் சிறுகதை எழுதவரும்போது 33, 32 வயதுள்ளவர்களாக இருந்துள்ளனர். ந.பி. தனது 25 வயதில் சில சிறுகதைகளும் கு.ப.ரா. அதே வயதில் சில கவிதைகளும் எழுதியுள்ளார் என்றாலும் அதுவே அவர்களுக்குத் தொடக்கமல்ல. சிறுகதையாசிரியர்களாக இருவரும் இயங்கத் தொடங்கியது 1934க்குப்பின்தான். இந்த வயதிற்குரிய பக்குவம் இருவர் கதைகளிலும் தொடக்கம் முதலே வெளிப்பட்டு விட்டது.

'காதல்நிலை' என்றொரு கதை. 1939-ல் எழுதியிருக்கிறார். நவமணி திருமணமானபெண். அவள் தனக்கு மேற்படிப்பு ஆசிரியராக வீட்டிற்கு வரும் சுந்தரத்தின் மீது ஆசை கொள்கிறாள். இந்த அடிமன ஆசையை இருவரும் விவாதிப்பதுதான் கதை. கதையின் இறுதி உரையாடல் இப்படி முடிகிறது:

'காதலும் உண்மையைப் போலவும் அழகைப்போலவும் ஒரு கற்பனை'

'உடல் இன்பம் இயற்கையானதுதான். அது நீடித்த சுகமளிக்காது'

'பின் என்னதான் வாழ்க்கை'

'சுகதுக்கம் கலந்ததுதான் வாழ்க்கை. வேறொன்றுமில்லை' எனக் கதை முடிகிறது. இக்கதையில் உரையாடலில் ஆழ்மனங்களைத் தொட்டிருக்கிறார். அதற்காகவேனும் படிக்க வேண்டும்.

மணமான பெண் கணவனிடமிருந்து விலகிவந்துவிட்டவள். அவள் மற்றொருவரிடம் காதல் கொள்வது; உறவு கொள்ள விரும்புவது எவ்வளவு பலமான உண்மை. காதலன் அறிவார்ந்த தளத்தில் உணர்ச்சியைப் பின் தள்ளி வைத்துவிட்டுப் பேசுவது கதையின் பலவீனமான பகுதி. காதல் வயப்பட்ட ஒருவனும் ஒருத்தியும்; காதலித்து திருமணம் செய்து வாழ்வின் நேர்முகம் கண்ட ஒருவனும் ஒருத்தியும் இவ்விவகாரத்தைப் பேசுவதாக

இருந்தால் மானிட யதார்த்தம் சிறப்பாக உருப்பெற்றிருக்கும். இருக்க, காதல் என்பது வாழ்க்கைக்குள் தரை தட்டி உழலத் தொடங்கும் போது பிக்கல் பிடுங்கல்கள் மெல்ல மெல்ல அதனை வெளியே தள்ளிவிடும் என்பதை யதார்த்தத்தின் முகமாக காட்ட விழைகிறார். ஒரு பெண்ணுக்கோ, ஆணுக்கோ எத்தனை முறை காதல் தோன்றினாலும் அது ஒரு ரொமாண்டிக்கான மனநிலைதான். வாழத்தொடங்கும் போது காதலின் கற்பனை சித்திரம் காணாமல் போய்விடும் என்ற உண்மையைச் சொல்கிறது. ஆனால் கதைக்குள்ளிருந்து பட்டுத்தேறிய அனுபவமாக இல்லை இங்கு. ஆர்.சூடாமணி 'நான்காம் ஆசிரமம்' என்ற கதையில் இதனைக் கண்டடைந்திருக்கிறார். அதே சமயம் சதைப்பற்றை நாடாத உள்ளத்தின் பிரியத்தை மட்டுமே நாடும்போது மனம் உன்னத நிலையை எட்டுகிறது. கு.ப.ரா. 'நூருன்னிஸா' என்ற முதல் கதையிலேயே அந்த எல்லையைத் தொட்டிருக்கிறார். களங்கமின்மை என்ற பாலியபருவம் இதனைச் சாத்தியமாக்கி யிருக்கிறது.

நவமணியின் காதல் உள்ளம் என்பது உண்மை. சுந்தரம் காதல் குறித்து வைக்கும் பார்வை என்பதும் உண்மை. பின் ஏன் இக்கதை கனமான கதையாக இல்லாமல் போகிறது? நவமணிக்கும் அவளுடைய கணவனுக்குமான ஏமாற்றங்கள் குறித்த கசப்புகள் கதையில் இல்லை. அதேபோல சுந்தரத்தின் வாழ்க்கை அனுபவத்திலிருந்து உருவாகிவந்த தெளிவாக இல்லை. இவைதான் கதையின் ஆழம் என்பது. இருவரின் உரையாடலில் வெளிப்படும் கனிந்த - தெளிந்த தெளிவு என்பது புத்தகவாசிப்பின்பாற்பட்டதாகக் கொள்ளலாம்.

எல்லா கதைகளிலும் பிரச்சனைக்குரிய பகுதியை வளர்த்துக் கொண்டு செல்லும்போது மனிதர்களின் செயல்களைச் சரியாகப் பிணைத்துக்கொண்டு செல்கிறார். கு.ப.ரா.விற்கு இது கை வந்த கலை. ஆனால் நெருக்கடியின் மையம் உக்கிரமானதாக இருப்பதில்லை. உரசல்களாக இருக்கின்றன. அவர்களின் உலகம் தந்தது அவ்வளவு தான் என சமாதானம் கொள்ளலாம். காலத்தின் முன் இக்கதைகள் பின் தங்குவதற்கு இதுவும் ஒரு காரணம். இருப்பினும் அக் கதைகளிலும் கு.ப.ரா.வின் ஆளுமை புதைந்துள்ளதை அறிந்து கொள்ளவேண்டும் என்பதற்காகத்தான் இரண்டு கதைகள் விரித்து அலசப்பட்டன.

கணவனை இழந்த இளம் கைம்பெண்ணின் வாழ்க்கை ஆதாரத்திற்காக அவளுடைய தகப்பனார் மாப்பிள்ளை

வீட்டாரிடமிருந்து உரிய சொத்தைப் பெற்றுத்தர விரும்புகிறார். மகள் பிடிவாதமாக மறுக்கிறாள். அப்படி மறுத்துவந்த மகள் இடையில் ‘‘அப்பா அவர் இறந்த துக்கத்தை நான் மறந்துவிட்டேன். இப்போது நான் இருப்பதுதான் துக்கமாக இருக்கிறது’’ என்கிறாள் சோகத்தின் முன்நிலையில் கதையில் கு.ப.ரா. வால் இப்படி பெண்ணின் வலியை வரிகளில் கொண்டு வந்துவிட முடியும். இதேபோன்ற கதையைப் புதுமைப்பித்தன் எழுதியிருக்கிறார். தம்பியின் திருமணத்தில் இழந்துபோன வாழ்க்கையின் துயரம் அக்காளான இளம் விதவைக்குள் பெருக்கெடுக்க வைக்கிறது. அவள் சந்தோசமாக இருப்பதாக தகப்பனார் கற்பிதம் செய்கிறார். விதவை என்ற நிலை உடல் ரீதியாகவும் மனரீதியாகவும் அழுத்த அழுத்த நெஞ்சில் ஊசியால் குத்தி தற்சாவைத் தேர்கிறாள். ரத்தப்படலத்திடையே துடிக்கும் மகளைக் கண்டு பதறி தூக்க வருகிறார் அப்பா. சாவதற்கு முன் மகள் சொல்கிறாள். ‘‘இந்த ரத்தத்தை அள்ளி அந்த பிரமன் முகத்தில் பூசுங்கோ’’ என்று. கதையின் தலைப்பு ‘வழி’. வேதனையை வெளியேற்ற இதுதான் அவளுக்கு ஒரு வழியாகத் தோன்றுகிறது. ஒரு இளம் விதவையின் உள்ளக்குமுறலை பண்பாட்டுத் தளத்தில் வைத்து இதயம் நொறுங்கும்படி புதுமைப்பித்தன் சொல்கிறார். இதுதான் கு.ப.ரா. புதுமைப்பித்தன் இருவரின் இரு வேறு கலைப்பார்வை. புதுமைப்பித்தன் எழுதிய சாதாரண கதைகளில் ஒன்று ‘வழி’. அக்கதையிலேயே இந்த அறச்சீற்றம் சீறிப்பாய்வதைக் காணலாம்.

3

கு.ப.ரா.வின் கதையுலகை நான்கு தளங்களில் வகுத்துவிடலாம் என்று தோன்றுகிறது. குடும்ப உறவுகளில் ஏற்படும் முரண்களில் உரசல்களில் அவர்கள் தங்களின் ஆசாபாசங்களை வெளிப்படுத்தி விடுகிற தருணங்களை, காமமும் காதலும் ஆண்களிடமும் பெண்களிடமும் உள்ளே கிடந்து அழுத்தம் பெறப்பெற அதன் உச்சத்தில் வெளிப்படும் விசித்திர தருணங்களை, பொய்மைக்கும் அதிகாரத்திற்கும் எதிராக உண்மைக்கும் நேசத்திற்கும் தடம் சமைக்கிற பார்வைகளை, மாந்தர்களின் தனித்துவமான வெளிப்பாடுகளை எட்ட நின்று கண்ட விவசாயக்குடிகளின் உழைப்பின் வாசனைகளைத் கதைகளாக்கியிருக்கிறார். இந்த நான்கு தளங்களில் நல்ல - சிறந்த கதைகளைப் படைத்திருக்கிறார்.

இதெல்லாம் ஒரு வசதிக்கான பகுப்புதான். கு.ப.ரா.வின் உள்ளம் என்பது பெண்களின் வேதனையில்தான் ஓங்கி ஒலிக்கிறது.

குடும்ப அமைப்பில், ஆணாதிக்க அழுத்தத்தில் அழிந்துகிடக்கும் பெண்களின் இதயக்குமுறல்களைக் கீறிவிட்டு வெள்ளமாகப் பெருக்கெடுத்து வரும் வேதனைமிக்க உணர்ச்சிகளைக் கவித்துவ மொழியால் வசப்படுத்தியிருக்கிறார். சொற்கள் நம் இதயத்தில் காண்டாமணிபோல இடித்து ஒலியெழுப்பியபடியே இருக்கின்றன. சில சமயம் பட்டீரென சுழன்றடித்த சாட்டை ஒலியை கிளப்புகிறது. ஒடுக்கப்பட்ட இளம் பிராமணப் பெண்களின் கொதிப்புகளை மிச்சம் மீதி வைக்காமல் அள்ளி அள்ளி படைத்திருப்பதில்தான் கு.ப.ரா.வின் ஆளுமை வெளிப்பட்டிருக்கிறது. 'சிறிது வெளிச்சம்', 'விடியுமா?', 'கனகாம்பரம்', 'ஆற்றாமை', 'குரலும் பதிலும்', 'திரை' போன்ற கதைகளில் இதனை சாத்தியமாக்கி இருக்கிறார். எந்த ஒளிவு மறைவுகளையும் போர்த்திக்கொள்ளாது பெண்ணின் சுதந்திரக் குரலுக்குத் தன்னை ஒப்புக்கொடுத்திருக்கிறார். எனினும் விதவைகளின் வேதனைகளுக்கு ஒரு சுதந்திரத் தேர்விற்கான இடம் நோக்கி கு.ப.ரா.வால் நகர முடியவில்லை. ந.பிச்சமூர்த்தியாலும் முடியவில்லை. அது புதுமைப்பித்தனால் முடிந்தது. இப்படிச் சொல்வதனால் கு.ப.ரா.குறைவுபட்டவராகி விடமாட்டார். கு.ப.ரா. மரபை உடைக்காமல் அல்லது உடைய மறுக்கும் மரபினுள்ளே இருக்கும் வேதனையை வெளிப்படுத்தினார். அந்தக்காலம் ஜெயகாந்தன் வாழ்ந்த காலமல்ல என்பதைக் கணக்கில் கொண்டால் போதுமானது. மீறலுக்கான காலத்தை புதுமைப்பித்தன் தன் கதைகளின் வழி கனிய வைத்துக்கொண்டிருந்தார். ஜெயகாந்தன் தன் காலத்தில் அதனை அறுவடை செய்தார். கு.ப.ரா.மீறலுக்கான கொதிப்பின் சாட்சியங்களைத் தன் கதைகளில் முன்வைத்தார். கு.ப.ரா.வும் பெண்ணின் உச்சபட்சமான மூர்க்கத்தையும், உச்சபட்சமான காதலையும், உச்சபட்சமான வேதனையையும் 'வீரம்மாளின் காளை', 'நூருன்னிஸா', 'சிறிது வெளிச்சம்' முதலிய கதைகளில் வெளிப்படுத்தி இருக்கிறார்.

'குரலும் பதிலும்' என்றொரு கதை. தாயின் சொல்லைக்கேட்டு மனைவி என நிச்சயத்திருந்தவளைக் கண்டுகொள்ளாமல் விட்டு விடுகிறான். பத்தாண்டு கழித்து வேறு வழியில்லாமல் அவளையே மணக்கிறான். அவளுக்குக் கடுமையான வேதனை உண்டு. அதனை வெளிப்படுத்தவும் செய்கிறாள். அதே சமயம் இயற்கை வேறொரு விளையாட்டையும் அவளில் விளையாடுகிறது. ''அவளுடைய

வாழாவெட்டி நிலைமையில்தான் அந்த வளர்ச்சியைத் தடுக்க முடிந்ததா? தடைபட்ட கொடி நுனி எங்காவது சுற்றி வளைத்து வெளியேறி விடுவதைப்போல ராதையின் யௌவனம் எப்படியோ தலையெடுத்து நிற்கிறது. அவள் துக்கத்தையும் மீறிக்கொண்டு'' என்று எழுதுகிறார்.

'சிவராம ஐயர் டேஞ்சரஸ்' என்ற இரண்டே சொற்களைக் கொண்டு மனத்தின் அல்லாட்டத்தை, பட்ட வடுக்களை 'விடியுமா?' கதையில் விவரிக்கிறார் கு.ப.ரா. பீறிடும் துக்கத்தை கவித்துவமாக்குவது சிரமமான வேலை. அதனை சாதாரணமாகக் கடந்திருக்கிறார்.

"மனதில், ஆழத்தில் பீறி, அது பாட்டிற்குப் புழு போலத் துளைத்துக்கொண்டே இருந்தது. மேலே மட்டும் சமாதானம்" "துக்கத்தில் தைரியம்போல தொலை இருளில் அந்த ஒளிச்சுடர் விரைந்து சென்று கொண்டிருந்து" என்று கணவரின் நிலை என்ன வென்றறியாது பெண்ணின் உள்ளத்தில் எழும் மோதலைக் மொழியாக்கியிருக்கிறார்.

சொற்களைக் கனவாக அள்ளி வீசிய 'சிறிது வெளிச்சம்' கதாநாயகியை வாசகர்கள் நேரடியாகக் கதையில் படிப்பதே உசிதமானது.

சிக்கலின் ஊற்றுக்கண் திறந்ததும் அதுவரை நசுக்கப்பட்டு வந்த வேதனையின் குரல்கள் கொதித்து வருகின்றன. அவை அறிவார்ந்த சிந்தனையின் குரல்களாக இருப்பதில்லை. வலிமிக்க இதயத்தின் குரல்களாக இருக்கின்றன. கு.ப.ரா.விடம் இருக்கும் கவிமனம் இந்தக்குரல்களை ஒளிமிக்க மொழியாக; கயமையைக் குத்திக் கிழிக்கும் வாளாக; நெஞ்சில் விழுந்து கனலும் சொல்லாக பிறப்பித்து விடுகிறது. பெண்கள் பக்கம் நின்று அவர்களின் குமுறல்களை மனத்தடையில்லாமல் வெளிப்படுத்திக்கொண்ட ஊடக எதிரொலியாக நிற்கிறார் கு.ப.ரா. இந்த அம்சத்தாலேயே தன்னியல்போடு மலர்ந்த கதைகளாக அமைந்துவிடுகின்றன.

உறைந்திருந்த பிரச்சனைகள் அகபுற மோதல்களில் சூடேறி சூடேறி வேதனைகளாக இதயத்தில் பீறிடுகின்றன. தமிழ்ச் சிறுகதை வரலாற்றில் முதன்முதல் சுயத்துவம் மிக்க பெண்களின் குரல்களை கு.ப.ரா. கதைகளில் காணமுடிகிறது. மீறல்கள் இல்லாமல் இருக்கலாம். (சிறிது வெளிச்சம்', 'விபரீத காதல்' விதி விலக்குகள்) அதே சமயம் ஒடுக்கப்பட்ட பெண்களின் உரத்த குரலுக்கு

எல்லையேதும் வகுத்துக்கொள்ளவில்லை. அவர்கள் பேசுவதற்கான வெளியை கு.ப.ரா.தனது கதைகளில் விரித்தார்.

4

எளியவர்கள் மீது பிரியமும் அவர்களை அதிகாரம் வீழ்த்துகிற போது கைகொடுக்கிற தார்மீகமும் கொண்ட உள்ளம் அவருடையது. இதன் அடிப்படையில்தான் கு.ப.ரா.வின் முற்போக்கு கதைகள் அமைந்திருக்கின்றன. ‘பண்ணைச் செங்கான்’, ‘அர்ச்சனை ரூபாய்’ போன்ற கதைகளைப் படித்தால் புரியும்.

பழையகால அரச பின்னணியில் மனிதர்களின் பிறழ்வுகளைச் சிறப்பாக வெளிப்படுத்தியிருக்கிறார். மற்றொரு விதத்தில் கொண்டாட்டத்திற்குரிய இளவரச வாழ்வைத் துறந்து யதார்த்த உலகைக் கண்ட புத்தரின் செயலைக்கொண்டு சில கதைகள் எழுதியிருக்கிறார். ஏழைகளின் துயரம் கண்டு திகில் அடைந்த புத்தரின் மனமும் பின் அவர் தேர்ந்துகொண்ட பாதையும் கு.ப.ரா.வை பலமாக பாதித்திருக்கிறது. இந்த மனப்போக்கிற்கான காரணங்களை ஒரு படைப்பாளியாக மனவெழுச்சியோடு தேடி பயணப்பட்டிருக்கிறார். புத்தர் பற்றி எழுதிய எல்லா கதைகளும் நன்றாக உருவாகியிருக்கின்றன. ‘இருளிலிருந்து’, ‘மகாபோதம்’ஆகிய இரு கதைகளும் மிகச்சிறப்பானவை.

ஜெயகாந்தன் ‘ரிஷிமூலம்’ குறுநாவல் வழியாக அறுபதில் பெரிய அதிர்வை ஏற்படுத்தியதாகக் குறிப்பிடுவதுண்டு. கலை நுட்பம் கூடிவராத செய்தி கதை அது. இதே தாய்-மகன் உறவாக ஏற்படுகிற சந்தர்ப்பத்தை எடுத்து அசாத்தியமான கதையாக பல ஆண்டுகளுக்கு முன்னமே கு.ப.ரா. எழுதி சாதித்திருக்கிறார். அசோக சக்கரவர்த்தியின் கடைசி மனைவியான திஷ்யரக்ஷைக் கொண்டு ஒரு கோணத்தில் பிறழ்வெண்ணத்தின் மூர்க்கத்தை ‘விபரீத காதல்’ கதையில் காட்டி யிருக்கிறார். இசுலாமிய அரச சூழலுக்குள் ஒரு இந்து கவிக்கு ஏற்படுகிற காதல் பெருக்கை துணிவிண் உச்சமாக ‘கவி வேண்டிய பரிசு’ கதையில் கொண்டு வந்திருக்கிறார்.

அனுமானிக்க முடியாத தருணங்களில் காமம் கண் விழிப்பதும் - அது பிரச்சனைக்குள்ளாவதையும் ‘புரியும் கதை’, ‘பெண்மனம்’,’ ‘திரை’, ‘மோகினி மாயை’ போன்ற கதைகளில் வெளிப்படுத்தி யிருக்கிறார்.

பிராமண எழுத்தாளர்கள் கோலோச்சிய முப்பதுகளில் விவசாயம் குறித்த கதைகளும் எழுதினார். எந்தவித அனுபவமும் கூடிவராத பொக்கான ஜோடனைக் கதைகளாக அவைகள் இருந்தன. அதே காலத்தில் விவசாயியாக அல்லாமல் விவசாயத்தை எட்ட நின்று பார்த்த நிலையில் குடியானவர்களின் வாசனை அடிக்கின்ற 'பண்ணைச் செங்கான்' 'வயது வந்துவிட்டது' முதலிய சிறந்த கதைகளை எழுதியுள்ளார். இக்கதைகளோடு 'அடிமைப் பயல்', 'மின்னக்கலை' 'வாழ்க்கைகாட்சி' கதைகளைப் படித்தால் கு.ப.ரா. அருகில் நின்று அறிந்த ஒரு குடியானவ குடும்பத்தின் ஐந்து சித்திரங்கள் போலத் தோன்றும். கு.ப.ரா.வின் எழுத்தில் கும்பகோணத்து மண் ஒட்டியிருப்பது தெரியவரும். 'நட்ட வயல்களில் நாற்று வெளிறிப் போய் இருந்தது' என்று அவர் எழுதியது உடனே ஞாபகத்திற்கு வருகிறது.

இவரின் பெரும்பாலான கதைகளின் மையம் கருத்தியல் சார்ந்தது அல்ல. மூர்க்கத்தனம் சார்ந்தது அல்ல. குடும்ப உறவுகளில் ஆண் - பெண்; பெண் - பெண் இவர்களிடையே ஏற்படும் உரசல் சார்ந்தவை. மோதல் சார்ந்தவை. சகமனுஷியாக மதிக்கப்பட வேண்டும் என்ற உணர்ச்சியும், சுயமரியாதைக்கான ஏக்கமும் இந்த மோதலில் ஒலிக்கின்றன. பெண்களின் அசலான குரல்கள். ஒரு படைப்பாளியாக கு.ப.ரா. இயங்கிய காலம் வெறும் பத்தே ஆண்டுகள்தான். (1934-1944) 95 கதைகள் வரை எழுதியிருக்கிறார். அதிலும் 'சாவு' வாசலில் வந்து காத்திருக்கத் தொடங்கிய கடைசி இரண்டாண்டுகள் கதைகளை அவசர அவசரமாக எழுதியிருக்கிறார். இந்த அவகாசத்தில் 10 மிகச்சிறந்த கதைகளையும் 5 சிறந்த கதைகளையும் 5 தரமான கதைகளையும் எழுதியிருக்கிறார். 'ராஜத்தின் காதல்', 'உயிரின் அழைப்பு', 'எதிரொலி', 'எதிரொலி (2)', 'அடிமறந்தால் ஆழம்', 'முன்தலைமுறை', 'மூன்று உள்ளங்கள்', 'ஆமிர பாலி' போன்றன நல்ல கதைகள்.

இந்தக் கதைகளில் கூடிவந்திருக்கும் கவித்துவ படிமங்கள் தான் கு.ப.ரா.வின் எழுத்தாற்றலை உயர்த்துகின்றன. ஒரு படைப்பாளியாக மிளிரும் தருணங்கள் இவை என எனக்குச் சொல்லத் தோன்றுகிறது.

'கவி வேண்டிய பரிசு' கதையில் பாதுஷா மகளின் வனப்பைக் கண்டதும் கவி மனதைப் பறிகொடுக்கிறான். அவள் ஒரு கையில் சர்பத்தையும் ஒரு கையில் செம்பையும் ஏந்திவருகிறபோது

திருப்பாற்கடலை கடைந்தபோது ஒரு கையில் அமிர்தகலசத்துடனும் ஒரு கையில் விஷபானத்துடனும் சௌந்தர்ய விஸ்வரூபமாய் தோன்றி மோகினி போலத் தோன்றுகிறாள். திரும்பிச் செல்லும்போது 'இவள் யார்? தான் கொண்டு போகும் கும்பத்தில் உலகத்தாரின் உள்ளங்களனைத்தையும் பிடித்து அடைத்துக் கொண்டு போவதுபோலத் தோன்றுவதாக' கவியின் பார்வையில் கவிதை படிமமாக்குகிறார்.

புத்தன் வீட்டைவிட்டு கிளம்ப நினைக்கிறான் (இருளிலிருந்து) அந்த கணத்தை 'அவருடைய இன்பக் கனவின் இறுதியில் ஒரு சலிப்பும் ஓய்ச்சலும் உணர்ச்சிசாவும் ஏற்பட்டதைக் கண்டதுமே அவருக்கும் வெளியுலகத்துக்கும் நடுவே இருந்த திரையில் ஓட்டை விழுந்துவிட்டது. அவ்வளவுதான். அதன் வழியாக வாழ்க்கையின் துன்பப்புயல் புகுந்து பாய்ந்து அவரைத் தாக்கிற்று' 'அந்த ஒளியுலகத்துடன் தனக்கு இருந்த பற்று அந்த நிமிஷம் அறுபட்டு விழுவதைக் கண்டார். முன்னேகிடந்த முடிவற்ற இருள் அவரைக் கூவி அழைத்தது. பொங்கி வழியும் அலைகளைப்போல' என்று துல்லியமான மொழியில் புத்தனின் மனதைப் படம்பிடிக்கிறார்.

'அர்ச்சனை ரூபாய்' கதையில் மகனுக்குக் கடுமையான குளிர் ஜுரம். பிழைப்பது சந்தேகத்திற்குரியதாகிறது. விடிந்தால்தான் உறுதி சொல்ல முடியும் என்கிறார் டாக்டர். தகப்பன் இரவெல்லாம் தூங்காமல் அவ்வப்போது ஒத்தடம் தருகிறான். இரவு நீள்கிறது. அச்சம் விட்டபாடில்லை. இந்த சூழ்நிலையில் விடியப் போகிற நேரம் வருகிறது. அந்த விடியலின் சங்கேதங்கள் பெரும் நம்பிக்கையைத் தருகின்றன.

'கடைசியாக அடுத்த வீட்டு வாசலில் சாணி தெளிக்கும் சத்தம் பாலுவின் காதில் கேட்டது. சாதாரணமான காலங்களில் அப்பேற்பட்ட சில்லறை சம்பவங்கள் நமது கவனத்திற்கே வருவதில்லை. மிகவும் அற்பமான சில தினசரி நிகழ்ச்சிகள் சில நெருக்கடி காலங்களில் மிகவும் முக்கியமாகி விடுகின்றன. நாம் எதிர்பாராத வகையில் விநோதமாகவோ உதவியாகவோ இருக்கின்றன. அந்த சாணித் தெளிக்கிற சத்தம். அன்று அவன் காதில் உயிரைக்கொடுக்கும் நாதமாகக் கேட்டது. பிரக்ஞையற்று படுக்கையில் கிடந்த உடம்பே உயிர்ச்சின்னத்துடன் புரண்டு கொடுத்த சத்தம்போல் இருந்தது அது. அவனுக்கே உயிர் வந்தது. ''அப்பாடா!'' என்று ஆவலுடன் மூச்சுவிட்டான்.''

விடிகாலைச் சூழலே உயிர்பெற்று தவிப்பிற்கு பற்றுக் கோடாகும் காட்சியை மரணத்தோடு போராடியவனின் உணர்விலிருந்து எழுத்தோவியம் ஆக்கியிருக்கிறார்.

கு.ப.ரா. தன்னை மறந்து கரைந்து எழுதிய கதைகளில் எல்லாம் கவிமனம் பொங்கித் ததும்புகின்றது. நான் குறித்து வைத்திருக்கிறேன். வாசகர்கள் படித்துக் கண்டடையட்டும். காங்கரின் நோய் முற்றி 42 வயதில் கு.ப.ரா. இறந்தார். சாகக்கூடிய வயதா அது? இன்னும் ஒரு பத்து ஆண்டுகள் மட்டும் இருந்திருந்தால் தனது கலையின் ஆற்றலை முழுமையாக வெளிப்படுத்தியிருப்பார். தமிழ் எழுத்தாளனுக்கு இளம் வயதில் சாவு என்பது சகஜம்தானே!

ந. பிச்சமூர்த்தியின்
கலைக் கண்ணோட்டம்

தமிழ்ச் சிறுகதைக்கு வளமான பாதை அமைத்தவர்களுள் ஒருவர் ந.பிச்சமூர்த்தி. லேசான விமர்சனப்பார்வை அவரிடம் வெளிப்பட்டாலும் அது அவரின் தனித்துவமல்ல. நிதானத்தோடு அணுகுகிற அமைதி இவரின் கதைகளில் கூடி வந்திருக்கிறது. பண்பாட்டு இழைகள் உரத்துடன் கதையில் விரிந்து பரவுவது சிறப்பான அம்சம். கதாமாந்தர்களின் இயக்கத்தில் முரண்களின் சித்திரங்கள் மெல்ல உருவாகின்றன. விவரணைகளில் கூடிவரும் உண்மை கலைக்கு நிஜத்தன்மையை உண்டாக்குகின்றது. இயற்கை வெளிப்படுத்தும் நிரந்தரத்துவத்தின் அருகில் வரும்போது பிரச்சனை கனிவைப்பெற ஆரம்பிக்கிறது. இந்த அடிநாதத்திலிருந்து மானிட இதயங்களைப் புரிந்து கொள்ளும் விதமாக ஜன்னல்களைத் திறந்து வைக்கிறார். இறுகிய கருத்துக்களைத் தன் கதைகளின் வழி உரைப்பதற்கென்றோ பெண்களின் ஒடுக்குமுறைகளுக்கு விடிவைத் தரும் நோக்கத்திலோ அவர் எழுதுவதில்லை. வாழ்க்கையை கவனிக்கிறார். அதன் கதியில் மனித மனங்களில் ஏற்படும் மாற்றங் களையும் மௌனங்களையும் கண்டு சொல்ல விழைகிறார். இலக்கியத்திற்குரிய பல்வேறு அம்சங்கள் இவரின் படைப்பிற்குள் கூடிவந்தாலும் சிறுகதை உண்டாக்கும் உக்கிரம் தெறிப்பதில்லை. விவரணையில் கதைக்குரிய அடர்த்தி இருக்கவே செய்கிறது. அது நம்மை உலுக்கி எடுப்பதற்கான பாய்ச்சலுக்கானதாக இல்லை. அதாவது கணமான மோதலாக இல்லை. லேசான உரசல்களாகவே இருக்கின்றன.

அதேபோல காமத்தின் சந்திப்புகளை ந.பி.யால் சரியாகவே சொல்லிவிட முடிகிறது. ஆனால் சமூக கட்டுக்குள் அது உண்டாக்கும் உளச்சிக்கலின் குகைக்குள் எட்டிப்பார்ப்பதில்லை. அங்கு உண்டாகும் முரண்களின் உக்கிரத்தைத் தொடுவதில்லை. விலகிச் சென்று கதையை

மேலெடுத்து முடிக்கிறார். ஒரு வேளை 1930-40 காலகட்டத்தில் ஒரு படைப்பாளி படைப்பில் அதிகபட்சம் செய்யக்கூடிய காரியம் அந்தளவுதான் என்று சமாதானம் கொள்ளலாம். என்றாலும் அக்காலத்தில் புதுமைப்பித்தனும், கு.ப.ரா.வும் சற்று ஆழமாகவே சென்றிருப்பதும் தெரிய வருகிறது.

தன்னைத்தானே சுயவிமர்சனத்தின் முன் கொண்டுபோய் நிறுத்துகிற ('ஞானப்பால்', 'நிழலாட்டம்') பிறத்தியாரின் பொய்மை களை சமூகத்தின் முன் நிறுத்துகிற ('விதை நெல்', 'காதல்', 'ஒருநாள்', 'மெய்யறிவு', 'காவல்') மனிதர்களிடம் அபூர்வமாக வெளிப்படும் உன்னதங்களைக் காட்டுகிற ('தாய்', 'விஜயதசமி') மனிதர்களிடம் வெளிப்படும் விசித்திர குணங்களை வெளிப்படுத்துகிற ('அடகு', 'கவலைமாடு') கதைகள் என பல்வேறு தளங்களில் நல்ல கதைகளை எழுதியிருக்கிறார். எனினும் 127 கதைகளை எழுதிய ந.பிச்சமூர்த்தி உச்சபட்சமாக அடைந்த வெற்றிகள் என 'தாய்', 'பதினெட்டாம் பெருக்கு' 'விதைநெல்', 'ஒரு நாள்' கதைகளை மட்டுமே சொல்ல முடியும். 'பதினெட்டாம் பெருக்கி'ல் குறத்தியிடம் ஏற்பட்ட இச்சையைத் துண்டித்துக் கொள்கிற பக்குவம் சிறப்பிற்குரியது என்றாலும் மாந்தனின் தத்தளிப்பு உக்கிரமாகவே கூடிவந்துள்ளது. முதல்நாள் பார்த்தபோது அரேபியக் குதிரை மாதிரி தெரிந்தவள் அன்று இரவு சீரழிந்து வந்து நின்ற கோலம் குற்ற உணர்வைத் தோற்றுவித்திருக்கலாம். 'காவல்' கதையில் மகனின் விழிப்பு நிலையைத் தாய் புரிந்துகொண்டு மீள்கிறாள்.

கணவன் - மனைவியிடையே மனஸ்தாபம் ஏற்படுகிறதைச் சொல்கிறது 'குடும்ப வாழ்க்கை'. 'உங்களை நம்பித்தானே வந்தேன். நான் என்ன தப்பு செஞ்சேன், நீங்க கோபப்பட்டு இப்படி முரண்டு பிடிக்கிறதுக்கு' என்று மனைவி கேட்குமிடம் மனதைத் தொடவே செய்கிறது. ஆனால் கணவன் - மனைவி இருவருக்கும் இடையே ஏற்படும் முரணுக்கான காரணம், குழந்தை அலுவலகக் கடிதத்தைக் கிழித்துவிட்டது என்ற செய்கை கதைக்கு வலுவில்லாமல் ஒரு சாக்காகத்தான் அமைந்திருக்கிறது. இன்று படிக்கிறபோது 'காவல்' கதையிலும் பலவீனம் இருப்பது தெரியவருகிறது. ஓட்டலில் வேலை செய்யும் தாயை வட்டமிடும் ஆண்களை ஒன்பது வயது மகன் ரொம்பவும் கவனமாகக் கண்காணித்து சொற்களால் துரத்தி அடிப்பது மிகையாக இப்போது எனக்குத் தெரிகிறது. பையன் காவல் குறித்து (காவல் இல்லா குளத்தில் மீன் பிடிப்பதுபோல) விளக்குவது சற்று கூடுதலாகத் தெரிகிறது. இருக்கும்பட்சத்திலும் மகன்

அப்படி கண்காணித்துவிடக் கூடியவன் தான். அடிமட்ட வாழ்க்கை அனுபவத்தில் உழலும் பையன் என்பது பலம்தான். அந்த வகையில் 'காவல்' முக்கியமான கதையாகிறது.

'குடும்ப ரகசியம்' குறுநாவலில் தாயைப்பற்றி சிக்கலான ஒரு புதிரையும் குடும்ப உறவையும் வெளிப்படுத்திவிட்டு பின் விட்டேத்தியாகத் திரியும் துரைசிங்கத்தைத் திருத்த தன்னையே தந்து அக்காவிற்கு மீண்டும் உறவில் பிடிப்பை ஏற்படுத்தும் தங்கையின் தியாகம் என்பது, திரைப்படக்கதை போலாகிவிட்டது. இலங்கை மலையகத் தோட்டத்திற்குப் பெரிய கனவுகளோடு சென்றவர் சிக்கி சீரழிந்து வந்ததைப் புதுமைப்பித்தன் 'துன்பக் கேணி'யில் வேகவேகமாக சொல்லியிருக்கிறார். நிதானமாக எழுதியிருந்தால் அபாரமான கதையாக மாறியிருக்கும். கதைக்கு அழுத்தம் தரும் விவரணைகள் அழகுதரும் கவித்துவ வரிகள். புதிதான காட்சிகள் ந.பி. கதைகளில் இருந்தாலும் பிரச்சனையின் மோதல் முரட்டுத்தனமாக இல்லாததால் பெரிய எல்லைகளை இவரது கதைகள் தொடுவதில்லை. எழுத்தாளர்களின் வாழ்க்கையில் பெரிய அனுபவங்கள், பெரிய சரிவுகள் இல்லாதபோது கதைகளில் மட்டும் எப்படி எதிர்பார்க்க முடியும் என்ற ஒரு சப்பைக்கட்டை சொல்லிக்கொள்ள வேண்டியதுதான்.

'கடவுளும் கந்தசாமிபிள்ளையும்' கதையின் பாதிப்பில் ந.பி. எழுதிய 'பெரிய நாயகி உலா', 'சிற்பியின் நரகம்' கதைக்கு மாற்றாக எழுதிப்பார்த்த 'மெய்யறிவு', 'புதுமைப்பித்தனின் கதைகளை மீறாமல் கீழேபடுத்துவிடுகின்றன. அதேசமயம் பு.பி.யின் 'ஒருநாள் கழிந்தது' கதைக்கு நிகராக ந.பி.யின் 'ஒருநாள்' கதை மட்டுமே எழுந்து நிற்கிறது. ந.பி. எழுதிய 'மோகினி மாயை' சிறப்பான கதையாக வெளிப்பட்டிருக்கிறது.

நம்மிடம் இருந்த பொருள் அடுத்தவரிடம் சென்றதும் யோகத்தைத் தந்துவிடுவது ஒரு விநோதம்தான். இதைச் சொல்ல, தன்னிடம் இருந்த ஜட்காவண்டி குதிரை அடுத்தவனிடம் சென்றதும் குதிரைப் பந்தயத்தில் முதல் பரிசு பெற்றது என்பது சிரிப்பிற்குரியதாக இருக்கிறது. ஜட்கா வண்டியில் அது என்ன வேகத்தில் பறந்தாலும், பந்தயக் குதிரைகளை ந.பி. புரிந்து கொண்டது ரொம்ப மேலோட்ட மானது. குதிரைப்பந்தய பயிற்சி, குதிரை தேர்வு, வயது, வாகு, பிறப்பு என்பதே வேறானது. விலங்குகளை வைத்து கதை எழுதிய எல்லா பிராமண எழுத்தாளர்களும் எனக்கு சிரிப்பிற்குறியவர் களாகவே மாறிவிடுகிறார்கள்.

எப்படியாயினும் தமிழ்ச்சிறுகதை வளத்திற்கு ந.பி. ஆரம்ப காலத்திலேயே சில நல்ல கதைகளைத் தந்திருக்கிறார். அபூர்வமான அவதானிப்புகள் அவரின் கதைகளில் ஆங்காங்கே இருக்கின்றன. பின் எழுத வந்தோருக்கு அவை உரத்தைக் கொடுத்திருக்கின்றன. அதிலிருந்து மேலும் சாத்தியமான கதைகளை உண்டாக்கும் கோணத்தைப் பின்வந்தோருக்கு அவை தந்திருக்கின்றன. அவ் வகையான இடங்கள் இலக்கிய முக்கியத்துவம் உடையன. இலக்கிய முக்கியத்துவம் என்பது மனிதர்களை அறிவதுதான்.

எதிர்வீட்டு நண்பனின் வேட்டியும் தன் மனைவியின் ஜம்பரும் காற்றில் உருண்டு ஒன்றோடு ஒன்று மாடியில் கலந்துகிடக்கும் இடத்திலிருந்து பெண்களிடம் உருவாகும் எண்ணப்போக்கைக் காட்டுகிற இடம் ('ஜம்பரும் வேட்டியும்'); இலங்கை மலையகத்திற்கு பிழைக்கச் சென்ற இடத்தில் வாழாவெட்டியான மங்காயிக்கு கங்காணி சுப்பு குட்டியுடன் தொடுப்பு நேர்கிறது. அறியாததுபோல இருந்த மகன் துரைசிங்கம் இந்தியா வந்த பின்பும் இன்னும் ஏன் அங்கிருந்து மணியாடர் வருகிறது என்று அறிந்தே கேட்கிற இடம் ('குடும்ப ரகஸியம்'); பிச்சைக்கார காபூலிபெண்களில் ஒருத்தி எதிர்ப்படும் தையற்கடையில் துணிச்சலாக குழந்தையை விட்டுவிட்டு மற்றவர்களிடம் பிச்சை கேட்டபடி மறைகிறாள். குழந்தை தையற்கடையில் துணிகளை இழுத்து விளையாடுகிறது. நல்ல வெயிலில் திரும்பி வந்தவள் குழந்தையைத் தெருக்குழாய் நோக்கித் தூக்கிச் செல்கிறாள். அதில் குளிக்க வைக்கிற இடம் (காபூலிக் குழந்தைகள்); வானம்பாடிகளை ஆசையோடு வளர்க்கிறான் பக்கிரி. அதன் பாடல்களை அனுபவிப்பவன் ஜமீந்தார். வானம்பாடிகளைத் திரும்பத் திரும்ப விலைக்குக் கேட்பதைக் கேளாதது போல முஸ்லிம் பக்கிரி, அதன் மகத்துவத்தோடு ஒன்றியிருப்பதைச் சொல்லியே மறைமுகபதிலைக் காட்டுகின்ற இடம் ('வானம்பாடி'); புதியகார், புதிய ஆடை என மோஸ்தரில் வீழ்ந்து கிடக்கும் இளம் தம்பதியருக்கு எதிர்நிலையில் நோய்வாய்ப்பட்ட வயதான கணவன்மனைவி இருவரும் ஒருவரை ஒருவர் அரவணைத்து பேருந்தில் அவர்களுக்குள் ஒருவருக்கு முதன்மை தந்து அமர வைக்கிற இடம் (காதல்); அவள் அடுத்தவன் மனைவி, இன்னொருவனுக்கு அடகு வைக்கப்பட்டவள். அடகு வைக்கப்பட்ட பெண் வேலை நேரம் போக பிச்சை எடுக்கிறாள். அடகுக்காரன் அந்த காசைக் கேட்கிறான். பிச்சை எடுத்தது உனக்குரியதல்ல. தரமாட்டேன் என அடகுக்காரனிடம் ஏகத்தாளமாக சிரிப்பது, அதையும் அவன் தட்டிப்பறிக்க முயல்கிற இடம் (அடகு); அவள் ஏழை குழந்தை. கொலு வைக்கும் பெரிய

வீட்டிற்குச் செல்கிறாள். தங்கள் வீட்டிலும் கொலு வைக்க ராஜாமணியிடம் பொம்மை கேட்கிறாள் லட்சுமி. அவள் பார்ப்போம் என சாக்கு சொல்கிறாள். அதனை சரி என்பதாக எடுத்துக் கொள் கிறாள். எதிர்த்த வீட்டிற்கு அழைப்புவிடுக்கச் சென்ற முதலாளியம்மா நீண்ட நேரம் வராதது கண்டு குழந்தை ஆறு பொம்மைகளை எடுத்துச் செல்கிற இடம் (விஜயதசமி) என கதைக்குள் வரும் மானிட செயல்கள், நமக்குப் புதிதான அவதானிப்புகளை, அனுபவங்களைத் தருகின்றன. இம்மாதிரியான இடங்கள் படைப்பிற்கு ஆழத்தைத் தருகின்றன.

என்ன சிக்கல் என்றால் இந்த காட்சிகள் தந்த பாதிப்புகளின்; அளவுகூட முழுகதைகளும் தரவில்லை. கதைகள் உண்டாக்கும் பாதிப்பு என்பது வாசகனுள் எம்பி குதிக்கச் செய்யாமல் வாழ்க்கை அப்படித்தான் என்று சமாதானம் பட்டுக் கொள்ளும்படியாக அமைந்திருக்கின்றன. வாசகனுள் கடுமையான உளைச்சலை உண்டாக்காமல் மெல்லிய வருத்தத்தையோ, அன்பையோ, கோபத்தையோ வெளிப்படுத்துவனவாக முடிந்துவிடுகின்றன.

இப்படியான விமர்சனத்தை ந.பிச்சமூர்த்தி மீது வைத்தாலும், அவர் சிறுகதை என்ற வடிவத்தைச் சிறப்பாகக் கையாண்டு தமிழ்ச் சிறுகதைக்குப் பாதை அமைத்தவராகிறார். சில கவனிப்புகள் கதைகளை அழகிய கணங்களாக மாற்றுகின்றன. நம்மையும் சமூகத்தில் அவ்விதம் பார்க்க வைக்கின்றன. இந்த பரிவர்த்தனையை ந.பி.யின் கதைகள் இன்றும் செய்கின்றன.

அன்று இந்த சிறுகதை என்ற புதிய இலக்கிய வகைக்கு நல்ல களம் அமைத்து தந்திருந்த இலக்கிய குணத்தால்தான், இன்று அது பெரும் நதியாக பிரவாகமெடுத்து ஓடுகிறது. இதில் ந. பிச்சமூர்த்தியின் சிறுபங்கும் இருக்கிறது.

தாமரை, ஏப்ரல் 2016.

மௌனி :
அகவெளியில் உலவும் குரல்

மணிக்கொடி காலத்திலும் சரி, இன்றும் சரி, மௌனியின் படைப்புகள்குறித்து இரண்டு கருத்துகள் முன்வைக்கப்படுகின்றன. அவர் மிகச்சிறந்த எழுத்தாளர் என்றும், மிகச்சாதாரணமான எழுத்தாளர் என்றும் இரு நிலைகளில் பார்க்கப்பட்டு வந்திருக்கிறார். மௌனியின் ஆக்க உலகம் மிகச் சிறியது. அவர் தொட்ட பரப்பும் சிறியது. பார்த்த பார்வையும் ஒரு பக்கமானது. மொத்தம் 24 கதைகள் தான் எழுதியிருக்கிறார். அதிலும் அவர் படைப்பாளியாக ஒரு ஆவேச மனநிலையில் இயங்கியது 1936, 1937 இரண்டு ஆண்டுகள் தான். இந்த இரு ஆண்டுகளில் 14 கதைகள் எழுதி இருக்கிறார். பின்பு எழுதியவை நிர்பந்தத்தின் பொருட்டோ, நினைவூட்டலின் பொருட்டோ அந்த இரண்டாண்டில் உண்டாக்கிக் கொண்ட கலைஞன் என்ற பிம்பத்தின் பொருட்டோ எழுதப்பட்டவை.

மணிக்கொடி இதழைக்கூட மௌனி முறையாகப் பயன்படுத்திக் கொள்ளவில்லை என்பதும் தெரிய வருகிறது. 1938-ல் ஒரு கதை மட்டும் எழுதியிருக்கிறார். மணிக்கொடியில் எழுதிய எழுத்தாளர்களில் புதுமைப்பித்தனின் இடம் சந்தேகத்திற்கு இடமின்றி நிலைபேறு பெற்றுவிட்டது. அந்த இடத்தை கு.ப.ரா.வும் முயன்று பிடிக்கிறார். இளம் வயதில் மரணித்திருந்தாலும் புதுமைப்பித்தன் தொட்ட பரப்பு விசாலமானது. மௌனி நீண்ட காலம் வாழ்ந்திருந்தும் எல்லைகளை விரிக்காதவர்.

மௌனி சமூகச் சிக்கல்களை எந்தக் கதைகளிலும் ஆராயவில்லை. காதலின் வீழ்ச்சியைத் தான் பெரும்பாலான கதைகள் சொல்கின்றன. அதற்கான காரணங்கள்கூட இல்லை. 'மிஸ்டேக்', 'மாறாட்டம்', கதைகளில் புற இயக்கம் பின்னணியாக அமைந்தாலும் தனி மனிதனின் நடத்தை தவறாக முடிகிற நகைப்பிற்குரிய விசயத்தைத்தான் சொல்கின்றன. கூட்டிக்கழித்துப் பார்க்கிறபோது தனி மனிதர்களின்

அகப் பிரச்சனைகளைப் பேசுபவைதான் மௌனியின் கதைகள். காதல், குடும்பம், விலைமாதர், இசை என்ற நான்கு பிரிவுகளுக்குள் மொத்தக் கதைகளையும் அடக்கிவிடலாம். இதில் செம்பாதிக் கதைகளின் மையம் காதல்தான்.

மணிக்கொடி காலகட்டத்தில் கல்கி, பி.எஸ்.ராமையா, த.நா. குமாரசாமி, எஸ்.வி., ரஸிகன், ந. சிதம்பரசுப்ரமணியம் போன்ற பலர் கதைகள் எழுதியிருந்தாலும் அவர்களை சிறுகதை ஆளுமைகளாகக் கொள்ள முடியாது. பி.எஸ். ராமையா 300 கதைகளுக்கு மேல் எழுதியிருக்கிறார் என்றாலும் சிறுகதைத் துறையில் இலக்கிய பூர்வமான கலைஞன் என்று சொல்ல முடியாது. 'நட்சத்திரக் குழந்தைகள்', 'கார்னிவல்', இப்படி நான்கைந்து நல்ல கதைகள் தந்திருக்கிறார் என்பதோடு சரி. படைப்பாளியின் தனித்துவ குணமும், படைப்பெழுச்சியும், பார்வையும், வடிவமும், ஒன்றுக்கொன்று கூடிக் கலந்துதான் உயர்ந்த படைப்புகள் உருவாகின்றன. இந்த வகையில் முன்னும் பின்னுமற்ற தனித்தன்மை கொண்ட படைப்பாற்றலை வெளிப்படுத்தியவராக மௌனியை இனம் காண வேண்டியிருக்கிறது.

பிற்காலக் கதைகளில் நிதானமும் சற்றுக் கூடுதலான கதைத் தன்மையும் வடிவ நேர்த்தியும் தத்துவச் சாயலும் உண்டு. என்றாலும் ஆரம்பகாலக் கதைகளில் வெளிப்பட்ட மனதின் தறிகெட்ட தன்மை பிற்காலக் கதைகளில் இல்லை. இந்தத் தறிகெட்ட மன வெளிப்பாடுகளை உளறலாகக் கொட்டாமல் மனத்தின் தவிப்புகளாக தேர்ந்த மொழிக்குள் வெளிப்படுத்தினார். அத்தோடு புதுசான அனுபவங்களைப் புதுசான உணர்வில் கொடுக்கவும் அவரால் முடிந்தது. இந்த இரண்டாண்டு கதைகளில் வெற்றி தோல்வி உண்டு. ஆனால் படைப்பெழுச்சியின் கொந்தளிப்பான மனநிலையை இக்காலக் கதைகளில்தான் காண முடிகிறது.

மௌனி ஒரே சமயத்தில் ஐந்தாறு கதைகளை எழுதி மணிக்கொடிக்கு அனுப்புகிறார். பி.எஸ். ராமையா அதனை ஒவ்வொன்றாக வெளியிடுகிறார். இதில் 'ஏன்' என்ற மிக எளிமையான கதையை வெளியீட்டின் அடிப்படையில் முதல் கதையாகக் கொள்கின்றனர். இந்தக் கதை, பள்ளி பருவத்தில் தோன்றும் காதல் கதை. பத்தாம் வகுப்பு படிக்கும் மாதவனுக்கு எட்டாம் வகுப்பு படிக்கும் சுசீலா மீது விருப்பம் தோன்றுகிறது. அவன் தினமும் நாம் இருவர் சேர்ந்தே பள்ளிக்குச் செல்வோம் என்கிறான். அதற்கு

அவள், 'ஏன்?' என்கிறாள். சுசீ உன்னை என்றும் மறக்க மாட்டேன், என்கிறான். அதற்கும் அவள், 'ஏன்?' என்கிறாள். அதற்கு மேல் இதை அவனால் விளக்க முடியவில்லை. விருப்பத்தை சுசீலா எதிர்கொள்கிற விதத்தில் அந்த அளவில் அந்த விருப்பம் கலைந்து போகிறது. சுசீலாவிற்கு வேறிடத்தில் திருமணம் நடக்கிறது. நான்காண்டுகள் கழிகின்றன. அவன் ஜுரம் கண்டு இறக்கும் தருவாயில், 'ஏன், ஏன்?' என்று புலம்புகிறான். முடிவெடுக்க முடியாத, எதிர் கொள்ளத் தெரியாத பருவம் அது. அவன் காய்ச்சலில் மரணமடைகிறான். தூக்கிச் செல்லும் உடலை சுசீலா காண்கிறாள். கண்ணீர் வருகிறது. 'ஏன், இந்தக் கண்ணீர்?' என்று தனக்குள்ளே கேட்கிறாள். இது கதை நிகழ்வு. இந்திய பழக்க வழக்கம் சார்ந்த உளவியல் இந்தக் கதையில் இயங்குகிறது.

இந்தக் கதாமாந்தர்களுக்குள் ஏற்படும் அனுபவத்தை முதலில் வெளிப்படுத்தி, மனதிற்குள் உருவாகும் சிக்கலைக் காட்டி, எல்லா உணர்வுகளும் வேறொரு நியதியில் முடிவடைவதாக மூன்று தளங்களில் இந்தக் கதையை நகர்த்தி முடிக்கிறார்.

1. சுசீலா உரிய பதிலைச் சொல்லாமல் போகிறாள். மாதவன் தொடர்ந்து வரும் நாட்களில் வருத்தத்தோடு இருக்கிறான். இந்தக் காதல் மனநிலையை இப்படி வெளிப்படுத்துகிறார்.

'அவள் அருகில் அவன் நெருங்க நெருங்கத்தான் அவளுக்கு வெகு தூரத்திலிருப்பதாக எண்ணம் ஏற்பட்டது அவனுக்கு.'

'சில சில சமயத்தில் ராஜமய்யரின் வீட்டுத் திண்ணையைப் பார்ப்பான். அங்கு சுசீலாவைப் பார்க்க முடியாததும் அவன் மூளையில் படவில்லை. அதுவும் அர்த்தமில்லாமலும் ஏன் என்று தெரியாமலும் பார்ப்பதுதான்.'

2. நான்காண்டுகளுக்குப் பின் அவள் அவனைப் பார்க்கிறாள். பார்த்ததும் அவன் முகத்தில் மாறுதல் ஏற்படுகிறது. இந்த மாறுதல் ஏன் என்று தாக்குகிறது. இந்த இக்கட்டை,

'திடீரென்று ஏற்பட்ட சிந்தனை மாறுதலால் அவன் சந்தோஷத்தையும் மன நிம்மதியையும் இழந்தான் என்று சொல்வது அவ்வளவு சரியல்ல. அவள் பார்வையின் கேள்விக்குறி அவனைத் தாக்கி அதற்குப்பின் மனதில் தனக்குச் சாதகமாக அளித்துக்கொண்ட விடையும் மற்றொரு கேள்வியின் ஆரம்பம்தானே?'

'அவன் யோசனைகளெல்லாம் ஆரம்பித்த இடமான சுசீலா இடத்திலே முடிவடைந்து, முற்றிலும் முடியாமல், திரும்பவும் ஆரம்பிப்பது போன்று சலிக்க ஆரம்பித்தன.'

- என்று மனதில் உருவாகும் சிக்கலைக் காட்டுகிறார்.

3. இந்த நினைப்பிலிருந்து விடுபட மரணம் மட்டுமே சாஸ்வதமளிக்கும் என்ற நிலைக்கு நகர்கிறது கதை.

அவன் இறக்கும்போது தன் ஜீவியத்தை வெறுக்கும் கசப்பின் வேகத்தை உறுதியுடன் எதிர்ப்பவன் போன்று, ''மூட்டைகளைக் கட்டு, இன்று பட்டணத்துக்குப் புறப்பட வேண்டும்,'' என்று சொல்லி இறக்கிறான். இந்த மரணம் சுசீலாவிற்குக் கண்ணீர் வர வைக்கிறது. இந்தக் கண்ணீர் தன்னை மீறி ஏன் வருகிறது என்று தவிக்கிறாள்.

மௌனியின் கதைகளில் மிகச் சாதாரணமான கதை இது. ஆனால் இந்த முதல் கதையிலேயே காதல் உணர்வின் உள்முகப் பாய்ச்சல் விரிகிறது. இந்த வாழ்க்கையை ஒரு தத்துவார்த்த நிலையில் பார்த்திருப்பதும் தெரிய வருகிறது. இதெல்லாம் 'ஏன்' என்ற கேள்விக்கு பொருளாழத்தையும் தருகிறது. இதனை ஒரு மானிட சோக விளையாட்டாகக் காட்டுகிறார்.

ஒன்று முடிந்தாலும் அதனோடு தொடர்புடைய மற்றொன்று இருக்கிறது. அது நேற்று போல இல்லாமல் ஏன் வேறு விதமாக இருக்கிறது என்பதை சுசீலாவை வைத்து மேலும் மூன்று வரிகள் எழுதுகிறார்.

சுசீலா ஊரிலிருந்து வந்தது முதல், 'அவள் கண்கள் என்றுமில்லாத ஒரு மகத்தான சோகம் கலந்த வசீகரத் தோற்றமுடையவையாக ஏன் தோன்றுகின்றன என்று அறிய முடியாமலே, அவளைப் பார்க்குங்கால் ஆனந்தமடைந்து கொண்டு இருந்தான் அவள் கணவன்,' என்கிற வினோத உள்ளத்தையும் காட்டுகிறார். இந்தச் சோகம் ஏன் என்று கணவன் கேட்க மாட்டானா என்று நமக்குத் தோன்றவும் செய்கிறது. சோகத்தை சோக உணர்வில் பார்க்காமல் அதை ஒரு அழகியலாகப் பார்க்கிற மனம் மௌனியிடம் இருக்கிறது.

இந்தக் காதல் என்ற உணர்வு ஏன்மனதிலும், உடலிலும் மாற்றங்களை உண்டாக்குகிறது, அந்த மாற்றங்களின் வேர்களைக் கண்டடைந்துவிட முடியுமா என்ற தேட விளைகிற தவிப்பில் - சிந்தனையின் தளத்தில் மொழிக்குள் கொண்டு வருகிற

எத்தனிப்புத்தான் அவரது தனித்துவமாகத் தெரிகிறது. இதை அவரது முதல் கதையிலேயே இனம் காண முடிகிறது.

பொதுவாக, மௌனியின் கதையை மூன்று நான்கு வரிகளில் சொல்லி விடலாம். அவ்வளவு சன்னமானது. அடர்த்தி இல்லாதது. அக்கதையில் வெளிப்படும் மன உலகம் செறிவானது. எண்ணங்களின் மொழித் தோற்றங்களை அடுக்கடுக்காக வெளிப்படுத்துவது.

இவரது காதல் கதைகள் வெளிப்படையாகப் பகிர்ந்து கொள்ளப் பட்டவை அல்ல. புரிந்து கொள்ளப்பட்டவை. பிரிந்தவர்கள் சந்திக்க நேர்கிற தருணத்தில் தாறுமாறாகத் தறி கெட்டு எழும் எண்ணங்களை அப்படியே கச்சாவாகக் கொட்டுவதில்லை. அவ்வண்ணங்களை வார்த்தெடுக்கிறார். அர்த்தம் தொனிக்கும்படியான படிமக் காட்சி களாகவோ விவரணைகளாகவோ, இன்னபிற முறைகளிலோ தீட்டிப் புதுமையான அனுபவங்களாக மாற்றுகிறார். சில சமயம், பித்தேறிய ஒரு கவிஞன் புனைகதையைக் கையாள்கிற விந்தையாகவும் எழுத்து அமைகிறது. விளக்க முடியாத சில விஷயங்களில் மூழ்கித் தேடி உணர்ந்த ஒளித்தெறிப்புகளின் குடுவைதான் அவை என்று எண்ணும்படி சில கதைகள் இருக்கின்றன. இந்தத் தேடலை வைத்துத்தான் புதுமைப் பித்தன் இவரைத் 'தமிழ்ச் சிறுகதையின் திருமூலர்' என்று அடையாளப்படுத்துகிறார்.

இவ்விடத்தில் மௌனி எழுத்தின் பலம், பலவீனம் பற்றிச் சேர்த்து சொல்லிச் செல்வது சரியாக இருக்கும் என்று தோன்றுகிறது. காதல் விவகாரங்களில் ஆண்கள் அதிகம் சஞ்சலமுள்ளவர்களாகவும் பெண்கள் அதனை நிதானமாகக் கையாள்பவர்களாகவும் தெரிய வருகின்றனர். காதலன் அறைக்கு காதலி வந்து பேசிவிட்டுச் செல்ல முடிகிறது. காதலனைத் தன் அறைக்கு அழைத்துச் செல்ல முடிகிறது. காதலன் சாவதற்கு முன் கணவனோடு வந்து பார்க்க முடிகிறது. இப்படி மௌனி காலத்துப் பெண்கள் மௌனி கதைகளில் திடச் சித்தம் கொண்டவர்களாக வருகிறார்கள். இதைவிட, எழுத்தாளனின் கனிந்த பார்வை வெளிப்படும் இடம் இருக்கிறது. இன்று பாலியல் தொழிலாளியின் கதையை எழுதுகிறேன் என்று நெஞ்சை நிமிர்த்தும் பலர் படுக்கையறை லீலைகளைத்தான் அதிகம் எழுதுகின்றனர் (கைபேசியிலேயே இவற்றை இன்று பார்க்க முடியும்!). அவர்களின் சிக்கலான வாழ்க்கையைச் சொல்வதில்லை. மௌனி காதலிகளைப் பற்றியும், தேவதாசிகளைப் பற்றியும்தான் அதிகம் எழுதினார். பாலியலுக்கு அப்பாற்பட்டு சீரழிந்த தாசிகளின் நேசத்தைப் பற்றித்தான் எழுதினார். சேர்ந்து வாழ முடியாது போன காதலிகளின்

மன ஓலத்தைதான் எழுதினார். இதில் ஒரு ஆண்மையப் பார்வை இருப்பதையும் சேர்த்தே சொல்லி விடுகிறேன்.

கதைகளில் வரும் உணர்வுகளின் தத்தளிப்புகள் கதாமாந்தர்களின் மன வார்ப்பிற்கும் கதையின் அடியிழைக்கும் இயைந்து அமைகிற போது சிறந்த ஆக்கமாக மாறியிருக்கின்றன. கதாசிரியனின் எண்ணத் தெறிப்புகள் கதையின் இழையிலிருந்து விலகும் போது துருத்தலாக அமைந்து கலையனுபவத்தையே சிதைக்கிறது. ‘மனக்கோலம்’ கதையை உதாரணமாகச் சொல்லலாம். எதிர்வீட்டு சுப்பு ஐயரின் மனைவி மீது கேசவனுக்குக் காதல் ஏற்படுகிறது. விடியற்காலையில் வாசல் முன் அவள் கோலம் இட்டுச் செல்லும் போது திரும்பிப் பார்ப்பாள். சந்திப்பு நிகழும். இதுதான் கதையின் மையம். இது தரும் மோகத்தில் அவன் கொள்ளும் மனச் சஞ்சாரங்கள், கோலமிட வராத நாட்களில் அவன் கொள்ளும் தத்தளிப்புகள் என மனவுலகம் விரிகிறது. இதைவிட்டு விலகி கதைக்குள் பழமை புதுமை பற்றிய, படைக்கப் பட்ட மனிதனின் நிலை பற்றிய தத்துவ வியாக்கியானங்கள் (சுவையான சிந்தனைகள் தான்) என்று எதையெதையோ கொண்டு வந்து சம்பந்தமற்றுக் குவிக்கிறார். இரண்டு பக்க அளவு இந்த சிந்தனைப் பத்திகள் துருத்தலாக இருக்கின்றன. கேசவனின் மன உலகிற்கு எவ்விதத்திலும் பொருந்தவில்லை. மனதில் தோன்றும் சிந்தனைத் தெறிப்புகளை மௌனி அவ்வப்போது குறித்து வைப்பார் என்றும், கதை எழுதும்போது இந்தக் குறிப்புகளைப் பொருத்தம் கருதி புகுத்தி விடுவாரென்றும் சிலர் சொல்லி இருக்கின்றனர். இக்கதையில் அப்பகுதி துருத்தலாக இருக்கிறது. அப்பகுதி இல்லாமல் இருந்தால் கதை இன்னும் சிறப்படைந்திருக்கும்.

எனது பதினெட்டாம் வயதில் படித்த மௌனியின் முதல் கதை இது. கௌரி மீது கேசவன் கொள்ளும் காதல் உணர்வும் கோலமிடும் சித்திரமும் இப்போது மறுபடி படிக்கும் முன்பு வரை மங்கலாக நினைவில் இருந்தது. கோலமிடுதல் கதையில் நொடி நிகழ்வாக இல்லை. நினைவு கூறப்படுகிறது. எனது மனதில் நொடி நிகழ்வு போல படிந்திருந்தது. சில பகுதிகளில் என்ன சொல்ல வருகிறார் என்று புரிந்து கொள்ள முடியாமல்தான் வாசித்த ஞாபகம். அந்தப் பகுதிகள் எவை என இப்போது தெரிகிறது. அவை இந்த சம்பந்தமற்ற செருகல்கள்தான்.

‘இவனை முதன் முதல் பார்த்தபோது எங்கோ இதற்கு முன் பார்த்ததாகத் தோன்றும்’, ‘சிதைந்த கோயில் சுவர்களில் புற்கள் முளைத்திருந்தன. காலம் மேய்ந்து கொண்டிருந்தது’. இப்படியான

மனத்தோற்றங்கள் வேறு வேறு கதைகளிலும் வருகின்றன. ஒரு கதைக்கும் மற்றொரு கதைக்கும் நான்கைந்தாண்டுகள் பத்தாண்டுகள் என இடைவெளி விட்டு வந்திருக்கின்றன. அதனால் சில தோற்றங்கள் நிழலாடியபடியே இருந்திருக்கும். திரும்ப எழுதப் பட்டிருக்கலாம். பயன்படுத்திய குறிப்புகளை அடித்திருந்தால் இதைத் தவிர்த்திருக்கலாம்.

'மனக்கோட்டை' கதையில் சங்கரின் மரணத்தைப் பற்றி சங்கரின் நண்பனான சேகரிடம் சொல்கிறவன் அண்ணன் போல் தெரிகிறான். இடையில், 'இவன் இறந்த செய்தியைக் கேட்ட தகப்பனார் அங்கேயே இறுதிக் கடன்களை செய்துவிடும்படி அவன் தகப்பனார் தந்தி அனுப்பினார்,' என்று செய்தி சொல்கிறவன் கூறுகிறான். அப்படியென்றால் கூறுபவன் யார்? மருமகனா? மருமகனாக இருக்க முடியாது. முன்பு சேகர் இவ்வீட்டிற்கு வந்ததைப் பற்றி நினைவு வைத்து உளப்படுத்திப் பேசுகிறான். இவ்விடம் தெளிவில்லை. 'பூமிக்கு அடியில் இரண்டாயிரம் அடி பாதாளத்தில் உள்ள சுரங்கத்தில் விஷம் தீண்டி இறந்து விட்டான்,' என்கிறார். சுரங்கத்தில் பாம்பு வந்திருக்குமா? விஷ வாயுவா? இதுவும் தெளிவில்லை.

'எங்கிருந்தோ வந்தான்' கதையில் அவர் என்று ஆரம்பிப்பவர் பின் அவன் என்று கதையை நடத்துகிறார். இதே கதை இரண்டு வேறு வேறு கதைகளின் இணைப்புக்கூட. அப்படிச் செய்ததாக மௌனியே சொல்லி இருக்கிறார். முதல் பகுதி கதைசொல்லியின் விநோதக் கற்பனைகளில் நிலைக்கிறது. இரண்டாம் பகுதி தங்கும் விடுதியில் சந்தித்த சங்கரன், அவன் காதலி பத்மா, பற்றிய பகுதியாக இருக்கிறது. இரண்டு பகுதிகளின் தொனியும் வேறு வேறாக இருக்கின்றது. ஒருமை கூடிவராத கதை 'எங்கிருந்தோ வந்தான்'. இப்படி கதைகளில் கோளாறுகள் உண்டு. ஒரு வாசகனாகப் படிக்கும்போது இவற்றையெல்லாம் பொருட்படுத்தாமல் தாண்டி விடலாம். படைப்பாளியாகப் படிக்கும்போது உள்ளத்தில் நம்பிக்கை இழக்கச் செய்கின்றன. இந்த ஒரு கதையில்தான் பெண்ணின் மன பேதலிப்பை ஓரிடத்தில் சொல்லி இருக்கிறார். இந்தக் கதையின் பிற சிறப்பான வெளிப்பாடுகளைப் பின்னால் பார்க்கலாம்.

பல கதைகளில் மரணம் தேவையில்லை என்றாலும் அதை கதைக்கு ஒரு புள்ளியாகக் கொண்டு வரைகிறார். அதாவது, மரணம் எந்தப் பரிமாணத்தையும் தருவதில்லை. மாந்தர்களை சந்திக்க வைக்கிற மொண்ணையான உத்தியாகத்தான் இருக்கிறது. கதை நிகழ்வு என்பது பிரிவும் சந்திப்பும்தான். ஆணையும் பெண்ணையும் எந்தப்

பின்னணியும் - பின்புலமும் இன்றி சந்திக்க வைத்து விடுகிறார். பேச விடுகிறார். இந்த வகையில் சமூக உறவு பலகீன மாக இருக்கிறது. காதல் பிரிவு, மனப்பிளவு, தன்னிலிருந்து தான் பிரிதல், உறவுப் பிரிவு, இசைப் பிரிதல், நினைவிலிருந்து கனவு பிரிதல் என்ற விதமாய் இருக்கின்றன. இதனை ஆதாரமாகக் கொண்டு மனப்பிராந்தியத்திற்குள் புகுந்து சாகசங்களை நிகழ்த்துகிறார். அகப்பிராந்தியம் விரிய விரிய இந்த பலவீனங்கள் மறையவும் செய்கின்றன. யதார்த்த தளமாக இருந்திருந்தால் கதையாகவே நிலைக்காது.

கடுமையான சமூக-குடும்ப நெருக்கடியிலிருந்து இந்த உள்முகப் பாய்ச்சல் வெளிப்பட்டிருந்தால் பெரும்படைப்பாளியாக மாறியிருப்பார். பல கதைகளில் வாழ்க்கை நெருக்கடிகள் இல்லை. இழந்து போன காதலின் மீது வருத்தம் கொள்கின்றன. வாழ்வின் பல்வேறு கோணங்களைச் சமூக பரப்பில் தேடிச் செல்லாமல் தனக்குள்ளேயே தேடினார். உலகில் எத்தனை எத்தனை விதமான மனிதர்கள், எத்தனை எத்தனை விதமான பிரச்சினைகள், எத்தனை விதமான எண்ணங்கள், எத்தனையோ விதமான புற உலக காட்சி கள், கனவுகள் இருக்கின்றன. அவற்றில் அவர் தன்னைக் கரைத்துக் கொள்ளவில்லை. வாழ்க்கைப் பரப்பே இல்லை. மாந்தர்களின் தொழில் சார்ந்த உலகம் விரிவு கொள்ளவில்லை.

இதே போல கதை மாந்தர்கள் கொள்ளும் துக்கங்களுக்கு அழுத்தமான பகைப்புலம் இல்லை. இறப்பிற்கும் காதல் தோல்விக்கும் எளிய காரணங்கள்கூட இல்லை. கதைக்காக செத்துப் போகிறார்கள். கதைக்காக காதலில் தோல்வியடைகிறார்கள் என்ற அளவில்தான் இருக்கின்றன. திருமணத்திற்கு சிறிதளவு முயன்று தோற்றதாகக் கூட இல்லை. விரும்பியவர்கள் என்று யூகித்துக் கொள்கிற அளவில்தான் இருக்கின்றன.

இவரது கதைகளில் வருகிற உளச்சிக்கல் என்பது வாழ்க்கையை பாதிக்கிற விதத்தைச் சொல்வதில்லை. நிகழ்வுகளின், காட்சிகளின், அக்கண நேரம் மனம் கொள்ளும் சஞ்சலங்களும் பகற்கனவுகளும் கற்பனைகளும்தாம். இந்தப் படைப்பு மனோநிலையின் ஊடே வாழ்வின் சிக்கலைத் தொடக்கூடிய எல்லை இல்லை. இந்தச் சாத்தியப்பாட்டின் ஊடே அதை வென்றெடுத்திருந்தால் மிகச் சிறப்பாக இருந்திருக்கும். எழுதப்பட்ட இந்தக் கதைகளின் வழி பார்வையின் வீச்சு வெளிப்பட்டிருந்தால் மகத்தான படைப்பாளி யாக உருவாகி இருப்பார். சமூகம் என்ற புழுதியில் விழுந்து புரள

மௌனி விரும்பியதில்லை. அவரை ஒரு கதை வேதாந்தி என்று கூறலாம். உலக நடவடிக்கைகளில் ஈடுபாடற்று தனக்குப் பிடித்ததை மட்டும் செய்தார்.

இந்தவிதமான பலகீனங்களுக்கு அப்பாலும் கதைகள் அடர்த்தியான குணரூபத்தைப் பெற்றுவிடுகின்றன. பின்னலான உளத் தவிப்புகளில் மாந்தர்களின் அக உலகம் விரிகிறது. காதல் கதைகளில் சோகங்களை அல்ல, சிக்கலான மனப்பதற்றங்களையே காண்கிறோம். பூவைவிட அதன் வாசனை குறித்துத்தான் மௌனிக்கு அக்கறை.

இணையாது விலகி நிற்கும் இரு உள்ளங்களின் இருப்பு குறித்த மனநிலைகளைப் பற்றியே அதிகம் பேசுகிறார். இந்த எண்ணங்கள் தத்துவச்சாயலோடு வெளிப்படுகின்றன. இந்திய மனம் அழுத்தமாகவே வெளிப்படுகிறது. கதைமாந்தர் நினைக்கும் நம்பிக்கை சார்ந்த மனநிலையை எழுதுவது சிரமமானதில்லை. இந்த மனநிலைக்குள் ஒருவித தத்துவ நோக்கைக் காண முயல்வது வேறு வகையானது. விசயத்தை சிந்தனை வழி அறிவதற்கு மாறாக உணர்தலின் வழி தெரிந்து கொள்ள முயன்ற தனிப் பாதை அவருடையது.

இந்த சுய தேடல் பிற மணிக்கொடி எழுத்தாளர்களிடமும் சரி, அவர்களுக்கு முன்னும் பின்னும் வந்தவர்களிடமும் சரி, பொங்கி வரவில்லை. மௌனியிடம் மட்டுமே வெளிப்பட்ட தனித்துவமான கலை வெளிப்பாடாக இருக்கிறது. நகுலன், சுந்தர ராமசாமி, பிரமிள் முதலியோர் மௌனியின் பாதையில் முயன்று பார்த்திருக்கின்றனர். அவர்களின் முயற்சி மனதின் உள் ஆழங்களுக்குள் செல்லாமல் மேல்நிலையிலேயே சுற்றிச் சுற்றி வருவதாக இருக்கின்றது. 'நிசப்தம் போடுகிற குருவிகளின் சத்தம்' என்று ஒரு கவிதையில் தேவதச்சன் இந்த மனநிலையைத் தொட்டிருக்கிறார். சு.ரா.வின் 'கன்னியாகுமரியில்', நகுலனின் 'ரயில் நிலையம்' கவிதைகள் இவரது தெறிப்புகளில் இருந்து உருவானவைதான். மௌனியின் எழுத்து வன்மையைப் புரிந்து கொள்ள இந்த முயற்சிகள் பயன்படலாம்.

மௌனி காஃப்காவுடன் ஒப்பிடத்தக்கவர் என்று விமர்சகர்கள் அறுபதுகளில் சொன்னதுண்டு. உண்மையில் காஃப்காவுக்கு நேர் எதிரானவர் மௌனி. காஃப்காவின் எழுத்து பிடிக்கும் என்பது வேறு விசயம். மௌனியின் எழுத்து தனித்துவமானது. வீடும், சமூகமும் தந்த நெருக்கடியில் பதட்டத்திற்குள்ளானதை படைப்புகளாகத் தந்தவர் காஃப்கா. சமூகத்தை விமர்சனத்திற்கு உள்ளாக்கும் புறவயமான உருவகத்தைக் கைக்கொண்டார். மௌனி

இவ்வகையான நெருக்கடிகளுக்கு உள்ளாகவில்லை. வாழ்க்கையில் கொண்ட விருப்பங்கள் கண்முன் சரிந்து சிதைவது அவரை பாதிக்கிறது. இதுவெல்லாம் தீர்மானிக்கப்பட்ட கோலங்களோ என்ற மனநிலை மோதியபடியே இருக்கிறது அவருள். சாசுவத தன்மைக்காக ஏங்கிய உள்ளம் கண்ட நிச்சயமின்மை, சரிவு, பாழ்பட்டுச் சிதைவதில் பூதாகரம் உண்டாகும் மனக்குறளியின் கூத்துக்கள்தான் இவரது படைப்பின் ஆதார சுருதி. இதற்கு அகத்தை உருவகமாகக் கொண்டு மன நிழலில் குரல்களை எதிரொலிக்கச் செய்தார்.

கற்பனையின் பல்வேறு சாத்தியங்களை, எத்தனையோ மன விசித்திரங்களை, மன நெருக்கடிகளை, அனுபவமாக்கித் தெறிக்கிற ஒளி வீச்சுக்களை, வாழ்வின் மாயத்தன்மைகளுக்குள் இருக்கிற ரகசியங்களை, சிக்கலான மனப்பின்னலில் நிரந்தரத்துவத்திற்காகத் தாவும் மனங்கள் அடைகிற நிச்சயமின்மைகளை, ரூபம் அரூபமாகி உண்டாக்கும் சர்ரியலிசத் தோற்றங்களை, இன்னும் பிற உளவியல் வெளிப்பாடுகளைக் கூர் தீட்டப்பட்ட மொழிக்குள் கொண்டுவந்து அனுபவத்தில் ஒரு புதுமையை வெளிப்படுத்துகிறார். அக உலகின் எண்ணற்ற குகைகளின் வழிச் செல்ல முயன்று மோதிக் கண்ட மனத்தின் எதிரொலிகள்தாம் கதைகளில் எங்கும் எதிரொலிக்கின்றன. கருத்திலும் பொருளிலும் மனித வாழ்க்கையைப் பாதிக்கிறதைத்தான் அதிகம் பேர் எழுதினர். மௌனி நேர் எதிராக அசந்தர்ப்பங்களையும் தறி கெட்டோடும் பதட்டங்களையும் எழுதினார்.

இவ்வகையில் கதைக்குள் விரியும் பல்வேறு அகப்பரிமாணங்களை சில கதைகள் வழி காணலாம்.

மௌனியின் மூன்றாவது கதையாகக் கொள்ளத்தக்க ‘காதல் சாலை’யும் ஒரு காதல் கதைதான். காதலன் - காதலி கதையல்ல. காதல் என்ற உணர்வின் தாத்பர்யம் என்னவென்று கண்டடைய முயல்கிற ஒரு முயற்சிதான் இந்தக் கதை.

காதலி மனைவியாகிறாள். இறந்து போகிறாள். அவள் மறைந்தாலும் காதல் இருந்திருக்க வேண்டும். அது எங்கே எப்படி இருக்கிறது என்ற தேடலில் தீவிரம் கொள்கிறான். இருக்கும்போதும் இறந்த பின்னும் எங்கே தங்கி இருக்கிறது அது? அந்யோன்யத்திலா, உடலிலா, மனதிலா, தோற்றங்களிலா என்று தேடிப் பார்க்கிறான். உடலின் சாயலில், இளம் பருவங்களில், உடல் உறவில் சிக்காது பறந்து விடுகிற அந்தக் காதலைத் தொட்டு உணரும்படியாக -பருப்பொருளாகக் கண்டுவிட பெண்களிடம் தேடிப் பார்க்கிறான். துவைதம்,

விசிஷ்டாத்வைதம் முதலிய சமயச் சிந்தனைகள் நம்மிடம் உண்டு. மௌனியிடம் இந்திய தத்துவ மரபு சார்ந்த அனுபவம் வேறு விதத்தில் பங்காற்றுகிறது. தத்துவத்திற்கு எதிர்த்திசையில் பயணப்படுவது (ஆண்டாளின் ஞாபகம் வருகிறது). மானிட உணர்வுகளின் இருப்பை அறிந்து கொள்ள முயன்று முயன்று இன்மையில் முடிகிற கோலத்தைக் காட்டுகிறார். 'காதல் ஒரு தீபச்சுடர் போல் இருக்குமா?' என்று பொருள்படுத்தியும் பார்க்கிறார். அப்படி உருவகிக்கும்போதே எண்ணை வற்றி அழிந்து விடுகிற தீபமாகக் காட்டுவதில்தான் போய் நிற்கிறார். எனவே மௌனியின் கதைகள் எளிய அர்த்தத்தில் காதல் கதைகள் அல்ல. காதல் என்ற துருப்புச் சீட்டைக் கொண்டு உளவியலின் பல்வேறு பரிமாணங்களுக்குள், கற்பனைகளுக்குள் நுழைகிறார்.

இந்தக் கதை இப்படித் துவங்குகிறது. 'அன்று அவன் மனங்கெட்டுத் திரிந்தான். நடுப்பகல் மேகமூட்டுக் கொண்டு இருண்டிருந்தது. ஆல மரத்தடியில் சிறிது அவன் படுத்து அயர்ந்தான். தன்னெதிரில் அவள் தொங்கிக்கொண்டு தன்னை அழைப்பதைக் கண்டு மருண்டு எழுந்தான். எதிரில் ஆலமர விழுதுகள் தொங்குவதைப் பார்த்தான்.'

கதையை முழுக்கப் படித்துவிட்டு திரும்ப வாசிக்கிறபோதுதான் தொங்குவது போல தோற்றம் தந்தவள் யார் என யூகிக்க முடியும். கனவில் கண்ட பெண் எதற்காக அழைக்கிறாள் என்பதற்கான அர்த்தமும் புலப்படும். இல்லையென்றால் கனவில் கண்ட மாயத் தோற்றத்தைச் சொல்வதாகப் போய்விடும். தொங்குபவள் அவன் இறந்து போன மனைவியாகக் கொள்ள இடம் இருக்கிறது. ஆல மர விழுது அகக் கற்பனையை இப்படி விரிக்கிறது - அவளது அழைப்பு காதல் பிரிவிலிருந்து விடுபட்டு இணைய அழைப்பதாகத் தெரிகிறது. நிரந்தரமாக மேல் உலகத்தில்தான் இணைந்திருக்க முடியும். அதுதான் நிலையான இருப்பு என்ற இந்திய தத்துவ சாயலும் இதில் இருக்கிறது. இந்த எண்ணங்களில் கதை உழல்கிறதே தவிர அவ்வுலகை வற்புறுத்துவதில்லை. முழுக் கதையின் அறிதலில் இருந்துதான் கதையின் இந்த துவக்கத்தை உணர்ந்து கொள்ள முடியுமே தவிர துவக்கத்திலேயே புரிந்துகொள்ள முடியாது. மனம் கொள்ளும் மாயத் தோற்றங்களை துவக்கத்திலேயே வாசகன் நுகரும்போது ஈர்ப்பான திகைப்பை அடைகிறான். கதாமாந்தனுக்கேகூட திகைப்புத்தான். அதுதான் அவனை அவனது வாழ்க்கைச் சுழலுக்குள் அழைத்துச் செல்கிறது.

எழுந்து நடக்கிறபோது பாதத்தில் ஒரு உணர்வு தோன்றுகிறது. 'காலடியினின்றும் மிக வெறுப்புற்றது போன்று பாதை நழுவி நகர்ந்தது. உயிரற்று நடந்தவன் நிற்பதைக் கண்டான். முன்னே தோன்றியது முன்னே போன்றே இருந்தது. பின் கடந்த வழி விடாமல் சுற்றி இவனைச் சூழ்ந்தது.' 'உடம்பு ஒரு தரம் குலுங்கியது. வண்டிச்சோடு தோன்றுவதினின்று உதற முடியாது போன்று வெகு ஆழமாகப் பாதையில் பதிந்திருக்கக் கண்டான்.' இந்த வரிகளில் ஒரு குழப்பம் வருகிறது. நடந்தவன் அவன்தான் என்றாலும் தன்னை வேறொருவன் நடப்பதாகக் காண்கிறான். கடந்து வந்த வழி அவனைச் சூழ்ந்து மறிக்கிறது. இப்பொழுது இப்படி நினைத்துப் பார்க்கிறான். 'கடந்த காலம் கதைத் தோற்றம் கொண்டது' என்று நமக்கு நடந்த சம்பவங்கள் கதையாக மாறிப் போவதை அவனுக்கான மனநிலையில் வெளிப்படுத்துகிறார். நடந்து முடிந்த நிகழ்விற்குள் திரும்பப் புகுந்து செல்வதாகக் கதை விரிகிறது. மேற்பரப்பில் இந்தத் தடயங்கள் வெளிப்படையாக இல்லாததால் அவனது மாய உலகிற்குள் தட்டுத் தடுமாறிப் பின் செல்வதாக இருக்கிறது. இதன் மர்மம் சாகசத்தோடு மறைத்து வைக்கப் பட்டிருக்கிறது.

வழியில் கூடைக்காரி தனது கூடையைத் தூக்கிவிடச் சொல்கிறாள். இரண்டு முறை கேட்டபின் விழிப்படைகிறான். கூடையைத் தூக்கி விடுகிறான். காதலை இப்படி பருப்பொருளாகத் தூக்கிப் பார்க்க முடியுமா என்று தோன்றுகிறது. அவள் தலையில் ஏறிய கூடையை மிக கவனமாக வெளிப்படுத்துகிறார். 'அவள்தன் இரு கைகளையும் மேலே முழுவதும் நீட்டிக் கூடையின் விளிம்பைப் பிடித்துக் கொண்டாள். அவள் கழுத்து சிறிது சிறுத்துப் பெருத்ததைக் கண்டான். மார்பும் சுமையைத் தாங்கி கெட்டியானதைக் கண்டான்.' சுமையைத் தூக்கிச் சுமக்கும்போது மார்பு இறுகுவதைச் சொல்வதுதான் வெகு நுட்பம்.

கூடைக்காரி நன்றிக்கான புன்னகையைச் சிந்திவிட்டு விலகிச் செல்கிறாள். ரவிக்கை இல்லாது திறந்த அவள் முதுகைப் பார்க்கிறான். திடீரென்று வரப்பில் அமர்ந்திருந்த பறவை, 'சீ சீ' என்று கூவியபடி பறந்து போகிறது. இப்படியான குறியீடு வருகிறது. காதல் உடலிலா உள்ளத்திலா என்ற விழிப்பு தோன்றுகிறது. மறுபடியும் கூடைக்காரி தன் பளுவை இறக்க வருவதை எதிர்பார்த்திருப்பது போல நினைப்பு ஒன்று தோன்றுகிறது.

இன்னும் நடந்து செல்கிறான். ஒரு ஊர் வருகிறது. பெண்கள் தண்ணீர் எடுக்கப் போகிறார்கள். அவர்களைப் பார்க்கிறான். நாய்கள், 'ஏன்? எங்கே?' என்று குரைக்கின்றன. இந்தக் குரைப்புகூட காதல்

எங்கே என்று மனதின் குரைப்பாகக் குறியீடாகிறது. 'சீ, சீ, நாயே! ஏன் என்கிறாயே- என் காதலி அல்லவா- என் காதல் இருப்பிடம் அல்லவா? தெரிந்தால் ஏன் போகிறேன்?' மறுபடியும் நாய்க் குரைப்பு. 'ஏன்? எங்கே?', 'சீ, சீ! நாயே அப்பெண்கள் ஜலமெடுக்க, கிணற்றுக்குப் போவது போலவா? காதல் இது மாதிரி அல்ல...' என்று மனக்குறளி பேசுகிறது.

பெண்கள் எதையோ பேசிக்கொண்டு போகிறார்கள். புரியாத பேச்சுச் சத்தத்திலும் தனிப்பட்டு ஒரு சிரிப்பு கேட்கிறது. சிரிப்பவளை இவன் பார்க்கிறான். இந்தப் பார்த்தல் பற்றி உண்டாகும் ஒரு அனுபவத்தை, 'அவள் முகத்தோற்றமே இவன் மனதில் பதியவில்லை. ஆனால் அவள் சிரிப்பதைத்தான் இவன் கண்டான்', என்று எழுதுகிறார். ஆலீஸின் அற்புத உலகத்தில், 'பூனை மறைந்த பின்னும் அதன் சிரிப்பு மறையவில்லை', என்று எழுதியிருப்பதாக நினைவு. நகுலனும் இந்த வரிகளை எழுதியிருக்கிறார். இந்த மௌனத் தோற்றம் உண்டாக்கும் மௌன ஒலியை மௌனி ஒரு அனுபவமாக வெளிப்படுத்துகிறார்.

அறுவடையான வயல் வழியாகப் போகிறான். இந்தப் புற உலகைக் குறைவான வாக்கியங்களில் மிகத் துல்லியமாக வெளிப்படுத்துகிறார். 'அறுவடையான வயல்களில் ஒற்றையடிப் பாதை இன்னும் சரியாக ஏற்படவில்லை. சிறு சிறு மேகங்கள். உருவை மாற்றி மாறிக் கொண்டு கிழக்கு நோக்கி ஊர்ந்து சென்று கொண்டிருந்தன. சிறு வெண் மேகம் ஒன்று சூரியனை மெதுவாகக் கடக்கும்போது, வயல் வழியாக நிழல் பாய்ந்தோடியது. நடுநடுவே ஒன்றிரண்டு கெட்டியான கட்டைத்தாள் காலால் மிதிக்கப்பட்ட போது குத்தியது. நன்கு காயாமல் இருக்கும் பரப்பில் சில சில இடங்களில் இவன் குதிங்கால் அமுங்கும்.' 'அப்படியே பாதாளம் வரையில் நான் அமுங்கிப் போனால்......' என்று புற உலகம் அக உலகில் உண்டாக்கும் வினோத அனுபவங்களையும் கொண்டு வந்து விடுகிறார். புற உலகின் அசைவுகளை மௌனி குறைவாகச் சொன்னாலும் துல்லியத்துடன் சிறப்பாக வெளிப்படுத்துவார். இன்னும் கொஞ்சம் விவரித்திருக்கக்கூடாதா என்ற ஆசை தோன்றுகிறது. விரிக்கிற அந்த புற உலகமும் கதையின் அர்த்தப் பரிமாணத்தை விரிப்பதற்கே வருகிறது.இது பிற எழுத்தாளர்களின் கண்களுக்கு வாய்க்காத ஒன்று.

இன்னும் நடக்கிறான். ஒரு எருக்கஞ்செடி வருகிறது. காதல் மனைவி ஞாபகம் வருகிறது. '...அவளும் என்னைக் காதலித்தாளே! எங்கே அவள்? அவள் எருக்க மொட்டில்தான் இருக்கிறாள். நசுக்கினால் வெளிப்படுவாள். மறுபடியும் மிஞ்சின மொட்டுக்களை நசுக்கினான்.

மொட்டுக்கள் இல்லை. சப்தமும் இல்லை. அவளையும் காணோம். கோபம் கொண்டான். வெடுக்கெனப் பிடுங்கினான். கை நிறையக் கசங்கின இலைகள் வந்தன. ஓங்கிக் கீழே அடித்தான். காட்டாமணக்குச் செடியின் மீது மறுபடியும் அக்குருவி இருந்து கத்தியது. 'சீ, சீ, அவள் போய் விட்டாள்'. கல் எடுத்து வீச குருவி பறந்து போகிறது. மனக் கற்பனையைத் தோற்றுவித்த புற உலகம் நம்பிக்கையையும் நம்பிக்கை இன்மையையும் தருகிறது. இத்தோடு அரூபக் கற்பனை ஒன்றும் தோன்றுகிறது. குருவி வந்து காட்டாமணக்குச் செடியில் அமர்கிறது. அப்படி அரூபக் கற்பனையில் வந்தமர்ந்த குருவி மீது நிஜமாக கல் எடுத்து வீசுகிறான். அது மனதில் பறந்து போகிறது. (தேவதச்சனின் கவிதை ஞாபகம் வருகிறது).

சிறிய நகரை அடைகிறான். ஒரு இடைத்தரகன், உயர்ந்த அழகி இருக்கிறாள், என்று தாசியிடம் அழைக்கிறான். அவள் காதல் மயக்கத்தைத் தருபவள் என்கிறான். பின்தொடர்கிறான். ஒரு சந்தில் சிறிய மட்டமான வீட்டிற்குள் நுழைகின்றனர். 'மங்கலாக தீபம் ஒன்று. இருக்கும் ஏழ்மையைப் பார்க்க வெட்கமும் வருத்தமும் அடைவது போன்று எழுந்தும் விழுந்தும் அழுதுகொண்டு எரிகிறது'. 'கோணலாகத் தலையை வாரிக் கொண்டிருந்தாள். புதுப்புடவை தரித்திருந்தாள். புது வறுமையும் சேர்த்துக் காட்டிக் கொண்டது போல் அவள் முகம் தோன்றியது'. அங்கு கண்டதும் ஏற்பட்ட மனச்சித்திரம் இது.

இரவெல்லாம் அவளிடம் காதலை தேடிப் பார்க்கிறான். அது எப்படி? எங்கே? என்று பிதற்றுகிறான். காதல் மனைவி பற்றி, குருவி பற்றி, நாய் பற்றி பிதற்றுகிறான். 'காதலுக்காக அவள் ஓடினாளா? நான் ஓடினேனா?' என்று மயக்கம் கொள்கிறான். இரவெல்லாம் விழித்தபடி அவனருகில் தாசி இருக்கிறாள். விடியற்காலை அவள் தற்கொலை செய்து கொள்கிறாள். அவள் மனதில் என்னென்ன எண்ணங்கள் விஸ்வரூபம் எடுத்து தற்கொலைக்குத் தூண்டினவோ. தற்கொலை செய்து கொண்ட அந்தப் பெண்ணின் கால்களும் தேகமும் அவன் மனதில் ஊஞ்சலாடுகின்றன. அவள் முகத்தில் காதல் இருக்கிறதா என்று தேடத் தோன்றுகிறது. காதல் மனைவி ராஜீவியை முதன் முதல் முகத்தில் முத்தமிட்டது ஞாபகத்தில் எழுகிறது. கண்முன் தூக்கில் தொங்கும் முகத்தை உற்றுப் பார்த்தான். அந்த முத்தம் நினைவிற்கு வருகிறது. மனைவியிடம் இருந்தது காதலா? இவள் காதல்? கேள்விகள் எழுகின்றன. இவளுக்கும் காதலென்ற ஒன்று இருந்திருக்குமா? என்ற சந்தேகம் வலுவாக

நமக்கு எழுகிறது. இவன் காதல் என்று இரவெல்லாம் பிதற்றியது அவளுக்கு தூக்கமற்ற விழிப்பைத் தருகிறது. சொல்லப்படாத காதல் ஒன்று துடிக்கிறது. மரணத்தைத் தழுவுகிறாள். இவளுக்குக் காதல் என்ற ஒன்று கிட்டாததால் மரணத்தை தேர்ந்திருக்கிறாள் என்றும் சொல்லத் தோன்றுகிறது. தேவதாசி குலத்தில் வந்த எத்தனை குமரிகள் இந்த காதலால் ஏமாற்றம் அடைந்திருக்கிறார்கள் என்ற தொனிப் பொருளும் எழுகிறது.

மற்றொரு கோணமும் வெளிப்படுகிறது. அவன் காதலித்ததே தேவதாசி ராஜீவியைத்தான் என்று யூகிக்கும்படி ஒரு கோணமும் வெளிப்படுகிறது. ராஜீவிக்குக் கொடுத்த முதல் முத்தம் நினைவுக்கு வந்ததும் தூக்கில் தொங்குபவளின் முகம்தான் வருகிறது. இவள்தான் அவள் என்று கருதி உறுதிபடச் சொல்ல முடியாதபடியான கதைப் போக்கும் இருக்கிறது. அவளிடம்தான் காதல் இருந்திருக்கிறது, தன்னிடம் இல்லை. இருந்திருந்தால் மரணம் நிகழ்ந்திருக்காது. அவள் உயிர் சென்ற ஆகாயத்தைக் காட்டி அதோ அங்கே என்கிறான்.

கதை வரிசைக்கிரமமாகச் சொல்லப்பட்டது போல் அமைந்து, மாறி மாறி வெளிப்பட்ட துண்டு துண்டான நினைவலைகள் ஓர் உருவத்தில் புரள்வதாக இருக்கிறது. மரணத்தின் வழி கண்ட பெருங்காதலை அவன் தேடி அலைவதாகக் கொள்ளலாம். காதல் மனைவி ராஜீவியும் இந்த தேவதாசியும் வேறு வேறு நபராகக் கொள்வது சரியாக இருக்கும். இந்த கதைமாந்தன் மனபேதலிப்பில் இருவரையும் ஒருவராகக் காணத் தொடங்குகிறான். ராஜீவியின் காதலை இவளிடமும் காண்கிறான். மனபேதலிப்பு கொண்ட ஒருவனின் காதல் உணர்வைச் சொல்லுகின்ற இக்கதையில் வருகின்ற புறவுலகக் காட்சிகள் எல்லாம் குறியீடுகளாக மாறி வெகு இயல்பு கொள்கின்றன. மௌனியின் சிறந்த கதை என்று இதைச் சொல்ல மாட்டேன். இந்த ஆரம்ப கால கதையிலேயே உள்முகப் பாய்ச்சல் எப்படியெல்லாம் வெளிப்பட்டிருக்கிறது என்பதைச் சொல்வதற்காக எடுத்துக் கொண்டேன்.

'எங்கிருந்தோ வந்தான்' கதையில் வடிவரீதியாகச் சில சிக்கல்கள் இருந்தாலும் படைப்பு ரீதியாக முக்கியமான கதை. இன்று பின் நவீனத்துவ எழுச்சியில் கதையாடல்களில் உண்டான வடிவ ரீதியான நெகிழ்ச்சி இக்கதைக்கு மதிப்பைக் கூட்டுகிறது. கதைசொல்லியின் பயணம் ஒரு திட்டத்திற்குள் அடங்கி விடாது விலகி வேறொன்றைத் தொட்டுச் செல்லலாம் என்ற சுதந்திரம்

சில சாத்தியங்களை உண்டாக்கியிருக்கிறது. அவரது படைப் பெழுச்சியின் கொந்தளிப்பான பல வீச்சுகள் இக்கதையில் இருக்கின்றன. கற்பனையின் எல்லைக் கோட்டில் நின்று வார்த்தை களுக்குள் அடைபட மறுக்கும் அனுபவங்களை வளைத்துக் கொண்டு வந்தவர். தமிழ்ச் சிறுகதையின் திருமூலர் என்றவிதமாய் மௌனியைப் பற்றி புதுமைப்பித்தன் சொன்னதுகூட இந்தக் கதையை அவர் தினமணி ஆண்டு மலரில் வெளியிட்ட பின்புதான். சங்கரரின் தத்துவத்திற்கு கதாரூபம் கொடுக்கப்பட்ட கதையாகவும் கொள்ளலாம். முன்பே சொன்னது போல உணர்ந்ததின் வழி உண்டான மாயத்தவிப்புகள்.

காதலில் தோல்வியுற்ற ஒருவன் சிறு நகரத்தின் விடுதி ஒன்றில் தங்குகிறான். அவன் பெயர் சங்கரன். யாருடனும் பேசாமல் தனிமையில் இருக்கிறான். நல்ல விதமாய் பாடக்கூடியவனும்கூட. நோய்வாய்ப்படுகிறான். அங்கு பக்கத்துக்கு அறையில் தங்கி இருந்தவன் உதவுகிறான். இவனுடைய பார்வையில்தான் கதை விரிகிறது. மருத்துவமனையில் இறந்து போகிறான். அவனது அறையில் இருந்த இரு கடிதங்களைப் படிக்கிறான். அவனது காதலி பத்மா நோயில் இறந்து விட்டது தெரிய வருகிறது. பத்மாவின் மரணமும் இவனது மரணமும் நிகழ்ந்த விதம் பற்றி அவன் ஊர் சென்று அறிந்து வெளிப்படுத்துகிறான்.

இந்தக் கதையில் கண்ட மன உலகின் எதிரொலிகளை மட்டும் எடுத்துத் தரலாம் என்று நினைக்கிறேன்.

பக்கத்து அறையில் இருந்த சங்கரனை கதைசொல்லி நேர் கொண்ட விதம் பற்றி. 'அவன் என் பக்கத்தறைக்கு வந்ததிலிருந்து ஏதோ என்னைச் சுற்றி ஒரு கருமேகம் படர்ந்து சூழ்ந்தது போன்ற உணர்ச்சி என்னைப் பீடித்தது... இரண்டொரு தரம் அவனிடம் பேசத் துணிந்து நெருங்கி, முடியாதது கண்டு திரும்பினேன். அவனோவெனில் வருவதும் போவதும் இல்லாதவன் போல அருகில் இருந்தும், அசைந்து வெகுதூரத்தில் போய்விடுவான்...' என்று எழுதுகிறார். பெரும்பாலும் நிகழ்வைச் சொல்வதில் அல்ல, நிகழ்வின் உணர்வை வார்த்தைகளில் கொண்டு வரும் வேலையில் தான் மௌனி ஈடுபடுகிறார்.

கனவா நினைவா என்ற மயக்கத்தில் சங்கரனின் இசை பக்கத்தில் இருந்து வருகிறது. விழித்தவன் அந்த அனுபவத்தை நினைத்துப் பார்க்கிறான். அந்த இசை தனக்குள் உண்டாக்கின கற்பனையை,

உலுக்கும் சர்ரியலிச தோற்றங்களை வாழ்வின் அர்த்தபாவங்களை உயர்ந்த தளத்தில் வெளிப்படுத்துகிறார்.

'...நடு இரவில் நான் விழித்துக் கொண்டேன். ஒருக்கால் நான் தூங்காமலேயே விழித்துத்தான் படுத்திருந்தேனோ என்னவோ. பக்கத்து அறையிலிருந்து, கேட்டதும் கேட்காததுமாக, அடித் தொண்டையிலிருந்து அவன் பாடிக் கொண்டிருந்தான்... பாட்டும் கொஞ்சங் கொஞ்சமாக மறைந்து விட்டது. அது மறைந்தவிடத்திற்கு என்னையும் இழுத்துச் சென்றது போலும்... என்னையே, என்னுடைய சவத்தையே- நான் வெகு தூரத்திற்கு அப்பால் இருந்து பார்த்துக் கொண்டிருந்தேன். நானே உணர்ந்த என் இறப்பு! வருத்தம், ஆத்திரம், ஒரு அருவருப்பு, ஒருங்கு கூடின... ஒரு கேலி நகைப்பு எங்கேயோ கேட்டது... மறுபடியும் என் சவத்தையே நான் பார்த்துக் கொண்டு இருக்கிறேன். இறப்பு...? பிறப்பு...? அடைய ஆவல் கொண்டு, ஒரு ஸ்வரத்தை எட்டி எட்டிப் பிடிக்க மேலிருந்தும் கீழிருந்தும் முயலும் அவன் பாட்டை கேட்டுக் கொண்டிருந்தேன். ஒரு சோகமான கீதம் அவன் பாடிக் கொண்டிருந் தான். என் உணர்வை உயர்த்தி, கனவிற்கும், நினைவிற்கும் உள்ள நுண்ணிய எல்லைக் கோட்டைத் துடைக்கவல்ல அவனுடைய கானம் சாதாரணமானதல்ல. ஆழித் தண்ணீரில் எல்லை பிரித்துக் கோடிட்டதுதானா நம் வாழ்க்கை...? அசைந்து அசைந்து மிதக்கும் தோணி. (மனம்) எல்லை கடக்க அறியாது கடந்தது போதும்! கனவின் கரையைத் தாண்டி, அவன் பாடிக் கொண்டிருப்பதைத் தான் நான் கேட்டுக் கொண்டிருந்தேன் போலும். நான் கனவு கண்டுகொண்டிருந்தேன் என்றால் எப்போது நான் விழிப்படைந்தேன்?'

அவனது அறை பூட்டப்பட்டு இருப்பதைக்கூட, 'போக்குவரவு அற்ற உலக சஞ்சாரி, பூட்டின் திறவுகோல் உன்னிடம்தான் இருக்கிறதோ,' என்று அவனிடம் அறியப்படாத மர்மம் மறைந்திருப்பதை இக்காட்சியில் சொல்கிறார்.

மருத்துவமனையில் சங்கரனை சேர்க்கிறான். அவனது நிலைமை இறந்து விடுவான் என்பதுதான். மனப்பதட்டம் கொள்கிறான். இந்த நிலைமையைத் தொட்டு உணர்ந்தவிதமாய் வார்த்தைகளில் வெளிப்படுத்துகிறார்.

'ஒரு கணம் அவன் இறந்து விட்டான் என்று நிச்சயமாகப்பட்டது; ஆனால் அவனைத் தொட்டுப் பார்த்து நிச்சயப்படுத்திக் கொள்ள

ஒரு பயம். ஒருக்கால் தொட்டுப் பார்த்தால் சந்தேகம் நிச்சயமாகி, உதறித்தள்ள முடியாது பலப்பட்டு விடுமோ என்ற பயம்.'

அவனது இறப்பையும் சவ அடக்கத்தையும் மறுநாள் கேள்விப் படுகிறான். மரணம் இயற்கையின் இயல்பு. இதனை, 'இறந்த காலம் தன் நிர்மாண வேலையைப் பிரியக் கட்டுக்கோப்பில் செய்து வருகிறது,' என்கிறார்.

இரவு அறைக்கு வருகிறான். அவனுக்குத் தூக்கம் வரவில்லை. 'ஒருக்கால் தூங்கினால் பக்கத்தறையிலிருந்து அவன் பாட்டு கேட்குமோ?' என்று மனக்குறளி கேட்கிறது. ஜன்னலுக்கு வருகிறான். புறக்காட்சி உயிர்ப்பெற்று அசைகிறது. 'துரத்தப்பட்ட சிறு மேகங்கள் கொஞ்சம் கொஞ்சமாக பயம் நீங்கி ஊர்ந்து வருகின்றன. நகரத்தில் தூக்கம் உலாவுகிறது. எங்கும் நிசப்தம். துல்லிய வெண்ணிலா, வானத்தில் சிறு ஒளிச் சரிகைகளை மொழுகி மறைத்து வெறிச்சென்று காய்ந்தது. விடியற்காலை வருகிறது. 'சூரிய கிரணம் உள் விழுந்து ஒளி கொடுத்தது. உலக இரைச்சலும் ஆரவாரிப்பும் ஆயிரம் வாயிலினின்றும் வெளிப்பட்டு அலறிக் குமைந்தன.' இம்மாதிரி இயற்கை உயிரினங்கள் போலத் தன்னுணர்வு பெற்று உயிரோட்டமாக நகர்வதை வெவ்வேறு தொனிப் பொருளில் வெவ்வேறு இடங்களில் எழுதியிருக்கிறார். இன்று மேஜிக் கதை எழுதுபவர்களின் நதிமூலம் மௌனி. இதை அவர்கள் சொல்லாமல் கமுக்கமாக இருக்கிறார்கள்.

முதல் கடிதத்தில் பத்மாவிற்கும் அவனுக்குமான சிறு வயது நினைவுகள் வருகின்றன. அந்த நினைவுகள் தரும் பேதைமை சோக நாடகத்தின் கவித்துவ உச்சம் பெறுகின்றன.

'ஒரு காலத்தில் நீ அழகிய சிறு பெண்ணாய் இருந்தாய். ஒல்லியாக, உயரமாக இருந்த நீ உன் குதிங்கால் இடிக்க பாவாடை கட்டிக்கொண்டு, கழுத்தில் ஒரு வடம் சங்கிலி அணிந்து சிறிய டோலக் காதோடு, உன் முகத்தைத் தொங்க விட்டுக் கொண்டு, துவண்டு துவண்டு நடந்து வருவாய்; என்னோடு பேசுவாய். அப்போது உன்னைப் பார்ப்பது அர்த்தமில்லாத ஆனந்தப் பார்வை. ஆனால் இப்போது, அந்த நினைவு உணர்ச்சி பெற்ற ''வருத்த-சந்தோசம்'' '

'கூனப் பாட்டி எங்கே?' என்று கேட்டேன். 'காணும்' என்றாய். 'பத்மா கூனப்பாட்டி செத்துப் போய் விட்டாள்' என்றேன். நீ, 'அப்படின்னா?' என்றாய். 'திரும்பப் பார்க்க முடியாது. வர மாட்டாள்' என்று உனக்குத் தெளியச் சொன்னேன். குழந்தை நீ. என்ன

சொன்னாய் தெரியுமா? ‘பொய் சொல்கிறாய். பாட்டியைக் காணோம். ஆனால் வருவாள். அதோ பார் – அவள் தடிக்கம்பு இருக்கிறதே, அதை எடுக்க வர மாட்டாளா? எப்போதாவது வருவாள்,’ என்றாய். ஆமாம் நீ சொல்லியதைத்தான் இப்பொது உண்மையென உணருகிறேன்...‘

பத்மா மோசமான நிலையில் படுத்திருப்பதை சங்கரன் பார்க்கிறான். ‘தான் நின்று கொண்டிருப்பது, கீழே அவள் படுத்திருப்பது, சுற்றி அவர்கள் நின்றிருப்பது, யாவும் மாயை, சுற்றிச் சூழ்ந்த ஒரு விளங்காத பொருள் என்றே நினைத்தான்’. இப்படியொரு அபத்த மனநிலை தோன்றுவதை குறிப்பிடுகிறார்.

சங்கரரின் மாயாவாத தத்துவத்தை ஒரு சோக விளையாட்டாக வாழ்வின் கதியில் நிகழ்த்திப் பார்க்கிறார். ‘எங்கிருந்தோ வந்தான்’ என்ற தலைப்புகூட இந்த தத்துவத்திற்கு நெருக்கமானதுதான். ‘எல்லாம் அழிய மறைந்தான்’, என்ற வாசகத்தில் வாழ்வின் மாயத் தன்மையையும் சொல்கிறார். என்றாலும் தத்துவத்திற்கே ஒப்புக் கொடுத்த கதை அல்ல.

பத்மா இறக்கும் தருவாயில் மரணத்திற்கும் உறவின் பந்தத்திற்கும் உள்ள உறவைக் கூறுகிறாள். ‘நான் இறப்பதில் எனக்குக் கொஞ்சமும் வருத்தமில்லை. இளமையில் இறப்பதால், வாழ்க்கையில் முதிர்ந்து பாழ்படாது, என் ஞாபகம் இளமையாகவே இருக்கும். ஆனால் என் பிறப்பு, வாழ்வு, இறப்பு முதலியவை களினால் பலருக்குப் பலவித பிடிப்பிற்குக் காரணமானது பற்றி, அவர்கள் வருத்தங்கொள்வதை எப்படி தடுக்க முடியும்? அதனால் என் துக்கத்தை எப்படி அகற்ற முடியும்? ஒருவர் இறக்கும்போது அவர் வாழ்வின் தன்மை அவரோடு முடியுமானால், இறப்பு பிரமாதமாகப் பொருட்படுத்த வேண்டியதொன்றில்லை’. மனிதனின் நினைவுகள் ஒரு இருப்பாகத் தங்கி இருப்பதைக் கூறுகிறாள். இது மாயாவாத தத்துவத்திற்கு எதிர் துருவத்தில் எழுந்து நிற்கிறது.

இகபந்தத்திலிருந்து எல்லாவற்றையும் இழப்பதுதான் மரணம். அது சொல்லி வைத்தது போல நம்மிடத்து எளிதாக விலகிக் கொள்வதில்லை. மரணத் தருவாயிலும் அந்த பந்தம் விடுபட மறுப்பதுதான் மானுட சித்திரமாக இருக்கிறது. தத்துவத்தைவிட பந்தம் ஆடிக் குலைப்பதாக இருக்கிறது. மனபேதலிப்பில் கண் மூடிக்கிடந்த பத்மாவை சங்கரன் அழைக்கிறான். ‘சீ... சீ... பத்மா என்கிறாயே, ஏ சனியனே, என்னை ஏன் பீடித்து இருக்கிறாய், நீ போ,’ என்று வேகத்தொடு திமிறுவது போலச் சொல்கிறாள்.

சங்கரன் என்ற காதலனின் நினைவை கடைசி நிமிடம் வரை அவளால் உதற முடிவதில்லை. சங்கரரின் தத்துவத்தின் மீதும் அவளுக்கு கோபம் வருகிறது. பந்த பாசத்தை துறப்பது அவ்வளவு எளிய காரியமல்ல.

எல்லாவற்றிற்கும் காரணம் வருத்தம், அழுகை என்கிற பத்மா, எல்லாம் பிறப்பதற்கு முன்பே தீர்மானிக்கப்பட்டது என்பதைக் கூறுகிறாள். தத்துவார்த்தமாக சொல்ல முடிகிறதே தவிர மரணத்திற்குப் பின்னாக எழும் திகைப்பில்தான் போய் முட்டுகிறாள். தத்துவத்தால் விளக்க முடியாத மர்மமாகத்தான் இருக்கிறது என்பதை பத்மாவின் வழி வெளிப்படுத்துகிறார்.

‘சங்கரா, வருத்தத்திற்கு இடம் கொடுக்க வேண்டாம். நான் போகிறேன், திரை அருகில் இருந்தாலும், அப்புறம் என்ன என்று அறியக்கூடவில்லை. நீக்கியும் கண்டு சொல்ல முடியவில்லை. நீ பார்க்கும்போதே மறு பக்கம் போவதை நீ அறிந்து கொள்ள வேண்டின் சிறிது நேரத்தில் தெரிந்து கொள். வருந்தினாலும், கண்ணீர் விட்டாலும் இனி என்னைப் பார்க்க முடியாதவனாகப் போகிறாய்,’ என்கிறாள்.

விதிக் கோட்பாட்டைச் சொல்வதில்லை. விதிக் கோட்பாடும் வாழ்க்கைக் கோட்பாடும் மோதிக் கொள்வதைத்தான் இக்கதையில் நிகழ்த்துகிறார். இந்த மோதலை எழுதுவதுதான் தன் வழி என்பதாக தன்னை வெளிப்படுத்திக் கொள்கிறார்.

மரணத்தைப் பற்றிய நமக்கேயான தத்துவ விளக்கங்கள் உண்டு. சுவடற்று மறைதல் என்பது அதன் முக்கிய அம்சம். இதற்கு நேர் எதிராக மரணத்தால் உலவும் நினைவுச் சுவடுகளை அழிக்க முடியுமா என்று மனிதன் முன் வைக்கும் கேள்விக்கான பதில்தான் ‘மன க்கோட்டை’ கதை. ‘எங்கிருந்தோ வந்தான்’ கதையின் சாயலுக்கு நேர் எதிரானது.

நண்பன் சங்கரன் சுரங்க விபத்தில் இறக்கிறான். அவனது தங்கை சுமி இந்த மனவேதனையில் இறக்கிறாள். அவளுக்கு அண்ணனின் நண்பன் மீது விருப்பம் இருந்ததும் சொல்லப்படுகிறது. மரணச் செய்தி பற்றி நண்பனிடம் சங்கரனின் குடும்பத்தைச் சேர்ந்தவர் சொல்கிறார். இந்த மரணத்தை என்னுள் நிகழ்த்த முடியாது என்கிறான்.

என் நினைவில் அவனும் அவளும் இருக்கும்போது எப்படி இறக்க முடியும் என்று கேட்கிறான். இன்னும் ஒரு படி கற்பனையை விரித்து என் நினைவின் வழி அவனைக் கற்பனை கொள்ள வைத்து விரித்துச்செல்ல முடியும். இன்னும் ஒரு படி தாவுகிறார். இறந்ததாக

நீங்கள் சொல்லும் சுமியின் கற்பனை வழி அவள் அண்ணனின் வாழ்தலை நான் என் கனவின் வழி விரிக்க முடியும். எப்படி இறந்தார்கள் என்று சொல்ல முடியும் என்கிறான். போர்ஹே, மார்க்வெஸ் போல தமிழில் கற்பனையின் எல்லைகளை விரித்ததில் முதன்மையானவராகிறார்.

மௌனி வெளிப்படுத்தும் கனவின் புனைவுமொழி கீழே -

'நீங்கள் உங்கள் மனைவியைப் பார்ப்பது போல, நானும் சுமியைப் பார்க்கிறேன் - இப்போது பார்க்கிறேன்... சங்கர் இறக்க முடியும், என் வாழ்க்கையை, என்னை கனவு காணாது இருக்க முடியாது, அவன் கனவில், நனவென வாழ்க்கை கொள்ளும். நான் இருக்குமளவும் அவன்?... அவனை நாடி அவன் கனவை நாடி சுமி போக முடியும் என்னை விட்டு... எப்படி முடியும்?'

வேறு விசயங்களுக்குப் போகலாம். ஒலி உண்டாக்கும் விசித்திர அனுபவங்களை பல கதைகளில் எழுதியிருக்கிறார். இரண்டு கதைகளிலிருந்து தரலாம். இரைச்சலும் அமைதியும் விட்டு விட்டு நேர்கிறது. அமைதியைக் கலைக்கும் ஒரு சப்தம் மரத்தின் வழி நிகழ்கிறது. 'உலக அலுப்பே குமுறி முனகுவது போன்று பறவைகள் இடைவிடாது சிறிது நேரம் கத்தின. அவைகளின் இரைச்சல் திடீரென்று நிற்கும்போது, இடையிடையே சீர் இல்லாமல் பொற்றென்று கீழே விழும் முதிர்ந்த ஆலம்பழங்களின் சப்தம் எவ்வித உலக சப்தமும் பிரபஞ்ச பயங்கர நிசப்தத்தைத்தான் உணர்த்தியது.' ('கொஞ்ச தூரம்')

சேகர் பிடிலில் ஒரு சோக கீதத்தை வாசிக்கிறான். 'இரவின் அருள் வெளியில் பயந்த இரு குழந்தைகளின் மௌனமான பிணைப்புப் போல் இருந்தது அந்த வாசிப்பு.' ('நினைவுச் சுழல்')

மற்றொரு ராகம். சபையோர்களைப் பரவசமாக்குகிறது. காதலி பத்மாவுக்கு இறந்த காலத்தின் எதிரொலி இடைவிடாது அசரீரி போல ஒலித்து அழைப்பதாக உணர்கிறான்.

'கார்த்திகை மாதத்தில் தன் வீட்டு வாயிலிலிருந்து கிழக்கே கண்ணுக்குத் தெரியும் வரையில் பச்சைப் பசேலென்ற நெற்பயிர்க் கடலின் கொந்தளிப்பு- வெட்டுக்கிளியின் இடைவிடாச் சப்தம்- வரப்புகளின் நடுவே, பார்வை மறையும் வரையில், திட்டுதிட்டாகக் குட்டையான கருவேல மரங்கள் படர்ந்து நின்றிருக்கின்றன. எட்டிய சேரிகளின் தூரத் தோற்றம் சாசுவதத்திலே அழுந்தப் புதைந்தன

போன்று கண்ணெதிரே நின்றன. ஆகாயம் மேக மறைப்பினால் மந்தமாகத் தோன்றும் - மழை அடிக்கும்போது வீட்டினுள் தன் தாயாரின் குரல், தனக்கு மிகுந்த பிரியமான குஞ்சுப் பாப்பாவின் இனிமையான மழலைச் சொற்கள்...' ('நினைவுச் சுழல்')

இசை எண்ணத்தை மலர்த்தி இவ்விதம் இன்பமாக்கிச் சென்ற அனுபவத்தை 'அவள் கண்களில் பனிப்படலம் போன்று நிச்சய மற்ற நினைவுகளின் ஞாபகம் மிதந்தது,' என்கிறார்.

குழந்தையை இழந்த துக்கத்தை மனைவியின் முகத்திலும் வெறித்த பார்வையிலும் காட்டுகிறார். 'ஒன்றும் தெரியாது விழிப்பது போன்று பார்ப்பவளுடைய முகம் சாயையற்றுத் தோன்றியது. இவன் தன்னைப் பார்ப்பதை அறிந்த குஞ்சு தலையைக் குனிந்து கொண்டாள். ஒருக்கால் உருக்கொண்ட உலகத்துக்கம் அவள் பார்வையில்தான் மௌனமாக நிற்கும் போலும்!' சோகத்தின் நுண்ணுணர்வை ஒரு பருப்பொருள் வடிவில் காண்கிறார்.

'குழந்தையைப் பார்க்கத் தாயார் வெற்றுத் தொட்டிலை குனிந்து நோக்குவது போன்று' பார்த்தபடி இருக்கிறாள்.

அவன் விடியற்காலையில் மறைந்த விதத்தையும் பின் வேறு ஒன்றாகத் தெரிவதையும் அப்பா பார்க்கிறார்.

'காலை ஒளியில் கடைசி நக்ஷத்திரம் மறையும் முன்பே குழந்தை ராமு இறந்து விட்டான். மற்றொரு குருவி கூண்டை விட்டுப் பறந்தோடிவிட்டது. ஆகாயத்தில் இன்னும் அநேக நக்ஷத்திரங்கள் தெரிந்து கொண்டிருந்தன.' ('மாபெரும் காவியம்')

இறப்பிற்குப் பின் குழந்தை வானிற்குச் சென்று நட்சத்திரமாக ஜொலிப்பான் என்ற நம்பிக்கையில் ஆறுதலடைகிறது மனது.

இப்படியான அக உலகத் தத்தளிப்புகளை, சரிவினால் விழுந்த துக்கங்களை, மனவிசித்திரங்களை, அந்நேர மன எழுச்சிகளை மொழியில் நீட்டி ஒளி பெறவோ எதிரொலிக்கவோ செய்கிறார். சிக்கலான விசயத்தையும் எளிய விதத்தில் வெளிப்படுத்தத் தெரிந்த கலைஞன் அவர். மனக் குகையில் நடமாடும் நிழல்களின் ஓலங்களாக அவரது கதைகள் இருக்கின்றன. இந்த வாழ்க்கை தரும் நிச்சயமின்மையைக் கண்டு செய்வதறியாது திகைத்து நிற்கிற மனிதர்களைத்தான் எங்கும் காண்கிறோம். யதார்த்தத்தில் கண்ட வீழ்ச்சி, கனவு, பகற்கனவு என எல்லா அகக் கண்களிலும் இன்னும்

உக்கிரமான நிம்மதியிழப்பை ஏற்படுத்துகிறது. மகிழ்வான தருணம் என்பதே இல்லை. இதுதான் அவர் சொல்ல வந்த அகச்சிக்கல்.

தமிழ்ச்சிறுகதை வரலாற்றில் இப்படியான ஒரு கலை வெளிப்பாடு மௌனியிடம் தவிர வேறு ஒருவரிடம் இல்லை. அவர் எழுதிய கதைகள் குறைவு. பாணிகளும் மிக மிகக் குறைவு. இந்த மிகக் குறுகிய எல்லையில் தனித்துவமான கதை உலகை வெற்றிகரமாகப் படைத்துக் காட்டியவர் மௌனி. தமிழ்ச் சிறுகதையின் துவக்க காலத்திலேயே புத்தம் புதிய போக்கை கலை ஆழத்தோடு வெளிப்படுத்தியவர். அவர் காலத்திய சில படைப்பாளிகளை அருகில் நிறுத்திப் பார்க்கும்போது இது தெளிவாகிறது. இந்த வகையில் மௌனி தவிர்க்கமுடியாத தனித்த படைப்பாளியாக எழுந்து நிற்கிறார். அவரிடம் உள்ள போதாமைகள், கலைப் பிடிவாதங்கள், அவரது எல்லைகளைக் குறுக்கியிருக்கின்றன. அது பற்றி அவர் கவலைப் பட்டதாகவும் தெரியவில்லை. அவரைத் திட்டினாலும் 'மர்மக் கலைஞன்' என்றுதான் சொல்ல வேண்டியதிருக்கிறது.

மௌனியின் கதைகளில் எனக்கு மிகவும் பிடித்தவை 'குடும்பத்தேர்', 'பிரபஞ்சகானம்', 'அழியாச்சுடர்', 'மாறுதல்', 'சாவில் பிறந்த சிருஷ்டி', 'மனக்கோட்டை'. 'அத்துவானவெளி', 'தவறு', முதலியவைகள்.

'நினைவுச்சுழல்', 'இந்நேரம் இந்நேரம்', 'எங்கிருந்தோ வந்தான்', 'நினைவுச் சுவடு', 'உறவு, பந்தம், பாசம்' இன்னொரு வகையில் முக்கியமான கதைகள்.

'பிரபஞ்சகானம்', இசையை முதன்மைப்படுத்துகிற ஒரு காதல் கதை என்று சொல்லலாம். பெயரளவில்தான் இது காதல். அவனிடம் இருந்த இசை ஞானம் பிரபஞ்சத்தில் மகத்தான ஒரு துளியாகக் கரைவதைத்தான் சொல்கிறது. ஆனால் இசை நம் அகத்திற்குள் கிளர்த்தும் மகத்தான அனுபவத்தை 'நினைவுச்சுழல்' கதையில்தான் பெற முடிகிறது.

'தவறு', வடிவ ரீதியாக வெற்றி பெற்ற கதை. ஒரு நிஜமான சந்திப்பிற்காகக் காத்திருந்தவன், கனவில் தேடி அலைகிறான். இறுதியில் நிஜம் வந்து தட்டுகிறபோது, அதனைக் கனவெனக் கொள்கிறான். சர்ரியலிசத்தன்மை வெகு இயல்பான முறையில் சாகசத்தோடு வெளிப்பட்டிருக்கிறது. 'எங்கிருந்தோ வந்தான்', கதையில் இந்த நிஜம் கொந்தளிப்பான மனநிலையில் தன்னுள்

ளிருந்து சர்ரியலிசத்தன்மையோடு கிளம்பி அர்த்தப்பூர்வமான அனுபவத்தைத் தருகிறது.

புற உலகின் மீது மௌனிக்கு அக்கறை இல்லையே தவிர இரண்டு வரிகள் எழுதினால்கூட மிகத் துல்லியமான காட்சியில் கொண்டு வந்துவிடக் கூடியவர். புற உலகின் அசைவை அக உலகில் சுடரேற்றத்தான் பயன்படுத்துகிறார். புற உலகம் மனிதர்களோடு கொண்டிருக்கும் பிணைப்பிற்கு முக்கியத்துவம் கொடுத்திருந்தால் 'இந்நேரம் இந்நேரம்' கதையில் கூடுதலான சாதனையை நிகழ்த்தி இருக்க முடியும். அந்தக் கதையில் அந்த வெளி அழகாக வெளிப்பட்டிருக்கிறது. அதை அவர் பயன்படுத்தத் தவறி விட்டார் சமூகச் சிக்கலை நான் பொருட்படுத்த மாட்டேன் என்பதாகத்தான் அவரின் கலை வெளிப்பாடு காட்டுகிறது.

தேவதாசிகள் குறித்து எழுதப்பட்ட கதைகளுள் 'நினைவுச்சுவடு', 'உறவு, பந்தம், பாசம்' கதைகள் முக்கியமானவை. ஆடவர்களால் கைவிடப்பட்ட அவர்களின் துயரப் புன்னகையை எதிர்பாராத விதத்தில் காட்டி விடுகிறார்.

'சிகிச்சை' என்றொரு குடும்பக்கதை. பெண்ணின் ஆற்றலை ஒடுக்கும் கதை. ஆண்மையப் பார்வை ஓங்கித் தெரியும் கதையும்கூட. 'குடும்பத்தேர்' குடும்பக் கதைதான். இருள் கவ்வும் குடும்பத்தில் மனைவி ஒளியேற்றும் தருணம் சொல்லப்படாமல் சொல்லப்பட்ட விதம் இந்த அமைப்பை விரும்புபவர்களுக்கு மிகவும் பிடிக்கும். இந்தக் கதையில் நான் குறிப்பிட விரும்புவது அதையல்ல. தாயின் ஆளுமையை இக்கதையில் அணையாத ஜோதியாக்கி இருக்கிறார். கதை முழுக்க இல்லாத அம்மாவின் குரல் அசரீரியாக ஒலித்தபடியே இருக்கிறது. அறிந்தோ அறியாமலோ அவரின் அம்மாவை வெளிப்படுத்திய கதை என்பதால் சாத்தியப்பட்டிருக்கிறது. இக்கதையில் வரும் கிருஷ்ணய்யரின் விட்டேத்தியான குணம் மௌனியின் சாயலைத்தான் வெளிப் படுத்துகிறது. அம்மாவின் மரணத்தை முன்வைத்து எழுதினாரா? வேறொரு மரணம் அம்மாவை வெளிப்படுத்தும்படி தூண்டிற்றா? மௌனியிடம் கேட்டிருக்க வேண்டும். இந்தக் கதையில் மட்டும் தான் மரணத்தின் தோற்றம் கதை முழுக்க வியாபித்திருக்கிறது. இந்தக் கதை என்னுடைய அம்மாவை வெளிப்படுத்துவது போலவே உங்களுடைய அம்மாவையும் கண்முன் காட்டும் என்றே நம்பு கிறேன். இந்த அம்மாவும் அவருடைய பாணியில் நினைவுகளில் உலவும் அம்மா.

இசையின் மகத்துவத்தை வரமாகப் பெற்றவளுக்கு இருதயம் பலகீனமானது. பாடக்கூடாது என்று டாக்டர்களின் ஆலோசனையைக் கடைபிடித்து வருபவள். தன்னை ஏதோ ஒரு கணத்தில் விரும்பிய, விரும்பிக் கொண்டிருக்கிற, ஒருவனின் காத்திருப்பு விநோதமானது. தன்னைப் பார்க்க வேண்டும் என்பதே அவனின் நோக்கம். அவனுக்காக பாடுகிறாள். இறப்பை நாடுகிறாள். அவள் பாடாதபோது இயற்கை குறைவுபட்டதாகத் தோன்றுகிறது. பாடுகிறபோது இயற்கையில் ஒரு அற்புதமான ராகம் சுரந்து பொருளுடையதாக மாறுகிறது. அவள் மரித்துப் போகிறாள். 'பிரபஞ்ச கானம்' இது. இத்தருணங்களை மௌனி காலத்தினால் அழிக்க முடியாது படிமமாக சமைந்து கிடப்பதாகக் காண்கிறார். 'அழியாச் சுடர்', 'மனக்கோட்டை', 'எங்கிருந்தோ வந்தான்', 'மாறுதல்', 'நினைவுச்சுழல்' போன்ற கதைகளிலும் காலத்தால் அழிக்க முடியாது சமைந்திருக்கும் நினைவுகளாகப் பார்க்கிறார். இவ்விடத்தில் புதுமைப்பித்தன் ஞாபகம் வருகிறார். அவர் 'நான் அற்றால் காலமும் அற்றுப் போகும். நான் ஓடினால் காலமும் ஓடும்,' என்று 'கயிற்றரவு' கதையில் அபாரமான ஞானத்தை முன் வைக்கிறார். மௌனியின் கதைகள் வெளிப்படுத்தும் உணர்விற்கு மாற்றான கோணம் இது. மனிதனின் இறப்பிற்கு அப்பால் ஒன்றுமில்லை என்பதைக் காட்டுகிறது புதுமைப்பித்தன் கதை. மௌனி, நினைவுகளின் சித்திரத்தை அவனின் காலத்தில் அழிக்க முடிவதில்லை என்று காட்டுகிறார்.

மரபின் தளைகள் உண்டாக்கும் மனப்பதட்டங்கள் 'அழியாச் சுடர்' கதையில் அழுத்தமாக பதிந்திருக்கின்றன. கோயில், அதன் பிரகாரத்தில் வைத்து விருப்பத்தை சொல்ல முனைவது, அவள் வேண்டாம் என்று பார்வையால் கெஞ்சுவது, சந்நிதானத்தில் இப்படிப்பட்ட கூத்தைக் கேட்ட யாளி எழுந்தாடுவது, அவனை கைபிடிக்க முடியாத காதலின் கொடுமையை அவள் வெளிப் படுத்துவது, கோவிலுக்கும் மனிதர்களுக்கும் உள்ள கருத்தியல் உறவு, சந்நிதானத்தின் மௌனத்தைக் கலைக்கும் அவளின் கொலுசு ஒலி, நடமாடும் பக்தர்களின் நிழல்கள் வேறொரு சாயை களாக நகர்வது காதல் கொண்டவள் நீண்ட நாளாக வந்து வந்து அவனைப் பார்க்காமலே காதலின் உக்கிரம் பெற்றால் என்று தொனி எழும்படியாக ஒரு சந்திப்பு, கவித்துவமான சூழல் எல்லாம் ஒருங்கே கூடி, 'அழியாச்சுட'ராக அசைகிறது.

'ஆகாயத்தில் இல்லாத பொருளைக் கண்மூடி, கைவிரித்து தேடத் துழாவுவதைப் பார்த்தாயா?', 'என் அழகு இளமையிலேயே

முடிவடைந்து விட்டது போலும். ஆனால் என் வாழ்க்கை இளமையில் முடியவில்லையே', காலம் அவள் உருவில் அந்த சந்நிதியில் சமைந்து நின்றுவிட்டது', 'கொத்து விளக்குகள் எரிந்து கொண்டிருக்கும், அதன் பிரகாரத்தில் நடமாடும் பக்தர்களுக்கும், அவர்கள் நிழலுக்கும் வித்தியாசம் காணக்கூடாத நினைப்பைக் கொடுக்கும் அச்சந்நிதானம், எந்த உண்மையை உணர்த்த ஏற்பட்டது? நாம் சாயைகள்தானா? எவற்றின் நடமாடும் நிழல்கள் நாம்?' என்ற வரிகளில் நம் இருப்பை பொதிந்து வைத்து ஆட்டும் அப்பாலான சக்தி என்பதான மரபான கோணம்கூட கதைக்கு அற்புதமாகப் பொருந்தி பெரும் மனக்கிளர்ச்சிக்கும், விடை காண முடியாத அவஸ்தைக்கும் உள்ளாக்குகிறது.

சாதாரண சொற்களைக் கொண்டு அசாதாரணமான, திகைப்பிற்குரிய சந்திப்பை நிகழ்த்துவதுதான் மௌனியின் எழுத்துக்கலையாக இருக்கிறது. காரண காரியங்களால் நிரூபிக்க முடியாத ஒரு உலகு கைக்குச்சிக்காமல் இயங்குவதைக் காட்டுகிறார். 'மாறி மாறித்தானோ, 'நான்', 'என்னுடைய' என்பதெல்லாம் மறுப்பில் மறுதலையாக உண்மையெனத் தோன்றும்', 'இருளில் உடலை விட்டகன்ற நிழல், ஒளி கண்டவுடன் சரியெனத்தானா, பிரிந்த தன்னுடல் எனக்கண்டு மறுபடியும் உடலுடன் ஒட்டிக் கொள்கிறது? சுசீலா பெயரெனத் தன்னைக் களைந்து கொண்டதில், சேகரன் மனைவி சுசீலா எனவா மனதில் உருக்கொண்டாள்?' ('பிரக்ஞை வெளியில்') என்பது போன்ற வரிகள் அனுமானிக்க முடியாத வெவ்வேறான இயக்கத்தால் நாம் இயங்கிக் கொண்டிருப்பதாகக் காட்டுகின்றன.

'அழியாச் சுடர்' போல் பின்னணியும், இயற்கையின் விநோதங்களும் காகத்தின் கரைதலும், கன்று பிறத்தலும் உருமாற்றமாகப் பார்க்கப்படுகிற 'மாறுதல்' கதை சிறப்பானது. மரணத்தின் வழி மனைவி வேறொன்றாக மாறி உலவுவதைச் சொல்லும் அக்கதை பிரபஞ்சத்தைத் தழுவுகிறது. இயற்கை மீது, இயற்கையின் இயக்கத்தின் மீது பந்தத்தை ஏற்படுத்துகிறது. இயற்கையின் வடிவங்களைத் தனது உடன்பிறப்பாக, தாயாக, மனைவியாக, குழந்தையாகப் பார்க்கிற பார்வையை உண்டாக்குகிறது. மரபினை ஒரு செழுமையான தரிசனமாகக் காட்டுகிறது.

மௌனியின் கலைக்கோட்பாடு அல்லது கலை எழுச்சி என்பது சாதாரண நிகழ்வுகளைப் புறந்தள்ளிவிட்டு அசாதாரண தருணங்களையே கதையாக்கியதில் உள்ளது. மாய யதார்த்த உலகில் எப்போதாவது நேரும் விலகலை எடுத்துக்கொண்டு படைப்புச்

சஞ்சாரத்திற்குள் நுழைகிறார். அவை முழுக்க முழுக்க கனத்தின் கற்பனைகளை, இச்சைகளை, பயங்களை, குழப்பங்களை, கொண்டு பின்னப்படுபவை. பெரும்பாலும் மரபு உண்டாக்கி இருக்கும் கருத்தியல்களுக்கு காட்சி ரூபங்களாகவும், அதன் வழி உண்டாகும் பதட்டங்களாகவும் மொழிவழிப்படுத்தப்பட்டிருக்கின்றன. திரும்பவும் புது மாதிரியான தத்துவ சாயல் பார்வையால் எடுத்தியம்பப்படுகின்றன. வாசகனைப் பரவசம் அடையச் செய் கின்றன. யதார்த்தமான கதைகளிலும் மன இயக்கமே தலைதூக்கி நிற்கின்றன.

தாசிகள் பற்றிய கதைகளில் அவர்களின் கொண்டாட்டமோ அற்பத்தனங்களோ கொடூரமான சிக்கல்களோ இல்லை. மௌனி என்ற படைப்பாளி மறைந்த ஒரு கதையும் இல்லை. மௌனி கதைகளில் வரும் காதல் உணர்வு, பரிமாற்றம், வெளிப்படையாக சொல்ல முடியாத தவிப்பு, உன்னதத் தனிமையாகப் பாவித்தல், மனதிலேயே கட்டி அழகு பார்க்கும் காதல் கோட்டை செயல் எல்லாமே சென்ற தலைமுறை காலத்தோடு மறைந்து விட்டது. சென்ற காலத்தில்கூட காதலின் மற்றொரு பக்கமான கசப்பும் வெறுப்பும் இருந்திருக்கும். அதனை மௌனி தொடவில்லை. கைபேசி வந்துவிட்டபின் காதல் ஒரு உன்னதத்தன்மையை இழந்து விட்டது. இந்த தகவல் பரிமாற்றத்தில் அறியப்படாத பேருண்மைகள் இன்று பெண்களிடமிருந்து கிளம்புகின்றன. மனத்தின் அத்தனை வக்கிரங்களும் கொட்டப்படுகின்றன. இக்காலத்தின் முன் மௌனி கதைகள் கொண்டிருக்கும் காதல் உணர்வு என்பது ஒரு கனவு மட்டுமே. அல்லது கற்பனை வடிவம் மட்டுமே.

மௌனி என்ற படைப்பாளிக்கும் சமூக இயக்கத்திற்கும் உள்ள தொடர்பு என்ன என்று பார்த்தால் கிட்டத்தட்ட ஒன்றுமில்லை. இளமைக் காலத்து அகச்சலனங்களுக்குப் பொருள் இருக்கிறதா என்று தேடிப் பார்க்கிறார். அந்தச் சலனங்கள் அவருக்கு வசீகர மானவையாக இருக்கின்றன. அக்கொந்தளிப்பை சொற்களால் வடித்தெடுக்க பிரயத்தனப்படுகிறார். பிரிந்து போனவர்களின் காலங்கடந்த சந்திப்பில் நேரும் வேதனைகளை அழிக்க முடியாத சொற்களில் மீட்டப்பார்க்கிறார். புற உலகோடு ஒரு மோதலை இவர் கதைகள் நிகழ்த்தவில்லை. காமத்தின் ஆழ அகலங்களிலும் பயணப்படவில்லை. காமத்தின் தகிப்பைச் சொன்ன ஒரே கதை ‘மனக்கோலம்’ மட்டும்தான். மௌனி கண்டடைந்தது நிரந்தர மற்றுப் போன உறவுகளுக்கு சொற்களில் நிரந்தரத்தன்மையைக்

கொண்டு வந்தது. இளையவர்களின் ஆசைகளை ஏன் காலம் இப்படிப் பறித்து நிராதரவாக நிறுத்துகின்றது என்ற தத்துவ சாயல்தான் அது. இதனை ஆரம்ப காலத்தில் கதையின் மையப் போக்குடனும் பிற்காலத்தில் இவராக வைத்துக் கொண்ட ஒரு மையத்திற்கு வலிந்து சேர்த்தும் செய்திருக்கிறார். மௌனியைப் படித்து முடித்து விட்டு நினைத்துப் பார்த்தால் மாந்தர்கள் கதையிலிருந்து எழுந்து வருவதில்லை. சிறுசிறு காட்சிகளை தத்துவசாயலுடன் வெளிப்படுத்த முனைந்த சொற்றொடர்கள்தான் நினைவிற்கு வருகின்றன.

'விதியையா மாற்றி எழுதப் போகிறேன், விதியைத்தான் எழுதப்போகிறேன்,' என்ற வரிகள் இரண்டு கதைகளின் ('மாறுதல்', 'எங்கிருந்தோ வந்தான்') முடிவு வரிகளாக வருகின்றன. கிட்டத்தட்ட எல்லா கதைகளின் அடிநாதமாக இம்மனநிலை ஓடுகிறது. மிக எளிய சமூகவியல் காரணங்களின் அடிப்படையில் இக்கதைகளை அவர் எழுத முற்படவில்லை. எனக்கு இவ்விடத்தில் டால்ஸ்டாயின் 'அன்னா கரீனினா' நாவலில் வரும் 'அன்னா' என்ற பாத்திரமும் 'புத்துயிர்ப்பு' நாவலில் வரும் 'மாஸ்வாலா' என்ற பாத்திரமும் ஞாபகம் வருகின்றன. டால்ஸ்டாய் என்ற ஆணினால் உருவாக்கப் பட்டவைதான். ஆனால் இரு பெண்களுக்குள் இயங்கும் மன இயக்கம் மிக அசலாக இருக்கிறது. சுதந்திர உணர்விற்கு நேர்கிற கொடூர நெருக்கடிகளைத்தான் எழுதுகிறார். ஆண்களால் ஒரு போதும் ஒப்பற்ற காதல் உணர்வைத் தர முடியாது. அவர்கள் தர முனைவதெல்லாம் காமம் ஒன்றை என்பதை அன்னா உணர்கிறாள். அவளின் விருப்பங்களுக்கு ஏற்ப இல்லை ஆண்களின் உலகம். ஆண்களின் அதிகாரங்களுக்குச் சேவை செய்யக்கூடியவளாகவே பெண் இயங்க வேண்டியதைக் கண்டுணர்ந்து மரணத்தைத் தேர்கிறாள்.

'புத்துயிர்ப்பு' நாவலில் வரும் மாஸ்வாலா பிரபு குடும்பத்தில் பணியாளராக வந்தவள். பிரபுவின் காதலுக்கு ஆட்பட்டு கைவிடப்பட்டவள். விபச்சாரியாக மாறுகிறாள். பிரபு மீண்டும் அவளை நெருங்குகிறான். தன்னால் கெடுக்கப்பட்டவள் என்ற ரகசியத்தைத் தெரிவிக்காமலே மாஸ்வாலா ஆண்களை- அவர்களின் வாக்குறுதிகளைப் பொருட்படுத்தாத, எள்ளி நகையாடுபவளாகவே, இறுதி வரை காட்டப்படுகிறாள். வாழ்க்கையில் பட்ட அடி, எதையும் அவள் நம்பத் தயாராக இல்லை.

மனத்தடங்கலை ஒதுக்கி வைத்துவிட்டுப் பெண்களை அணுகிய படைப்பாக்க அணுகுமுறை மௌனி காலத்திற்கு முன்பே வந்து விட்டது எனபதை சொல்லத்தான், மிக அருகில் புதுமைப்பித்தனே

மௌனி கண்முன் செய்திருக்கிறார். மௌனி எழுதவந்த காலத்திற்கு முன்பே எழுதியிருக்கிறார். (‘பொன்னகரம்’, ‘வழி’, ‘இரண்டு உலகங்கள்’, ‘குப்பனின் கதை’, ‘கலியாணி’, என்று 20 கதைகளை 1936க்குள் அடையாளம் காட்டலாம்). கு.ப.ரா. (‘விடியுமா?’, ‘ஆற்றாமை’, ‘நூருன்னிஸா’, ‘கனகாம்பரம்’, ‘சிறிது வெளிச்சம்’...) என்று பெண்ணின் மன உணர்வுகளை எழுதியிருக்கிறார். மௌனி, பெண்களின், ஆண்களின் பாத்திரங்களைப் பின்தொடர்ந்து வெளிப்படுத்தவில்லை. அவர் புற உலகில் நின்றபடி நிகழ்ந்த நிகழ்விற்கு, நிகழாத நிகழ்விற்கு பகற்கனவாகத் தோன்றும் எண்ணங்களை வடித்தெடுக்கிறார். இந்த சந்திப்பு இவ்விதம் சேர்ந்தால் என்ற புள்ளியிலிருந்து தொடங்குகிறார். அது தேடலாக இல்லாமல் விதிக் கோட்பாட்டை அடிப்படையாகக் கொண்டு நகர்வதாக இருக்கிறது. மனங்களின் விசித்திர எண்ணங்கள் எங்கும் வெளிப்படுவதில்லை. மாறாக, புற உலகினை விசித்திர அனுபவங்களாக மாற்றிக் காட்ட முனைகிறார். அதற்கு அவர் உண்டாக்கும் மொழி கவித்துவ செறிவு மிக்கதாக இருக்கிறது. இது ஒரு வகையான உழைப்பு. இதை இலக்கிய அனுபவமாக மாற்றித் தந்திருக்கிறார்.

மௌனியின் படைப்பெழுச்சி என்பது கவிமனத்தால் ஆனது. அவரது படைப்பியக்கம் கற்பனை வீச்சுக்களால் நிரம்பி இருப்பது. தமிழின் முதல் நவீன கவி என்றுகூட மௌனியைச் சொல்லலாம். புனைவு என்ற மெல்லிய இழைகளில் கவித்தோற்றங்களையும் எண்ணங்களையும் தொடுப்பதில் மிகுந்த ஆர்வத்தை வெளிப்படுத்தி இருக்கிறார். இந்த அளவு புனைவின் சாத்தியப்பாடுகள் மீது அவர் ஆர்வம் கொள்ளவில்லை. தமிழ்ச்சமூகம் எத்தனையோ சிக்கல்களால் பிணைக்கப்பட்டு இருக்கிறது. அரசியல், சாதி, மதம், பொருளியல், வர்க்கம் என பல்வேறு கயிறுகள் மானுடத்தை வீழ்த்தியபடி இருக்கின்றன. புனைகதையாளன் இவற்றின் மீது விசாரணையைத் தொடுக்கிறான். இந்தச் சிக்கல்களுக்கான காரணங்களைப் புனைவின் வழித் தேடிச் செல்கிறான். வாழ்க்கை சிக்கலுக்குள்ளாகும்போது எண்ணங்களும் சிக்கலுக்குள்ளாகின்றன. எண்ணங்கள் சிக்கலுக்கு உள்ளாகும்போது உளவியல் நெருக்கடிகள் ஏற்படுகின்றன. புனைகதையாளன் இவற்றைச் சவாலாக ஏற்றுக் கொண்டு புனைவின் சாத்தியப்பாடுகளுக்குள் நுழைகிறான். இதை ஒரு திட்டமான எண்ணம் கொண்டு அல்ல. நேரடியாகவும் அல்ல. ஆழ்மனங்களில் பாய்ந்திருக்கும் இதன் பாதிப்புகள் காரியமாற்றுகின்றன. சமூகத்தின் முன் வல்லமை மிக்க படைப்புகளாக அவை எழுந்து நிற்கின்றன. வாழ்க்கை பல்வேறு கோலங்களால் தத்தளித்துக் கொண்டு இருப்பது.

அவ்வளவையும் விரிந்த மனதுடன் அணுக முயல்பவனுக்கு புனைவின் சாத்தியப் பாடுகள் நிகழ்கின்றன. மௌனியிடம் இந்தப் பார்வை இல்லை. மௌனிக்கு நேர்ந்த வாழ்க்கை ஒரு உலகைத் தந்திருக்கிறது. பெரிய நெருக்கடியற்ற உலகம் என்றும் சொல்லலாம். அவரும் கண்முன் சில வீழ்ச்சிகளைக் காண்கிறார். அந்த வீழ்ச்சிகள் அவரை பாதிக்கின்றன. தத்துவத்தின் மீது இருந்த ஈடுபாடு இந்த வாழ்க்கையை வேறொன்றாகப் பார்க்க வைக்கிறது. அவரிடம் இருந்த தனித்துவமான படைப்பு மனம் கவித்துவமான புனைகதைகளைத் தந்திருக்கின்றது. இதில் வெற்றியும் உண்டு. தோல்வியும் உண்டு. அவருக்கே உரித்தான தனித்த பாதையில் தமிழ்ச் சிறுகதையின் உலகை இன்னும் விஸ்தரித்திருக்க முடிந்திருக்கும். அவர் பாரதி போல் தன் அக வாழ்வை உடைத்தெறிந்து புற வாழ்க்கைக்குள் நுழைந்திருந்தால் நிகழ்ந்திருக்கும். இதில் மௌனிக்குக் துளிகூட ஆர்வமில்லை. எனவே விளைச்சலும் மிகக் குறைவு. மௌனியின் படைப்புலகம் மலையடுக்கின்விரிந்த பரப்பைக் காட்டவில்லை என்றாலும் சமவெளியில் குன்றுகள் போல நிற்கின்றன சில.

சி.சு.செல்லப்பா :

காலத்தின் ஆவணங்களைக் கதைகளில் பிடித்து வைத்தவர்

நவீன தமிழ் இலக்கியத்திற்கு சி.சு.செல்லப்பாவின் மிகப்பெரிய கொடையாக 'எழுத்து' பத்திரிக்கை அமைந்தது. செல்லப்பாவின் ஆகச்சிறந்த படைப்பு 'வாடிவாசல்'. இவ்விதம் நம் இலக்கியச் சூழலில் சிறிதளவு அங்கீகரித்துள்ளோம். அவருடைய சிறுகதைகள் குறித்து பெரிய அளவில் பேசப்படவில்லை. சிறுகதைக்குரிய வடிவநேர்த்தி யுடன் எழுதியவர் என்று மட்டும் அங்கீகரித்துள்ளனர். 'வாடிவாசல்' குறுநாவல் அருகில் வைத்து எண்ணத்தக்க பத்து சிறுகதைகள் எழுதியிருக்கிறார் என்பது என் எண்ணம். அவர் எழுதியுள்ள நூறு கதைகளில் பத்து என்பது மிகவும் குறைவுதான். இருப்பினும் அவரின் ஆரம்பகாலச் சிறுகதைகள் நுட்பமான தகவல்களுடனும் விவரிப்புகளுடனும் எழுதப்பட்டன. இந்தச் செறிவு அவர்காலத்திய எழுத்தாளர்களிடம் கூடிவராத ஒன்று. செல்லப்பாவின் காலத்தவரான - சற்று மூத்தவர் ரஸிகன் கதைகளில் தகவல் செறிவு இருக்கிறது, என்றாலும் அவர் சற்றுப் பிந்தி எழுதியவர். சி.சு.செல்லப்பா சிறுகதை என்றதும் 'சரஸாவின் பொம்மை' கதையைக் கூறி விடுகிறோம். அதைவிட நல்ல சிறுகதைகளை எழுதியுள்ளார். 'மூடி இருந்தது', 'வெள்ளை', 'கூடுசாலை', 'மூணு லாந்தல்', 'கள்ளர் மடம்', 'வாழ்க்கை', 'பெண்டிழந்தான்' என்பவை தமிழ்ச் சிறுகதை வரலாற்றில் தனித்து நிற்பவை. 'புதியவள்', 'கொண்டு வந்த சீர்', 'யானைவிளக்கு', 'என்ன சம்பந்தம்', 'பழக்க வாசனை', 'நொண்டிக் குழந்தை' போன்றவை கலைத்தன்மையுடன் கூடிவந்த நல்ல கதைகள்.

வெற்றிகரமான இவரின் கதைகளில் ஒரு பொது அம்சம் அடியிழையாய்ப் படிந்திருக்கின்றது. நேற்றைய காலம் என்ற ஒன்று இன்றைய காலத்திலிருந்து பிரிந்து ஒதுங்கி நிற்கும் கோலத்தை விலகி நின்று காட்டுகிறார். இவரின் சிறுகதைகள் வழி அவை தமிழ்ச் சமூகத்தின் ஆவணங்களாகப் புத்துயிர்ப்புப் பெறுகின்றன. மானுட

வரலாற்றின் மிகச் சிறந்த ஆவணங்கள் இக்கதைகளில் ஊடுபாவாய் கிடக்கின்றன. வரலாற்று நூலை விட இக்கதைகளில் உள்ள வாழ்க்கை முறை தான் சிறந்த சமூக வரலாறாகத் தெரிகின்றது. இனியொரு நூறு ஆண்டுகள் கழிந்த பின் இக் கதைகளில் இருக்கும் இவ்விதமான அம்சம் அதிகம் முக்கியத்துவம் பெறும். இதற்கு வலுச்சேர்க்கும் விதமாக பல கதைகள் எழுதியிருந்தாலும் 'பந்தம்', 'கவுரவிப்பு', 'வாழ்க்கையில் காதல்', 'குற்ற பரம்பரை' முதலிய கதைகளை விசயத்திற்காக இணைத்துப் பார்க்கலாம்.

சுதந்திரப் போராட்டத்தில் பங்கெடுத்துக் கொண்ட மனிதனின் சிறை வாழ்க்கை (மூடி இருந்தது) ராஜபாளையத்து நாயின் குணம் (வெள்ளை) பேருந்துகளின் வருகையால் நசிந்து போன குதிரை வண்டிக்காரர்கள் (மூணு லாந்தல்) திருட்டுத் தொழிலை பெரும் சாகசத்துடன் செய்துவந்த கள்ளர் இனம் (கள்ளர் மடம்) கள்ளர் களின் வீரத்தை ஒடுக்க ஆங்கிலேயன் கொண்டுவந்த கொடூரச் சட்டம் (குற்றப்பரம்பரை) மாட்டுவண்டிப் பந்தயத்தில் வெளிப் படும் மனித ஆக்ரோசம் (கூடுசாலை) கிராமத்தில் முதன்முதலாக இளையோர் பள்ளியை உருவாக்கிய ஆசிரியர் (கவுரவிப்பு) வெள்ளைக்காரச் சிப்பாய்களால் உண்டான ஆங்கிலோ இந்திய இனம் (வாழ்க்கையில் காதல்) கிராமம் தோறும் இரும்புப் பொருட் களை விற்க வரும் நாடோடிக் காபூலிகள் (பந்தயம்) பெரும் பண்ணையார்களை கௌரவப்படுத்திய நடைமாடுகள் - மாட்டுத் தாவணிகள் (பெண்டிழந்தான்) என்று நேற்றைய காலத்தின் தடங்களை இக்கதைகளில் அழுத்தமாகப் பதிவு செய்திருக்கிறார். அதனால் மட்டும் இக்கதைகள் முக்கியத்துவம் அடையவில்லை. அக்கதைகளின் வழி செல்லப்பா உண்டாக்கும் சாராம்சம் முக்கியத்துவம் வாய்ந்ததாக இருக்கிறது.

இரண்டு பண்ணையார்களின் மாட்டுவண்டிப் பந்தயத்தைச் சொல்கிறது 'கூடுசாலை'. மனிதர்களுள் புதைந்திருக்கும் 'முதன்மைத் தன்மை' என்பது எவ்வளவு மூர்க்கத்தனம் வாய்ந்தது என்பதைக் காட்டுகிறது. ஒருவரை ஒருவர் முந்த வேண்டும் என்பது மனிதர்களின் அடிப்படை அவாவாக இருக்கிறது. இந்த இச்சை ஓடிக் களைத்தபின் நிதானத்திற்கு வருகிறது. போட்டி, இளம் வயதில் மனிதனுக்குள் தீவிரத்தன்மையோடு இயங்குகிறது. பின் அது வாழ்க்கையின் நினைவாய்ப் பின் தொடர்கிறது. இப்படியான சாரத்தை இக்கதை காட்டுகிறது. நிகழ்வைச் சொல்லி ஒதுங்கியதால் நிறைய வாசிப்பு சுதந்திரத்திற்கு இக்கதை இடமளிக்கிறது.

‘பெண்டிழந்தான்’ கதையமைப்பு ‘கூடுசாலை’ கதைக்கு நேர்எதிர்நிலையில் உள்ள சிறப்பை ஏந்துகிறது. ‘கூடுசாலை’யில் தங்கள் பழி உணர்ச்சியைத் தீர்த்துக்கொள்ள மாடுகளை கருவி யாக்கிக் கொள்கின்றனர். ‘பெண்டிழந்தான்’ இயல்பாக நகர்ந்து உயர்வடைவதைப் பார்க்கலாம். வெவ்வேறு இடத்தில் பிறந்த நடைமாடுகளை ஒன்று சேர்க்க வருகின்றனர் அத்திக்கோம்பை மாட்டுத்திருவிழாவிற்கு. வெவ்வேறு சாதிகளைச் சேர்ந்த பண்ணையார்கள் அவர்கள். ஒருவர் நாயக்கவம்ச ஜமீன்தார். மற்றொருவர் பிராமணப் பண்ணையார். இதற்கு அது அதற்கு இது என்று நடைமாடுகள் ஜோடி சேர்கின்றன. வண்டியோட்டிகள் ஓட்டிப்பார்க்கின்றனர். ஜோடி சேர்ந்தமாடுகளின் அலங்கார ஆட்டத்தைக் கண்டு ரசிக்கின்றனர். ஜோடியை யார் வைத்துக் கொள்வது என்று வரும்போது இருவரும் விரும்புகின்றனர். அவற்றைப் பிரிக்க மனமில்லாமல் ஒருவருக்கொருவர் விட்டுத் தருகின்றனர். தனது மகளையே தருவதாக ஜமீன்தார் சொல்கிறார். நெருக்கமான நண்பர்களாகின்றனர். சாதியெல்லாம் அங்கு தூசியாகப் பறந்துவிடுகிறது. மாடுகளைக் காதலிப்பவர்களால் மட்டுமே இந்த உன்னதநிலையை உணரமுடியும். பொருத்தமான காதலர்களை இவ்விதம் இணைந்திருக்க நாம் வாழ்த்துவதில்லை. சாதியைக் காரணம் காட்டி மோதிக்கொள்கிறோம். அதே மனித சமூகம்தான் மாடுகளைக் கொண்டுகொடுத்து ஆனந்திக்கிறது. கதை இந்த அழுத்தத்தைச் சொல்ல மட்டும் எழுதப்பட்டதல்ல. நடைமாடுகளின் பல்வேறு நுட்பங்களை, மாட்டுச்சந்தைகளை, சுழிசுத்தங்களை, மாட்டுப் பிரியர்களின் கண்ணோட்டங்களைச் சொல்ல வந்த கதைக்குள் மனிதர்களின் மகத்துவம் மலர்வதைக் காண்கிறோம். வீரபாண்டித் திருவிழாவை ஒட்டி மாட்டுத்தாவணி எட்டு நாட்கள் நடக்கும். இன்று வீரபாண்டித் திருவிழா இருக்கிறது. மாட்டுத் திருவிழா இல்லை. தாவணி அழிந்துவிட்டது. செல்லப்பாவின் கதைதான்சாட்சியாகஇருக்கிறது.நடைமாடுகளைப்பெற்றுக்கொண்ட ஐயர், நீங்கள் இரண்டுமாதம் மனதார ஓட்டிப்பார்த்துவிட்டு அனுப்புங்கள் என்று பிரிகிறார். நேற்றைய மனிதர்களிடம் இருந்த பிரியம் இதுதான். இன்று அவ்விதமான உறவு கழன்று போய்விட்டது.

‘வெள்ளை’ கதையில் வரும் இராஜபாளையத்து நாய் இனம் நாளை இல்லாது அழிந்து போகலாம். (இங்கு முக்கியத்துவப்படுத்தி வரும் எல்லாக் கதைகளிலும் வாழ்முறை ஒன்று இல்லாது பின் தங்கிப்போவதால் தான் ஏற்கெனவே ஆவணம் என்று சொன்னேன்) சாவின் சந்நிதியிலும் ராஜபாளையத்து நாய் வெளிப்படுத்தும் தனது

பிறவிக்குணமான நன்றி உணர்ச்சியையும் பிறப்பெடுத்ததற்கான கடமையையும் எந்த மனிதனாலும் வெளிப்படுத்திவிடவே முடியாது. உதாசீனம், இம்சைகளுக்கு அப்புறமும் அந்த நாய் தனது நன்றியைக் காட்ட வாசலை நோக்குகிறது. இந்த அர்ப்பணிப்புக் குணம் எங்குமே காணமுடியாத ஒன்று. மனிதனுக்கு இவ்விதமாக அக்கதை சவால்விடுகிறது. காளைச் சண்டை பற்றி எழுதிய ஹெமிங்வே, நாய்களைப் பற்றி எழுதிய ஜாக் லண்டன் போன்றவர்களை விட செல்லப்பாதான் காளைகளைப் பற்றியும் நாய்களைப் பற்றியும் நுணுக்கமான தகவல்களோடு சொல்கிறார். செல்லப்பாவிடம் வாழ்ந்துபட்ட அனுபவங்கள் உருவாகியுள்ளன. ஜாக் லண்டனுக்கும் ஹெமிங்வேக்கும் காளைகளும் நாய்களும் கதையை நகர்த்திச் செல்லும் கருவிகளே. செல்லப்பா விலங்குகளின் காதலன்.

செல்லப்பாவின் கதைகளுக்குள் இரண்டு அம்சங்கள் இயல்பாகக் கூடிவந்திருக்கின்றன. ஒன்று அக் கதாபாத்திரங்களின் வழி ஊறிவரும் உளவியல் தன்மை; இரண்டாவதாக கதை படைப்பாளியின் கைகளிலிருந்து விடுபட்டு விலகி நிற்பதோடு குறிப்பால் சில விசயங்களை உணர்த்தும் சாயைகளை உள்வாங்கி இருப்பது. செல்லப்பா மனிதனைப் புறஉலக ஜீவராசிகளோடு கரைத்து எழுதுகிற போதுதான் படைப்புமனம் சிறப்பாகத் தொழிற்பட்டிருக்கிறது. இதற்குக் காரணம் விவசாயப் பின்னணி சார்ந்த உலகில் செல்லப்பா பிறந்ததுதான். விலங்குகளை மனித வாழ்முறையில் வைத்து அவர் உண்டாக்கிக்காட்டும் சித்திரங்கள் அர்த்தம் மிக்கவையாக மலர்கின்றன. ‘வெள்ளை’ கதையில், மனிதனால் ஒரு போதும் வேறொரு மனிதனிடம் முற்றுமுழுதான விசுவாசத்துடன் இருக்க முடிவதில்லை. காதலியிடமும் சரி. மனைவியிடமும் சரி. ராஜபாளையத்து நாயால் அப்படி இருக்க முடியும் என்ற குறிப்புணர்த்தலே அக்கதை. ‘வெள்ளை’ கதைக்கு நேர் எதிர் மாறான ஒரு புரிதலையும் ஒரு விலங்கைக்கொண்டே ‘பழக்க வாசனை’ என்ற கதையில் குறிப்புணர்த்துகிறார்.

ஒரு சர்க்கஸ் கூடாரம் ஒரு ஊரிலிருந்து இன்னொரு ஊருக்கு நகர்கிறது. மூன்று நான்கு வண்டிகளில் பொருள்களை ஏற்றிக் கொண்டு செல்கின்றனர். அதில் ஒரு கிழட்டுச் சிங்கம் கூண்டோடு செல்கிறது. காட்டுப்பாதையில் செல்லும் போது சிங்கத்திற்கு பழைய ஞாபகம் வருகிறது. தனது இளமையில் இக்காட்டுக்குள் வீரம்மிக்க விலங்காக வலம் வந்தது நினைவில் எழுகிறது. பழைய வாசனையை காடு உணர்த்த உணர்த்த அந்தக் கூண்டை உடைத்துக் கொண்டு காட்டுக்குள்

ஓடுகிறது. சின்ன சலசலப்புக்கும் அஞ்சி ஒடுங்குகிறது. ஒவ்வொரு சலசலப்பும் ரிங்மாஸ்டரிடம் பெற்ற சாட்டை அடிபோல பயத்தைத் தருகிறது. தனது இளமைக்காலத்தில் ஆற்றல்மிக்க யானையை வீழ்த்திய சிங்கம்! இப்போது மரக் கிளையை ஒடித்து வீசிக்கொண்டு வேகமாக வரும் யானையைப் பார்த்து ஓடிப்போய் புதருக்குள் பதுங்குகிறது. பசிவாட்டுகிறது. ஒருமுயலைப் பார்க்கிறது. அதனை வேட்டையாடப் பாய்கிறது. முயல் லெகுவாகத் தப்பித்துவிடுகிறது. சிங்கத்தால் ஓடமுடியவில்லை. தோல்வியடைகிறது. உணவிற்காக பலவிதங்களில் முயற்சித்துப் பார்க்கிறது. ஒவ்வொருமுறையும் தனது பலம் ஒடுங்கிப்போய்விட்டதை உணர்ந்த சிங்கத்திற்குப் பேசாமல் சர்க்கஸ்கூண்டில் இருந்தால் இரண்டு அடியைப் பெற்றுக்கொண்டு கால்வயிற்றுக் கஞ்சியாவது கிடைக்கும் என்ற எண்ணம் தோன்றுகிறது. தனது சர்க்கஸ்கூடாரம் செல்லும் வழியை நோக்கி நடக்க ஆரம்பிக்கிறது.

ஒரு மனிதனின் இளமைக்கால வீரம், சுதந்திரஉணர்ச்சி, செயல் திட்டம், கனவு எல்லாம் ஒரு அலுவலகத்தில் மாட்டிக்கொண்டபின் காணாமல் போய்விடுவதை அக்கதை உணர்த்துகிறது. குடும்ப உறவுகளில் கூட ஒன்று ஆண் ரிங்மாஸ்டராக இருக்கிறான் அல்லது பெண் ரிங்மாஸ்டராக இருக்கிறாள். இரண்டு பழக்கவாசனை நம்மிடம் உண்டு. ஒன்று இளமைக்காலக் கனவு; இரண்டாவது பணியிடத்தில் மாட்டிக் கொண்ட பழக்கவாசனை. நாளாக ஆக இளைஞனின் கனவு கலைந்து வயிற்றுக் கஞ்சிக்காக வாழும் ஒரு ஜீவனாக சுருங்கிப்போகிறான். பின் அந்தக் கூண்டிலிருந்து அவனால் மீள முடியாமல் போகிறது. மீண்டு வந்தாலும் காலம் கடந்து போன செயலால் நிலைமை மாறி நிற்கிறது. காலம் வேறொரு கதியில் ஓடிக்கொண்டிருக்கிறது. ஒன்றும் செய்ய முடியாமல் திகைத்து நிற்கிறான். மீதமிருக்கும் காலத்தில் குறுகிய அந்த வட்டத்திலே கிடந்து மறைவோம் என்ற நிலைக்கே திரும்புகிறான். இது மாபெரும் சோகம்தான். அவனிடம் சவால் இல்லை. வயதில்லை என்றாலே கனவும் இல்லை என்பதாக மாறிவிடுகிறது. இவ்விதமான பொருள்புலப்பாடு இக்கதையில் உண்டாகிறது. அதிகாரச் சாட்டைக்கு பயந்து பயந்து செய்த வேலையில் ஆக்ரோசம் குறைகிறது. பின் அதுவே வாழ்வின் ஓட்டமாக மாறிவிடுகிறது. அது தவிர வேறொன்றும் செய்யத் தெரியாதவனாக ஒடுங்கிப் போகிறான். பெயர் சொல்லாமல் குறிப்பிடுகிறேன். அறுபது, எழுபது என்ற பத்தாண்டுகளில் தீவிரமாக இயங்கி, இலக்கியப் பங்களிப்பு செய்த நம் மதிப்பிற்குரிய படைப்பாளிகளின் கதியை

நினைத்துப் பார்க்கலாம். எல்லாத் துறைகளிலும் உதாரணங்களைக் காட்டமுடியும்.

மூன்று மாதகாலம் சிறையில் கழித்த சுதந்திரப் போராட்ட வீரனின் விடுதலைக்கான முந்தின நாள் அனுபவத்தை அடிப்படையாகக் கொண்டு சொல்கிறது 'மூடி இருந்தது' கதை. கவித்துவம் மிக்க நடையால் உண்டான கதை இது. மிகச்சின்ன அறையில் ஒடுக்கப் பட்ட உணர்வை கதை முழுக்கச் சொல்கிறது. மனிதன் விடுதலையாகி சுதந்திரக்காற்றைசுவாசிக்கவருகிறான்.அப்பாலுக்குஅப்பால்வானமும் ஒரு திரையாக விழுந்து கிடக்கிறது. சிறைபோல இந்த வெளியும் மூடி இருப்பதாக உணர்கிறான். இச் சிறுகதை அப்படியே ஒரு மனிதனின் சமூக இயக்கத்திற்குள் நம்மைக் கொண்டுபோய் நிறுத்துகிறது. சாதிமுறையையோ, மதச்சிறையையோ, குடும்பச் சிறையையோ சொல்லவில்லைதான். ஆனாலும் மனிதன் ஒவ்வொருவனும் ஏதோ ஒரு அடிமைத்தனச் சிக்கலுக்குள் மாட்டிக்கொண்டிருப்பதாக வெளிச்சத்தை உண்டாக்குகிறது. இந்த சமூகவெளிக்குள் சுதந்திர மனிதனாக உலவமுடியாத சிடுக்குகளை மௌனமாக உணர்த்துகிறது. இப்படி சொல்லாமல் விடப்படும் கலையில் செல்லப்பாகைதேர்ந்தவர்.

'நீர்க்குமிழி' நீதிக்கதையின் சாயலைக் கொண்டது. நிலைத்து வாழும் தன்மையையும் சில கணங்களில் ஜிலுஜிலுப்புக் காட்டி மறையும் தன்மையையும் முத்து - நீர்க்குமிழி என்ற இரண்டு புறப்பொருள் கொண்டு சித்தரிக்கிறார். மனிதன் எதுவாக இருக்க விரும்புகிறான் என்பதாகவோ, குறுகிய காலப் புகழுக்கு ஆசைப் படக் கூடாது என்பதாகவோ இக்கதைக்குள் ஒரு தொனி கேட்கிறது. நீர்க்குமிழியின் ஜிலுஜிலுப்பு குறைந்த காலத்திலேயே முடிந்துவிடும். மனிதர்கள் மாண்டாலும் அவர்கள் கழுத்தில் இருந்த முத்து அழிவதில்லை. எனவே நிலைத்திருப்பதற்கான குணத்தைப் பெறுவதே முக்கியமானது என்றவிதமெல்லாம் இக்கதையை யாரும் விரித்துக்கொள்ள முடியும்.

'நீர்க்குமிழி' கதைக்கு முன்னோ பின்னோ வைத்து 'வாழ்க்கை' கதையைப் படிக்கும்போது இந்த அபத்தமான வாழ்க்கைக்குள் மனிதர்களின் விருப்பங்கள் நமக்குச் சிரிப்பை வரவழைக்கின்றன. என்ன துக்ககரமான சம்பவம் நிகழ்ந்தாலும் அவரவர் விருப்பங்களை நோக்கி மனிதன் ஓடிக்கொண்டிருக்கிற செயல்தடைப்படுவதில்லை. என்ன ஓட்டம் ஓடினாலும் வந்து சேர்கிற இடம் இந்த மயானம்தான் என்பதைத் தெரிந்திருக்கிறோம். உணர்ந்திருக்கிறோமா? எரியும் பிணத்தைப்போல நாமும் நாளை தீக்கு இரையாவோம். அதே

மயானத்தை ஒட்டிய தோப்பில் மயான நிகழ்ச்சியை எட்டிப் பார்த்தபடியே மனிதர்கள் அடுத்து சொத்து சேர்ப்பதில் மகிழ்வோடு மூழ்கிச் செயல்படுகின்றனர். இந்த முரணை ஒருவித அபத்த நிலையில் காட்டுகிறது 'வாழ்க்கை'.

செல்லப்பாவை ஆகப்பெரிய கலைஞன் என நிலைநிறுத்தும் நோக்கம் எனக்கில்லை. அவர் பெருங்கலைஞன் கிடையாது. பல படைப்புகள் கட்டுப்பெட்டித்தனமானவை. குறைபாடு உடையவை. உதாரணத்திற்கு ஒன்றிரண்டை தொட்டுக்காட்டலாம். 'குற்ற பரம்பரை' கதையை இன்னும் சிறப்பாக எழுதியிருக்க முடியும். சமூக வரலாற்றில் வெள்ளைக்காரன் கொண்டுவந்த கரியகறை கொண்ட சட்டம் குற்றப்பரம்பரைச் சட்டம். கள்ளர் இனத்தின் வீரத்தை ஒடுக்க வெள்ளைக்காரன் விரித்த சதி அது. இது சி.சு.செல்லப்பா விருப்பத்துடன் எடுத்துக்கொள்ளும் உலகம்தான். கள்ளர், பிராமணர் உலகினைச் சிறப்பாகக் கையாண்டவர். இக் கதையை அவசர கதியில் எழுதியிருக்கிறார். கள்ளரின் மூர்க்கமான தொழில் பின்னணியிலிருந்து உருவாகி இருக்கவேண்டும். தந்தை - மகன் பாசப்பிணைப்பின் நெகிழ்ச்சியில் வெள்ளைக்காரன் மிதிக்கும் சமூகக்கொடூரம் மங்கிப்போய்விட்டது.

இவரின் கதைகளில் விஸ்தரிப்பும், மாந்தர்களின் உள்ளமும் வாசகனுக்கு நெருக்கத்தை ஏற்படுத்துகின்றன. ஒரு குறிப்பிட்ட எல்லைவரை கதைவாசிப்பிற்கான சரக்கைக் கொண்டிருக்கின்றன. முடிவை நெருங்கும்போது நம்மை உக்கிரம் பெற வைக்காமல் சமரசத்திற்கு இழுத்துக்கொண்டு வந்துவிடுகின்றன. 'கைதியின் கர்வம்' 'ஒரு பழம்' முதலிய கதைகளைப் படிக்கும்போது இந்த ஏமாற்றம் நிகழ்வதை உணரமுடியும். முக்கியமாக கதைகளுக்கான முரண்களை மோதவிட்டு மனிதனின் அகத்தையும் கால மாற்றத்தையும் சிறப்பாக விலக்கிக் காட்டியபடி செல்கிறார். முரண்கள் வெடிப்புறாமல் இறுதியில் சுபிட்சத்தின் எல்லைக்குள் இழுத்து முடிச்சைப் போட்டுவிடுகிறார். கதைக்காக எடுத்துக் கொண்ட பிரச்சனைகள் பிறர் எழுதாதவை. அதில் மனதை முழுதாக ஆட்படுத்திப் படைத்திருக்கும் பகுதிகள் கவரவே செய்கின்றன. முடிவை நல்லவிதமாக முடிப்பது என்பது உண்மையை முடக்குவதாகும். வாசகனுக்கு நல்லதை ஊட்ட வேண்டும் என்பதால் சிறுகதைக்குள் பேசப்பட்ட சிறப்பான பகுதிகளுக்கு முக்கியத்துவம் இல்லாமல் போகிறது. உதாரணம் 'அறுபது' 'சத்யாக்கிரகி' போன்ற கதைகள். 'வாழ்க்கையில் காதல்' 'தர்ம போதனை' வித்தியாசமான களனைக் கொண்டவை. உக்கிரத்துடன்

பாதிப்பை நிகழ்த்துவதில்லை. ஆனாலும் அக் கதைகளின் வழி பேசப்படும் பிரச்சனைகள் முக்கியமானவை. சிறுகதை வடிவத்திற்கு உட்பட்டே இருக்கின்றன. வெள்ளைக்காரன் காமத்திற்காக மட்டுமே தமிழச்சிகளை அணைத்துக் கொண்டு திரிகிறான். வெள்ளைக்காரன் வெளியேறிப்போனபின் இவர்களின் நிலை பரிதாபத்திற்குரியதாக மாறிவிடப்போகும் வருத்தத்தை (வாழ்க்கையில் காதல்) கதை முடிந்தபின் நமக்குள் வெளிப்படுத்துவதாகத் தோன்றுகிறது.

'தர்ம போதனை' அசோகரின் மனமாற்றத்தைச் சொல்லும்கதை. கலிங்கப்போரின் பின்னணியில் போர்வெறி-போர் எதிர்ப்பாக மாறுவதைச் சொல்கிறது. உலகில் போர் இருக்கும் வரைக்கும் அதற்கு அதன் பாதிப்புகளுக்கு ஒரு கலை தன்னளவில் எதிர்ப்பைக் காட்டுகிறதை இக்கதை வழி உணரலாம். சி.சு.செல்லப்பா ஏற்றுக் கொண்ட காந்தியக் கொள்கை இக்கதையில் வேறொரு கோணத்தில் தொழிற்பட்டிருக்கிறது. நேரடியாக காந்தியக் கொள்கையை வற்புறுத்தும் கதைகளை (பிரார்த்தனை...) எழுதியிருக்கிறார். அவை கலைத்தன்மையோடு உருவாகவில்லை. கொள்கை விளக்கக் கதைகளாக இருக்கின்றன. சென்ற தலை முறையின் அர்ப்பணிப்புத் தன்மையைச் சொல்லும் 'கவுரவிப்பு' கதையும் வாசகருக்கு மன எழுச்சியைத் தரவில்லை. நீண்ட காலம் என்பது அதன் வீரியத்தைக் குறைக்கிறது.

'பந்தயம்' என்றொரு கதை. செல்லப்பா கதை எழுதத் தொடங்கிய காலத்திலேயே எழுதிய கதை. இவ்விதம் குறிப்பிடுவதற்குக் காரணம் வித்தியாசமான இனக்குழுச் சமூகங்கள் செல்லப்பாவை தொடக்ககாலத்திலேயே ஈர்த்திருக்கின்றன என்பதால்தான். அரேபியர்கள் என்றும், காபூலிவாலாக்கள் என்றும் சொல்லப் படுகின்றவர்கள் கிராமங்கள் தோறும் நகர்ந்து கத்தி, அறுவாள், அறுவாள்மனை என்று விற்றுப் பிழைக்கும் நாடோடிக் கூட்டத் தினரை மையமாகக்கொண்டு எழுதப்பட்டது 'பந்தயம்'. குறவர் கூட்டம், குடுகுடுப்பைக் கூட்டம், கழைக்கூத்தாடி கூட்டம் போல ஒன்று. இன்று இக்காபூலிவாலாக்கள் கிராமங்களுக்கு வருவதில்லை. கோவை போன்ற நகரங்களின் தெருக்களில் அமர்ந்திருக்கின்றனர். இந்த காபூலிக் கூட்டத்துப் பெண்ணையும், வத்தலகுண்டு கிராமத்து முரடனையும் வைத்து கதை பண்ணியிருக்கிறார். தூக்கமுடியாத கல்லைத்தூக்கி அப்பெண்ணை மணப்பதுதான் கதை. இன்று அந்த காபூலி மக்களை முழுமையாக அறிந்துகொள்ள இம்மாதிரியான கதைகள்தான் ஆவணங்களாக இருக்கின்றன.

கடந்தகால மனோநிலைகளையும் மனிதர்களையும் பண்பாட்டுக் கூறுகளையும் துல்லியமான சித்தரிப்புடன், படைத்திருக்கிறார் செல்லப்பா. நேற்றைய ஜமீன்தார்கள் தேவதாசிகள் காவலாளிகள் எப்படி இருந்தார்கள் என்று அறிய நினைத்தால் செல்லப்பாவின் கதைகள்தான் உதவும். நேற்றைய பண்பாட்டின் ஆவணங்களாக இன்று நமக்கு அவைகள் அமைகின்றன. மானிட நோக்கில் ஆராய்வதற்கான செல்வங்களாக இருக்கின்றன. அதிகாரமற்ற விளிம்புநிலை வாழ்க்கையை வாழ நேர்ந்த மனிதர்களையும் ஜீவராசிகளையும் முன்னிலைப்படுத்த வேண்டும் என்ற எவ்வித உணர்வுமில்லாமலே செய்திருக்கிறார்.

சி.சு.செல்லப்பாவை 'வாடிவாசல்' குறுநாவலோடு மட்டும் சுருக்காமல் சில கதைகளின் வழியும் அவரின் பங்களிப்பை நாம் வாசகர்களுக்கு முன் நிறுத்தவேண்டும். தமிழுக்கு அவர் ஆற்றியிருக்கும் தொண்டுடன் இலக்கியப் பங்களிப்பாகவும் அது அமையும். அந்த வகையில் பொருட்படுத்தத்தக்க சில நல்ல கதைகளையும் எழுதியிருக்கிறார்.

'என்ன சம்பந்தம்' என்ற கதை நுட்பமான முறையில் மானிட ரகசியங்களைக் காட்டுகிறது. சி.சு.செல்லப்பா பல கதைகளில் ஒரு எழுத்தாளனே கதை உருவாக்கும் உத்தியை பயன்படுத்தி புதிய விசயத்தைச் சொல்லி இருக்கிறார். 'என்ன சம்பந்தம்' கதையும் எழுத்தாளன் கதை தேடி உண்டாக்கும் உத்தியிலிருந்தே உருவாகி யிருக்கிறது. மாமனார் வீட்டுக்கு வருகிறான் கதாசிரியன். மனைவி அடிக்கடி சொல்லிய எதிர்வீடு தெரிகிறது. சிதைந்துபோன மாடிவீடு. கணவனுக்குக் கதைக்குரிய ஒரு அடித்தளத்தைச் சொன்னதாக நினைக்கிறாள். பாலியல் தொழில் நடத்தும் பெண்கள் அவ்வீட்டில் குடியிருக்கின்றனர். சட்டென ஒரு ஆண் அவ்வீட்டில் புகுந்து மறைகிறான். அந்த வீட்டிலிருந்து ஒரு பெண் தெருவில் பூ விற்றுவரும் பூக்காரனிடம் மூன்று முழக் கதம்பத்தை வாங்கிச் சூடுகிறாள். அதே பூக்காரனிடம் பூ வாங்குபவள்தான் கதாசிரியனின் மனைவியும், கணவனிடம் 'பூக்காரன் வரும்போது சொல்லுங்கள்' என்று சொல்லி வைத்திருந்தும் அவளை அழைக்காமல் விடுகிறான். மனைவி ஓடிவந்து அவனையே கூப்பிடுகிறாள். வேறொருவனிடம் வாங்கலாம் என்கிறான் கணவன். இவனிடமே வாங்கலாம் என்கிறாள் கதாசிரியன் மனைவி. மனசில்லாமல் மல்லிகையை வாங்கிக்கொள் என்கிறான். அவள் பிடிவாதமாக கதம்பத்தை வாங்கிச் சூடுகிறாள். எதிர்வீட்டு பரத்தைக்குக் கொடுத்ததிலிருந்து தொடங்கும் அடுத்த

கண்ணிச்சரம் இவள் தலையில். கிட்டத்தட்ட அந்த பரத்தைக்கு சவால் விடுவதுபோல அவளைப் பார்த்தபடி சூடுகிறாள்.

கணவனின் மறுதலிப்புக்குள் வெகுநுட்பமான பதட்டம் இருக்கிறது. பரத்தை வாங்கியதை மனைவி வாங்கக்கூடாது என்ற தடுப்பாட்டம் வெளிப்படையாகச் சொல்ல முடியவில்லை. தன் மனைவியை இந்தக் கதம்பம் அவளுடன் சம்பந்தப்படுத்து வதைத் துண்டிக்கப் பார்க்கிறான். மனைவி அதனையே வாங்குகிறாள். உன் விளையாட்டைவிட நானும் என் கணவனுடன் மிக்க கொண்டாட்டத்துடன் இருப்பேன் என்பதுபோல இவளின் அலங்காரம் எந்தவிதக் குறிப்புமொழி இல்லாமலே சொல்கிறது. இரண்டு பக்கமும் இரண்டு அலங்காரங்களைப் பார்க்கிறான் கதாசிரியன். மனைவியின் போக்கு இயல்பானதாகவே இருக்கிறது. ஆனாலும் பல்வேறு விதமான உளப்போக்குகளுக்கு இக்கதை இடமளிக்கிறது. அப்பழுக்கு இல்லா விவரணையில் கௌரவம் மிக்க குடும்பத்துப் பெண்ணை மிக்க சாகசத்துடன் இக்கதையில் காட்டிவிட்டார். 'மூணுலாந்தல்' கதையில் இருக்கும் மனித உறவு காணாமல் போவது, 'கள்ளர்மடம்' கதையில் குலத்தொழிலின் சாகசமும் அதனுள் ஒரு நேர்மையும் மெல்ல மறைந்து போவது என்று நல்ல சமூகவியல் கதைகளாகவும் காலத்தின் ஆவணங்களாகவும் திகழ்கின்றன.

எண்பதாண்டுகளுக்கு முன் புகுந்தவீட்டில் ஒரு பெண் எப்படி இருக்க நேர்கிறது; அவர்கள் எப்படி வாழ்க்கையை எதிர் கொண்டார்கள் என்பதை அறிந்துகொள்ள 'புதியவள்' 'கொண்டு வந்த சீர்' 'யானை விளக்கு' போன்ற கதைகள் பயன்படும். இன்றைய பார்வையிலிருந்து பார்த்தால் குடும்ப ஒடுக்கு முறைகளால் பெண்கள் குரல் எழுப்பமுடியாமல் போவதைக் கொண்டிருப்பதாக முன்வைக்கலாம். ஆணாதிக்கத்தின் கீழ்மைகளைத் தோலுரிக்கலாம். செல்லப்பா அந்த நோக்கத்தில் அன்று எழுதவில்லை. பெண்கள் இதனை பண்பாடு என்று நம்பி வாழ்ந்த காலத்துக் கதைகள் அவை.

புகுந்தவீட்டில் இன்னும் நெருங்கிய பழக்கம் ஏற்படாத பெண்ணின் மனப்பதட்டங்களை உளநோக்கில் 'புதியவள்' கதையில் விவரிக்கிறார். கோயில் தரிசனத்திற்கு இரண்டு மாட்டு வண்டிகளில் செல்கின்றனர். கணவன் அமர்ந்திருக்கும் வண்டியில் வர விரும்புகிறாள். நேரடியாக அவள் அழைக்கவில்லை. இந்த வண்டியில் இருந்த குடும்பப் பெண்கள் அவனை அழைக்கும் போது இவள் இடம்விட்டு அமர்கிறாள். அதே சமயம் மாப்பிள்ளையின்

தங்கை மற்றொரு வண்டியிலிருந்து அழைக்கிறாள். மனைவி அமர்ந்திருக்கும் வண்டியில் ஏறத்தான் அவனுக்கும் ஆசை. பெண்கள் கேலி பேசக் கூடும். தங்கை அழைத்த வண்டியில் ஏறி அமர்ந்து கொள்கிறான். இந்தப் புள்ளியிலிருந்து மருமகப் பெண்ணின் மன அவஸ்தைகள் கதையாக உருவெடுக்கின்றன. வண்டியைவிட்டு இறங்கியதும் அம்மன் கோயில் தெரிகிறது. அதுவரை புதுப் பெண்ணின் உள்ளத் துடிப்பை சொல்லும் நல்ல ஆக்கமாக வருகிறது. கடைசி வரியில் சிறுகதை என்ற வடிவத்தைச் சரியாகப் பயன்படுத்திக் கொண்டு ஆற்றல்மிக்க ஆக்கமாக உருவெடுக்கிறது. கதை தன் முழு பலத்தையும் திரட்டிக் கொள்கிறது. செல்லப்பாவிடம் முண்டி எழுந்த படைப்பெழுச்சி வரி அது. கோவில் வாசலுக்கு நெருங்குகிறாள் புதுப்பெண். ''தேவி! மனதில் புகைபடியாதபடி பார்த்துக் கொள்'' என்று அப்பெண் சொல்லும் போது கதை மேலெழுந்து பறக்கிறது. மானிடக் கருமையை அது கரைக்கிற செயலில் இறங்குகிறது. ஆண்களுக்கும் புகுந்தவீட்டிற்கும் பெண் அடங்கி ஒடுங்கி நேசம்மிக்கவளாக இருக்கச் செய்யும் சதி என்று பெண்ணியலார் சொல்லலாம். அது இன்றைய பார்வை. சி.சு.செல்லப்பா எழுதியது 1936வாக்கில். போகட்டும். செல்லப்பா கதைகளின் இன்றைய முக்கியத்துவம் என்பது அதனுள் பரவிக் கிடக்கும் பண்பாட்டுக் கூறுகள்தான். ஒடுக்குமுறையிலும் பெண்ணின் மகத்துவம் என்பது அனைவரையும் நேசிப்பதுதான். வெறுப்புக் கொள்வதல்ல.

இக்கதைகள் உருவ நேர்த்தியுடன் உருவாகியிருக்கின்றன. கதையெடுத்தாளும் பிரச்சனையின் கதியிலேயே வேறொரு கதவைத் திறக்கிறார். அர்த்தம் மிக்க வேறொரு எல்லைக்குக் கொண்டு வந்து நிறுத்துகிறார். சிறுகதையின் வடிவம்தான் இவ்விதமான அனுபவத்தைத் தருகிறது. எதிர்பாராத ஒரு வெளிப்பாடு பரவசத் திற்குள் ஆழ்த்தும். அது சிறுகதைக்கே உரியதாக இருக்கிறது. ஹென்றி கதையில் உள்ளது போலத் திட்டமிட்ட திசை திருப்பல் அல்ல. முழுக் கதையின் சாராம்சத்திலிருந்து உருவான பார்வையாகத் துலங்குகிறது.

முதல்பிரவசம் முடிந்த மூன்றாவது மாதத்திலேயே கணவன் வீட்டார் கடிதம் போட்டு வர வைக்கின்றனர். சீர்செனத்திகள் சரியாகச் செய்யவில்லை என்ற குசுகுசுப்பு புகுந்தவீடு முழுக்க முணுமுணுப்பாகக் கேட்கிறது. இவளின் காதிலும் ஒரு கணம் அச்சொல் விழுகிறது. தொட்டில் துணியை எடுக்காமல் அறைக்குள் திரும்புகிறாள். அவள் கொண்டு வந்த பழைய துணியைத் தரையில்

விரித்து மூன்று மாதக் குழந்தையைக் கிடத்துகிறாள். குழந்தை தாயைப் பார்த்துப் புன்னகை செய்கிறது. "இதை விடவா சீதனம் வேண்டும்." என்றபடி முத்தமிடக்குனிகிறாள் அவள் கண்ணீர் குழந்தையின் கன்னங்களில் விழுகிறது. 'கொண்டு வந்த சீர்' கதை பண்பாட்டில் நின்றபடி மரபைப் புதுசாக்குகிறது.

'யானை விளக்கு' கதையும் மாமியார் மருமகள் முரணைத்தான் சொல்கிறது. மாமியார் இல்லாதபோது அவள் சீதனமாகக் கொண்டு வந்த வித்தியாசமான யானை விளக்கு என்ற பெரிய குத்துவிளக்கை எடுத்து திருக்கார்த்திகை தீபம் ஏற்றுகிறாள். தெருவே வேடிக்கை பார்க்கிறது. எண்ணெய் எடுத்து வர வீட்டிற்குள் செல்கிறாள். திரும்பி வரும்போது விளக்கு காணாமல் போய்விடுகிறது. கணவன் எதற்கு அதனை எடுத்து குடும்பத்தில் விவகாரத்தை உண்டு பண்ணினாய் என்று திட்டுகிறான். மாமியார் வருகிறாள். விசயம் தெரிய வருகிறது. எனக்கு சீதனமாக வந்த யானை விளக்கு அது. அதனை என் மகளுக்குச் சீதனமாக தர நினைத்திருந்தேன். அதே போல ஒன்றை வாங்கிக்கொடு என்று கட்டளை இடுகிறாள். மாமியாருக்கு தன் மகள் மேல் இருக்கும் பாசம் மருமகளுக்குக் கிட்டுவதே இல்லை. அம்மாவின் சொத்து மகளுக்கு. இந்த வினோத உளவியலைச் சொல்கிறது.

இந்தக் கதைகள் நுட்பமான முறையில் உருவ நேர்த்தியுடன் படைக்கப்பட்டிருக்கின்றன. பின் ஏன் பெரிய சாத்தியப்பாடுகளை உள்ளடக்கியதாக இல்லை என்றால் அவைகள் பிராமண சமூகத்தின் பிரச்சனைகளைப் பேசுகின்றன. பிற சமூகத்தோடு ஒப்பிட்டுப் பார்க்கும்போது அவைகள் எளிய பிரச்சனைகள். பிற சமூகத்தில் இருக்கும் மூர்க்கத்தனம், சாகசம், சிக்கல் இல்லை. பிராமண சமூகக் கதைகளில் வசப்படும் பிரச்சனைகளைத் தாண்டி இன்று நாம் வெகுதூரம் நகர்ந்துவிட்டோம். இருந்தாலும் நேற்றைய வாழ் முறையின் நெருக்கடியான தருணங்களில் பெண்கள் பிரச்சனைகளை எதிர்கொண்ட விதம் மனதை அழுத்துகிறது. பிரச்சனைகளின் வேகம் குறைந்திருக்கலாம் அதனுடைய வாசம் குடும்பங்களில் இன்றும் இல்லாமல் இல்லை. அதனாலேயே சி.சு.செல்லப்பாவின் கதைகள் செவ்வியல் தன்மை பெறுகின்றன.

இந்த செவ்வியல் அம்சத்திற்கு நல்ல உதாரணம் 'நொண்டிக் குழந்தை'. கண்ணாமூச்சி என்ற விளையாட்டின் வழி குழந்தைகள் தங்களின் உள்ளத்தில் தோன்றும் அருவருப்பை மெல்ல மெல்ல போக்கிக்கொண்டு கூடி மகிழும் கதை. ஒரு பாதம் இல்லா மொன்னைக் காலைப் பார்த்து அருவருப்பும் பயமும் அடைகின்றனர்

குழந்தைகள். அவன் விளையாட வந்தாலும் விலகிப் போகின்றனர். அதனால் தன் காலை மறைத்துக்கொண்டு திண்ணையில் இருந்தபடி வேடிக்கை பார்க்கப் பழகிக் கொள்கிறான். பின் கண்ணாமூச்சி என்ற விளையாட்டினை இயக்குபவனாக அவனுக்கு ஒரு சமயம் வாய்ப்பு வருகிறது. அதைத் தக்க வைத்துக் கொள்கிறான். அதை மீனா என்ற பெண் ஏற்படுத்தித் தருகிறாள். திண்ணையில் அமர்ந்த படி கண்ணை மூடும் காரியத்தைச் செய்பவனாக இருந்தாலும், எல்லா சந்து பொந்துகளிலும் அவன் மனம் சென்று ஒளிந்து விளையாடுகிறது. தன் வயதொத்த குழந்தைகளைப் போல தெருவெங்கும் ஓடிவரும் மாயச் செயலையும் நிகழ்த்துகிறான். குழந்தைகளின் கால்கள் எல்லாம் இவனுடையவையாகின்றன. ஒருமுறை மீனா சிக்கிக்கொள்கிறாள். அவளின் முதுகைத் தொட மற்றொரு தோழி துரத்துகிறாள். அவள் அகப்பட்டுவிடக்கூடாது என்று திண்ணையில் இருந்தபடி தத்தளிக்கிறான். அவனே ஓடி வருவதுபோல உணர்கிறான். விளையாட்டின் உச்சத்தில் மீனாவிற்காக கையை நீட்டும் போது கவிழத் தொடங்குகிறான். தோழி அவனின் மொன்னைக் காலைத் தொடுகிறாள். கதை அத்துடன் முடிகிறது. குழந்தைகள் அவனுடன் இன்னும் சகஜமாக நெருங்கிவிட்டார்கள் என்று புரிந்துகொள்ள முடிகிறது. இன்று இந்த விளையாட்டை விளையாடும் குழந்தைகள் கிராமங்களில் உண்டா? அவர்களுக்கு கார்ட்டூன் நெட் ஓர்க் போதும். சுட்டி டி.வி. முன்னால் அமர்ந்துகொண்டால் போதும். பிறர் விளைவாடுவதைப் பார்த்துக்கொண்டே பெரியவர்களாகி விடுகின்றனர். அனுபவமற்ற புதிய தலைமுறைகளை நாம் உற்பத்தி செய்து கொண்டிருக்கிறோம். அந்யோன்யம் எப்படி உண்டாகும்? இந்தியாவிலும் குழந்தைகள் துப்பாக்கியைத் தூக்கி சக குழந்தைகளை விளையாட்டாகச் சுட்டுக் கொல்லும் காலம் வந்தாலும் ஆச்சரியப்படுவதற்கில்லை.

மணிக்கொடி எழுத்தாளர்களில் சிறுகதை துறைக்குப் பங்காற்றியவர்களாகக் குறிப்பிடும்போது சி.சு.செல்லப்பாவின் பெயர் பொதுவாகக் குறிப்பிடப்படுவதில்லை. க.நா.சு.சிறுகதை ஆளுமையாளர்கள் என்றொரு பட்டியல் தரும்போது புதுமைப் பித்தன் மௌனி, ந.பிச்சமூர்த்தி, கு.ப.ரா. லா.ச.ராமாமிருதம், கு.அழகிரிசாமி, தி.ஜானகிராமன், ஜெயகாந்தன், சுந்தரராமசாமி முதலியவர்களைக் குறிப்பிடுகிறார். இந்தப் பட்டியலில் இரண்டு மூன்று பேரை விமர்சகனாக நான் அடிக்கத் துணியாவிட்டாலும் பெயர் இராது'' என்றறிகிறார். அதாவது காலத்தால் அழிக்கமுடியாத கதைகளை மௌனி எழுதியிருக்கிறார். இவரல்லாத வேறு நபர்கள்

காலத்தின் நீட்சியில் காணாமல் போகலாம் என்பதாகக் குறிப்பிட்டிருக்கிறார். இவர்கள் எல்லாம் நல்ல சிறுகதை ஆசிரியர்கள்தான். இந்த நல்ல சிறுகதையாசிரியர்களால் எழுத முடியாத கதைகளை சி.சு.செல்லப்பா படைத்திருக்கிறார் என்பதுதான் கலையின் சிறப்பு. சி.மோகன், எஸ்.ராமகிருஷ்ணன் முதலியவர்களும் சிறுகதை ஆளுமையாளர்களைக் குறிப்பிட்டிருக்கின்றனர். அவர்களும் செல்லப்பாவை சிறுகதை ஆளுமையாளராகக் குறிப்பிடவில்லை. முன் தலைமுறை படைப்பாளிகளோடு வண்ணதாசன், வண்ண நிலவன், அம்பை, ஜீ.நாகராஜன், அசோகமித்திரன் என்று இவர்களை இணைத்துச் சொல்லியிருக்கின்றனர். இவர்களாலும் எழுத முடியாத சிறுகதைகளை செல்லப்பா எழுதியிருக்கிறார் என்பது என் துணிபு.

இப்படிச் சொல்வதினால் புதுமைப்பித்தனைவிட சிறந்த சிறுகதை எழுத்தாளர் என்றோ, தி.ஜானகிராமனைவிட நல்ல எழுத்தாளர் என்பதாகவோ அர்த்தம் ஆகாது. புதுமைப்பித்தனும் சரி, ஜி.நாகராஜனும் சரி, அசோகமித்திரனும் சரி, ஜெயகாந்தனும் சரி, மௌனியும் சரி இவர்கள் எழுத முடியாத ஒரு உலகத்தை எழுதியிருக்கிறார் செல்லப்பா. ஒரு வேளை கி.ராஜநாராயணனால், பூமணியால் எழுத முடியும். ‘குடும்பத்தில் ஒருநபர்’ ‘நிலை நிறுத்தல்’ ‘கிடை’ போன்ற கி.ரா.வின் கதைகளைச் சொல்லமுடியும். ஆனாலும் கி.ரா.வின் பாணி விசயத்திற்கு முக்கியத்துவம் தருவதற்காக விவசாயப் பின்னணியை அமைத்துக் கொள்வார். செல்லப்பா ஜீவனுக்கு முக்கியத்துவம் தந்து அதில் விசயத்தை உண்டாக்குவார். எப்படி அசோகமித்திரனின் உலகமாக நகர கீழ்மத்தியதர வர்க்கத்தின் இயலாமை இயங்குகிறதோ அம்மாதிரி செல்லப்பாவின் உலகம் வேறொன்றாக இருக்கிறது. நிலம்சார்ந்த உறவுகள் அழுத்தம் பெறுகின்றன. முக்கியமாக விலங்குகள் பற்றிய இவரது கதைகளை. புதுமைப்பித்தனால் எழுதிவிட முடியாது. அது அவர் உலகமல்ல. ஜெயகாந்தனால் எழுதிவிட முடியாது. ஜெயகாந்தன் ‘நிக்கி’ என்று நாயைப்பற்றியும் அசோகமித்திரன் ‘விடிவதற்குள்’ என்ற கதையில் தெருவில் அலையும் கிடாரி பற்றியும் ஆ.மாதவன் ‘கோமதி’ என்ற கதையில் தெருப்பசுவைப் பற்றியும் எழுதியிருக்கின்றனர். அவையெல்லாம் விலங்குகள் பற்றிய கதையல்ல. கதைக்குள் ஒரு நிழலாக அவை அசையும். அவ்வளவே. செல்லப்பாவால் மட்டுமே விலங்குகளை உயிர்த்துடிப்புடன் கொண்டுவர முடிந்திருக்கிறது. பின் ஏன் இந்த இடம் க.நா.சு.விற்கு முக்கியமாகப்படவில்லை. அவருக்குப் பின் வந்த விமர்சகர்களுக்கும் படவில்லை? ஏனென்றால் அவ்வுலகின் நுட்பமான அழகியல் அவர்களுக்குத் தெரியாது

என்பதுதான். அவர்களுக்குத் தெரிந்த எல்லையில் நின்று கொண்டு தான் சி.சு.செல்லப்பாவைப் பார்த்தனர். 'வாடிவாசல்' கூட ஹெமிங்வேயின் 'தோற்காதவன்', 'கடலும் கிழவனும்' நாவலுக்குக் கிடைத்த உலகளாவிய அங்கீகாரத்தின் சாயலால்தான் கிடைத்தது. மற்றபடி 'வாடிவாசல்' உலகம் தெரிந்து அல்ல. அவர்களுக்கு இந்த உலகின் அழகியலே புரிபடவில்லை. அதாவது அவைகளைப் படைப்புகளாக உள்வாங்கிக்கொள்ள முடியவில்லை. வித்தியாசமான மனிதர்களைச் சொல்லும்போது அவர்களுக்குப் புரிந்தது. விலங்குகளின் வித்தியாசமான உலகிலிருந்து சொல்லப்பட்ட மனிதர்களையும் மனித உறவுகளையும் முக்கியமாக எடுத்துக் கொள்ள முடியவில்லை.

மணிக்கொடி எழுத்தாளர்கள் ஒவ்வொருவரும் தனித்த உலகில் நின்று கோலோச்சினர். அந்த உலகம் யாருக்கும் பொதுவான உலகம். அதனால் அப்படைப்புகள் பற்றி ஒருவருக்கொருவர் தங்களின் கோணத்தில் விமர்சித்தனர். உள்வாங்கினர். உரையாடலை நிகழ்த்தினர். புதிதாக அறிந்தனர். சி.சு.செல்லப்பாவின் சிறப்பு மனித உறவுகளைக் காட்டும் இடத்தில் அல்ல. விலங்குகளின் உலகோடு மனிதன் கொண்டுள்ள உறவில்தான் வெளிப்பட்டிருக்கிறது. இதனை 'வாடிவாசல்' குறுநாவலைக் கொண்டு சொல்லவில்லை. பிற கதைகள் கொண்டே சொல்கிறேன். கி.ரா.விற்கும் செல்லப்பாவிற்கும் உள்ள வேறுபாடு செம்பட்டி வட்ட விவசாயப் பண்பாட்டிலிருந்தும் கோவில்பட்டி வட்ட விவசாயப் பண்பாட்டிலிருந்தும் உருவாகி வந்திருப்பதை அறியலாம். கரிசல்காட்டில் மாடு என்றால் உழவிற்குப் பயன்படும் மாடு. குடும்ப விலங்கு. செம்பட்டியில் உழவுக்குப் பயன்படும் மாடு விலங்கு மட்டுமல்ல. அது, வீட்டின் கௌரவத்திற் குரிய சின்னம். கம்பீரம் தரும் விசயம். மாடுகளின் வகையினால் கூட இடத்திற்கு இடம் எண்ணங்கள் மாறியிருக்கலாம். நிலவுடைமைச் சமூகத்தின் வேர்களிலிருந்து செல்லப்பா வந்ததால் இந்தப் பார்வை உருவாகியிருக்கலாம்.

'வெள்ளை', 'கூடுசாலை', 'மூணுலாந்தல்', 'கள்ளர் மடம்', 'பழக்க வாசனை', 'பெண்டிழந்தான்' போன்ற கதைகளை மௌனியாலோ, ஜி.நாகராஜனாலோ படைத்துவிட முடியாது. வித்தியாசமான உலகத்தால் மட்டுமல்ல. சிறந்த படைப்புகளாகவும் பிறந்திருக்கின்றன என்பது முக்கியம். வடிவ ரீதியாகப் பார்த்தால் எளிமையான கதை சொல் முறைதான். உத்தியில் மட்டுமே இல்லை கலையின் ரகசியம். படைப்பாளியின் கிரகிப்பின் விருப்பத்தில் இருக்கிறது. அந்தந்தப்

பிரதேசம் தரும் பரிசு இது. ‘சரசாவின் பொம்மை’ ‘வாழ்க்கை’, ‘என்ன சம்பந்தம்’, ‘புதியவள்’, ‘கொண்டு வந்த சீர்’, ‘நொண்டிக் குழந்தை’ போன்ற வேறு முக்கியமான கதைகள் உள்ளன. இவ்வகையான கதைகளை ந.பிச்சமூர்த்தியோ, கு.ப.ரா.வோ எழுதிவிட முடியும். முன் சொன்ன கதைகளை எழுதமுடியாது. இது மனவார்ப்பு சார்ந்த விசயம். அந்த உலகில் அவர்கள் மனரீதியாக வாழவில்லை என்பது தான் காரணம்.

சி.சு.செல்லப்பா என்றொரு படைப்பாளி பிறக்கவில்லை என்றால் இக்கதைகளும் பிறந்திருக்காது. பிறரால் எழுத முடியாத தமிழ்ச்சமூகத்தின் ஒரு பகுதியை செல்லப்பா எழுதியிருக்கிறார். செல்லப்பாவை உயர்த்த வேண்டும் என்பதற்காகச் சொல்லவில்லை. இக்கதைகள் உலகத்தரத்திற்கான வீச்சைக் கொண்டிருக்கின்றனவா என்ற அடிப்படையில் ஆராயவில்லை. அந்த உலகினைச் சிறப்பாக படைத்திருக்கிறார் செல்லப்பா. அதனுள் தமிழர்வாழ்வு இருக்கிறது. சக எழுத்தாளர்கள் தொடாத பகுதிகளை செல்லப்பா தன் கதைகளுக்குக் களனாக எடுத்துக் கொண்டதுதான் சிறப்பு. இன்று செல்லப்பா அதனாலே மேலெழுந்து வருகிறார். தெளிவாக உணர்ந்துதான் இதனைச் செய்தார் என்று சொல்வதற்கில்லை. அவரின் உணர்வோடும் உயிரோடும் கலந்திருந்த உலகம் எழுத்தில் வரத்தானே செய்யும். அவை திட்டமிடாமலே படைப்பெழுச்சியால் படைக்கப் பட்டிருக்கின்றன.

செல்லப்பாவின் ஒட்டுமொத்த கதைகளைப் படிக்கும்போது ஏமாற்றம் நிச்சயம் ஏற்படும். புதுமைப்பித்தன் கதைகள் தரும் மனநிறைவையோ தி.ஜானகிராமன் கதைகள் தரும் மன நிறைவையோ உண்டாக்காது. இவர்கள் தனித்த மேதமைகள். ஆனால் செல்லப்பாவின் தனித்த ஆளுமையை வெளிப்படுத்தும் கதைகள் இருக்கின்றன. படித்ததிலிருந்து அவற்றைத் தொகுத்துப் பார்க்கிற போது மணிக்கொடியின் பிற எழுத்தாளர்களைவிட நல்லகதைகள் படைத்திருகிறார் என்பது என் எண்ணம். பின் ஏன் அவைகள் வெளிச்சத்திற்கு வரவில்லை என்றால் நவீன இலக்கிய விமர்சர்களுக்கு செல்லப்பா காட்டும் உலகுடன் ஒரு தொடர்பும் இல்லை என்பதாலேயே அவர்களை அக்கதைகள் கவரவில்லை என்பது என் அனுமானம்.

உங்கள் நூலகம், ஜனவரி, 2010.

லா.ச.ராமாமிர்தம் :
சொல்லோவியங்களில் மனவுணர்வுகளைத் ததும்ப வைத்தவர்

நவீனத்துவத்தை உள்வாங்கிய தமிழ்ச்சிறுகதையாளர்கள், தமிழ்க் கதையை உலகத்தரத்திற்குக் கொண்டுசென்றனர். அந்தப் பெருவழி நிற்காமல் செல்கிறது. அதே சமயம் மரபின் அடையாளங்களோடு ஓடும் வாழ்க்கையின் நதியையும் பலர் பின் தொடர்ந்தனர். அவர்கள் வாழ்வில் காவிய தரிசனங்களைக் கண்டனர். அவர்களில் முதலாவதாகச் சொல்லத்தக்கவர் லா.ச.ராமாமிர்தம். புதுமைப்பித்தன் மரபின் இறுக்கத்தை சிறையாகப் பார்த்தார். உடைப்பதிலேயே தீவிரமாக இருந்தார். லா.ச.ரா.மரபின் இறுக்கத்தையும் அழுத்தத்தையும் காயத்தையும் ஏற்று நகரும் வாழ்க்கையை ஏற்றுக்கொண்டார். நவீனத்துவ மனோநிலையில் லா.ச.ரா.வை மதிப்பிட்டால் ஒன்றுமற்றதாக முடியும். காவிய தரிசனங்களைக் கைகளில் அடுக்கிக் கொண்டு புதுமைப்பித்தனை அளவிட்டாலும் ஒன்று மற்றதாக முடியும். லா.ச.ரா. நவீனத்துவவாதியல்ல. ஒரு மரபுவாதி. பண்பாட்டு விழுமியங்களைப் போற்றக் கூடியவர். அவரின் கதைகள் நவீனத்துவ அழகியலுக்கு அடங்காதவை. நவீனத்துவ எழுத்தாளர்கள் முரண்களுக்கு அதிமுக்கியத்துவம் தந்து எழுதிய போது லா.ச.ரா. வாழ்வில் நேரும் முரண்களை அதே மரபான வாழ்வில் கரைந்துகொள்ளக்கூடிய ஒன்றாக எடுத்துக் கொண்டார். இந்த மனப்பான்மையே கலைக்குச் சாதகமான ஒரு காவிய உணர்வையும் அவருக்குத் தருகிறது எனலாம். பருவப்பெண் மெத்தென்று இருக்கும் சருகுகளைப் பார்த்ததும் அதில் படுத்துப் புரளுகிறாள். ஆனந்தமாக இருக்கிறது. 'ஒவ்வொருத்தர் கிட்டேயும் வயசு எத்தனையானாலும் ஒரு குழந்தை சேஷ்டை எப்பவும் ஒளிஞ்சிண்டிருக்கு' என்று அந்தக் காட்சியை ஒட்டி எழுதவும் செய்கிறார். இந்தக் கண்ணோட்டத்தில் லா.ச.ரா.வை நெருங்கி

படிக்கிறபோது நாம் காணத்தவறிய வாழ்வின் நுட்பமான பரிமாணங்களை, பரிவர்த்தனைகளை உணரமுடிகிறது.

லா.ச.ரா.விற்குப் 14 ஆண்டுகள் மூத்தவரான கு.ப.ரா. பெண்களின் கண்ணீரை தீவிரமாகவே எழுதினார். அவர் கதை உலகில் வரும் பெண்கள் தங்களின் காயங்களை, அவமதிப்புகளை, அவமானங்களை, வேதனைகளைத் தக்க சமயத்தில் கொதிப்புடன் வெளிப்படுத்துகின்றனர். கதையின் மையமே அதுதான். லா.ச.ரா.வின் பெண்களிடம் அக்கொதிப்புகள் ஆறிய மனநிலையில் நினைவு கூறப்படுகிறது. காரணம் கதைகள் பெரும்பாலும் நினைவோடை குரலைப் பெற்றிருப்பதுதான் எனலாம். அதே சமயம் அந்த வடு, காயம், கொதிப்பு லா.ச.ராவின் கதைகளில் ஒரு பகுதியாக அணைத்துக்கொள்ளப்படுகின்றன. லா.ச.ரா. வின் கதைகள் நெடுங்கதைகளின் தன்மையைப் பெற்றிருப்பதும் ஒரு காரணம் எனலாம். லா.ச.ரா.வின் கதைகள் பிரச்சனைகளை முன் நிறுத்தும் கதைகள் அல்ல. வாழ்வில் நேரும் ஓர் அம்சத்தை சொல்ல எத்தனிக்கின்றன. அதற்குள் முரண்கள் முக்கியத்துவம் பெறுகின்றன.

பெண்களின் துயரங்களுக்குக் காரணம் ஆணாதிக்கம் கொண்ட கணவன்மார்கள் என நேருக்குநேர் நிறுத்துகிறார் கு.ப.ரா., லா.ச.ரா. அப்படி நிறுத்துவதில்லை. கு.ப.ரா. வாழமுடியாது தவித்தவர்களின் கதையைச் சொன்னபோது லா.ச.ரா. கஷ்ட நஷ்டங்களை ஏற்றுக் கொண்டு கோபத்தையும் பிரியத்தையும் வெளிப்படுத்திக்கொண்டு வாழ்ந்தவர்களின் கதையைச் சொல்கிறார். லா.ச.ரா. ஆண்களையோ பெண்களையோ குற்றவாளி களாகப் பார்ப்பதில்லை. துன்பமும் இன்பமும் விதிக்கப்பட்ட சமூகவாழ்வின் ஒரு இயல்பாகக் காணுகிறார். பிரச்சனையின் வேர் அவருக்கு இரண்டாம்பட்சம்தான்.

"வாழ்க்கை ஒரு பரீட்சைக் கணக்கு மாதிரித்தானிருக்கிறது. எங்கேயோ ஒரு சிறு தப்பு நேர்ந்துவிட வேண்டியது, பின் விடை எங்கோ கொண்டுபோய்விடுகிறது. இத்தனைக்கும் தெரிந்த கணக்கு, புரிந்த கணக்கு, முன்னால் போட்ட கணக்குத்தான்"

"இந்த மனித விதைக்குத்தான் இந்த மகத்துவம் உண்டு. ஒரே மரத்தில் மாங்காய் காய்க்கும். தேங்காய் பாளைவிடும். அவரை பூக்கும். பாகல் படரும். இந்த உண்மை சமயத்தில் மறந்து விடுவதால் தான் வருகிற துயரம், மனஸ்தாபம் எல்லாம்" என்று 'கொட்டு மேளம்', 'த்வனி' கதைகளில் சொன்னது நினைவுக்கு வருகிறது.

வாழ்க்கையைப் பிளவுபட்ட ஒன்றாகப் பார்க்காமல் சிறு முழுமைக்குள் எல்லாம் பிணைந்து இயங்குவதாகப் பார்க்கிறார். எதிர்பார்த்த ஒன்றை விட எதிர்பாராத ஒன்று நிகழ்வது தான் வாழ்க்கை என்பது அவரது இலக்கியப் பார்வை. மற்றோரிடத்தில் 'தராசு முள் ஆடுவதில்தான் இயக்கம் இருக்கிறது' என்றும் கூறியிருக்கிறார்.

லா.ச.ரா. எழுத வந்த காலத்திலும் அதற்கு முன்பும் ஆண்கள் சம்பாதிப்பவர்களாக இருந்தார்கள். அரசு அல்லது தனியார் நிறுவனம் சார்ந்து வேலை செய்தவர்கள் ஆண்கள். இவர்களின் மனைவிமார்கள் ஆண்களைச் சார்ந்து இருந்தவர்கள். உத்தியோகம் புருஷலட்சணம் என்பது வேதவாக்கு. ஆண்களின் விருப்பங்களுக்கு, கருத்துக்களுக்கு ஒத்து வாழ்வதையே வாழ்க்கையாகக் கொண்டவர்கள். அவர்களுக்குத் தனிப்பட்ட முறையில் கோப தாபங்களும், குமுறல்களும், சுதந்திரமின்மையின் அழுத்தங்களும் இருந்தாலும் ஆண்மையக் கருத்துகளுக்கு உடன்பட்டுப்போவதை ஏற்றுக்கொண்டவர்களாக இருந்தார்கள். மூத்தோர்கள் மீதான மதிப்பு, உறவுகள் மீதான மதிப்பு, குடும்பத்தின் மீதான அக்கறை, அர்ப்பணிப்பு, கணவர்கள் மீதான மதிப்பு, ஒழுக்கம் மீதான மதிப்பு இப்படியான பல கருத்தியல்களால் ஊறிய மனநிலை நிலவிய காலத்தின் பிரதிநிதி என்று லா.ச.ரா.வைச் சொல்லலாம்.

எழுபதுகளுக்குப்பின் அரசு அல்லது தனியார் நிறுவனங்களில் படித்த பெண்கள் வேலைக்குச் செல்லும் வாய்ப்பு உருவாகிறது. பின்பு படிக்காத பெண்களும் நூற்பாலைகளிலும் பிற தனியார் நிறுவனங்களிலும் வேலைக்குச் செல்கின்றனர். எழுபதுகளுக்கு முன் ஆண்களைச் சார்ந்து வாழவேண்டிய நிலையிலிருந்த நகரத்துப் பெண்கள் மெல்ல விடுபடுகின்றனர். சுயமாக ஜீவிக்கக் கூடிய வாய்ப்பைப் பயன்படுத்துகின்றனர். அதுவரை ஆண்களுக்குச் சாதகமாக உருவாக்கப்பட்ட அனைத்து கருத்தியல் நிலைகளிலிருந்தும் மெல்ல மெல்ல உடைத்துக்கொண்டு பெண்கள் வெளியேறுகின்றனர். புதிதாக சமூகத்தில் உருவான கருத்தியல் மாற்றங்களை, வாழ்க்கை முறையால் நேர்ந்த புதிய மனநிலைகளை லா.ச.ரா. உள்வாங்கிக் கொள்ளவில்லை. ஏற்றுக்கொள்ளவும் இல்லை. 'சிறுத்தைக்குத் தனது புள்ளிகளை மாற்ற இயலாது' என்று 'ராக் த்ரோக், நம்பி' கதையில் குறிப்பிட்டது அவருக்கே பொருந்தும்.

எழுபதுகளுக்குப் பின்னும் மிக தீவிரமாக ஆண்கள் கருத்தியல் சார்ந்து இயங்கிய பெண்களையே எழுதினார். மதிக்கத்தக்க - நம்முன்

தங்கியிருந்த நியாயங்களைத் திரும்பத் திரும்ப மீட்டியெடுத்தார். இன்றைய நவீன வாழ்வில் அந்த உன்னதங்களுக்குப் பொருள் இல்லை என்பதை அவர் ஏற்றுக்கொள்ளவில்லை. அவரின் காவிய உணர்வு துளிர்த்துக் கொண்டே தான் இருந்தது. இந்தியப் பண்பாட்டு மரபு வழிவந்த ஒரு ஆணின் குரலுக்கு உட்பட்டவைதான். ஆண்களின் குரலுக்குச் சாதகமான குரலைத்தான் பெண்கள் வாயிலாகவும் பேச வைக்கிறார். இது விமர்சனத்திற்குரியது என்றாலும் அவர் எங்கும் பெண்களைக் கீழானவர்களாகக் கண்டதே இல்லை. ஆண்களை விட சக்திபடைத்தவர்களாக, காருண்யம் மிக்கவர்களாகக் கண்டார். தாயையும் சகோதரியையும் அருள் ஊற்றாகக் கண்டார். கற்பு வரையறைகளுக்கு அப்பாற்பட்டு தனித்தோங்கி நிற்கும் தெய்வீக ஆற்றலாக - இயற்கையின் மூல ஸ்ருதியாகக் கண்டார். ‘ராஜகுமாரி’ ‘காயத்ரீ’ ‘பாற்கடல்’ ‘கொட்டுமேளம்’ போன்ற ஒரு சில கதைகளைப் படித்தாலே அவரின் மனவியல்பைக் கண்டு கொள்ளலாம்.

வாழ்க்கை வேறொன்றாக ஓடிக்கொண்டிருப்பதை லா.ச.ரா. கணக்கில் எடுத்துக்கொள்ளவில்லைதான். இருக்கும் பட்சத்திலும் ஒரு கேள்வி தோன்றுகிறது. மார்க்சியம், தலித்தியம், பெண்ணியம், விளம்பு நிலை கருத்தியல் என தீவிரமாகப் பேசுகிறோம். இதில் அக்கறையுள்ளவர்களும் தாங்கள் பணிபுரியும் அதிகார மையங்களுக்கு அழுத்தங்களுக்கு அனுசரித்துப் போகும் நிலையில் இருப்பதையும் காண்கிறோம். என்றாலும் இவர்களைக் குறையுடையவர்களாகக் கொள்வதில்லை. அப்படித்தான் வாழவேண்டியிருக்கிறது. இந்த அடிப்படை போன்றதுதான் லா.ச.ரா.வின் பெண்களும். இந்த எளிமையில் லா.ச.ராவைப் படிக்கிற போதுதான் ஒரு நூற்றாண்டு காலத்திய தமிழர்களின் வாழ்க்கையைப் புரிந்துகொள்ள முடியும். குறிப்பாக பிராமண சமூகத்தை இந்த தளத்தில் பண்பாட்டு ரீதியிலான நுட்பமான இடங்களை, கவித்துவ கணங்களை லா.ச.ரா. தனது படைப்புலகத்தின் வழி தொடர்ந்து காட்டியிருக்கிறார்.

நம் வாழ்வை செழுமைபடுத்திக்கொள்ள அந்த கணங்கள் உதவுகின்றன. அன்போ, இரக்கமோ, காருண்யமோ இன்றும் நாளையும் நிராகரிக்கக்கூடியதா என்ன? அறம் வீழ்ந்த இந்தத் தமிழ்ச் சமூகத்தில் அறத்தை முன்நிறுத்துவது இலக்கியத்திற்குப் புறம்பானதா என்ன? இந்த இடங்களைத் தொடும்போதெல்லாம் நம்மை பரவசத்திற்குள்ளாக்குகிறார். மானுடமேன்மை ஒன்று திரண்டு எழுந்து நமக்கு கைவிளக்காகிறது. இதுதான் படைப்பின் சக்தி.

பகலெல்லாம் வீட்டுவேலைகளைச் செய்கிறாள் மருமகள். நிறைமாத கர்ப்பிணி. சாயங்காலம் வேலை ஓரளவு தீர்கிறது. வயிற்றைத் தூக்கிக்கொண்டு மாமியாரிடம் வருகிறாள். தயங்கித் தயங்கி ஒரு விருப்பத்தைச் சொல்ல முனைகிறாள். ‘‘உங்களுக்கு சிரமமில்லாட்டா எனக்கு ராவேளை நீங்களே சாதம் போடுவேளா? நானே போட்டுண்டு நான் திங்கறப்போ தவிட்டைத் தின்றாப்போல் தொண்டையை அடைக்கிறது’’ இப்படியொரு வெளிப்பாடு ‘இன்று நேற்று நாளை’ சிறுகதையில். நேற்றைய தமிழ்க்குடும்ப வாழ்வின் தனித்துவமான கூறுகளை - பரிபாஷைகளை - உணர்ச்சி களை - ருசிகளை - உள்ளத்தின் ஆட்டங்களை - உறவுகளை - கண்ணோட்டங்களைப் புரிந்துகொள்ள லா.ச.ரா.கதைகளுக்கே அதிக இடம் இருக்கிறது.

‘அம்மாவுக்கு மூணு ஓர்ப்படிகளாம். அஃன்னாமாதிரி மூன்று பேரும் கொல்லை ரேழியில் உக்காந்திண்டு அம்மா முன்னும் பின்னும் காரியமாய் நடமாடுகையில் அவளைப் பார்த்து கள்ளச்சிரிப்பு சிரிச்சுண்டே கும்மியடிப்பார்களாம்’ என்று எழுதுகிறார் ‘இதழ்கள்-6’ இல். பொறணிபேசும் இடத்தையும் அதன் சித்திரத்தையும் அழகாக மூன்று வரியில் காட்டிவிடுகிறார்.

லா.ச.ரா.வின் கதைகளைப் படிக்கிறபோது ஒரு வாசகனாகவும் ஒரு படைப்பாளியாகவும் இருவேறு கோணத்தில் உணரும் தருணம் நேர்கின்றன. வாசகனாகப் படிக்கிறபோது அவை சமூகத்தைப் புரிந்து கொள்வதைக் காட்டிலும் நம்மைப்புரிந்து கொள்ளும்படி கிளர்த்துகின்றன. நம்மிடம் உள்ள பொறுப்பற்றத் தன்மையைத் தொடர்ந்து உணர்த்துகின்றன. இலக்கியம், கலை என்பதெல்லாம் இரண்டாம்பட்சம்தான் குடும்பத்தில் நாம் என்னவாக இருக்கிறோம் என்பதைப் பரிசீலிக்க வைக்கிறது. குடும்பம் என்பது சண்டையும் சச்சரவும் தெறித்துக்கொண்டே இருப்பதுதான். சுய நலங்களும் களிப்புகளும் ஏமாற்றங்களும் நிறைந்ததுதான். இதில் நம்முடைய உழைப்பு என்னவாக - உழைப்பு என்பதைவிட அர்ப்பணிப்பு என்னவாக இருக்கிறது என்பதை நமக்குள் கேட்கும்படி தூண்டுகின்றன. செய்யத்தவறிய கடமைகளை நம்முள்ளிருந்து நினைவுக்குக்கொண்டுவந்து இந்த கணத்திலிருந்தேனும் செய்யத் தொடங்கு என மடையைத் திருப்பிவிட முயல்கின்றன.

அறுங்கோடையில் காய்ந்து சொடியும் செடிகளுக்குப் பெய்யும் திடீர் நல்மழைபோன்று மனிதர்களிடம் எழும் நல்லுணர்வால்

இந்தக் குடும்பங்கள் தழைக்கின்றன. புதிய வேர்களை விடுகின்றன என்பது லா.ச.ரா.வின் இலக்கியப் பார்வை. மானிட இதயங்களை லா.ச.ரா. கடையும்பொழுது நல்லதும் கெட்டதும் பொங்கி வருகின்றன. கடைவதன் நோக்கம் அமிர்தம் கிட்டுமா என்பதுதான். அபூர்வமாக அப்படியும் நேர்கின்றன.

குடும்பம் என்பது அடிமைத்தனத்தை வற்புறுத்தும் ஒரு நிறுவனம். முக்கியமாக பெண்களின் சுயத்தை நசுக்கி நிர்மூலமாக்குகிற சிறை. எனவே இந்த அமைப்பைத் தகர்க்க வேண்டும் என்பது இன்றைய பார்வை. லா.ச.ரா. குடும்பம் என்பதை கசப்பும் இனிப்பும் கலந்து மோதும் அலைகளாகத்தான் பார்க்கிறார். அதைநேசிக்கவும் செய்கிறார். குடும்பத்திற்கு நல்லது செய்யாதவன் தேசத்திற்கு நல்லது செய்யப் போகிறேன் என்பதெல்லாம் ஒரு ஏமாற்று என்று ஒரு மனுஷியின் குரலில் சொல்லியிருக்கிறார். குடும்பத்திற்கு உருப்படியான ஆளாக இருந்தாலே தேசத்திற்கும் உருப்படிதான் என்பது அவரது எண்ணம்.

லா.ச.ரா. ஆண்களையோ பெண்களையோ புனிதர்களாகப் பார்க்கவில்லை. ஆசாபாசங்கள் நிறைந்த மானிட உயிர்களாகத்தான் பார்க்கிறார். அவர்களிடம் இருக்கும் நல்லியல்புகளைக் கொண்டாடுகிறார். தேசத்திற்குதேசம் நிலம் சார்ந்து, மதம் சார்ந்து, பண்பாடு சார்ந்து ஒவ்வொரு சமூகமும் உருவாகி வளர்ந்து வந்திருக்கிறது. லா.ச.ரா.வின் கதைகள் இந்தியப் பண்பாடு சார்ந்தவை. பிரித்தெடுக்க முடியாத விதத்தில் இயைந்து வெளிப்படும் பண்பாட்டுக் கூறுகளின் வழியே மானிட உள்ளத்தை அவர் கதைகளில் தரிசிக்கலாம். புரட்சிகர முற்போக்குத் தன்மைகளைப் புதுமைப்பித்தனும் ஜெயகாந்தனும் தங்களது இலக்கிய அழகியலாகக் கொண்டனர். லா.ச.ரா.இந்த இலக்கிய அழகியலை அடிநாதமாகக் கொண்டவர் அல்லர். மீறலைக் காப்பாற்றக் கூடியவர். ஆனால் மீறத்துடிக்கும் துடிப்புகளை மறைத்தவர் அல்லர். 'த்வனி', 'என் பிரியமுள்ள சிநேகிதனுக்கு', 'புற்று', 'அன்புள்ள' போன்ற கதைகளைப் படித்தால் புரியும். பிராமண சமூகத்திற்கு வெளியே வைத்து எழுதிய கதைகளில் பாலியல் மீறலையே அசாத்தியமான சக்தியாக மாற்றியிருக்கிறார். மீறல்களைத் தொன்மங்களாக மாற்றி அக்கதைகளுக்குப் பெரிய பரிமாணத்தை உண்டாக்கியிருக்கிறார். 'ஜனனி', 'ராஜகுமாரி' கதைகளின் தொன்மப்புனைவை நீக்கினால் யதார்த்தத்தில் நிகழக் கூடியவைதான். ஆனால் யதார்த்தத் தளத்தைவிட தொன்மங்களை

ஏற்றதனால் அசாத்திய வீச்சை வெளிப்படுத்துகின்றன. 'காயத்ரீ' கதையில் நிகழும் விபத்து என்பது புனிதம் சார்ந்தது. 'மேஜிக்கல் ரியலிசம்' என்ற வகையினம் அறியப்படாத வெகுகாலத்திற்கு முன்பே தமிழில் அவ்வகை எழுத்துக்கு மிகச் சிறப்பான கதைகளைத் தந்திருக்கிறார் லா.ச.ரா. பஞ்சபூதகதைகள் இவ்வகையினத்திற்கு நெருக்கமானவை. கோட்பாட்டு கதையாசிரியர்களின் கதைகளை விட அது பற்றி அறியாதவர்கள் வெளியிட்டிருக்கும் கதைகள் அசலாக இருக்கின்றன.

இவரின் கதைநாயகர்கள் எவரும் செல்வச் செழிப்புள்ளவர்கள் அல்லர். அதிகமும் ஆண்களின் மாத வருமானத்தை பெண்கள் நிர்வகிக்கும் பின்னணி கொண்டவர்கள். ஆண்களின் கதைகளின் அடியிலும் பெண்களின் கண்ணீரைக் கண்டு எழுதினார். குடும்பத்திற்குள் நிகழும் சுழிப்புகள், இழுப்புகள், புரட்டல்கள், ஓசைகள், தத்தளிப்புகளை நுண்அழகியலாக வெளிப்படுத்தினார். 'அப்படியொன்றும் அழகியில்லை. ஆனால் அந்த உடம்பில் ததும்பிய ஆரோக்கியமே அவளுடைய பிரகாசமாய் ஒளிர்கிறது' என அவளிடம் ஒளிந்திருக்கும் அழகை மொழியில் வெளிப்படுத்தி விடக்கூடியவர். 'என் கெண்டைக்கால் சதையழகைப் பாருங்கடி என காட்ட மடிசாரில் வந்தாள்' என்று எழுதும்போது பெண்களிடையே இப்படியான அழகியல் போக்கும் இருப்பதை ஒற்றைவரியில் சொல்லிவிடுகிறார்.

லா.ச.ரா. ஒரே குடும்பத்தின் கதையை எழுதினார் என்றெல்லாம் சொல்பவருண்டு. அப்படியல்ல. தனக்கு வசப்பட்ட குடும்பச்சூழலில் வைத்து எழுதினார் என்பதுதான் சரி. எல்லா குடும்பத்தின் கதையாகவும் மாற்றினார். பெண்களின் தனித்துவமான உணர் வெழுச்சிகளை இலக்கியமாக்கினார். வெறுக்கப்பட வேண்டியவரின் அடியில் கிளம்பும் அன்பு; உக்கிரமாக நேசித்தவர்களிடையே தோன்றும் சுதந்திரப்பிடிவாதம்; விபச்சாரியுள்ளும் பொங்கும் மகத்துவம்; அடுத்தவர்துயரை அரவணைக்கும் தெய்வீகம்; தவறுக்கு இறைஞ்சும் மாண்பு; கணவன் மனைவியிடையே எந்நாளும் தொடரும் கசப்பும் கனிவும்; சந்தேகப்பார்வை குவியலிலிருந்து மேலெழும் ஒளிமிக்க உறவு என இவற்றை யெல்லாம் தனித்த தரிசனங்களாகக் காட்டாமல் பிக்கல் பிடுங்கல்களின் போதாமைகளிலிருந்தே மலர்வதைக் காட்டுகிறார். இந்த வாழ்க்கை முறையிலிருந்து சட்டென ஒளிவிட்டு விலகிவிடுகிற ஒன்றாகக் காண்கிறார். இவ்விடங்களில் எல்லாம் லா.ச.ரா.வின்

கலை உச்சம் பெறுகிறது. அவை சிறந்த கதைகளாகவும் ஆகின்றன. 'பார்க்கவி', 'அபூர்வராகம்', 'ராஜகுமாரி', 'ஜனனி', 'வரிகள்', 'பாற்கடல்', 'பச்சைக்கனவு', 'தாக்ஷாயணி', 'த்வனி', 'கொட்டுமேளம்' போன்ற கதைகள் இவ்வகையின.

இந்த உலகத்தோடு மனிதர்கள் ஆடித்தோற்ற பகடையாட்டம் தான் 'அரவான்' 'புற்று' 'யோகம்' 'இதழ்கள்-7' 'உத்தராயணம்' 'அம்முலு' 'இவளோ' போன்ற கதைகள்.

2

படைப்பாளிகளுக்கு லா.ச.ரா.வின் படைப்புக்கலை மீது எப்போதும் ஒரு மோகம் உண்டு. அணுவைத் துளைத்து அகண்டம் பார்க்கிற அனுபவம்தான் சித்திக்கிறது. புறஉலக இயக்க கதியில் அவர் சில கதைகள் எழுதியிருந்தாலும் அகஉலக இழைகளின் துடிப்புகளையே அதிகம் காணவிழைகிறார். கதையின் மையமான பிரச்சனை, சிக்கல் சிறியதுதான். குடும்ப பிரச்சனைதான். அந்த பிரச்சனையை ஒரு ஆதாரமாகக்கொண்டு மனித வியாபகம் பற்றி அதிகம் விவரிக்கிறார்.

வார்த்தை ஜாலங்களைப் பின்தள்ளிவிட்டு வாழ்வின் தகிப்பிற்கு இடம் கொடுத்து அதன் உள்வியாபகங்களை விரித்துப் பார்த்த கதைகள்தான் லா.ச.ரா.வின் சிறந்த கதைகளாக இருக்கின்றன. அக்கதைகளில் உருவாகி வந்த அனுபவங்கள் வார்த்தைகளில் அடைபடும்போது பொருள்பொதிந்ததாக இருக்கின்றன. இயல்பாகத் தோன்றி பளிச்சிடும் உணர்ச்சிகரமான காட்சி களும் மறக்கமுடியாத நினைவுகளும் சொல்லோவியங்களாகப் பிறந்து விடும் சந்தர்ப்பங்களிலேயே கவித்துவ உச்சத்திற்குச் செல்கின்றன. வார்த்தைகளை மட்டுமே நம்பிய கதைகள் காலை வாரி விட்டிருக்கின்றன. வாழ்க்கையை நம்பிய சொற்கள் மேலான இடத்திற்குக் கொண்டு சென்றிருக்கின்றன. ஒரு மரபுவாதியாக இருந்துகொண்டே வாழ்வின் நானாவிநோதங்களை அதன் முழு சுதந்திரத்துடன் அவற்றைத்திறந்து பார்க்க முயன்ற படைப் பெழுச்சியால் விளைந்தவை இக்கதைகள்.

நடுத்தர பிராமண குடும்பத்தின் உணர்வார்ந்த அத்தனை நுட்பங்களையும் தனது கதைகளின் வழி கொண்டு வந்துவிட்டார்

எனலாம். புரட்சிகரமான அம்சங்களுக்கு மாறாக, இயல்பான வாழ்க்கை முறையை விரும்பிய மனிதர்களின் சிறுசிறு சிக்கல் களையும் பேசுகின்றன இவரின் கதைகள். இவரின் மிகச்சிறந்த - சிறந்த - நல்ல கதைகளில்; - புறஉலகையும், மனிதர்களையும் காணும்போதும் பிரச்சனைகளை உணரும்போதும் ஏற்படும் எண்ண ஓட்டங்கள், கற்பனைகள், காட்சிகள் அகத்தில் விரியும் அபூர்வ உணர்வுகள், சொல்லோவியங்கள், உரையாடல்கள், சொலவடைகள் நம்பிக்கைகள் எல்லாம் அந்த சிக்கலின் மையப் புள்ளியிலிருந்தே சுருள் விடுவனவாக அமைந்திருக்கின்றன. பண்பாட்டு வடிவங்களில் பின்னிப்பிணைந்து மலரும்போது பேரழகைத் தருகின்றன. இது லா.ச.ரா.வின் தனித்துவமான கலை ஆளுமை. ந.பிச்சமூர்த்தி, கு.ப.ரா, மௌனி, பி.எஸ். ராமையா, ந.சிதம்பரசுப்ரமணியன், க.நா.சு. போன்ற முன் தலைமுறை எழுத்தாளர்களிடம் இப்படியான அம்சம் தீவிரங் கொள்ளவில்லை. இந்தப் பாதையை முழுமையாக உருவாக்கியவர் லா.ச.ரா. தி.ஜானகிராமன் இதனைப்போகிற போக்கில் தொட்டு விட்டு விசயத்திற்குத் தாவி விடுவார். லா.ச.ரா விசயத்தைவிட விசயத்தின் சலனங்களுக்கு அதிமுக்கியம் கொடுத்து சொல்லோவியம் ஆக்கினார். நேற்றைய பிராமண வாழ்க்கைமுறை எத்தகையது என ஆராய்பவர்களுக்கு லா.ச.ரா.வின் கதைகளே மூலப்பெட்டகம்.

தம்பதிகள் தங்கள் குடும்ப பிரச்சனைப் பற்றி பேசிக்கொண்டு வருகின்றனர். சீர்வரிசையைக் காரணம்காட்டி பிரியவேண்டிய சூழல். மூன்று வருடம் பிரிந்திருந்த காலத்தில் ஒரு கணநேர காட்சியை மனைவிகாண நேரிடுகிறது. அதுபற்றி இப்போது சொல்கிறாள்.

''அன்னிக்கி சோமவாரம் அம்மாவோடு கோவிலுக்குப் போயிருந்தேன். நீங்கள் திருக்குளத்தில் குளிச்சுட்டுப் படிக்கட்டு ஏறிவரேள். கையில் கமண்டலத்துடன், ரிஷிகுமாரன் மாதிரி. உடம்பில் ஜலம் முத்துக்குளிச்சிண்டு; ஏற்கெனவே நல்ல சிவப்பா, அப்படியே தகதகத்துண்டு. அப்பா, உடம்பு சிலுக்கிறது. கைகளில் முகத்தைப்புதைத்துக்கொண்டு அங்கிருந்து 'இந்த மஹா புருஷனை அடைவேனா'ன்னு நெனச்சுண்டேன்''

''தவம் என்கிறது கண்ணை மூடிண்டு மாலையை உருட்றது இல்லே. தவங்கிறது ஒரே நினைப்பின் ஒரு நினைப்புன்னு தோணறது. வங்கியோடுதான் வந்தேன். மூணரைப்பவுன்'' என்று, உள்ளப் பிரளயத்தைப் பேசவைத்த ஒரு காட்சியை நமக்குமுன்

நிறுத்துகிறார். இப்படியான காட்சிகள் கதைகளின் பின்னலோடு எழுகின்றன.

பார்வையின் வழி மனிதர்களைப் பற்றிய விதவிதமான அனுமான எண்ணங்கள் உருவாவதை லா.ச.ரா. அங்கங்கே வெளியிட்டிருக்கிறார். அவள் முகத்தின் சோகம் புரியவில்லை... சுபாவமே அதுதானோ அல்லது இந்த ஊரின் மிதமான சீதோஷ்ண நிலையின் தூங்கு மூஞ்சித்தனம் தானோ என்று நினைத்துக் கொண்டான்'' பின்னால் இவளின் வருகை தெரியவருகிறது. கணவனை நோயிலிருந்து மீட்க தாலியைத் திருப்ப வந்திருப்பவள் என்று. மனைவி கடுமையான நோயிலிருந்து தேறிவிடுகிறாள். நன்றாகவும் ஆகிவிட்டாள். ஒரு பார்வையில் ''கிடந்து தேறியது முதல் அவள் வசீகரம் முன்னிலும் பன் மடங்கு அதிகரித்திருக்கிறது. பழைய முரட்டுத்தனம் தனிந்து ஒரு தனி அடக்கமும் அமைதியும் வந்திருந்தன'. இப்படியான அவதானிப்புகள்.

'ஒரு பாசமலர் என்ன, ஒரு பாகப்பிரிவினை என்ன, ஒரு பாலும் பழமும் என்ன.. அந்த சிவாஜியை இனி காணப்போறோமோ? சிவாஜியே அந்த சிவாஜியை இனி கண்டுபிடிக்க முடியுமா?... சிவாஜியைப் பத்தி நினைச்சுண்ட தெல்லாம் ஒரு வேளை எனக்கே பொருந்துமோ?'' இப்படியான காலத்தின் திரும்பாக் கோலம்.

நேர்ந்துவிடும் நிகழ்விற்குப் பின்னான துடிப்புகளை நிகழ்கின்ற கணத்திலேயே ஏற்படும் தவிப்புகளை மொழியில் உருவேற்றிக் காட்டும் தீராத பிரியம் அவருள் தொழிற்பட்டுக் கொண்டே இருந்திருக்கிறது. நினைத்ததைக் கொண்டு வருவதற்காக மெனக் கெட்டார். அப்பா பையனை அடித்துவிடுகிறார். அது தொந்தரவு செய்வதை ''நான் அவனை அடித்தது உண்மைதான்; ஆனால் வலியெல்லாம் என்னுடையதுதான். வலியின் அடையாளங்கள் அவன் மேல்தான். ஆனால் வலியின் வலி எனக்குத் தான்'' என்று அந்த உணர்வை உணர்த்துகிறார். மாமனாரிடம் மன்னித்து ஆசீர்வாதம் செய்யும்படி வணங்குகிறாள் மருமகள். அவள் அவரது மகனை காதலித்து மணந்தவள். மாமனார் பிடிவாதமாக இருக்கிறார். மருமகளும் வணங்கியபடியே இருக்கிறாள். இதனைப் பார்க்கும் இளையமகன் அப்பா மன்னிக்கக்கூடாதா என ஏங்குகிறான். நேரம் நீளும் அந்த கணத்தை ''உங்களிருவரின் மனோபாவங்களும் ஒன்றையொன்று மோதிக் கொள்ளும் அதிர்ச்சியில் என் நெஞ்சு 'கிண்' ணென்கிறது'' என்று எழுதி உணர்த்துகிறார்.

மனிதர்களிடையே வெளிப்படும் பழக்கதோஷங்கள் இவர் கதைகளில் பொருந்த வெளிப்பட்டிருக்கின்றன. அப்பாவின் மேனரிசம் பற்றி இப்படி காட்டுகிறார். ''வழக்கப்படி வலது கையால் இடது விலாவைத் தடவிக்கொண்டும் தன்னுடம்பைத்தானே பார்த்துக்கொண்டும், 'ஏண்டி ரொம்ப இளைச்சுட்டேனாடி'' என்று கேட்பார். ''கண்ணாடியண்டை போய்க் கண்ணை இழுத்து இழுத்துப் பார்த்துக் கொள்வார். பக்கத்தில் நாங்கள் யாராவது இருந்தால், எங்கள் கண்ணையும் இழுத்துப் பார்த்துவிட்டு கசப்புடன் உதட்டைப் பிதுக்கிக் கொள்வார்.''

புறஉலக காட்சிகளைச் சித்தரிக்கும்போது உணர்வார்ந்த படிமம் இவரிடம் உருவாகி வந்திருக்கிறது. மாலை நேரம் செஞ்சூரியன் மறையப்போகிறது. ''கீழ்வானத்தில் பெரிய யாகம் நடந்து கொண்டிருக்கிறது. மேகப் பாறைகள் நெகிழ்ந்து உடைந்து கறைந்து ஆகுதியில் கவிழ்கின்றன. தழல் ஆட்டம்'' என்றும் முன்னிரவு தொடங்கிவிட்டதை ''இருள் பந்துகள் செடிகளில், கிளைகளில், இலைக்கொத்துகளில் தொங்குகின்றன'' என்றும் படிமமாக்குவார்.

உணர்வற்ற இடத்தையும் உணர்வுள்ள சூழலாக மாற்றும் மொழிசூட்சுமம் லா.ச.ரா.விடம் உண்டு. மகன் திருடன். இனி அவன் ஒருநாளும் திருந்தப்போவதில்லை. மகனுடன் அம்மா சண்டை யிடுகிறார். சட்டைசெய்யாமல் போய்விடுகிறான். அவள் தூக்கிட்டு தற்கொலை செய்து கொள்கிறாள். மாலைநேரம் அவன் வீட்டை நோக்கி வருகிறான். விளக்கு எரியவில்லை. ''கிட்ட நெருங்க நெருங்க வீட்டின் தேக்க மௌனம் வாய்விட்டு அலறியது'' என அது தரும் உணர்வின் சூசகத்தை எழுதும்போது வாசகருக்கும் அந்த பதற்றம் தொற்றுகிறது.

கதைகளின் வழி அனுபவம் உண்டாக்கிய உண்மையை மொழியில் சாரமாக்குவதிலும் கைதேர்ந்தவர். ''மனிதன் அழிவதற்குக் கூட அவ்வளவு பயப்படவில்லை. அவமானப் படத்தான் அஞ்சு கிறான்.'' ''கரிய நஷ்டத்தைவிட எண்ணத்தின் துரோகத்தைத்தான் தாங்கமாட்டேன் என்கிறது''

லா.ச.ரா.வின் இடைக்காலக் கதைகளிலிருந்து மிஸ்டிசிசம் என்கிற உள்முக உணர்வின் வியாபத்தை அனுபவிக்கமுடிகிறது. ''இச்சுடரின் வயிறு கொஞ்சம் கொஞ்சமாய் அகன்று, மடல் மடலாய் எண்ணற்ற இதழ்கள் குவிந்து அற்புதமான ஹ்ருதய புஷ்பமாய்

மாறிவிடுகிறது'' இது சுடர் உண்டாக்கும் உள்முக உணர்வு. ஒரு கதையில் நீர்வீழ்ச்சி உண்டாக்கும் உள்ளுணர்வை விரித்ததும் இங்கு நினைவிற்கு வருகிறது.

மனிதனின் கணக்குகள் ஒருபுறம் இருக்க இயற்கைக்கு ஒரு கணக்கு இருந்துகொண்டே இருக்கிறது என்பது லா.ச.ரா.வின் நம்பிக்கை. லா.ச.ரா.விற்கு மனிதர்கள் மீதான விமர்சனம் உண்டு. அதனைப் பாத்திரங்களின் உரையாடல்களில் வெளிப்படுத்தி யிருக்கிறார். பெண்குழந்தை பிறக்கவேண்டும் என்று பிரியப் படுகிறான் கணவன். மனைவி ''உலகத்தில் பெண்ணாகப் பிறந்தவாளும் பெண்ணைப் பெத்தவாளும் படற கஷ்டம் போறாதுன்னு நானும் அதுக்குக் கூட்டணுமா?'' என்கிறாள். லா.ச.ரா.வின் கதைகள் அதிகமும் ஆண்நோக்கில் சொல்லப் பட்டிருந்தாலும், பெண்கள் தங்கள் குடும்பச் சூழலில் படும் ஆற்றாமைகளை வெளிப்படுத்தவும் செய்கின்றனர்.

பொதுவாக லா.ச.ரா.வின் கலை என்பது சுண்டக்காய்ச்சிய பால் எனலாம். மனஉணர்வுகளையும், காட்சிகளையும், உரையாடல் களையும் மிகச்சுருக்கமாக மொழிக்குள் தேக்குவது லா.ச.ரா. வின் எழுத்துமுறை. உரையாடலில் தி.ஜானகிராமன் நிகழ்த்திய விஸ்தாரத்தை இவர் நிராகரிக்கிறார். உரையாடலில் சற்று முன்னும் பின்னும் இரண்டொரு வார்த்தைகளைப் பேச விட்டிருக்கக் கூடாதா என விரும்பும் அளவு மிகச்சுருக்கமாக சொல்ல வேண்டிய விசயத்தைச் சொல்லிவிட்டு வேறு விசயத்திற்குத் தாண்டி விடுகிறார். கேள்வியும் பதிலும்போல.

அம்மா ஏதோ யோசனையில் இருப்பதைக் கண்ட மகன் கேட்கிறான்.

"அம்மா நீ என்னத்த நினச்சுண்டிருக்கே"

அம்மா, "நீ எனக்கு உண்டானதை நினைச்சுண்டேன்" என்கிறார். இப்படி ரத்தினச்சுருக்கம்தான்.

கணவன், வீட்டில் மோர் கேட்கிறான். மனைவி வீட்டு வேலைகளில் இருக்கிறாள்.

"மோர்! மோர்''

''இதென்ன ரயில்வே ஸ்டேஷனா? இருங்கோ ஒரு நிமிஷம்'' என்கிறாள். உரையாடலில் திடுக்கென வெளிப்படும் கூர்மையான

பதிலையோ ஆழமான எண்ணத்தையோ லா.ச.ரா. குறி வைக்கிறார். வழவழ உரையாடல் கலைக்கு ஆகாது என நிராகரிக்கிறார். எவ்வளவு சுருக்கமாக முடியுமோ அவ்வளவு சுருக்கமாக பேச விடுகிறார். 'த்வனி' 'அமலி' போன்ற ஒரு சில கதைகளில் மட்டும் கேலி, கிண்டல், குசும்பு, கோபம், விமர்சனம் என கலந்து ஊற்றெடுக்கும் உணர்வுகளுக்கு உரையாடலில் நிரம்ப இடம் தந்திருக்கிறார். அது கூட கணவன், மனைவியிடையேயான உரை யாடலில். லா.ச.ரா.வின் கதைகளில் உரையாடல் என்பது அகத்தை வெளிப்படுத்திக் கொள்ளும் சந்தர்ப்பங்களாக இருக்கின்றன. கதையை நகர்த்த மாந்தர்களைப் பேசவிடுவதில்லை லா.ச.ரா. இது ஒரு நல்ல அம்சம்தான்.

லா.ச.ரா.விரிக்கும் காட்சிகளும் மிகச்சிறியனதான். அக்காட்சிகள் கதையோடு பொருந்திவிடுகிறபோது கவித்துவ உச்சம் பெறுகின்றன. 'கணுக்கள்' கதையில் ஒரு காட்சி.

'நடுத்தெருவில் ஒரு ஆடு படுத்திருக்கிறது. அவசரமாய்ப் பந்தய வேகத்தில் வந்த ஒரு சைக்கிள்காரன் அதன்மேல் வண்டியை ஏற்றி விட்டு, இறங்கிக் கூடப் பாராது விரட்டியடித்துக்கொண்டு போயே போய்விட்டான். ஆட்டுக்கு நடு முதுகு ஒடிந்துவிட்டது. ஒவ்வொரு முறையும் எழுந்திருக்க முயலுந்தோறும் ஒரு அலறல் தான். அதனின்று கிளம்பி அதைக்கீழே தள்ளுகிறதேயொழிய, அதனால் நிற்க முடிய வில்லை. அதன் குட்டிக்கு என்ன தெரியும்? அது பால்குடிப்பதற்காக அதைச் சுற்றிச் சுற்றி முனகி முகர்கிறது.'

இக்கதையில் வரும் சிறுவனின் தாய் வராதுபோன கணவனால் பட்டமுழந்துகிறாள். சொல்லாமல் சொல்லப் பட்டிருக்கும் நொறுங்கிக் கிடக்கும் நிலை அந்த ஆட்டின் கதிக்கு நிகரானதுதான்.

லா.ச.ரா. கதைகளில் வெளிப்படும் இந்தியத்தன்மைக்கு நம்பிக்கைகளும் சொலவடைகளும் கூடுதல் பரிமாணத்தைத் தருகின்றன. மகனின் போக்கு பிடிக்காத அம்மா ''நீ இறைக்கும் எள்ளுக்கும் தண்ணீருக்கும் நான் கரையோரம் வந்து வாயைத் திறந்துண்டு காத்திருப்பேன் என்று எண்ணாதே. எனக்கும் சுய கௌரவம் உண்டு.'' என்கிறாள்.

தேர்வு எழுதச்செல்கிறான் பையன். தேர்வுத்தாளைப் பார்த்ததும் அவனுக்குப் பாட்டியின் ஞாபகம் வருகிறது. ''அம்மாடி! பெருமூச்சு என்னுடையது மட்டுமல்ல. என் முன்னோர்களுடையதும் அதில்

கலந்திருந்தது. என் பாட்டி உயிரோடு இருக்கையில் சொல்லுவாள். அம்மா லலிதாம்பிகே குழந்தையின் பேனா முனையில் இருந்து அவனைத் தேறவை'' இப்படியான நம்பிக்கைகளும்,

'பூனைக்குட்டியை மடியிலே கட்டிண்டு நான் சகுனம் பாக்கற அழகு நன்னாயிருக்கு' 'மழை பெய்யறதும் மக்கட்பேறும் மகாதேவனுக்குக் கூடத் தெரியாது'

இப்படியான சொலவடைகளும் மாந்தர்களின் பாடுகளோடு இயல்பாக வெளிப்படுகின்றன.

லா.ச.ரா. மொழிநடையில் செய்த ஜாலம் வாசகர்களால் பெரிதும் ரசிக்கப்பட்டது என்பது யாவருக்கும் தெரிந்ததுதான். லா.ச.ராவிட மிருந்து சுஜாதா மொழியை நவீனமாக்கினார் என்று சொல்லத் தோன்றுகிறது. அந்த வகையில் சுஜாதாவிற்கு முன்னோடி லா.ச.ரா. தான்.

'என் கனத்தடியில் ஏணி படிக்குப்படி முனகுகிறது' 'எப்படியும் நீங்கள் ஆச்சர்யமான நிமிஷங்கள் படைத்தவர்' 'டக்டக் நொடிகள்' என கதைமாந்தர்களின் இயக்கத்தில் வெளிப்படும் ஓசைகளை, த்வனிகளை மொழிக்குள் கொண்டுவந்தவர் லா.ச.ரா. சிறுகதையை நுண்கலைக்கு நிகரான இடத்திற்கு நகர்த்தியவர் லா.ச.ரா.தான். இந்த வகையில் லா.ச.ரா.வின் வாரிசு என வண்ணதாசனைச் சொல்லலாம். புதுமைப்பித்தனைப் போலவோ, கு.அழகிரி சாமி போலவோ வாழ்வின் அகண்டத்தை நோக்கிப் பயணித்தவர் அல்லர். குடும்ப உறவுகளில் மறைந்திருக்கும் பண்பாட்டு இழைகளையும் உணர்வுகளின் மகத்துவங்களையும் பெரு விருப்போடு வெளிப்படுத்தியவர். புனைகதையின் தளத்தைத் தக்கவைத்துக்கொண்டு நடையை கவிதைக்கு நெருக்கமாகக் கொண்டு சென்றவர். ஒரு கவிஞனைப் போல மொழியைத் தீட்டித் தீட்டி கூர்மையாக்கியவர். புனைகதைமொழியைப் புதுமையாக்கியதில் லா.ச.ரா. தனித்துவமானவர். அந்த வகையில் உரைநடைக்கு என்றுமான இளமையைத் தந்திருக்கிறார்.

3

லா.ச.ரா.வின் நீண்ட எழுத்தியக்கத்தில் அவரது 50ஆவது ஆண்டு வரை எழுதப்பட்ட கதைகளில் கதையம்சம் வலுவாக

கூடி வந்திருக்கின்றன. அதாவது வாழ்க்கைக்கு முக்கியத்துவம் தந்து இயங்கியிருக்கிறார். அக்கால கட்டத்தில் எழுதப்பட்ட மிகச் சிறந்த கதைகளோடு 'கணுக்கள்' 'கஸ்தூரி' 'மன்னிப்பு' 'இதழ்கள்' போன்ற குறிப்பிடத்தக்கக் கதைகளும் பிறந்திருக்கின்றன. 'த்வனி' கதையைப் படிக்கிறபோது 'அபிதா' குறுநாவலுக்கான மூலம் இங்கிருப்பது தெரியவந்தது. அதேபோல 'மன்னிப்பு' கதையின் மற்றும் ஒரு கோணத்தை காலம் 'அவள்' கதையாக எழுத வைத்திருக்கிறது.

எழுபதுகளிலிருந்தே பழைய கருத்தியல் வடிவங்களுக்குக் கலை வடிவம் தரவிழைந்தார். அதற்கொரு வாழ்க்கையை உருவாக்கிப் பார்த்தார். யதார்த்த தளத்திலிருந்து வாழ்வின்சாரத்தை எடுத்துக் கொண்டு அவர் உருவாக்கிய உருவகக்கதைகள் சிறப்பாக அமைந்தன. கருத்தியலுக்கு மாந்தர்களை உருவாக்கியபோது அவ்வளவாக சோபிக்கவில்லை. அவருடைய பஞ்சபூத கதைகள் என்னைப் பெரிய அளவில் கவரவில்லை. இக்கதைகளில் வாழ்க்கை துலக்கம் பெறுவதற்கு பதில் வார்த்தைகள் துலக்கம் பெற்றன. சொற்கோலங்கள் அளவுக்கு மிஞ்சி கதையில் ஏறி அமர்ந்தன. பொதுவாகவே லா.ச.ரா. கதைகளின் மைய பிரச்சனை மெல்லியது தான் என்பதை இவ்விடத்தில் நினைத்துப் பார்க்கலாம். கரும்பு சக்கைகள் மீது எறும்புகள் மொய்ப்பது போன்று ஆழமற்ற பிரச்சனைகள் மீது சொற்கள் பொழிந்துகிடப்பதாகப்படுகிறது.

'வித்தும் வேரும்', 'ராக்த்ரோக் நம்பி', 'தூலம்', 'கறந்தபால்', 'சுமங்கல்யன்', 'காயத்ரீ', 'அன்புள்ள', 'ஜ்வாலாமுகி' போன்ற கதைகளிலெல்லாம் பிரச்சனை என்பது ஒரு மெல்லிய நூல் அளவு தான். அதில் பெரிய பெரிய இரும்பு குண்டு வார்த்தைகளைத் தொங்கவிடுகிறார். அதாவது அந்த பிரச்சனையின் ஆழ அகலங்களுக்குப் பயணப்படாமல் கதைக்கு ஒரு ஆதார இழையாக வைத்துக்கொண்டு அதைச் சுற்றிச் சுற்றி வார்த்தைகளால் மூடுகிறார். கதைக்குள் பிரச்சனை நகர்வதே இல்லை. ஸ்டிக்கர் பொட்டு போல ஒட்டப்பட்டிருக்கிறது. எனவே பிரச்சனையிலிருந்து பல்வேறு இழைகளில் விரிவதில்லை.

பிற்கால கதைகளில் இன்னுமொரு சிக்கலும் இருக்கிறது. புதிய வாழ்க்கையைப் புதிய அனுபவங்களாகப் பார்க்க அவருக்குத் தோன்றவில்லை. வாழ்வின் மாற்றங்களில் உருவாகும் சிக்கல்களுக் கான காரணங்களை அறியமுனையாமல் பழைய மதிப்பீட்டின்

வழி அதனை விளக்கப்பார்த்தார். மரபுவாதியின் எண்ண ஓட்டங்களாக அமைந்திருக்கின்றன. கவித்துவ கணங்கள் திடுக்கென வெளிப்படுவதில்லை. சொற்களைக்கொண்டு விளக்கப் பார்க்கிறார். தன்னியல்போடு மலர்ந்து பண்பாட்டிற்குச் செழுமை சேர்த்த படைப்பெழுச்சியின் விளைவுகளாக நேராமல் இவைகளுக்கெல்லாம் மிகப்பெரிய அர்த்தம் உண்டே அவற்றை விட்டு விடுவதா? கூடாது என்ற மனநிலையில் கதை என்ற ரூபத்தில் எழுதப்பட்ட விளக்கக் கதைகளாக இருக்கின்றன.

இருப்பினும் அவரின் நீண்ட கால படைப்பனுபவம் (படைப்பெழுச்சியல்ல) சில நல்ல கதைகளை உருவாக்குவதில் தொழில்பட்டிருக்கிறது. 'என் பிரியமுள்ள சிநேகிதனுக்கு' 'இன்று நேற்று நாளை' 'அவள்' 'அமலி' 'மந்திரஸ்தாயி' முதலிய கதைகளைச் சொல்லலாம். முக்கியமாக இக்கதையிடையே வரும் சில தருணங்கள், இலக்கிய முக்கியத்துவத்தை அளிக்கின்றன.

லா.ச.ரா.வின் கதைகளில், செம்மையாக்கவேண்டிய சிற்சில இடங்கள் இருக்கின்றன. புறநிகழ்வு சார்ந்து, உளவியல் சார்ந்து, மிகையான உணர்வு சார்ந்து திருத்தவேண்டிய இடங்கள் உண்டு. ஆனால் அவை கவனக்குறைவால் நேர்ந்தவை. திருத்திக்கொள்ளத் தக்கவை. கதையின் மையமான உணர்ச்சிக்கும் சிக்கலுக்கும் ஊறு விளைவிக்காதவை என்பதால் அவற்றை இங்கு இப்போதைக்கு முதன்மைப்படுத்தவில்லை.

கு. அழகிரிசாமி :

காலத்தின் கோலங்களை கதையில் வரைந்த கலைஞன்

தமிழ்ச் சிறுகதை உலகத்தரத்தில் இருப்பதாக நீண்டகாலமாகவே சொல்லப்பட்டு வருகிறது. இந்த உலகத்தரம் என்பதற்கான அளவுகோல் தான் என்ன? வடிவம் சார்ந்ததா என்றால் அப்படிச் சொல்ல முடியாது. வாழ்க்கை சார்ந்த பார்வையா? என்றால் எவ்விதத் தயக்கமும் இல்லாமல் உடனடியாக ஆமாம் என்று சொல்லி விடலாம். புதுமைப்பித்தனுக்குப் பின் எழுதவந்த இரண்டு சிறுகதை ஆளுமையாளர்கள் தமிழ்ச்சிறுகதை உலகிற்குப் பெரிய பேற்றைத் தந்துவிட்டுச் சென்றிருக்கிறார்கள். ஒருவர் கு.அழகிரிசாமி, மற்றொருவர் தி.ஜானகிராமன். இப்படியாக முன்பேகூட க.நா.சு.வும் தனித்தெடுத்துச் சொல்லியிருக்கிறார். தி.ஜானகிராமனின் எழுத்துமீது எனக்குத் தீவிரமான காதல் உண்டு என்றாலும் கூட கு.அழகிரிசாமி சகலத்தையும் எதிர்கொண்டு இன்னும் இன்னும் மரம்போல மண்ணில் வேரூன்றியவர் என்பதால் அவர் தி.ஜானகிராமனைவிட படைப்பாக்கத்தில் வீரியம் மிக்கவராகத் தோன்றுகிறார். இன்னும் வெளிப்படையாகச் சொல்ல வேண்டும் என்றால் புதுமைப்பித்தனைவிட நம் வாழ்க்கைப்பாடு களின் வெம்மைக்குள்ளிருந்தே எழுத்தை இயக்கியவர் கு.அழகிரிசாமி.

மொழியின் அழகுகளை நீக்கிப் பார்க்க முடியாதபடி பொங்கும் ஒரு வசீகர எழுத்து ஜானகிராமனுடையது. 'குளித்துக் கரையேறும் பெண்ணின், ஈரப்பாதங்களில் ஒட்டிய மண் நடையிலே மிளகு மிளகாக உதிர்கின்றன' என்பார். உக்கிரமான தருணங்களைத் தொடவைப்பது அழகிரிசாமியின் எழுத்து. ஒரு கதையிலே மகன் ஊரைவிட்டு ஓடிப்போகிறான். தாய் விவசாயம் செய்து தோற்று - ஆடுகள் மேய்த்துத் தோற்று கூலி வேலை செய்து கொஞ்சம் உயிர்பிடித்து - பின் கோழிவளர்த்து-மீண்டும் இரண்டு ஆடுகள் வளர்த்து அத்தோடு உழைத்து பெற்ற சிறு சேமிப்பை பத்திரமாக

முடிந்து பெரும் நடிகனாகி விட்ட பணக்கார மகனுக்குத் தருகிறாள். இப்படியொரு அசலான தமிழ்மண்ணின் தாயைப் பார்க்கிறோம். ஆரத்தழுவும் காவிய குணம் தி.ஜானகிராமன் படைப்புகளில் பல இடங்களில் உண்டு. ஆரத்தழுவ முடியாது நொறுங்கும் உலகை ஆரத்தழுவியவர் கு.அழகிரிசாமி. வாழ்வின் அழுத்தமும் மூர்க்கமும் மனிதர்களை நிலைபெறவிடாது காலைவாரிவிடும் தாட்சண்யமற்ற காலத்தின் காட்சிகளை அதன் முழுப் பரிமாணத்தோடும் புழுதிபடிந்த காயங்களின் காந்தலோடும் சொல்லவொண்ணா வேதனையின் பெருமூச்சோடும் ஜோடனைகளை முழுமுற்றாகத் துறந்த அசலான, ரத்தமும் சதையுமான வடிவில் படைப்பைத் தந்தவர் அழகிரிசாமி. பிரச்சனையை விலகி நின்று ஒரு கோணத்தில் பார்க்காமல் அந்த வாழ்க்கைக்குள் கரைந்து நின்று பார்க்கிறார். யார் பக்கமும் சாயாமல் அந்த மானிட உறவிலிருந்து அபூர்வமான ஒரு கை எழுந்து அவர்களின் கனவுகள் கசப்பான விதங்களையும் கசப்பான பாடுகளிலிருந்து எஞ்சும் அன்பையும் எழுதிக்காட்டுவது போல - திரையை விலக்கிக் காட்டுகிறார்.

இன்று வடிவரீதியாகவும் சொல்முறை பாணியிலும் புதிய போக்கையும் பெரிய மாற்றத்தையும் கண்டடைந்திருக்கிறோம். இந்தப்புதிய உத்திமுறை காலத்தைக்கொண்டு அழகிரிசாமியின் இலக்கியத் தகைமையை மதிப்பீடு செய்வது என்பது ஒரு அபத்தமான செயல். இலக்கிய வரலாற்றுக்காலத்தை வெற்றிடமாக்கிவிடாமல் பெரிய செல்வங்களைக் கொட்டி வைத்துவிட்டுப் போயிருப்பவர் கு.அழகிரிசாமி. 1940 முதல் 1970 வரை கிட்டத்தட்ட முப்பதாண்டுக் கால தமிழ்ச்சிறுகதை உலகை ஒரு உன்னத இடத்திற்கு எடுத்துச் சென்று வைத்தவர். இவரின் தமிழ் மரபிலக்கிய வாசிப்பு பேராண்மை மிக்க பல படைப்புகளை படைக்க உதவியிருக்கிறது. அதே சமயம் மேலை இலக்கிய வாசிப்பின் தாக்கம் வெளிப்படாத வகையில் சுயத்திற்கு முக்கியத்துவம் அளித்திருக்கிறார். மேலை இலக்கிய பாதிப்பு இவருள் எப்படி நிகழ்ந்திருக்கிறது என்று உடனடியாகச் சொல்லிவிட முடியாத எழுத்து. தமிழ்ச்சமூகத்தின் அவலங்களைப் பார்க்க உதவியிருக்கலாம் என்று மட்டும் சொல்லலாம். தமிழ்ச் சமூகத்தின் அசலான வாழ்க்கையை இவ்வளவு செறிவோடும் உக்கிரத்தோடும் சொன்ன வேறொருவர் இந்தக்காலத்தில் இல்லை. நான் உக்கிரமாக எழுதுகிறேன் என்கிற தன்முனைப்புள்ள எழுத்தல்ல. எளிய சொல்முறையிலேயே பதைபதைப்பு மிக்க நம் வாழ்க்கையின் அவலங்களையும் குரூரங்களையும் ஏமாற்றுத்தனங்களையும் மேன்மைகளையும் எழுத்தில் வடித்துவிடுகிறார். முக்கியமாக இங்கு

சொல்லவருவது மேலைநாட்டு இலக்கிய ஆசிரியரின் கண்கொண்டு பார்க்காத ஒரு சுயம்புவான பார்வை கு.அழகிரிசாமியிடம் துலங்குவதைக் குறிப்பிடவேண்டும்.

புதுமைப்பித்தனிடம் மேலைச் சிந்தனைக் கண்கொண்டு பார்க்கும் கோணம் இருக்கிறது. 'சிற்பியின் நரகம்', 'புதிய கூண்டு' 'கடவுளும் கந்தசாமிப் பிள்ளையும்' என்று பல கதைகளைச் சொல்லலாம். அழகிரிசாமி இந்த வகையில் நம் மண்ணின் கலைஞன். நம் மனிதர்களின் ஆசாபாசங்களை ஒளிவுமறைவு இல்லாமல் எவ்வளவு தூரம் சொல்லிவிட முடியுமோ அவ்வளவு தூரம் ஆழமாகச் சென்று சொன்னவர். கதைகளில் கு.அழகிரிசாமி உண்டாக்கும் விமர்சனத்தை விட வாழும் வாழ்க்கையின் இழைகள் ரத்தமும் சதையுமாக இருக்கின்றன. மண்வாசமும் மானிடவாசமும் கிளம்பிவருகிறது. பிரதேச வாழ்க்கையின் நேற்றைய அசைவுகள் இவரின் கதைகள். அந்த அசைவிற்குள் மானிட மர்மங்கள் கண் விழிப்பதால் காலத்தைக் கடந்து நிற்கின்றன. இந்த வகையில் தம் சிறுகதைகளை உலகத் தரத்திற்கு நிகராகக் கொண்டு சென்றிருக் கிறார் கு.அழகிரிசாமி. மேலைநாட்டின் உயர்ந்த கதைகளுக்கு நிகராக மாதிரிகளைப் படைத்து வைக்கவில்லை. தன் சிறுகதைகளில் படைத்துக் காட்டி இருக்கும் இம்மக்களின் வாழ்க்கைக் கோலங்கள் உலகக்கதைகளை மிரட்டும்விதமாக அமைந்திருக்கின்றன. முக்கியமாக வறுமையிலும் ஏழ்மையிலும் வாழும் மக்களின் உலகம் துடிதுடிக்க உருவாகி வந்திருக்கிறது. அவர்களின் விருப்பங்கள், சொல்லமுடியாத ஏமாற்றங்கள், அவமானங்கள், பொய் வேசங்கள் என அம்மக்களின் அகமும் புறமுமான முகங்களை மிகவும் உயிரோட்டத்துடன் படைத்திருக்கிறார். மனிதர்களின் முக பாவனைகளில், நடவடிக்கைகளில், பேச்சுக்களில், அவர்களுள் மறைந்திருக்கும் எண்ண வெளிப்பாடுகளாக வெளிப்படும் இடங்கள் எல்லாம் இந்த மண்ணுக்கே உரிய சாயைகள். மேலை இலக்கியங் களில் இல்லாத மண்ணின் மகத்துவங்கள் கலைப்பகுதியாக மாறியிருக்கின்றன. 50 ஆண்டுகளுக்கு முன் வாழ்ந்த மனிதர்களின் இயக்கத்தில் நிற்பதுபோல ஒரு உணர்வு ஏற்பட்டுவிடுகிறது. அவர்களின் சுக துக்கங்களில் பங்கெடுக்க வேண்டுமென்ற மனவெழுச்சி ஏற்படுகிறது. கதை நிகழ்விடத்தில் நாமும் ஒரு சாட்சியாக நின்று கவனித்துக் கொண்டிருப்பதுபோல ஆகிவிடும் அனுபவம் அழகிரிசாமியின் கதைகளைப் படிக்கும்போது தான் ஏற்படுகிறது. கலையின் மாய வசீகரம் இது. தயிரைக் கடையக் கடைய வெண்ணெய் திரண்டு வருவதுபோல மானிட சமூகத்தினுள்

மறைந்திருக்கும் மேன்மையான குணங்களைக் கடைந்து திரட்டி எடுத்துவிடுகிறார். வசதிவாய்ப்புள்ள மனிதர்கள் மீது அழகிரிசாமிக்குக் கவர்ச்சி இல்லை. எளியவர்களின் உலகம் அகமும் புறமுமாக செறிவுடன் வெளிப்பட்டிருக்கிறது. அவர்கள் மீது மனதைப் பறிகொடுத்து விடுகின்ற இயல்பினாலேயே இயன்றிருக்கிறது.

2

அழகிரிசாமியை புதுமைப்பித்தன் பரம்பரையில் வந்தவராக விமர்சகர்களில் சிலர் வகைப்படுத்துகின்றனர். 'தன்னுடைய நம்பிக்கைக்குரிய வாரிசுகளாகப்' புதுமைப்பித்தன் கு.அழகிரி சாமியையும், தொ.மு.சி.ரகுநாதனையும் குறிப்பிட்டது காரணமாக இருக்கலாம். இருவரும் புதுமைப்பித்தன் விரல்பிடித்து அலைந்தது உண்மைதான். புதுமைப்பித்தனின் குணம் வேறு. கு.அழகிரி சாமியின் படைப்பின் குணம் வேறு. 'வெந்தழலால் வேகாது' 'அக்கினி கவசம்' 'திரிபுரம்' 'புரட்சி எழுத்தாளனின் கதாநாயகி' 'பங்கஜத்தின் தற்கொலை' '17ஆம் நம்பர் வீட்டு நாய்' முதலிய மிகச்சில கதைகளில் புதுமைப்பித்தனின் சாயல் இருப்பதுபோல ஒரு தோற்றம் தென்படுகிறது என்றாலும் இந்தக் கதைகளில் அழகிரிசாமியின் கலையுள்ளமே நிரம்பியுள்ளது. புதுமைப்பித்தன் முடிவுசார்ந்து பிணைக்கும் கருத்து வெளிப்படுகிறது என்று புரிதலுக்காகச் சொல்லலாம்தான். ஆனால் புதுமைப்பித்தனின் மனமொழியே முழுக்க முழுக்க விமர்சனம் பொங்கும் தனிமொழி. புதுமைப் பித்தனின் மனவார்ப்பின் சரடை யாராலும் பின்பற்ற முடியாது. இன்றளவும் அது தனித்த கலையாகத்தான் நிற்கிறது. அழகிரிசாமி கரிசல் மக்களின் உள்ளத்திலிருந்து பேசுகிறார். புதுமைப்பித்தன் தன் கதைகளில் மாந்தர்களை அதிகம் வாழ விடுவதில்லை. டீச்சர்போல கண்காணிப்பார். அழகிரிசாமி தம் மாந்தர்களை முழுமையாக வாழும்படி விட்டுவிடுகிறார். அதற்குப் பிறகுதான் அக்கதைகளுள் அறிந்திறாத மானுடப் பக்கங்களைத் திறக்கிறார். புதுமைப்பித்தன் ஒரு காவல்காரர். கு.அழகிரிசாமியோ ஒரு விவசாயி. புரிதலுக்காகத் தான் அழகிரிசாமியை விவசாயி என்கிறேன். அவர் பொற்கொல்லர் என்பது தெரியும். காவல்காரன் உடன்பட்டு குனிந்து வேலை செய்யமாட்டான். அதிலொரு தெனா வெட்டு இருந்தபடியே இருக்கும். 'செல்லம்மாள்' 'மனிதயந்திரம்' 'துன்பக்கேணி' 'கலியாணி' 'நாசகாரக்கும்பல்' 'சித்தி' முதலிய

மிகச்சில கதைகள் விதிவிலக்கு. கு.அழகிரிசாமியின் 'திரிபுரம்' கதை முழுமையும் பஞ்சத்தின் கோரத்தாண்டவத்தை அழுத்தமாக விவரித்து கதை முடிவில் புராணிகத்துடன் தொடர்புபடுத்தி தமிழ்ச்சமூகப் பண்பாட்டின் நீண்ட நெடிய பிரச்சனையைப் பெரிதாக்குவதைக் கவனிக்கலாம். புதுமைப்பித்தனின் 'பொன்னகரம்' கதையின் முடிவுபோன்றதொரு முடிவுதான். 'அவள் கையில் சில்லறைக் காசுகள் இருந்தன. எந்த திரிபுரத்தை எரிக்க?' என்று கேட்பதும், ஆனால் அந்த முடிவு இல்லாமலே கூட பஞ்சத்தின் கொடூரத்தில் விலைமகளாக தாயே தள்ளும் அந்த வாழ்க்கை அடர்த்தியானது. 'பொன்னகரம்' கதையில் 'கற்பு கற்பு என்று கதைக்கிறீர்களே இதுதானய்யா பொன்னகரம்' என வெடிப்புறச் சொல்வதினாலும், கற்புக்கரசி வாழ்ந்த மதுரை மண்ணோடும் சொக்கநாதனின் பொன்பாதங்கள் பட்டு ஆடும் திருவிளையாடல் பூமியோடும் சட்டென உறவுகொண்டு மிகச்சிறிய கதையில் மிகப்பெரிய விவாதங்களைக் கிளப்பிவிடும் தன்மையில் தான் அக்கதை உயர்ந்து நிற்கிறதே தவிர, அந்த அம்மாளுவின் வாழ்க்கையி லிருந்தல்ல. புதுமைப்பித்தன் தமிழ்ச்சமூகப் பண்பாட்டின் வரலாற்று முரண்களோடு இடையறாது மோதிக் கலகம் செய்தவர். அந்த வகையில் புதுமைப்பித்தன் ஓர் ஆளுமை. அதே சமயம் இந்தப் புராணிகக் கதைத்தளங்களிலே புதுமைப்பித்தனால் கொண்டுவரமுடியாத அமைதியையும் மானிட உயர்வையும் 'திரிவேணி' 'திருவொற்றியூர் வல்லி' முதலிய கதைகளில் வசப்படுத்தியிருக்கிறார் அழகிரிசாமி. அமைதியற்ற கொந்தளிப்பில் விரிப்பது புதுமைப்பித்தனின் அழகியல். அப்படி அமைவதுதான் அவருக்கு பெருமை சேர்க்கிறது. உண்மையில் அழகிரிசாமி புதுமைப் பித்தனின் கலைவெளிப் பாட்டுத் தன்மைக்கு நேர் எதிரான திசையில் பயணித்தவர். அவருடைய தொகுப்பைப் படிக்கிறவர் எளிதாக அறிந்து கொள்ளக்கூடிய ஒன்று என்றே நினைக்கிறேன்.

புதுமைப்பித்தன் இரண்டாயிரம் வருடகால இந்திய சமூகத்தில் உருவாகி வந்த கருத்தியல்சார்ந்த உருவகங்களை நவீன வாழ்க்கையில் வைத்து தகர்த்தெறிந்த கலகக்காரர். அழகிரிசாமி, மானிட ஜீவன்களின் துயரங்களை, இன்பங்களை கரிசல் மண்ணோடு அள்ளியவர். நகர் சார்ந்த கதைகளில் கொஞ்சம் விமர்சனக்கண் வெளிப்படையாக ஜொலித்தாலும் வாழும் வாழ்க்கையின் நெருக்கடியிலிருந்தே படைப்புகளை உருவாக்கியிருக்கிறார். கருத்தியல் சார்ந்ததல்ல. அந்தந்தச் சூழலில் அந்தந்த நெருக்கடிகளில் அந்தந்தச் சந்தர்ப்பங் களின் வழி திரண்டெழும் உள்ளத்தின் நானா விநோதங்களையும்

மொத்தப் பாடுகளிலிருந்து கண்டடைகிறார். பணயம் வைக்கப் பட்ட வாழ்க்கைச் சூழலுக்குள் அலைந்து புரண்டுவிழும் மனிதர்களின் கோலங்களை முன் வைப்பதுதான் அழகிரிசாமியின் படைப்புக் கலை. புதுமைப்பித்தனின் 'ஒருநாள்' கதைக்கு நிகராக 'ராஜா வந்திருக்கிறார்' என்பது போன்று ஒப்பீடு செய்யலாமே தவிர இருவரின் திசைவழிகளும் வேறு வேறானவை. இந்த இரு கதைகளிலும் வரும் குழந்தைகளின் துடுக்குத்தனமான பேச்சுக்களை நினைத்துப்பார்க்கலாம். இவ்வளவு சொன்னபின்பும் தனிப்பட்ட முறையிலும் இலக்கியப் பார்வையிலும் புதுமைப்பித்தன் அழகிரிசாமியை பலமாக பாதித்தவர் என்பதைக் குறிப்பிட்டாக வேண்டும். பழக்கம் சார்ந்தும் தேர்வு சார்ந்தும் பாதித்திருக்கிறார். உருவாக்கும் கலை சார்ந்து புதுமைப்பித்தனிடமிருந்து வேறுபடுகிறார் அழகிரி சாமி என்பதுதான் நான் சொல்ல வருவது. ஜெயகாந்தனை முன் வைத்துக் கூட இதனை மேலும் விளக்கலாம். ஜெயகாந்தன் வாசகனை நோக்கிக் கதைகளை விரித்தார் என்றால் அழகிரிசாமி மண்ணோடு மனிதர்களைப் பெயர்த்து எடுத்தார் என்று சொல்லலாம்.

அழகிரிசாமியின் மலேய வாழ்க்கைக்குப்பின் (1957) எழுதப்பட்ட மறுஜென்மக் கதைகள் வெற்றிபெறாது சப்பென்று போய்விட்ட சுமாரானவை என்று வெங்கட்சாமிநாதன் மதிப்பீடு செய்கிறார். இந்த மதிப்பீடு நியாயமானதல்ல. உள்நோக்கம் மிக்கது. 1957-க்குப்பின் விரிவும் ஆழமும் கூடிய பலகதைகளை மிக அநாயசமாக உருவாக்கியிருக்கிறார். வெங்கட்சாமிநாதன் சொல்லும் காலகட்டத்திற்குப் பின்தான் 'தம்பி ராமையா', 'சுயரூபம்', 'இருசகோதரர்கள்', 'இருவர் கண்ட ஒரு கனவு', 'குமாரபுர ஸ்டேசன்', 'சந்திப்பு', 'தரிசனம்' 'காற்று' 'சிங்கப்பூர் சென்ற மகன்', 'விட்டகுறை தொட்டகுறை', 'திருவொற்றியூர் வல்லி', 'தேவ ஜீவனம்' 'வரப் பிரசாதம்', 'முகக்களை' முதலிய சிறந்த சிறுகதைகளையும் 'மனப்பால்' 'தியாகம்', 'கற்பகவிருட்சம்', 'ஒரு மாத லீவு', 'தன்னையறிந்தவர்', 'கண்ணம்மா', 'சிறுமைக்கதை' 'புரட்சி எழுத்தாளரின் கதாநாயகி', 'ஒருவன் இருக்கிறான்', 'பங்கஜத்தின் தற்கொலை' முதலிய கதைகளில் வித்தியாசமான குணாம்சம்கொண்ட மனிதர்களை வசப்படுத்தியதோடு நல்ல படைப்புகளாகவும் தந்திருக்கிறார். கிராமத்தின் பஞ்சத்தைச் சொல்லும் பகுதிக்காகவே 'அக்கினிகவசம்' கதையும் முக்கியத்துவம் வாய்ந்ததாக இருக்கிறது.

ஒரு முக்கியமான விமர்சகரின் மதிப்பீட்டை உடைத்துக் கொண்டு இத்தனை சிறந்த நல்ல கதைகளை எழுதிய மற்றொரு

எழுத்தாளரை அவர்காலத்தில் முன்வைக்க முடியுமா? அவர்காலத்தில் மட்டுமல்ல இன்றுகூட அழகிரிசாமி கதைகளின் சாதனையாளர்தான். 1957க்குப் பின் கு.அழகிரிசாமியின் படைப்புகளில் இறக்கம் நேர்ந்ததாக சுந்தரராமசாமி உணர்ந்ததாக பழ.அதியமான் குறிப்பிடுகின்றார். அறுபதுகளுக்குப் பின்னான கதைகளை இவர்கள் படித்திருக்கிறார்களா என்று தெரியவில்லை. அங்கொன்றும் இங்கொன்றும் படித்திருக்கலாம். முழுமையாகப் படிக்கவில்லை. படிக்காமல்தான் இப்படியான மதிப்பீடுகளை வைத்திருக்கிறார்கள் என்பது இக்கதைகளைப் படிக்கும்போது உறுதிப்படுகின்றது. இப்படித்தான் இவர்கள் ஜெயகாந்தனையும் முழுமையாகப் படிக்காமலே செவி வழி விமர்சனங்களை உருவாக்கி வந்திருக்கின்றனர். 100 மீட்டர் ஓட்டப்பந்தயத்திற்கும் 1500 மீட்டர் ஓட்டப்பந்தயத்திற்கும் ஓடும் முறையில் வித்தியாசம் இருக்கிறது. அழகிரிசாமியின் முதல் பதினைந்தாண்டுக் கதைகளில் ஒரு வேகமும் இயல்பான மலர்ச்சியும், பிற்காலக் கதைகளில் விவேகத்தோடு கூடிய நிதானமும் கூடிவந்திருப்பதாக நினைக்கிறேன். இந்த நுட்பத்தை - செறிவை பலர் உணரவில்லை. அல்லது படிக்கவில்லை. அழகிரிசாமியின் இறப்பிற்குப்பின் நான்கு தொகுதிகள் வந்துள்ளன. அதில் 'செவிசாய்க்க ஒருவன்' 'புதிய ரோஜா' கதைத் தொகுதிகள் கடைசிக்காலத்தவை. தொண்ணூறுகளின் துவக்கத்தில்தான் நூலாகத் தொகுக்கப் பெறுகின்றன.

1967ல் தீபம் நடத்திய தமிழ்ச்சிறுகதை குறித்தான விவாதத்தில் கு.ப.ரா. மௌனி, லா.ச.ரா. முதலிய மூவரை கதாசிரியர் வரிசையிலிருந்தே அழகிரிசாமி நீக்கியபோது எழுந்த கோபதாபமும், வேகமும் வெங்கட்சாமிநாதனுக்கு 'கு.அழகிரிசாமியின் பிற்காலக் கதைகள் சப்பென்று போய்விட்டதாக' ஒப்புக்குச் சப்பாணியாக சொல்லத் தோன்றியிருக்கிறது. கு.அழகிரிசாமியின் இந்தக் கறாரான மதிப்பீட்டில் சரிந்த மூவரும் பிராமணர்கள். வெங்கட்சாமிநாதனுக்கு எரிச்சல் தரும் விசயம்தானே. சாமிநாதனின் இந்தப் பலமற்ற மதிப்பீட்டை உடைத்துக்கொண்டு ஜொலிப்பவைதான் முன் சொன்ன கதைகள்.

இம்மாதிரிப் பிழையான மதிப்பீட்டிற்கோ அல்லது அழகிரிசாமியின் கதைகளின் வசீகரத்தன்மை எங்கே உறைந்திருக்கிறது என்று காணுவதில் உள்ள சிக்கலுக்கோ அவரின் கதைகளை ஒரு முறைக்கு இரு முறை இடைவெளிவிட்டு வாசிக்கும்போது விடை தெரியவரும். முதல் வாசிப்பில் தோன்றும் எளிமை பலவற்றை

கணக்கில் எடுத்துக்கொள்ளாதபடி வாசகனை ஏமாற்றிவிடுகிறது என்று நினைக்கிறேன். முதல்வாசிப்பில் நம்மை ஆட்டிக்குலைக்கும் நல்ல எழுத்துக்களே பெரும்பாலும் இரண்டாம் வாசிப்பில் தமது ஈர்ப்பைத் தளரவிட்டுவிடும். ஜெயகாந்தனின் முற்போக்கான கதைகள் இதற்கு உதரணம். அழகிரிசாமியின் எழுத்துக்கள் முதல் வாசிப்பைக் காட்டிலும் இரண்டாம் வாசிப்பில்தான் உக்கிரம் ஆற்றலோடு வந்து தாக்குகிறது. முடிவு சார்ந்த எல்லைக்கு வருவதற்கு முன் விரிக்கப்பட்டிருக்கும் அல்லது கடந்து வந்திருக்கும் நெருக்கடி மிக்க பகுதிகள்மீது வெளிச்சம் விழுகிறது. அதுதான் ஆற்றல்மிக்க கலைப்பகுதியாகவும் மாறுகிறது. சிறுகதை வெளிப்படுத்தும் முரணில் வாசகமனம் வீழ்வதே அதன் வடிவம் சார்ந்த வெற்றியாகக் கொண்டாடப்படுகிறது. அது சிறுகதைக்கே உரிய வடிவ உத்தியாக மட்டுமே அமையாமல் வாழ்தலின் பகுதியாகக் கிடக்கிறது. கதை அதன் முழுமையிலிருந்துதான் இந்தக் காத்திரமான கணத்தை வழங்குகிறது.

சிறுகதை வெளிப்படுத்தும் முரணில், ஒரு திறப்பில், ஒரு வெறுமையில், ஒரு முடிவில், அபூர்வ தரிசனத்தில் வெளிப்படும் வாசகப் பாதிப்பைவிட அழகிரிசாமியின் கதைகள் ஆற்றல் மிக்கவையாக இருக்கின்றன. இதனை மேம்போக்காக அல்லாமல் நிதானமாக உற்றுநோக்கினால்தான் தெரியவரும். ஓஹென்றி பாணி கதையிலக்கியத்திற்கு வேறானவை. அழகிரிசாமி கதைகள். திடீர் திருப்பத்தை மேலான இலக்கியத் தகைமையாக ஏற்றுக் கொள்ளாததனாலேயே அழகிரிசாமியின் கதைகள் இன்னும் ஆழமாக இயங்குகின்றன. செறிவுடன் கூடிய பாடுகள் தமிழின் கனமான வாழ்க்கையை மீளக் கொண்டு வருகின்றன. கனம் என்பதற்கு சாட்சி கள் எவை என்றால் அழகிரிசாமி கதைகள் காட்டும் பரப்புதான். செறிவான வாழ்க்கைதான். இதை சற்று விரித்தும் பார்க்கலாம்.

பொதுவாக அழகிரிசாமியின் படைப்புகள் கவர்ச்சியற்ற துயரப்பாடுகளைச் சொல்கின்றன. ஜிலுஜிலுப்பான பகுதிகள் ரொம்ப ரொம்பக்குறைவு என்பதை அறியலாம். வாசக சுவாரஸியத் திற்காக அவர் எழுதுவதில்லை. முக்கியமாகச் சொல்லவேண்டியது வாசகனை ஈர்க்கவேண்டும் என்று மனதில் வைத்து உருவாக்குவ தில்லை. அவர் அந்த நெருக்கடிமிக்க பகுதிக்குள் பாய்ந்துவிடுகிறார். எனவே முதல் வாசிப்பில் சில வாசகர்களுக்கு பெரிய மன வெழுச்சியை உண்டாக்காதனபோலத் தோன்றுகின்றன. அவர்களின் விருப்பங்களை நிறைவேற்றும் சிறு எத்தனிப்புகூட அழகிரிசாமியிடம் இல்லை. இரண்டாம் வாசிப்பில் தான் வாசகனுக்கு வசீகரமற்று

பாடுகளால் நொறுங்கிக்கிடக்கும் காட்சிகள் உக்கிரம் பெறுகின்றன. தமிழ்ச் சமூகத்தின் பல்வேறு பிரச்சனைப்பாடுகளின் மேல் அக்கறை இல்லாத வாசகர்களையும் பொருளாதார வசதியும் சமூக அந்தஸ்தும் உள்ள வாசகர்களையும் அழகிரிசாமியின் கதைகள் ஒருபோதும் வசீகரிக்காது. வாசகன் விரும்பும் வாழ்க்கை அல்ல அவை. மண்ணில் புரளும் மனிதர்களின் தத்தளிப்புகள். அந்தப் படைப்புகள் தரும் தாக்கங்களை இரண்டாம் வாசிப்பில்தான் அடையமுடியும். அந்த வாழ்க்கையை நெருக்கமாக உற்று நோக்காது ஒரு கதையை வாசிக்கிறோம் என்ற முதல்வாசிப்பு மனநிலையை இரண்டாம் வாசிப்பு தூக்கி எறிந்துவிடுகிறது. எளிமையான மொழியில் விரிக்கப்பட்ட விசயம் எளிமையானது அல்ல என்று தெரியவரும். பற்பல கதை வகைகள் பற்பல மனவெழுச்சியை உண்டுபண்ணுகின்றன. உதாரணமாக குறிப்பிட்ட சிலகதைகள், நம்பிக்கைகள் மெல்ல மெல்லக் கரைந்து பொருளற்று மாறி நிற்கிற துயரார்ந்த ஒருவித தரிசனத்தை - வெறுமையை - கையறுநிலையில் ஒருவித அபத்தப் புன்னகை தோன்றும்விதத்தில் வெளிப்படுத்துகின்றன. உத்திமோஸ்தரோ, பரிசோதனை முயற்சிகளோ, அலட்டலான மொழிஜாலமோ அற்ற எளிய தோற்றத்தில் சொல்லப்பட்ட கதைகள் இவை. இரண்டாவது வாசிப்பில் முழுக்கதையுமே திரண்டெழுந்து தாக்குகிறது. முழுமையிலிருந்து உண்டாகும் பாதிப்பை முதல் வாசிப்பில் தவறவிட நேர்கிறதோ என்று தோன்றுகிறது. ஒருபோதும் கற்பனையின் விருப்பத்திற்கு வாழ்க்கையை அழகிரிசாமி திருப்புவதில்லை. மாறாக, எந்தப்பூச்சும் அற்ற கசப்பான உண்மையை மேலும் அழுத்தமாக வெளிப்படுத்து வதையே தனது இலக்கிய நேர்மை என இயங்கியிருக்கிறார். இப்படிச் சொல்லலாம் என்று நினைக்கிறேன். அழகிரிசாமியின் கதைகள் உலகத்தரம் வாய்ந்தவை. விமர்சகர்கள் நிதானத்துடன் அழகிரிசாமியின் ஆக்கங்களைப் படித்தார்களா என்று சந்தேகமாக இருக்கிறது.

காலமாற்றத்தில் நழுவிச் செல்லும் மானுட மேன்மைகளைத் தீராத ஆதங்கத்துடன் தன் கதைகளில் அவதானிக்கிறார். விமர்சன யதார்த்தவாதம் தலைதூக்க தலைதூக்க கருத்தியல் வலுப்பெற்று படைப்பிலிருந்து வாழ்க்கை நழுவிச் சென்றுவிடுவதைப் பல முற்போக்கு எழுத்தாளர்களிடம் காணலாம். அழகிரிசாமியின் எழுத்தில் மானுட ஆதங்கம், விமர்சனம் என்பதெல்லாம் நெருக்கடியான சூழலின் மனவுணர்விலிருந்து கிளம்பிக் கிளம்பி அந்தக் கடுமையான வாழ்க்கைக்குள் கவிகிறது. அதைப் படைப்பாக ஒரு உருவத்தில் உண்டாக்குகிறார்.

முற்போக்கு, பிற்போக்கு என்பதற்கு அப்பால் பட்டழுந்தும் வலிகளை மனவிகாரங்களை, பொறுமல்களை, கோபங்களை, காயடிப்புகளைத் தனது ஆக்கங்களில் உயிருள்ள ஜீவன்களாக உயிர்ப்பித்து விடுகின்றார். உண்மையின் பக்கம் நின்று சன்னமாகக் குரல் எழுப்புவதே அழகிரிசாமியின் எழுத்தின் அடிப்படையாகவும் அமைந்திருப்பதைப் பார்க்கலாம். இதனை முக்கியமாக வார்த்தை களில் அடைத்துக் காட்டுவதற்கு மாறாக வாழ்தலில் விரித்துக் காட்டுகிறார். இந்தக்கலை ஆற்றலில் அவரே முதன்மையானவர். பல சமயங்களில் மனிதர்களிடம் மறைந்துள்ள பொய்மைகளைச் செறிவான பின்னலிலிருந்து வெளிப்படுத்தி விடுவதினால் அழகிரிசாமியை ஆழ்ந்த பொருளில் முற்போக்காளர் என்று சொல்லலாம். அதே சமயத்தில் மனிதர்களின் அகத்தில் ஒளிந்துள்ள ஆசாபாசங்களைப் பக்குவமானவிதத்தில் வெளிப்படுத்தியும் விடுகிறார். எல்லாவற்றிற்கும் மேலாக பிரச்சனைகளைக் காருண்யத்தோடு பார்க்கும் பக்குவம் மிக்க குணம் அவருள் எப்போதும் உயிர்ப்புடன் இயங்கியபடியே இருக்கிறது.

அழகிரிசாமி கோட்பாடுகளின் வழிவந்த நவீனத்துவவாதி அல்ல. காலம் தரும் அனுபவத்தை உணர்ந்துகொண்ட நவீனத்துவவாதி. ஆனால் கடுமையான யதார்த்தவாதி. அழகிரிசாமி, பிரச்சனையின் நுட்பத்தைக் கண்டடைந்தபின் அந்த இடத்தில் கதையை நிறுத்துவதில்லை. வாசகப்பங்கேற்பு என்ற நவீனத்துவ உத்தி செயல்படும் இடம் அது. அதை அவர் பொருட்படுத்துவதில்லை. மேலதிகமாக அந்தச் சிக்கலை பாத்திரங்கள் வழி வெளிப்படுத்து கிறார். வாசகப் பங்கேற்பிற்காக மௌனங்களை - இயற்கைக்குப் புறம்பாக - ஒரு இலக்கிய வடிவமாக நவீனத்துவம் கையாண்டது. நல்ல உதாரணம் காஃப்கா, மோசமான உதாரணம் சுந்தர ராமசாமி. கு.அழகிரிசாமி கோட்பாட்டைக் கிழித்துவிட்டு மக்களின் மனதைத் தொட்டவர். நவீனத்துவ இலக்கியப் போக்கை கறாராக அல்லாமல் ஒரு அலட்சிய பாவத்துடன் உள்வாங்கிக் கொண்டவர். பிரச்சனைகள் முடிந்த பின்னும் அதன் பாதிப்பால் மனிதர்கள்படும் மனஉளைச்சலையும் சேர்த்துச் சொல்வதென்பது உண்மையானதும்கூட. கடுமையான யதார்த்ததளம் இவ்வித மாகவும் இவரின் கதைகளில் திரள்கிறது. குரலை உயர்த்தாமலே இதனைச் சாதிப்பதென்பது அபூர்வமான கலை. அதனை மெனக்கெடாமல் இயல்பாகச் சாதித்திருக்கிறார் என்றே கருதுகிறேன். இது பெரிய வரப்பிரசாதம்.

3

அழகிரிசாமியின் எழுத்துக்களன்களை கிராமம், நகரம், பழந் தமிழ் இலக்கிய வாசிப்பு என்று மூன்று நிலைகளில் படைக்கப்பட்டிருப்பதை அறியலாம். கம்பராமாயணம், பக்திப்பாடல்கள், தனிப்பாடல்கள் என அவருக்கிருந்த தேர்ந்த பயிற்சி சில நல்ல கதைகளைத் தந்திருக்கிறது. சடையப்பரின் வள்ளல்தன்மை என்பது இன்றளவும் எந்தப் படைப்பாளியினுள்ளும் ஒருவித கனவுத் தன்மையை அளிக்கவல்லது. தாசிமகளின் ஆன்மீக ஆற்றலை 'திருவொற்றியூர் வல்லி'யும், எளிய மானிடர்களிடம் அவதார கடவுளர் கொள்ளும் தோழமையில் விளையும் பேரானந்தத்தை 'திரிவேணி'யிலும், அதிகாரமும் ஆணவமும்மிக்க கடவுளின் கைங்கர்யத்தை நிராகரிக்கிற எளிய புலவனின் அறத்தை 'வெந்தழலால் வேகாது' கதையிலும் காணலாம். 'விட்டகுறை', 'திரிபுரம்', 'தவப்பயன்', 'காலகண்டி', 'அக்கினி கவசம்', 'தேவ ஜீவனம்', 'தன்னை அறிந்தவர்' போன்ற கதைகளைப் புராண ஐதீகங்களோடு ஒருங்குவித்து விளங்கிக்கொள்ளலாம். இவ் விசயத்தில் அழகிரிசாமியை முன் வைத்து முக்கியமாகச் சொல்ல வேண்டியது பழந்தமிழ் இலக்கியம் தரும் காவியதரிசனத்தை எளிய மக்களிடமிருந்து கண்டடைந்து சில கதைகளில் முன் வைத்தார் என்பதும்தான். 'குமாரபுரம் ஸ்டேசன்', 'ராஜா வந்திருக்கிறார்', 'அன்பளிப்பு', 'பெரியமனுஷி', 'கிழவியின் லட்சியம்' முதலிய கதைகளில் வரும் கதாமாந்தர்கள் இதனை மெய்ப்பிக்கின்றனர்.

கார்சியா மார்க்வெஸ்ஸின் 'மிகப்பெரும் சிறகுகளுடன் வயோதிகன்' என்ற கதையுள் விரியும் மானிட எண்ணங்கள்போல கு.அழகிரிசாமி, மார்க்வெஸ் எழுதுவதற்கு முன்னமே 'ஆதாரம் இருக்கிறதா' (1955) என்ற கதையுள், ஒரு பிரச்சனையின் மையத்தில் பல்வேறுபட்ட மானிட எண்ண ஓட்டங்களின் ஊற்றுக் கண்களைத் திறந்துவிட்டிருக்கிறார். கதை சிங்கப்பூர் தமிழர் தெருவில் நடக்கிறது. ஒருவனை திருடன் என்று பிடிக்கிறார்கள். அங்கு நடந்த பல்வேறு திருட்டுகளுடன் அவனை சம்பந்தப்படுத்தி அவரவர்கள் புனைகிறார்கள். ஒரு கட்டத்தில் அவன் திருடன் இல்லை என்று அறியவருகிறபோது அதற்குகந்தபடி கதைகளை விரிக்கத் தொடங்குகின்றனர். இப்படி இரு நிலைகளில் மனிதர்களின் எண்ணப்போக்குகளின் விந்தையைக் கதையாக்கியிருக்கிறார். இந்தக் கதையைப் படித்ததும் 'மிகப்பெரும் சிறகுகளுடன் வயோதிகன்' கதை மனதில் தோன்றியது. 'விட்டகுறை தொட்டகுறை' கதையைப்

படிப்பவருக்கு ஒரு ஆச்சரியம் நிச்சயம் தோன்றும். இந்தக் கதையைத்தான் கே.பாலச்சந்தர் 'அவள் ஒரு தொடர்கதை' என்ற திரைப்படமாகப் படைத்திருக்கிறார். அந்தத் திரைப்படத்தில் வரும் கதாநாயகியும், கு.அழகிரிசாமியின் கதையில் வரும் பெண்ணும் வேறுவேறு அல்ல.

செயற்கை உரம் முதன் முதலில் பயன்படுத்தியகாலத்தில் நல்ல விளைச்சலை தந்தது என்பது உண்மை. 'உரவழி' என்ற நுகர்வாக்கப் பத்திரிக்கைக்காக அதன் நோக்கிற்கு உகந்த விதத்தில் 'வரம் வாங்கி வந்தவர்' என்ற கதையை எழுதியிருக்கிறார். செயற்கை உரத்தைப் பயன்படுத்துவதால் விவசாயி வெற்றியடையலாம் என்றவிதத்தில் கதையை அமைத்திருக்கிறார். இன்று அழகிரிசாமி என்ற கரிசல் எழுத்தாளன் இருந்திருந்தால் இக்கதையை மறுத்து அவரே வேறு பல கதைகளை எழுதியிருப்பார் என்று அவரின் முக்கியமான வாசகன் என்ற நிலையில் உறுதியாகச் சொல்கிறேன். இந்த 'வரம் வாங்கி வந்தவர்' கதையின் முற்பகுதியில்கூட விவசாயிகளின் பாடுகளைச் சிறப்பாகச் சொல்லியிருக்கிறார். நவீனக் கருவிகளை வெறுப்பவனும் அதன் ஆதிக்கத்தில்தான் வாழநேரும் என்ற யதார்த்தமான உண்மையையும் சொல்லியிருக்கிறார்.

கரிசல் மக்களைப் பற்றி எழுதும்போதெல்லாம் அழகிரிசாமி அம்மக்களிடம் தன்னை முற்றாகப் பறிகொடுத்த - தன்வசம் இழந்த மாபெரும் கலைஞனாக மாறிவிடுகிறார். வாசகரையும் அம்மக்களின்பால் கருணைகொள்ளச் செய்து விடுகிறார். கரிசலை விட்டு நகரத்தில் கதைக்களன் நிலை கொள்ளும் போது குரல் உயர்த்தாத விமர்சனக்கலைஞனாகப் பிரச்சனையை அணுகு கின்றார். நகரத்தின் அலைச்சல், காலூன்றவிடாது துரத்தும் அந்நியத் தன்மை கிராமத்து உறவுகளின் பின்னணியிலிருந்து வந்த அழகிரி சாமிக்குக் கசப்பை அளிக்கிறது. அலுவலகப் பணியாளர்கள் சங்கமித்துக் கிடக்கும் நகரத்தில் கிராமத்து பரிபந்தங்களைத் தேடினால் முடியுமா? இந்த மனநிலையை அழகிரிசாமியால் உதற முடியவில்லை. நகரத்தில் வாழ்ந்தாலும் அவரால் காலூன்ற முடியவில்லை.

கிராமத்து மனிதனின் சென்னையைப் பற்றிய பார்வைகள் இவருடைய செம்பாதி நகரத்துக் கதைகள் எனலாம். அழகிரி சாமியால் அப்படித்தான் பார்க்க முடியும். ஒரு கிராமமே ஒரு கிராமத்தானுக்குப் பந்தப்பட்டிருந்த காலம் அது. அந்தப் பின்னல் இல்லாது தனித்துவிடப்பட்ட, துண்டாகிப்போன மனிதர்களின் உலகத்தை அவர் பல கதைகளில் நகரப்பின்னணியில் உருவாக்கி

இருக்கிறார். உள்ளார்ந்து, கிராமத்து பந்தம் நகரத்தில் இல்லாது போனதால் ஏற்பட்ட வெறுமையின் ஏமாற்றத்தின் அடிப்படையில் தான் சென்னை நகரத்துக் கதைகளைப் படைத்திருக்கிறார். சுயநலம் மிக்க இந்த நகர இயக்கத்தை விமர்சனக் கண்கொண்டு எழுதினார். இது நகரத்து மனநிலையில் எழுதப்பட்ட கதைகள் அல்ல என்ற விமர்சனம் இருந்தாலும் இந்த கிராமியப் பார்வை நகர மக்களிடம் மேன்மையை வற்புறுத்துவதை உணரலாம்.

கிராமத்து மனிதர்களின் எல்லா அம்சங்களையும் ஒருவித காருண்யத்தோடு ஏற்றும் நகரத்து மக்களின் சில அம்சங்களை எள்ளல்தொனியோடு பார்த்துப் படைத்தார். ஆனால் அதிலும் மனிதர்கள்மீது வெறுப்பு இல்லை. கிராமம் அளித்த சுதந்திர உணர்வில் இளம்பருவத்தைக் கழித்த ஒருவன் பிழைப்புத்தேடி நகரத்திற்கு வரும்போது அவனால் அங்கு நிம்மதியாக வாழ முடியாது. அந்த உலகம் வேறொன்றாக இருக்கும். முதன் முதல் வாழ்க்கையை எதிர்கொள்கிறான். கசப்புகளை அனுதினம் அனுபவிக்கிறான். ஒருவேளை வாலிபப்பருவம் முடிந்து இளைஞன் கிராமத்திலேயே வாழ்க்கையை எதிர்கொள்ளும்படியாக அமைந்திருந்தால் இந்தக் கருணையின் கண்கள் வேறாக மாறலாம். அழகிரிசாமி பெரிய முக்கியமான நாவலை எழுதாமல் போனதற்கும் இது காரணமாக இருக்கும் என்று கருதுகிறேன். அழகிரிசாமி எதிர்கொண்டது நகரத்து வாழ்க்கையைத்தான். இருபது வயது வரை படிக்கக்கூடிய குடும்பச் சூழல் உள்ள கிராமம் என்பது கொண்டாட்டம் மிக்க பகுதிதான். அம்மட்டுமில்லாமல் முப்பது நாற்பதுகளின் கிராமவாழ்க்கை உறவுகளால் பின்னப்பட்ட ஒன்று. ஆழ்ந்து நோக்கும்போது சுதந்திர உணர்வு ஒடுக்கப்படும் நிலைக்கு மறைமுக எதிர்ப்புணர்வே இவரின் நகரத்துக் கதைகள் எனலாம். மலேசியா, சிங்கப்பூரில் கதை நிகழும்போதும் ('ஆதாரம் இருக்கிறதா', 'கண்ணம்மா') அவரை கரிசல்காட்டு மனம் இயக்கியபடியே இருக்கிறது.

நகரத்து நடுத்தரவர்க்கம் பணியிடச்சூழலில் சிக்கி ஒடுங்கும் போது விளிம்புநிலை மக்கள் அங்கு சுயம்புவாக சுதந்திர உணர்வை நாடி வெளியேறுவதை அருகருகில் வைக்கிறார். மாதச் சம்பளம் என்ற பணிப் பாதுகாப்பு மனிதனை மெல்லமெல்ல காயடித்து விடுகிறது. நாய்கள் பற்றிய மூன்று கதைகளிலும்கூட தெருநாய் எவ்வளவோ சுதந்திர உணர்வுடன் தன்னைத் தாக்கியவனைக் கடிக்கவும், மனம் விரும்பியபடி குரைக்கவும் முடிகிறது. நடுத்தர வர்க்க நகர மனிதனால் இந்த எளிய ஜீவன்களைப்போலக்கூட இருக்கமுடிவதில்லை என்பதே

அழகிரிசாமி காட்டும் நகரத்துக் கதைகளின் அடியோட்டமாக இருக்கிறது. அசோகமித்திரன், ஆர்.சூடாமணி, ஜெயகாந்தன் போன்றோர்களின் கதைகளில் நகரமும் நகரத்து மனிதர்களும் தன்னியல்போடு கூடியவர்களாக உருப்பெறுகிறார்கள். ஆனால் கு.அழகிரிசாமியின் கலை ஆற்றலுக்கு நிகரானவர்கள் அல்ல.

கோனார், ஐயர், நாயக்கர், கவுண்டர், பள்ளர், செட்டியார், பிள்ளைமார், நாவிதர், செட்டியார், பறையர், தேவர் என எத்தனையோ சாதி மக்களைத் தனது கதையுலகத்திற்குள் கொண்டு வந்திருக்கிறார். அது இந்தச் சாதிசனங்களின் பிரத்யேகமான அடையாளங்களை முன்நிறுத்தும் எழுத்தல்ல. உற்று நோக்கும்போது வாழ்க்கை என்ற வெள்ளத்தில் எதிர்நீச்சல் போடமுடியாமல் தத்தளிக்கிற மக்களும் ஒன்றாகத்தான் தெரிகின்றனர். யார் மீதும் வேறுபாடுகள் இல்லை. சாதிப்பெருமை நீக்கப் பெற்ற மானுடப்பாடுகளை முன்நிறுத்தும் மகத்தான கலைஞனாக அழகிரிசாமி தென்படுகிறார். இந்த மண்ணின் மனித மனக் கோணங்களில் இருந்து பலகதைகளைச் சொல்லியிருக்கிறார். தலைமைப்பாத்திரம், துணைப்பாத்திரம், உதிரிப்பாத்திரம் என அனைவரும் முழுவீச்சோடு அசலான தோற்றத்தில் வந்து கதையை அல்லது பிரச்சனையின் பரப்பை ஆழப்படுத்துகின்றனர். சக மனிதர் களிடம் வெளிப்படுத்தும் காரியாம்ச பாவனைகள் கதைகளுக்குக் கூடுதல் அழகைத் தருகின்றன. இதனைத்தான் இவருக்குப்பின் எழுதவந்த இவரின் பள்ளித்தோழர் கி.ராஜநாராயணன் விஸ்தார மாக்கினார். ‘வாத்தியாரம்மாள்’, ‘தியாகம்’, ‘வரம் வாங்கி வந்தவர்’ போன்ற கதைகளைப் படித்தாலே தெரியவரும்.

4

அழகிரிசாமியின் கதைகள் விதவிதமானவை. அவர் வாழ்ந்த நாற்பத்தேழு ஆண்டுகளில் இவ்வளவுகதைகளை இந்த விதத்தில் எழுதியிருப்பது பெரிய விசயம். பொதுவாக அழகிரிசாமியை, நேர்நிலை உச்சங்களைச் சொல்லும் கதைகளை எழுதியவராகக் கணிக்கின்றனர் சிலர்; அவரின் பிரபலமான கதைகளான ‘ராஜா வந்திருக்கிறார்’, ‘திரிவேணி’, ‘திருவொற்றியூர் வல்லி’, ‘தரிசனம்’, ‘பெரிய மனுஷி’, ‘அன்பளிப்பு’ கதைகளின் வழி சொல்லி விடுகின்றனர். இக்கதைகள் அனைத்தும் வெற்றிகரமான கதைகள்

ஆனபடியால் அழகிரிசாமியை மேன்மையை மட்டும் வற்புறுத்தும் இலக்கியவாதியாக அடையாளப்படுத்திவிட்டனரோ என்று நினைக்கிறேன். ஆனால் அழகிரிசாமியின் எழுத்தின் அடிப்படை இதுமட்டுமல்ல. இதைவிட கீழ்மையைச் சொல்லும் பல சிறப்பான கதைகளை எழுதியிருக்கிறார். நிர்மூலமாகி நிற்கிற மக்களின் கோலங்களை அதிகக் கதைகளில் தீட்டியிருக்கிறார்.

ஒரு பக்கம் ‘காலம்’ கசக்கிப்பிழிந்து மனிதர்களை உருமாற்றிய படியே இருக்கிறது. இழந்துபோன, வாழ்ந்தவீட்டை நினைத்து உறக்கம் கொள்ளவிடாது தவிக்க வைக்கிறது. அள்ளி சீராட்டி வளர்த்த பக்கத்து வீட்டுத் தாயினுள்ளும் ஈரம்துளிகூட இல்லாமல் வறுமை வற்றிப்போகச் செய்திருக்கிறது. வாலிபத்தில் பார்த்துப் பார்த்து பரவசப்பட்ட இளம்பெண்கள் உருக்குலைந்து போகிறார்கள். கம்மல்போட்டு தன் மதிப்பை வெளிப்படுத்திக் கொள்ள நினைக்கும் தாய், கிழவியாகிப்போன நிலையில் வாய்ப்பு வாய்க்கிறபோது அவமானம் வாள் என வந்து நெஞ்சை அறுக்கிறது. ஏழைக்குடும்பத்தில் வாழ்க்கைப்பட்டு இறுதி -மூச்சுவரை நசுங்கி நசுங்கியே வாழ வேண்டியிருக்கிறது. இளம்பிராயத்து நட்பு பொருளற்றுப்போகிறது.

ஒரு பக்கம் மனிதனைப் பாடாய்ப்படுத்துகிறது காமம். நண்பனின் மனைவியுடன் தனித்திருக்க நேர்கையில், அண்ணனாகத் தத்தெடுக்கப்பட்டவன், வீட்டில் தங்கையுடன் இருக்க நேர்கை யில், அண்ணன் குடும்பத்திற்காக அர்ப்பணிப்பு உணர்வுடன் உழைத்து உழைத்து வயதாகிப்போன ஒண்டிக் குடித்தனத்தில் அண்ணியின் அருகாமையை அடைய நேர்கையில் இந்தக் காமம் கொழுந்துவிட்டு அசைகிறது. தன்னிடம் உள்ள தளுக்கை உணர்கிற அழகிகள் உடல் உழைப்பை ஏன் தூக்கி எறியவேண்டும்? மனைவியின் எல்லா அவமானங்களையும் ஏன் சகித்துக் கொள்கிறான்? ஒரு ஆடவனின் அருகில் அமர்ந்து பருவம் வராத குமரி பயணம் செய்வதை ஏன் தகப்பனால் பொறுத்துக்கொள்ள முடியவில்லை? தன்னைக் காதலிக்காமல் தன் மகளைத்தான் காதலிக்கிறான் என்பதை அறிகிற நாற்பது வயதுத் தாய் ஏன் கொதித்தெழ வேண்டும்? இந்தச் சிக்கல்களின் வேர்களையும் இந்தக் கேள்விகளின் பின் உள்ள விடைகளையும் இவரின் பல கதைகள் கண்டடைய முனைகின்றன. இந்தக் கேள்விகளுக்கு அடியில் காமம் கொதித்துக் கொண்டிருப்பதை நுட்பமாகக் காட்டுகிறார்.

இன்னொரு பக்கம் சல்லாபக் குடிகார மகனைத் திருத்த நினைத்த தந்தை அதே சுழலுக்குள் விழுகிறார். மிக வசதியான மணமகன்

வரும்போது காதலனையும் காதலையும் துறந்துவிட முடிகிறது. இந்த மனம் அந்தரங்கமாக சமூக மதிப்பீடுகளின் திரைக்குள் துளையிட்டு உள் நுழைந்து சல்லித்தனங்களை நாடுகிறது. நட்பார்ந்தவர்களிடமே கூட சில சந்தர்ப்பங்களில் அற்பத்தனங்கள் வெளி வருகின்றன.

இன்னொரு பக்கம் வாழ்க்கைதரும் கடுமையான நெருக்கடியில் உடலை விற்கவும், கௌரவத்தைவிட்டு பசிக்காக யாசிக்கவும், பொய்சொல்லி உறவினர்களிடம் ஒண்டவும் துணிகின்றார்கள். அதே அளவு மனிதர்களிடம் அபூர்வமாக வெளிப்படும் ஒளிமிக்கத் தருணங்களையும் இவரின் கதைகளில் காண்கின்றோம். இப்படி நம் முன் வெவ்வேறான காட்சிகளை மேடையேற்றிக் காட்டுகின்றார்.

அழகிரிசாமியின் கதைகளை ஒட்டுமொத்தமாகப் படிக்கும் போது ஆச்சரியப்படத்தக்க ஒன்று தோன்றுகிறது. ஒரு வாழ்க்கையின் வெவ்வேறு பகுதிகள் அல்ல அவை. வெவ்வேறு வாழ்க்கையின் வெவ்வேறு பகுதிகள். இதனை இப்படிப் பிரித்துப் பகுத்துப் பார்த்து விடாதவிதத்தில் சகஜமான சாயலில் எழுதி இருப்பது போலச் சாதித்திருக்கிறார். இத்தனை வகையான கதைகளை அதிகபட்சமான வெற்றிகளோடு இவர்காலத்தில் படைத்தவர் வேறொருவர் இல்லை. கிட்டத்தட்ட சிறுகதைகளின் வழி தமிழர்களின் முழு வாழ்க்கையை ஒளிவுமறைவு இல்லாமல் நம் முன் வைத்துவிட்டார் என்றே தோன்றுகிறது. ரொமாண்டிக் தன்மையை முழுமுற்றாகத் துறந்த எழுத்து. கதையின் நோக்கில் கொஞ்சம் கனவார்ந்த சந்தர்ப்பம் வரும்போதும் அப்பக்கம் திரும்பக்கூடாதா என்று மனம் ஏங்கும்போதும் நம் மனதை உடைத்துக்கொண்டு இன்னும் கடுமையான உண்மையின் யதார்த்தக் கதவைத் திறந்து அழைத்துச் சென்றுவிடுகிறார். அந்த வெப்பமும் அவஸ்தையும் வாசகனிடம் நீண்டநாட்கள் அப்பிக் கொள்கின்றன.

அழகிரிசாமியின் உயர்ந்த - சிறந்த - நல்ல - நடுத்தரமான கதைகள் என எழுத்தியக்கத்தின் ஆரம்பம் முதல் கடைசிவரை கலந்துகிடக்கின்றன. அர்த்தப்பரிமாண அடிப்படையில்தான் இந்த வேறுபாட்டைக் காணமுடியுமே தவிர கலையாக்கத்தில் காண முடியாது. எல்லாக் கதைகளையும் சிரத்தையோடு உருவாக்காதது போன்றதொரு தொனியில் (சிரத்தையோடு உருவாக்கப் பட்டவை தான்) வெகு இயல்பான சாயலில் சாத்தியமாக்கியிருக்கிறார். இவை மிக முக்கியமான ஆக்கங்கள்; இவை குறிப்பிடத்தக்க ஆக்கங்கள் என்று வாசகனோ, விமர்சகனோ பிரித்து இனம் காணலாம். அழகிரிசாமி சிறப்பு கருதியோ, அதிர்ச்சி கருதியோ, கருத்தியல் தாக்கம் கருதியோ

என்று மட்டுமே தேர்வு செய்யாமல் மானிடப் பரப்பின் அத்தனை அம்சங்களையும் தனது கதையுல கிற்குள் கொண்டுவரத் தொடர்ந்து செயல்பட்டிருக்கிறார். கதை வெற்றிகளை மட்டுமே கணக்கில் வைக்காமல் பன்முகங்களையும் இலக்கியமாக்கிக்கொண்டே சென்றிருக்கிறார். தமிழ்வாழ்வின் ஊடே நெடும்பயணத்தை நிதானமாகக் கடந்து வந்த உணர்வே ஏற்படுகிறது. சிறந்தது, நல்லது, கெட்டது, சுமாரானது, அபத்தமானது என்று விதவிதமான பல அனுபவங்களைப் பெறுகின்றோம். முள்மொடி, செத்தை செதவல், நார் வேர், குச்சிதுரும்பு என்று எல்லாவற்றையும் ஒரு பறவை தன் அழகிய கூட்டின் பகுதியாக்கி விடுவதைப்போல கதைகளாக்கி விடுகிறார். அத்தனை கதைகளுக்குள்ளும் அறியவேண்டிய விசயங்கள் சுடர் விடுகின்றன. இந்த நோக்கம் எந்தக் கதையிலும் தவறுவதில்லை. இவரது கதைகளின் பயணத்தின் அடிப்படைதான் என்ன என்ற கேள்வியைக் கேட்டால், ஒரே தொடரில் சொல்ல முற்படுவோமானால் 'மானுட தரிசனம்' எனலாம். வெப்பமும், குரோதமும், அன்பும், சுயநலமும் என்று நாம் பகுக்கிற அத்துணை மானுட தரிசனம். கம்பன் 'மானுடம் வென்றதம்மா' என்றதோடு 'மானுடம் தோற்றதேயம்மா' என்பதையும் சேர்த்து அபத்தநிலை களையும் காட்டியவர்.

அழகிரிசாமியின் 105 கதைகளில் 25 சிறந்த ஆக்கங்களையும் 25 நல்ல ஆக்கங்களையும் நமக்குத் தந்திருக்கிறார் என்பது பெரிய சாதனை. கிட்டத்தட்டப் பாதிக்குப்பாதி சிறப்பான ஆக்கங்களைத் தருவதென்பது தமிழ்சூழலில் அபூர்வமான நிகழ்வு. இவற்றில் ஆகச்சிறந்த ஆக்கங்கள் பதினைந்து இருக்கின்றன. இவ்விதம் தனது இலக்கியச் செயல்பாட்டை அலட்டிக் கொள்ளாமல் இயல்பாகவும் நிறைவாகவும் செய்தவர் அழகிரிசாமி. புதுமைப்பித்தனுக்குப்பின் அழகிரிசாமியால் மட்டுமே சாத்தியமாகியிருக்கிறது. ஒன்றைத் திரும்பத் திரும்ப அழுத்திச் சொல்ல வேண்டும்! சாதனை என்ற கங்கணத்தன்மையற்ற பயணத்தில் விளைந்த சாதனை.

5

கு.அழகிரிசாமியின் கதைகள் எனக்குள் புதிய கதவுகளைத் திறந்திருக்கின்றன. அவ்வளவையும் இந்தக் கட்டுரையில் சொல்லிவிட முடியாது. என்றாலும் சில கதைகளைப்பற்றி மட்டும்

சொல்லலாம். கபடற்ற குழந்தைகளின் உள்ளங்களை முன் நிறுத்தி கதைகளுக்கு அப்பால் உலவுகின்ற கபடுகளைச் சுண்டிவிட்டு ஓசை எழ வைக்கின்ற வேலையைத்தான் செய்கின்றன 'பெரிய மனுஷி' 'குமாரபுரம் ஸ்டேசன்' போன்ற கதைகள். எளிய மனிதர்களிடம் கூட இந்த மேன்மைகள் வெளிப்படுவதை 'கிழவியின் லட்சியம்', 'தரிசனம்' போன்ற கதைகளையும் சேர்த்துப்பார்க்கலாம். குமாரபுர ஸ்டேசனில் கூடிய குழந்தைகளை எங்கும் பார்க்க முடியும். அவ்வண்டியில் ஏறிய வாத்தியார், ஊர்ப் பெரியவர், சமையல்காரர் போன்றோர்களை இன்று பார்ப்பது அபூர்வம். இந்த வெள்ளந்தி யான மனிதர்கள் இப்போது எங்கே இருக்கிறார்கள்? பிறருக்காக கசிந்த கருணையின் ஈரத்தைக் காலம் மனிதர்களிடமிருந்து அடித்துக்கொண்டு போய்விட்டது. இன்று இக்கதை எனக்கு ஒரு குறியீட்டுக்கதையாக மாறி நிற்பதாகவே தோன்றுகிறது. இப்படி பெருந்தன்மை மிக்க மனிதர்கள் இந்த மண்ணில் முன்பு நாம் பார்த்திருக்கிறோம் அல்லவா? இங்கு எங்கே போய்விட்டார்கள் என்று யார் யாரையோ பார்த்து கேள்விகேட்பது போல இருக்கிறது. இக்கதை எழுதப்பட்ட காலத்தில் நவீனத்துவக் கதையாக இனம் பிரிக்க முடியாது. வாழ்க்கையின் முரண்களை முன்வைப்பதே நவீனக் கதைகளின் அழகியல் தன்மையாகப் பார்க்கப்படுகிறது. கைவிட்டுப்போன உன்னதங்களைப் பேசும் இக்கதைகள்தான் நவீனகாலத்து போக்கிரித்தனத்தோடு மோதவருவதாகத் தோன்று கிறது. நிஜமனிதர்கள் கதாரூபமாக மாறியிருப்பதுபோல நம்ப வைக்கிறார். முரண்களுக்காகக் கதைவடிக்காமல் முரண்பாடான உலகிற்குள் அபூர்வமான - அசலான மனிதர்களை - ஒருவகையில் உண்மையான மனிதர்களைத் தேர்ந்து முன் வைப்பது இவருடைய கதையுலகாக இருக்கிறது. இன்றைய உலகிற்கு இந்த வகையான எதிர்வினை என்றுதான் கருதுகிறேன்.

'ராஜா வந்திருக்கிறார்', 'அன்பளிப்பு', 'இருவர்கண்ட ஒரே கனவு' 'சிரிக்கவில்லை', 'தரிசனம்', 'ஞாபகார்த்தம்', 'பெரிய மனுஷி' போன்ற கதைகள் செவ்வியல்தன்மை கொண்டவைபோல இருக்கின்றன. தெய்வத்திற்கு நிகரான படிமத்தன்மை கொண்டவை. 'திரிவேணி' கதையில் ''தெய்வங்கள் மனிதத்தன்மை பெற்று உலவுவதும் மனிதர்கள் தெய்வத்தன்மை பெற்று உலவுவதும் சகஜம்தானே'' என்றொரு வரி வருகிறது. இந்த வரிதான் இவரின் படைப்புலக ஊற்றுக்கண். இந்த அபூர்வக் கணங்களை எழுத்தாக்கி யிருக்கிறார். இக்கதைகள் சமூகத்திற்கு நேரடியாக ஏதாவது சொல்கின்றனவா என்றால் உடனடியாகப் பதில் சொல்லமுடியாது.

தமிழ்ச் சிறுகதையின் பெருவெளி

ஒரு வாசகனாக இக்கதைகள் தரும் அனுபவங்களை அனுபவிக்கும் போது என்னை மேன்மைப்படுத்திக் கொள்வதற்கும் உலகம் உய்ய இக்கதைகளில் வெளிப்படும் ஒளியைப் பிறரும் தங்கள் திரியில் பெற்றுச்செல்வதற்குமான பகிர்வை அள்ளித்தருகின்றன என்பேன். எளிய மனிதர்களிடமிருந்து, குழந்தைகளிடமிருந்து, மேதைகளும், அறிவுஜீவிகளும், அதிகாரம் படைத்தோரும், பித்தலாட்ட அரசியல் வாதிகளும் தங்கள் பாவங்களைக் கழுவிக்கொள்ள இக்கதைகளே தீர்த்தங்களைத் தருவதாகக் கருதுகிறேன்.

பதினைந்து வயது கூட நிரம்பாத குழந்தமைமிக்க பெண் துடிக்கிறாள். வீட்டில் பெண்கள் அங்கும் இங்கும் ஓடுகிறார்கள். பரபரப்பாக இருக்கிறது. கணவனுக்கு அவமானமாக இருக்கிறது. பிஞ்சுப் பருவத்துப் பெண்ணைத் தான் நாசமாக்கி விட்டதாக ஒரு குற்ற உணர்வு அவனைப்பிடித்தாட்டுகிறது. குழந்தையும் பிறக்கிறது. எப்படி அந்த சிறு பெண்ணின் முகத்தில் முழிப்பது என்று மனம் வதங்குகிறான். ஆரவாரம் அடங்குகிறது. நேரமாகிறது. யாருமில்லாத மாலை நேரத்தில் உள்ளே செல்கிறான். சிறு பெண்ணிற்கு முன் தான் பயங்கர ஆசாமியாகப் போய் நிற்கிறான். அவள் பெரிய மனுஷிபோல சிரிக்கிறாள். வந்து நின்ற கணவனை ஒரு குழந்தை போலப் பார்க்கிறாள். 'பக்கத்தில் வந்தால் தீட்டுப்பட்டுவிடுமா?' என்று சொல்லிக்கொண்டே கைகளை நீட்டுகிறாள் கைகுலுக்கிக் கொள்ள. என்ன அசாத்தியமான கனவு! விளக்கமுடியாக் கற்பனை! கணவனை 'சபாஷ்' சொல்ல கைகளை நீட்டுகிறாளா? அல்லது இந்த சாகசத்திற்காக என்னைத் தூக்கிக் கொஞ்சு என்கிறாளா? எல்லாம் தான். இந்தக்கதைக்கு எந்த மேலைநாட்டுக் கதையை அருகில் கொண்டுவந்து வைக்க முடியும்? அவர்களிடம் இல்லாத கதை இது. அவர்களால் எழுதமுடியாத கதை. அதுவே உலகத்தரமான கதை.

பதினான்காண்டுகளுக்கு முன் ஒரு செய்தி படித்தேன். வில்லன் நடிகர் பொன்னம்பலம் தான் நடித்த முதல்படத்தைக் காட்ட தன் சகோதரிகளுடன் சென்றிருக்கிறார். பெரும்பாலும் சண்டைக் காட்சி களில் கதாநாயகனிடம் இவர் அடிவாங்கும்போது சகோதரிகள் தலையைக் குனிந்து எதையோ தேடுவதுபோல இருந்திருக் கின்றனர். ஒரு கட்டத்தில் நடிகர் பொன்னம்பலம் தங்கைகளின் முகத்தை இருட்டில் கவனித்தபோது இரு தங்கைகளும் அழுது கொண்டிருப்பதை பார்த்திருக்கிறார். 'ஏன் அழுகுறீங்க' என்ற கேட்க. "இப்படியெல்லாம் நீ அடிபடுறத பாக்க முடியல அண்ணா. நீ நடிக்கவே போக வேணாம். நாங்க ஒழச்சுப் போடுறோம்" என்று

குலுங்கி அழுதிருக்கின்றனர். இந்த ரத்தபாசத்தை இதற்குமேல் விவரிக்கத்தேவையில்லை. கிட்டத்தட்ட 60 ஆண்டுகளுக்கு (1952) முன் எழுதப்பட்ட கு.அழகிரிசாமியின் கதையும் அப்படிப்பட்ட அன்பின் தருணத்தை பெருங்கோவத்தோடு வெளிப்படுத்துகிறது. 'காலகண்டி' என்பது அந்தக்கதை. அரிச்சந்திரா நாடகத்தில் சந்திர மதியைக் கொடுமைப்படுத்தும் 'காலகண்டி' பாத்திரத்தைப் பார்க்கிற பார்வையாளர்களின் மனநிலையில் வைத்து கதையை விரிக்கிறார்.

ஆண்கள் காலகண்டியின் வசைச்சொற்களை ரசிப்பதற்காக ஊர்விட்டு ஊர்வந்து பார்க்கின்றனர். பெண்கள் காலகண்டியை நிஜ மனிதனாகவே பாவித்து திட்டித் தீர்க்கின்றனர். காலகண்டி பாத்திரமேற்ற குழந்தை வேலுப்பிள்ளையின் தாய் அவர்களோடு இருந்து நாடகம் பார்க்க முடியாமல் தவிக்கிறாள். திட்டு முறைப்பாடு மேலெழுந்தபடியே இருக்கிறது. தாயால் பொறுக்க முடியவில்லை. இவள் திட்டுப்பவர்களைப்பார்த்து கத்துகிறாள். காலகண்டி பாத்திரமேற்றவனின் தாய் என்று தெரியாமலே சண்டை மூண்டு கலவரமாகிவிகிறது. நாடகமாந்தர்கள் கூட்டத்திற்குள் புகுந்து சண்டையைத் தடுக்க முயல்கின்றனர். (கலவரத்தில் பலகாரக் கடையில் ஒருவன் புகுந்து திருட்டுத்தனமாக சீடையை அள்ள பிடிபடுகிற சித்திரமும் வருகிறது. மனித மனம்தான் எவ்வளவு மாயங்கள் நிறைந்தது) இரண்டு கொலைகள் விழுந்ததால் பக்கத்து ஊர்க்காரர்கள் வழக்கிற்குப் பயந்து கலைந்து ஓடுகின்றனர். அதைச் செய்பவர் காலகண்டி வேசம் போட்டவனின் தாயார்தான் என்பது கதையின் முடிவில் தெரியவருகிறது.

பொய்யை உண்மையாகவும், உண்மையைப் பொய்யாகவும் பாவித்துக்கொள்கிற மனிதர்கள்தாம் நாம். நாடகம் அவ்விதத்தில் மக்களைப் பாதிக்கிறது. இன்று அதனை தொலைக்காட்சித் தொடர்களின் பாத்திரங்களைப் பார்த்து தங்கள் எண்ண வெளிப் பாட்டை வெளியிடுகின்றனர். தாய்க்கு மகனின் அபாரமான நடிப்பு மட்டும் கண்ணில்படுகிறது. அவன் தன் மகன். கூட்டத்தில் இருக்கும் பெண்கள் சந்திரமதியைத் தங்களின் மறுவடிவமாகவும் காலகண்டியைக் கொடுமைக்காரியாகவும் பார்க்கின்றனர். இந்த எண்ண வெளிப்பாடுகள் எதுவும் பொய்யில்லை. ஆனால் தாயால் தன் மகனை ஒரு பாத்திரமாகப் பார்க்க முடியவில்லை. அதுதான் தாய்ப்பித்து என்பது. அதனைக் கண்டடைகிறது கதை.

மனித முரண்பாடுகளை நுட்பமாகப்பல கதைகள் அணுகிப் பார்க்கின்றன. அவை கூட மேலைநாட்டுச் சிறுகதை ஆசிரியர்

ஓ.ஹென்றி பாணியிலான அதிரடித் திருப்பக்கதைகள் அல்ல. காலமெல்லாம் நெஞ்சில் இடறிய முள்ளைப் பற்றியோ பிறப்போடு உருவான சிடுக்குகள் பற்றியதாகவோ இருக்கின்றன. அல்லது நம் பார்வை மீதுள்ள கோளாறுகளைக் கேள்விகேட்பது போல இருக்கின்றன. ‘அழகம்மாள்’, ‘பாலம்மாளின் கதை’, ‘தன்னை அறிந்தவர்’, போன்ற கதைகள் இத்தகையவை! பாலம்மாளின் கதை சிறுகதை வடிவத்தைத் துறந்த ஒரு நெடுங்கதைதான். அதனுள்ளே பேசப்படும் பொருள் நம் கோணல்பார்வை பற்றியது. இளம்வயதில் தங்கை மூலம் அன்பளிப்பாக வந்த கம்மல், காதுகளில் போட்டு அழகுபார்க்க முடியாதபடி வறுமையில் எங்கெங்கோ அடமானத் திற்கு ஓடுகிறது என்பது கதை. மகன் இராணுவத்தில் சேர்ந்து அம்மாவிற்கு அதனைத் திருப்பித் தருகிறான். 55, 60 வயதில் கம்மல் நிரந்தரமாக கைக்கு வருகிறது. கம்மலையும் தாய் பாலம்மாள் அணிகிறாள். ஊர் உலகம் இந்த வயதில் இந்த மேனா மினிக்கித்தனமா என்று அவுசாரிப்பட்டம் சுமத்துகிறது. வயதிற்குரிய உடுப்புகள், வயதிற்குரிய பொருள்கள் என்ற மரபான பார்வை அந்த ஆசை உள்ளத்தைக் குத்திக்கிழிக்கிறது. மகனுக்கே, அம்மா கம்மலைப் போட்டுத் திரிவது ‘தேவிடியாள்’ மினுக்குவதுபோல இருப்பதாகத் தோன்றுகிறது. கள்ளமற்ற உள்ளம் மரபான உலகில் களங்கப்படுகிறது.

‘அழகம்மாள்’ கதையில் ஒரு நியாயமான ஏக்கம் இருக்கிறது. அவளுடைய அழகிற்கு ஒற்றைக் கண் உடையவனைத் திருமணம் செய்திருக்க வேண்டியதில்லைதான். பெற்றோர்களின் நிர்பந்தத்தால் சம்மதித்து வாழ்கிறாள். கல்லூரியில் படிக்கும் மகன் கிராமத்திற்கு வரும்போது தன்னை அழகுபடுத்திக் கொள்கிறாள். மகனை ஊரில் உள்ள பெரும்பணக்காரர்கள் வந்து சந்தித்து தங்கள் பிள்ளைகளைப் படிக்கவைக்க யோசனை கேட்க வரும்போது அழகம்மாளுக்கு பழைய கனவுவாழ்க்கைக்குப் போகிறாள். உயர்ந்த இடத்தில் வாக்கப்பட்டிருக்கலாம் என்று அடிக்கடி நினைக்கிறாள். இந்த நியாயமான உணர்வு, ஏக்கம், கனவு, ஆசை 50 வயதுக்குரியவை அல்ல என்று மகனால் வெறுக்கப்படுகிறாள். இதுதான் காலத்தோடும் வாழ்வோடும் தொடர்ந்து வரும் முள். மரபின் கழிசடைப் பார்வை இது. மரபின் மேன்மைகளையும் இழிவுகளையும் சமமாகப் பாவித்து எழுதியவர் கு.அழகிரிசாமி இந்த இரண்டு உலகங்கள் பற்றிய நல்ல கதையுலகமே இவருடையவை.

பொருளியல் தளத்தில் மனிதர்கள் செய்யும் அற்பத்தனங்களைப் பற்றி விமர்சனப் பார்வையோடு கூடிய கதைகள் பலவற்றை

எழுதியிருக்கிறார். இவைகள் முன் சொன்ன இரு உலகுக் கதைகள் போல பூரண அமைதிகொள்ளாதவை. ஆத்திரமும் ஆதங்கமும் கொதிக்கும்போது பூரண அமைதி என்பது கதையின் உக்கிரத்தை மட்டுப்படுத்திவிடும். அப்படி அமைதிகொள்ளாத தத்தளிப்பே அவற்றை நல்ல கதைகளாகவும் ஆக்குகின்றன. ஒருவகையில் சொல்வோமானால் புதுமைப்பித்தனின் முற்போக்குக் கதைகளை விட நிறைவு கூடியவை. 'சுயரூபம்', 'திரிபுரம்', 'காற்று', 'வாத்தியாரம்மாள்', 'பங்கஜத்தின் தற்கொலை', 'ஆண்மகன்', முதலிய கதைகள். இவைகள் நவீன மனிதர்களின் இறுகிய கள்ளத் தனங்களை அடையாளப்படுத்துகின்றன. இரக்கமற்ற தன்மை இந்த நவீனமனிதர்களின் ஒரு கூறு. இவர்களுக்குள் கனிவு அப்படி ஒன்றும் லேசில் கரைந்துவிடாது. தன் சுகமும், சுயநலமும் முக்கியமானவை. அடுத்தவர்களின் வேதனையோ, தத்தளிப்போ இவர்களை ஏதும் செய்துவிடாது. பணமாகவோ, இச்சையாகவோ, ஏதோ ஒருவகையில் தன்னைத் திருப்தியுறச் செய்யுமானால் எந்தக் கொடுங்காரியத்தை யும் செய்யக் கூடியவர்கள். வைணவமார்க்கத்தின்படி சொல்வோ மானால் இவர்களின் உள்ளத்திலே தெய்வம் இல்லை. மிருகம் உருமிக்கொண்டே இருக்கிறது. ஊசிப்போன இட்லியை வெளியில் கொட்டுவானே தவிர பசியோடு நிற்கும் வாழ்ந்து கெட்டவனுக்குத் தரமாட்டான். அதையும் காசாக்க வழிபார்ப்பான் (சுயரூபம்). வாழ வழிதேடி வந்து எங்கு நின்றாலும் கற்பைச் சூறையாடும் மனிதக் கூட்டம் சூழ்ந்தபடியே இருக்கும். அதற்கு பஞ்சத்தின் கொடூரம் தெரியாது. அழிவு தெரியாது பசியின் முறுக்கல் தெரியாது (திரிபுரம்). பெரு நகரங்களில் வாழும் மனிதர்களுக்கு வழிப்போக்கர்கள் குறித்த பரிவு கிடையாது. திண்ணைகளைக் கட்டமாட்டார்கள். அது அவர்களைப் பொருத்த அளவில் வினை விளைவிக்கும் இடம் (காற்று). அழகின் மீதான விருப்பம் மற்றொருவனை அனுமதிக்க விடாது. அடுத்தவனுக்குக் கிடைக்கக்கூடாது என மூண்டு எழும். பொறாமையின் வாள் நீண்டு கீறும். அது அழகிகள் தனக்கு மட்டுமே வேண்டும் என்கிற சுயநலம் (இரண்டு பெண்கள்) களவு (வாத்தியா ரம்மாள்) உதாசீனம் (ஆண்மகன்) காதலையே தூக்கியெறியச் செய்யும் வசதி வாய்ப்பின் மீது கொள்ளும் இச்சை (பங்கஜத்தின் தற்கொலை) என மனித மாறாட்டங்களை எள்ளலோடு படம்பிடித்துக் காட்டி யிருக்கிறார். இதனை செய்யத் தூண்டும் பொருளியல்தளத்தையும் ஒருசேரப் பிணைக்கிறார்.

அவலட்சணமான தேவியம்மாள், கணவன் சொன்ன பொய்யான பாராட்டுரையை உண்மையென நம்பி, தனக்கு யாருக்கும்

வாய்க்காத முகக்களை இருப்பதாக எண்ணி மாடியில் வாடகைக்குக் குடியிருக்கும் வாலிபன் மீது காதல் வயப்படுகிறாள். அவன் தன் மகளைக் காதலிக்கிறான் என்று தெரிந்ததும் காளியாக மாறி மகளை அடித்து உதைக்கிறாள் (முகக்களை) சென்னையில் பணியாற்றியபோது பழகிய நீலா, சுந்தரத்தின் ஆழ்மனதில் நிழலாடியபடியே இருக்கிறாள். சுந்தரத்திற்குத் தன் சொந்த ஊரில் திருமணம் நிச்சயமாக இருக்கிறது. பம்பாயிலிருந்து வருகிறான். நீலாவைப் பார்த்து விசயத்தைச் சொல்ல வருகிறான். வறுமைமிக்க குடும்பத்தை நீலா உழைத்து உழைத்துத் தாங்குகிறாள். அவளுக்குத் திருமணம் தள்ளித்தள்ளிப் போகிறது. அவனின் வருகையோ, அவனுக்கு வரப்போகும் புதிய உறவோ, அவனின் ஆறுதல் வார்த்தையோ அவளுக்குத் தாங்கமுடியாத ஒன்றாக இருக்கிறது. அம்மா, தங்கை இருக்கும்போது இனிமையாகப் பேசியவள் அவர்கள் அடுக்களைக்குள் காப்பிபோடப் போனதும் துயரம் படர்கிறது அவள் முகத்தில். சுந்தரம் ஆறுதலாக அவளைத்தொட்டு என் மீது கோபமா என்றதும் ''அயோக்கியப் பயலே மரியாதையாக எழுந்து வெளியே போ'' என்று கத்துகிறாள். 'விட்டகுறை தொட்டகுறை' கதை இது. இந்தக் கதையில் சுந்தரத்தாலும் நீலாவாலும் தீர்க்கமுடியாத குடும்பச் சுமைகள், சிக்கல்கள் இருக்கின்றன. சுந்தரத்தால் ஏன் தைரியாமாக நீலாவைத் திருமணம் செய்து கொள்ள முடியவில்லை? அல்லது நீலா கூட சுந்தரத்தை ஏன் என்னைக் கட்டிக்கொள் என்று கேட்க முடியவில்லை? இருவருக்குள்ளும் இருந்தது காதலா? வெறும் நட்பா என்று வெளிப்படையாகச் சொல்லப்படாத ஒரு நேசக்கதைதான். இவர்களின் வாழ்க்கையை யாரோ தீர்மானித்துக் கொண்டிருக்கிறார்கள் என்கிற பிடியும் இருக்கிறது. சுந்தரம் ஏன் மெனக்கெட்டு வந்து நீலாவிடம் சொல்ல வேண்டும்? வரப்போகிற மனைவியையும் நீலாவையும் ஒருசேர அனுபவிக்க நினைக்கிறானோ? அல்லது வரும் மனைவியின் வசதிவாய்ப்பு நீலாவைக் கைவிட நேர்கிறதோ? இரண்டிற்கும் கதையில் சாத்தியம் உண்டு. திருமணமாகாமல் தத்தளிக்கும் நீலாவின் உள்ளத்தை - சுந்தரத்தைவிட நீலாதான் உணர்ந்திருக்கிறாள். இதனை உணர்ந்து கொள்ளாத இவன் என்ன ஆண்மகன் என்ற கோபம் இவளுள் இருக்கலாம். பெரும் வேதனையை எங்கும் வெளிக்காட்டாது நீலா நடந்து கொள்கிறாள். ஒரே ஒரு சந்தர்ப்பத்தில் அதுவும் கூட அவன் தொட்டுப் பேசிய சாக்கிற்காக ''அயோக்கியன்'' என்று திட்டுகிறாள். உண்மையில் அவன் தொட்டுப்பேசியதற்கா அப்படித் துரத்தியடிக்கிறாள்? இந்த குடும்ப நெருக்குதலில் வைத்து தன்னைப் புரிந்து கொள்ள வில்லையே என்ற ஆதங்கம்; தன் உள்ளக் காதலை

புரிந்திருந்தும் தப்பிக்கும் சிறுமைத்தனம்; வேதனை; உள்ளத்துயரம்; பொறியிலிருந்து விடுபடமுடியாச் சூழல். எல்லாவற்றையும் இக்கதையுள் நாம் ஆழ்ந்து பார்க்க முடியும்.

தம்பிக்காக உழைத்து உழைத்துத் தேய்கிற அண்ணன். அண்ணன் குடும்பத்திற்காகத் திருமணத்தை நிராகரித்து உழைத்துப்போடுகிற தம்பி என மீளமுடியாத வறுமைச்சூழலில் இயங்கும் கதை 'இரு சகோதரர்கள்'. ஒரு சந்தர்ப்பத்தில் அண்ணியிடம் உறவுகொள்ள முயல்கிறான். அவளோ வறுமையால் நொந்து அழகெல்லாம் இழந்தவள். அண்ணனும் தம்பியும் படும்பாட்டை தினம்தினம் உணர்பவள். எதிர்ப்பே காட்ட முடியாது கொழுந்தனின் இழுப்புக்கு உடன்படுகிறாள். அவளுக்கு அதில் அப்படியொரு விருப்பமும் இல்லை. கருணையினால் வந்த தருணமா? எதிர்ப்பும் காட்டவில்லை. கொழுந்தனுக்குக்கூட அண்ணியை அடைந்தே தீர்வது என்ற காமக்கங்கணம் இல்லை. ஒரு சந்தர்ப்பம். ஒரு தனிமை. ஒரு உந்துதல். இந்த சந்தர்ப்பத்தில் முயலும்போது அவளும் எதிர்ப்புக் காட்டவில்லை. ஏன்? அதுதான் அவனுக்கு ஒரு ஆசையாக - ஆறுதலாக இருக்கும் என்றால் அதனைத்தருவது தவிர அவளிடமும் வேறொன்றுமில்லை. வறுமையை எதிர்த்து நின்று போராடுகிற தன் கொழுந்தனை வெறுக்க முடியாது; விருப்பம் இல்லாமல் இணங்குகிறாள். இதனை அண்ணன் காண்கிற போதும் கூட தம்பியை வெறுக்கமுடியாது தத்தளிக்கிறார். இதற்கெல்லாம் உடனடித் தீர்வு ஒன்று இல்லை என்று சொல்கிறார். மானிட இச்சையைப் புரிந்துகொண்ட அண்ணன். அதற்கும் தம்பியின் தியாகத்திற்கும் சம்பந்தமில்லை என்று உணர்கிறான். காமத்தை மனிதனுக்குள் இருக்கும் ஓர் இச்சை என்பதாகப் புரிந்திருக்கிற அண்ணன் மகத்தானவன் இல்லையா? தமிழனின் வாழ்க்கையை எப்படியெல்லாம் உலகின் முன் வைக்கிறார் அழகிரிசாமி.

ஆர்ப்பாட்டம் இல்லாமல், தன்னை முன்னிலைப்படுத்துகிற முனைப்பு இல்லாமல் தமிழ்மக்களின் வாழ்க்கைக்கு முற்றும் முழுதாக மனதை ஒப்புக்கொடுத்து யார் பக்கமும் சாயாமல் காருண்யத்தோடு சிறுதைகள் படைத்த கு.அழகிரிசாமி தமிழ் இலக்கியப் பரப்பை தனித்துவத்தோடு உயர்த்தியிருக்கிறார். காலத்தால் அழிக்க முடியாத சித்திரங்களை தனது கதைகளில் வரைந்து வைத்திருக்கிறார். ஒவ்வொரு கதையையும் வாசகர்கள்தான் படித்து அனுபவிக்க வேண்டும்.

புதுப்புனல், அக்டோபர் 2012.

தி. ஜானகிராமன் :
அபூர்வமான சொல்முறைக் கலைஞன்

தமிழ்ச் சிறுகதைத் துறைக்குப் பெரும் பங்காற்றியவர்களை விரல்விட்டு எண்ணிவிடலாம். ஒரு நூற்றாண்டுக் காலத்தில் இந்த இலக்கிய வகைமைக்குப் பங்காற்றியவர்களாக நூறு எழுத்தாளர்களுக்குள்ளாகத் தான் இருப்பர். அதில் ஆளுமையுள்ளவர்களாக புதுமைப்பித்தன், கு.அழகிரிசாமி, தி.ஜானகிராமன், ஆ.மாதவன் ஆகிய நால்வரை மட்டுமே குறிப்பிட முடியும். அசோகமித்திரனிடம் படைப்பெழுச்சி மிக்க தருணங்கள் இல்லை. மன நெருக்கடியில் விளைந்த அனுபவ சாரம் அதிகக் கதைகளில் இருப்பதுதான் இவரை முக்கியமான சிறுகதையாளர் ஆக்குகிறது. இளம் எழுத்தாளர்களில் இரண்டுபேரை மட்டுமே சொல்ல முடியும். கறாரான இத்தன்மையில் தி.ஜானகிராமன் நிராகரிக்க முடியாத ஒரு படைப்பாளியாக இருக்கிறார். தமிழ் இலக்கிய உலகின் துரதிருஷ்டம், அவரது நாவல்கள் பேசப்பட்ட அளவு சிறுகதைகள் பேசப்படவில்லை. அதிலும் ஒரு பாதகம் தி.ஜானகிராமன் நாவல் கலையின் உச்சத்தைத் தொட்டவரல்ல. அவருடைய அபரிமிதமான சாதனை சிறுகதைத் துறையிலேயே நிகழ்ந்திருக்கிறது. 'மோகமுள்' 'அம்மா வந்தாள்' ஆகியன தமிழின் மிக முக்கிய நாவல்கள். ஆனால் அவரது சிறுகதைகள் இந்திய அளவில் நிலையான இடத்தைப் பிடிப்பவை. கீழைத்தேய நாடுகளின் முக்கியமான எந்தப் படைப்பாளியோடும் ஒப்பிடத் தகுந்தவர் தி.ஜா.

முப்பதுகளிலும் ஐம்பதுகளிலும் சிறுகதைத் துறைக்கு வளம் சேர்த்த படைப்பாளிகளிடம் விதவிதமான போக்குகள் உண்டாகின. அல்லது தங்களுக்கென ஒரு கலைப்பாணியை உண்டாக்கிக் கொண்டனர். புதுமைப்பித்தனின் கலைமனம் கருத்துருவை உடைத்துத் துள்ளிக் குதிப்பது. அதனைப் பகடிமொழியால் கதையாக மாற்றுவதைக் கைக்கொண்டார்; உடனடி ரசனைக்கு

அம்மொழி பேருதவி புரிந்தது. மௌனத்தை முற்றாகத் துறந்து கலகம் பண்ணுவதை மிக உவப்புடன் செய்தார். பொய்மைகளை, பழம்பஞ்சாங்கத்தைச் சந்தி சிரிக்க வைத்தார். புதுமைப்பித்தனிடம் வெளிப்பட்ட கலகமொழி கதைகளைப் பெரும் வீச்சுக்குரியதாக மாற்றியது. கருத்துலகைப் படைப்பு வழி பிளக்க முற்பட்ட பிற எழுத்தாளர்களிடம் நடையில் அழகும் ஆழமும் கூடிவரவில்லை. வெறுமனே பிரசங்கமாய்ப் போய்விட்டன.

நவீனத்துவப் போக்கைத் தமிழ்ச்சூழலில் கையாண்ட முதல் படைப்பாளி புதுமைப்பித்தன். வாழும் காலத்தின் தன்மைகளை நவீனத்துவம் என்ற சிந்தனையால் முழுதும் விளங்கிக்கொண்ட படைப்பாளி. மதம் உருவாக்கியிருந்த கட்டுத் திட்டத் தூண்களை உருவி உருவி உளுத்துக்கிடந்த உள் மடிவுகளைத் தட்டிக்குமித்துக் காட்டியவர். புறத்தோற்றத்திற்கு மாறாக அகத்தில் மண்டிக் கிடக்கும் அழுக்குகளை, ஏமாற்றுத்தனங்களை, பாசாங்குகளை வெகு ஆர்வத்துடன் கண்டு இழுத்துவந்து மக்கள் முன் நிறுத்தியவர். ஆனால் பிற்காலத்திய எழுத்தாளர்கள் போல யதார்த்த உலகம் என்ற ஒன்றில் மட்டுமே நவீனத்துவ அழகியலைக் கையாண்டவர் அல்ல. புதுமைப்பித்தன் படைப்புக் களத்தில் சுதந்திரத் தன்மை கொண்டவராக இயங்கினார். புராணம், மரபு, தத்துவம், ஆன்மீகம், நிஜம், யதார்த்தம், நவீனம் என எல்லாப் பகுதிகளையும் சுண்டிப் பார்த்தவர். புதுமைப்பித்தன் இவ்விதமாக மையமாகி நிற்க, பிற எழுத்தாளர்கள் இவரைச் சூழ்ந்து நின்றார்கள் முப்பதுகளில். அவ்விதம் அவரின் செயல்பாடு நிகழ்ந்துவிட்டது.

ஐம்பதுகளில் தோன்றிய மிகப்பெரிய இலக்கிய ஆளுமை என்னளவில் தி.ஜானகிராமனாகத்தான் தெரிகிறார். நாற்பதுகளில் தி.ஜா. எழுத வந்து விட்டிருந்தாலும் ஐம்பதுகளில்தான் அவருடைய இலக்கிய வெளிப்பாடு நிறைவாகப் பிரவகித்திருக்கிறது. ஆனால் ஐம்பதுகளில் மிக முக்கியமான இலக்கிய ஆளுமைகளாக ஜெயகாந்தன், சுந்தரராமசாமி, அசோகமித்திரன் போன்றோர் தோன்றி விட்டதை விமர்சகர்கள் குறிப்பிடுகின்றனர். குறிப்பாக, ஐம்பதுகளில் எழுதப்பட்ட சிறுகதைகளை வைத்துப் பார்க்கும்போது தி.ஜானகி ராமனிடம் வெளிப்பட்ட கலையின் மகாசக்தியான உற்றுநோக்கல் திறன் வேறொருவரிடமும் வெளிப்படவில்லை. சுந்தரராமசாமியும் ஜெயகாந்தனும் புதுமைப்பித்தன் பாணியைக் கைக்கொண்டனர். கருத்துலகு மீதான விமர்சனம்தான் மார்க்சியம் என்ற சித்தாந்தத்தின் பொதுத்தன்மைகளை இவர்கள் புரிந்துகொண்டதிலிருந்து

சமூகத்தைப் பார்த்தனர். இதனைப் பக்கபலமாகக் கொண்டு கதைகளை எழுதினர். சுந்தரராமசாமி, ஜெயகாந்தன் இருவரும் மார்க்சிய அழகியலை மட்டும் கைக்கொண்டு சமூகத்தைப் பார்த்தனர். ஜெயகாந்தன் அதிலிருந்து தனது உலகத்தை இன்னும் சற்று விரித்துக் கொண்டார். அந்த விரித்தலில் ஓர் இந்தியத்தன்மை இணைந்துவரத் தொடங்கியது. சுந்தரராமசாமி அந்நியத் தன்மையை இழுத்து அணைத்தார். கலை உருவாக்கம் இருவரிடமும் மாறுபடு கின்றன. நுட்பம் சு.ரா.விடம் கூடியது என்றாலும் அவை அயல் நாட்டினருக்காக உற்பத்தி செய்யப்பட்ட தமிழ்க்கதைகளாகிப் போயின. அவருடைய விருப்பமும் அதுவே. அயல்நாட்டு விமர்சகரைத் திருப்தி செய்யும் மனநிலையைச் செயற்கையாக இழுத்துக் கொண்டவர். ஜெயகாந்தனிடம் நுட்பம் போகப் போகக் கூடாமல் சம்மணங்கால் போட்டு தர்க்கம் செய்யத் தொடங்கி விட்டது. இதற்கு ஜனரஞ்சக பத்திரிக்கையில் இருந்த வரவேற்பும் காரணம். இதுபற்றி வேறொரு இடத்தில் விரிவாக ஆய்வு செய்யலாம். இவர்களுக்குச் சற்று மூத்தவரான தி.ஜானகிராமன் சித்தாந்த வெளிச்சத்தை உள்ளங் கையில் வைத்துத் திரிந்தவர் அல்லர். மற்றவர்கள் சித்தாந்தத்தைக் கரைத்துக் குடித்தவர் என்ற நோக்கில் சொல்லவில்லை. அதன் நிழல் தோற்றத்தை ஒருவாறு புரிந்து கொண்டவர்கள்.

தி.ஜானகிராமன் எந்தக் கலைக்கோட்பாடுகளின் கண்ணாடி களையும் மாட்டிக்கொண்டு சமூகத்தைப் பார்க்கவில்லை. மழை போல, வெயில்போல, உப்புசம் போல, காற்றுப்போல இயங்குகிற சமூக இயக்கத்தில் கரைந்திருந்தவர். மனிதர்களின் துக்கங்களுக்கெல்லாம் பொருளியல் சார்ந்தோ, மதம் சார்ந்தோ நவீன அறிவியல் சார்ந்தோ, கருத்தியல் சார்ந்தோ விடைகளைத் தேடாதவர். அவர் காலத்தில் முன் நிறுத்தப்பட்ட அரசியல் நிலைப் பாடுகளை விரும்பிக் கற்றவராகவும் தெரியவில்லை. கலையைக் கற்றிருக்கிறார். முக்கியமாக இசை. ரொமான்டிக் போக்கு, நவீனத்துவப் போக்கு, யதார்த்தவாதப் போக்கு, சர்ரியலிசப் போக்கு, இயற்பண்பியல் போக்கு என அவ்வவற்றுக்குத் தோதான கதைகளைப் பின்னியவரும் அல்லர். இப்படி இலக்கிய விளக்கங் களில் முங்கி, பின் எழுதியவர்களெல்லாம் கலையின் உச்சாணிக் கொம்பையல்ல! வெடித்து நிற்கும் மரப்பட்டையைக் கூடத் தொடமுடியாது போனவர்கள்தான் ஏராளம். மார்க்ஸியத்தையோ, நவீனத்துவத்தையோ ஆழமாகக் கற்காமல் போனதினாலேகூட ஜெயகாந்தன் அதிகமாக எழுதியிருக்கலாம். என்று தோன்றுகிறது.

நவீனத்துவ அழகியலை விரும்பி ஏற்ற சுந்தர ராமசாமியின் எழுத்தை விட எந்த தத்துவத்தையோ, அதற்கான கலைவடிவத்தையோ, பொருட்படுத்தாமலே, ஜானகிராமனின் எழுத்து விகசித்து மிளிர்ந்தது.

தி.ஜானகிராமன் விரும்பிக் கற்றது மனிதர்களை, அவர்களின் மண்ணை; அவ்வளவுதான். தனித்துவமான தன்மைகளால்,இந்திய இலக்கியத்திற்கும் தமிழ் இலக்கியத்திற்கும், வளம் சேர்த்தவர் தி.ஜானகிராமனாக இருக்குமேயொழிய அவர்காலத்தில் எழுதிய பிற எழுத்தாளர்கள் இல்லை என்றே நினைக்கிறேன். குறிப்பாகச் சிறுகதைத் துறையில். இவ்விடத்தில் ஒன்றைச் சொல்லவேண்டும். எண்பதுகளில் தி.ஜானகிராமனைப் பற்றி ஆற்றல் மிக்க கலைஞன் என்று எழுதிக் கொண்டாடியவர், சி.மோகன். க.நா.சு.வைத் தொடர்ந்து ஒரு விமர்சன மரபை உண்டாக்கியிருக்க வேண்டியவர்; வெற்றிடமாக விட்டு விட்டார். கலைஞர்களைக் கொன்று சிரிக்கும் தமிழ்ச்சூழல் இதற்கு மிக முக்கியமான காரணமாக இருக்கும். நிலவியல் தன்மையும், பண்பாடும், பாரம்பரியக் கூறுகள் ததும்பும் மனிதர்களும் தி.ஜானகிராமன் கதைகளிலேயே உலவுகிறார்கள். இவற்றில் பத்தாம்பசலித்தனங்கள் இருக்கலாம். ஆனாலும் அவைகளும் அசல் வித்துகள்தான். இவர் கதைகளில் விளைந்திருக்கும் உன்னதங்கள் கோட்பாடுகள் வழி கண்டடையப்பட்டவை அல்ல. மனிதர்கள் வழி கண்டடையப்பட்டவை. தமிழர் மனங்களின் திரட்சியிலிருந்து படைக்கப்பட்டவை.

இன்று மண்ணின் எழுத்தாகத் தலித் படைப்புகளைப் பார்த்த பின்னும் தி.ஜானகிராமனின் படைப்புகளை இன்னொரு விதமான மண்மக்களாகப் பார்க்க மறுக்கின்றனர். சுந்தரராமசாமி என்னிடம் நேர்பேச்சில் ஒரு குறிப்பைச் சொன்னார்: ‘தி.ஜானகிராமன் கதைகளில் எழும்பிவரும் பிராமணபாஷை அவரை நேரில் சந்திக்கும்போது வெளிப்படவில்லை. இல்லாது மறைந்துபோனதை எழுதுகிறார்’ என்று. அப்படியல்ல விஷயம். தி.ஜானகிராமனின் பால்ய காலத்தில் படிந்தமொழி, படைப்பில் இறங்கும்போது ஆழ்மன வெளிப்பாடாக, மீண்டும் மேலெழுந்து வந்திருக்கின்றது. இந்த அழகிய மனத்தைப் பார்க்கத் தவறிவிட்டவர் சு.ரா.

இடமும், உருவங்களும், உருவங்களின் அசைவும், பேச்சு உண்டாக்கும் இயல்பும், அந்தந்த வயதுகளின் குணமும் அசாத்திய மாக வெளிப்பட்டிருக்கின்றன. புறஉலகின் தோற்றத்திலிருந்து வாசகனை அக உலகிற்குள் சட்டென இழுத்துக்கொள்ளும் கலை

வித்தை தி.ஜானகிராமனுக்கு வாய்த்த ஒன்று. எழுதுதலில் ஒரு மெனக்கெடாத்தன்மை அழகைச் சொரிகின்றது. இவ்விடத்தில் ஒன்று சொல்லிவிடுகிறேன். சமூகத்தை-அதன் கருத்துலகை, கீழ்மையை விமர்சிப்பதும் புதிய அர்த்தங்களை உண்டாக்குவதும் மட்டுமே கலையின்நோக்கமாக நான் கருதவில்லை. அவை காலத்தின் தேவை கருதி கலையாக உருவாக்கப்பட்டவை. இதை மட்டுமே சுழற்றிக் களமடித்த படைப்பாளி முக்கியமானவர்; புரியாத புதிர்களையும் பார்த்திராத ஒளியையும் காட்டியதால் முக்கிய மற்றவர் என்றும் என்னால் ஏற்றுக்கொள்ள முடிவதில்லை. இரண்டும் இருவேறு கொடைகள். புதுமைப்பித்தன் எவ்வளவு முக்கியமோ தி.ஜானகிராமனும் அவ்வளவு முக்கியம். ஒவ்வொரு வருக்கென்று ஓர் ஆளுமை இருக்கும். அந்த ஆளுமையை எவ்வளவு தூரம் எட்டிப்பிடித்திருக்கிறார் என்ற அளவிலேயே ஒருவரை மேலான கலைஞனாக அங்கீகரிக்க முடியும்.

யதார்த்த உலகம்தான் தி.ஜானகிராமனுடையது. ஆர்.சண்முக சுந்தரம், ஜெயகாந்தன், அசோகமித்திரன் போன்றோர் மொழிக்குள் கொண்டு வர முடியாத உலகையும் உள்ளத்தையும் கொண்டு வந்தார். முக்கியமாக, அந்நேர அக உலகம் "எழுது எழுது" என்று முன் வந்து மண்டியிடுகிறது. விவரணைகளில் துல்லியம் கொள்கிறது புற உலகம். அப்படி எழுதும் போது சில இடங்களை, சூழலை விரிக்கும் வரிகள் மனதைப் பதற்றமடைய வைக்கின்றன. இவரின் சிறுகதைகளில் மொழி கரைந்து, உருவங்கள் உயிர்த்துடிப்போடு நம் நெஞ்சிற்குள் குடிபுகுந்துவிடுகின்றன. இவ்வகையில் கி.ராஜநாராயணனையும் சேர்த்துப் பார்க்கலாம். மொழியைக் கரைக்கும் மொழி தி.ஜானகி ராமனுடையது. மொழி கரையக் கரைய உருவங்கள் மட்டுமே வாசகனுக்குத் தெரியும். இவ்விடத்தில் எனக்கொரு ஆசை தோன்றுகிறது. இந்த நுட்பத்தில் தி.ஜானகிராமன் கருத்துலகோடு மோதி மாற்றுப் பார்வைகளை உருவாக்கியிருந்தால் ('தாத்தாவும் பேரனும்' போல) பெரும் செல்வாக்கைச் செலுத்தியிருப்பார். பரபரப்பிற்குரிய மனிதராகவும் மாறியிருப்பார் (மரப்பசு, அம்மா வந்தாள், மோகமுள், கையிலெடுத்த பிரச்சனை மட்டுமல்ல - இன்னபிற)

யதார்த்தம் கோலோச்சிய ஐம்பதுகளில் மனிதர்களின் உன்னதங்களை, தெய்வாம்சங்களைக்கூறுவது யதார்த்த வாதத்தின் வளமான பகுதிகளாக எவரும் எடுத்துக்கொள்ளவில்லை. வர்க்கப் பாகுபாட்டின் வழி பாட்டாளிகளின் விடுதலையை - வெற்றியை - தியாகத்தைச்

சொல்வன மேலானவைகளாகக் கொள்ளப்பட்டன. பேராசிரியர் தி.சு.நடராசன், தி.ஜாவை அவ்வகையில் பார்க்க முயன்றிருக்கிறார். அவர் தி.ஜானகிராமனின் கதைகளை, பெண்கள் மீதான பரிவாகவும் கருணையாகவும் பார்த்தார். அதுவும் நாவல்களை மட்டும் முன்வைத்து. தனிமனிதர்களிடம் வெளிப்படும் மேன்மைகள் எவ்வளவு சக்திவாய்ந்தவை! அவற்றை விமர்சகர்கள் கையில் எடுக்கவில்லை. முரண்பாடுகளைச் சொல்வது மேன்மையான கலையாவும், பெருகிவந்த பூரணத்துவம் இரண்டாம் பட்சமாகவும் சு.ரா.போன்றவர்களால் வலியுறுத்தப்பட்டன.

தி.ஜானகிராமன் அபூர்வத் தன்மைகளைத் தேடித் தேடிச் செல்கிறார். பல்வேறுபட்ட ஜனத்திரளிலிருந்து அதனை அடையாளப் படுத்தினார். உருவான நல்ல தருணங்களை சிக்கெனப் பிடித்துச் சிறுகதையாக்கியுள்ளார்.

புதுமைப்பித்தன் போல அத்தனை துருவங்களிலும் சென்று பார்க்க பிரயாசைப்படவில்லை. அதனால் தி.ஜானகிராமன் கதைகளில் பன்மைத்தன்மைகள் இல்லை. எல்லாமே அக்கிரஹாரத்திலும் - சற்றுத் தள்ளி - குடியானவர்கள் வீடுகளிலும், பள்ளிக் கூடங்களிலும், அலுவலகங்களிலும் நிகழ்கின்றன. வேறுவகையான உலகிற்குள் அவர் செல்லவில்லை - ஜி. நாகராஜன் போல - மௌனிபோல - ஜெயகாந்தன் போல. அதற்காக நவீனத்துவ அளவுகோலை வைத்துத் தாண்டமுடியாதவர் என்று ஜல்லியடிக்கத் தேவையில்லை.

‘சண்பகப்பூ’, ‘வேண்டாம் பூசணி’, ‘தவம்’, ‘தீர்மானம்’, ‘கோதாவரி குண்டு’, ‘துணை’, ‘பாயாசம்’, ‘தாத்தாவும் பேரனும்’, ‘மாப்பிள்ளைத் தோழன்’ ‘சிலிர்ப்பு’, ‘பரதேசி வந்தான்’, ‘பஞ்சத்து ஆண்டி’, ‘கண்டாமணி’, ‘கடன் தீர்ந்தது’, ‘கோயமுத்தூர் பவபூவதி’ போன்ற கதைகளிலும் நெருக்கடிகள் வருகின்றன. அது இரண்டாம் உலக யுத்தத்தால் ஏற்பட்ட கொடூரச் சூழலில் நேரும் நெருக்கடிகள் அல்ல. ‘கடவுள் இறந்து விட்டார்’ என்றோ, ‘அபத்தமான வாழ்க்கையில் தற்கொலை செய்வது அர்த்தப்பூர்வமானது’ என்றோ சொல்லிக் கொள்கிற நெருக்கடிகள் அல்ல. ஒரு வகையில் சொல்லப்போனால் இவரின் கதைகள் மரபு தரும் நெருக்கடிகளால் விளைந்தவை. நவீனத்துவம், முரண்களையும், அபத்தங்களையும் ஈவு இரக்கமற்ற கொடூர எண்ணங்களையும், நெருக்கடிமிக்க அச்சூழலில் கண்டடைந்தது. மரபு தரும் நெருக்கடிகள் உயர்வை உண்டாக்கின பல சமயங்களில், விமர்சகர்கள் இப்படிப் பகுத்துப் பார்க்க மறந்துபோயினர். மரபு தரும் மோசமான நெருக்கடிகள்

உண்டு. அவை வேறுவகையானவை. அவை ஜானகிராமனுக்குப் பொருந்தாது. தலித்தின் பார்வையிலிருந்துதான் அதனை உணர்ந்து கொள்ள முடியும்.

ஆக, தலித்துகளுக்கு மரபே முரண்களையும் அபத்தங்களையும் கீழ்மைகளையும் காணும்படி செய்கிறது. இதை வேறு இடத்தில் வேறு வகையில் ஆய்வு செய்யவேண்டும்.

'அம்மா வந்தாளி'ல் வரும் அலங்காரத்தம்மாளின் தேடலையும் அப்புவின் தேடலையும் மரபின் நெருக்குதலில் இருந்தே அறிய வேண்டும். அலங்காரத்தம்மாள் தனது பாவத்தைக் கழுவ வேதக் கல்வியை நம்புகிறாள். வேத விற்பன்னனாக மகனை உருவாக்கி விட்டால் அதுவே தனது பிராயச்சித்தத்திற்கான வடிகாலாகப் பார்க்கிறாள். வேதம் கற்றவனையும் - கற்றுத் தேர்ந்தவனையும் பாவம் போக்கும் அல்லது பாவம் கழுவும் புனித உருவாகப் பார்க்கிறாள். இது அலங்காரத்தம்மாள் நம்பும் படிமம். இந்தப் படிமம் எதிலிருந்து அலங்காரத்தம்மாளுக்கு உருவாகிறது? மரபிலிருந்து தானே! நவீன காலத்தில் அப்படிப்பட்ட படிமம் இனி சாத்திய மில்லை என்கிறது 'அம்மா வந்தாள்'. அது ஒரு கற்பனையாக எஞ்சி விடுகிறது. பின், பழக்கதோசம் மிக்க பாதையான காசிக்குச் செல்ல முடிவெடுக்கிறாள். அலங்காரத்தம்மாளைப் பொறுத்தவரை அது புனிதப்பயணம் அல்ல. வேறு வழி இல்லாமல் செல்கிறாள்.

அப்பு, உறவுகளின் சிக்கலை உணர்கிறான். அம்மா தன்னை ஏன் வேதம் படிக்க வைத்தாள் என்கிற ரகசியம் வெளிப்பட்டவுடன் மனிதர்களின் செயல்பாடுகளைப் புரிந்து கொள்கிறான். அவனைப் பொறுத்த வரை பாவம் போக்குதல் என்பது ஒரு கற்பனை. அம்மாவின் பாவத்தைக் கழுவுவதைவிட இந்துவிற்குப் பூட்டப் பட்டிருக்கும் விலங்குகளை உடைப்பது மேலாகப்படுகிறது. இந்த மானசீகமான எண்ணத்தைக் கையில் எடுக்கிறான். விதவை என்கிற மரபுதரும் கலங்கத்தைத் துடைக்கிறான். அப்புவிற்குள் இயங்கிய நெருக்கடி பரிவுமிக்க குணமாக உருவெடுக்கிறது. மரபைப்புதுமை செய்கிறது. வாழ்க்கையை வாழும்படி கலைத்து அடுக்குகிறது. இது ராஜாராம் மோகன்ராய் போன்றோரின் மறுமலர்ச்சி இயக்கத்திலிருந்து உளப்பூர்வமாகப் பெற்றுக்கொண்டது. ஐரோப்பியச் சூழலில் இருந்தல்ல.

அலங்காரத்தம்மாளுக்குள் கொந்தளித்த அவஸ்தை, பிராயச் சித்தம் தொடர்பானது. அவளுடைய கற்பனை, மரபின் பழமையால்

உருவாவது. ஆனால் அலங்காரத்தம்மாள் வாழும் காலமோ நவீனமாகி வரும் காலம். பழைய தலைமுறையின் 'கனவு' காலத்தால் விழுந்து நொறுங்குவதும் அப்புவால் செழுமை பெறுவதும்தான் இந்த நாவலின் அடிநாதம். கால மாற்றத்தின் கோலத்தை ஜானகிராமன் உணர்ந்ததால்தான், 'வேதபாட சாலையை ஆங்கிலக் கல்விக்கூடமாக மாற்றினால் பிழைப்பதற்கு வழி கிடைக்கும்' என்ற கசப்பான உண்மையைச் சொல்ல முடிகிறது. நவீனத்துவம் இந்த வகையில் இந்நாவலில் இயல்புடன் பரிணமித்திருப்பதைக் காணலாம்.

2

நமக்கு நேர்ந்த அனுபவத்தைப் படைப்பாக்குகிற போது அது வெறுமனே தெளிவான விளக்கக் கதையாக மாறிப்போய்விடலாம். ஒருவிதத்தில் இது தன் மன ஆதங்கத்தை வெளியிட கைக்கொண்ட கதைவடிவிலான எழுத்து. சில சமயம் மனதிற்குள் எழும் அனுமானம் நல்லதொரு படைப்பாகப் பிறந்துவிடலாம். இது எல்லாப் படைப்பாளி களின் படைப்புகளிலும் காணக்கூடிய ஒன்றே. சமூகத்தில் நடக்கும் பிரச்சனைகளை, சமூக உறவுகளுக்குள் இருக்கும் சிக்கலை ஒரு சிறுகதையாகவோ குறுநாவலாகவோ எழுதவேண்டும் என்ற எண்ணம் படைப்பாளிக்குள் ஓடும். அம் மாதிரியான முனைப்பில் எழுதப்படுகின்ற படைப்பில் உள்ளங்கையை வைக்கிற போது பெரும்பாலும் வாழ்க்கையின் சூடு உறைப்பதில்லை. படைப்பு என்பது துள்ளும் குழந்தை. வாலடித்துத் துடிக்கும் மீன். அது ஒரு ஜடமல்ல. ஆனால் ஜடமாகிப்போன படைப்புகளைத்தான் அதிகமும் பார்க்கிறோம். விவாதிக்கப்பட வேண்டிய - ஆராயப்படவேண்டிய - தீர்க்கப்பட வேண்டிய மிக முக்கியமான பிரச்சனையைத்தான் அப்படைப்பு பேசியிருக்கும். ஆனால் கலையாகியிருக்காது. கலை என்பதுதான் என்ன? வாசகருக்குள் உயிர்பெற்று மல்லுக்கு நிற்கும் செயல் எனலாமா? ஒரு வித பரவசத்தில் ஆழ்த்தும் செயல் எனலாமா? பதற்றத்திற்கு உள்ளாக்கி ஏதாவது செய்யத் தூண்டும் எனலாமா? ...இப்படி பொதுமைப்படுத்த முடியாத அம்சங்கள் ஒன்றுதிரண்ட உயிர்க்கோளம்தான் படைப்பு என்பேன்.

தி. ஜானகிராமனிடம் இவ்வகையான படைப்புகளும் இருக்கின்றன. அவரே வழிநடத்தி பிரச்சனைகளைச் சொல்லும்

எழுத்துக்களும் இருக்கின்றன. இவ்வகை எழுத்துகள் பற்றி எனது வாசிப்பு அனுபவத்தை முதலில் சொல்ல வேண்டும் என்று நினைக்கிறேன். அவருடைய சாதனை படைப்புகளைப் பின்னால் வேண்டுமானால் சொல்லலாம். தி.ஜானகிராமனின், 'கங்கா ஸ்நானம்', 'அக்பர் சாஸ்திரி', 'பிடி கருணை', 'சக்தி வைத்தியம்', 'சிவப்பு ரிக்ஷா', 'தேவர் குதிரை', 'கொட்டு மேளம்', 'செண்பகப்பூ', 'ரசிகரும், ரசிகையும்', முதலிய கதைகளை வாசிக்கிறபோது எழுத்துப் போக்கு சலிப்பைத் தருவதை உணரலாம். நல்ல கதைகளாக மலர்ந்திருக்க வேண்டியவைகள் ஏன் இப்படி ஆகின என்றால், படைப்பில் வரும் பிரச்சனையின் அடியில் ஒளிந்திருக்கும் சூட்சுமங்களைத் தேடாமல் அப்பிரச்சனைக்குச் சமூகத்தின் மீது வைக்கிற நேரடி விமர்சனம்தான் என்று நினைக்கிறேன். ஆனால் இக்கதைகளை மேலாண்மை பொன்னுச்சாமி செய்கிற செய்திக் கதைகளோடு மொண்ணையாக ஒப்பிடவே முடியாது. தி.ஜானகிராமன் தவிர்த்து இக்கதைகளை வேறொருவர் எழுதினால் புழுத்துப்போன மரக்கட்டையாகத் தான் இருக்கும். ஜானகிராமனின் இவ்வகையான கதைகளுக்குள் புதுவிதமான ரீங்காரம் கேட்கிறது. படைப்பு தட்டையாகக் கிடந் தாலும் உள்ளே உயிர் துடிப்பதை உணரமுடியும். எழுதிச் செல்கிற போது ஜானகிராமன் என்ற கலைஞனை அறியாமலே பொங்கித் தெரித்துவிடுகிற துளிகள் இக்கதைகளுக்குள் இருக்கின்றன. எனவே ஜானகிராமனின் எல்லாக் கதைகளைப் படிப்பதிலும் ஏதோ ஒரு மிகச்சின்னதான அனுபவம் வாசகனுக்குச் சித்திக்கிறது.அக் கதைகள் செயற்கையான இட்டுக்கட்டலால் உருவாகியிருந்தாலும் அதனுள்ளே ஒரு துளி அமுதம் சிந்தப் பட்டிருப்பதைச் சுவைக்கலாம்.

'கங்கா ஸ்நானம்', பணத்தைப் பெற்றுக்கொண்டு பின் இல்லை என்று தூக்கியடிக்கிற பெரிய மனுஷன் கதை. அவர் அன்னதானம் செய்வது மக்களிடையே பிரசித்திபெற்ற ஒன்று. சின்னச்சாமி தன் அக்காள் வாங்கிய கடனைத் திருப்பித் தந்த இரவு படுக்க இடம், உணவு எல்லாம் தருகிறார். விடியற்காலையில் கடன்பத்திரத்தைக் கேட்கிற போது 'நீ பணமே தரவில்லை'' என்கிறார். இது கதையின் அடிப்படை. இந்தக் கதை ஏன் அப்படியே தட்டையாகப் போய் விட்டது? அந்தப் பணத்தை அமுக்கிக்கொண்ட பெரியவரின் உலகிற்குள் இறங்கவில்லை. பணத்தை வாங்கிக்கொண்டு தூக்கியடிக்கிறார் என்பது நம்பும்படியாக இல்லை. நம்பும்படியாக இருந் திருக்க வேண்டுமென்றால் பணம் கொடுத்தவன் ஒன்றாகத் தூங்கி யிருக்கலாம். பணம் பெற்றுக்கொண்ட துரையப்பா 'எப்படிப் பதுக்கலாம்? எப்படித் தூக்கியடிக்கலாம்?' என்று உழன்றிருப்பார்.

எழுத்தாளர்கள் நியாயவான், வாய்மையாளன் பக்கம் நின்று பேசுவதால் துரையப்பா வெறுமனே வில்லனாக மட்டுமே உருவாக்கப்பட்டு விடுகிறார். எத்தனையோ ஊர்களில் கேட்பது தான். பணத்தைப் பெற்றுக்கொண்டு தூக்கியடிக்கிற ஆசாமிகளைக் கேள்விப்பட்டிருக்கிறோம்.கேள்விப்பட்டதைக் கேள்விப்பட்டது மாதிரி எழுதுவதா கலை? அது ஒரு குறைதான். தவிர படைப்பாக மாற்றுவது என்பது பிரச்சனைக்குள் பயணிப்பது. இக்கதை துரையப்பா போன்ற ஈவு இரக்கமற்ற ஆசாமிகளைச் சொல்வதாக மட்டுமே முடிந்திருந்தால் பொன்னுச்சாமி போன்றவரின் சொந்தக்கதைகள் எனலாம். ஆனால் கதை பாவம் தொலைக்க (கங்கை) வந்த இடத்தில் துரையப்பாவும் வந்திருப்பதாகக் கேள்விப்பட்டு ஆற்றில் நின்றபடி துணுக்குறுகிறான் சின்னச்சாமி. அவன் முழுக்குப் போட்டுக் கொண்டு இருக்கும் போதுதான் இந்தக் கதையும் ஓடுகிறது. மனைவி ''குளித்தது போதும் போகலாமா?'' என்று கேட்கிறபோது பிரக்ஞை தட்டுகிறது. தி. ஜானகிராமனின் பாஷையில் சொல்வோம். ''சின்னச்சாமி எழுந்தார்; இரண்டுபடி ஏறியதும் 'இரு நான் ஜபமே பண்ணவில்லை. துரையப்பாவை நினைத்து நினைத்து குரோதப்பட்டுக் கிட்டிருந்தேன்' என்று மீண்டும் இறங்கி ஸ்நானம் செய்தார்'' என்று முடிக்கும்போது அமுதத்துளியை வாசகன் பெற்றுவிடுகிறான். எவ்வளவு மோசமான கதையிலும் இப்படி விதவிதமான தெளிப்புகள் கிடக்கின்றன. 'கங்கா ஸ்நானம்' என்பதன் பொருள் பூரணத்துவம் கொள்கிறது.

'அக்பர் சாஸ்திரி' கதை அக்பர் என்பவரின் மருத்துவ முறைகளைப் பயன்படுத்தி வரும் ஒரு சாஸ்திரியின் அனுபவத்தைச் சொல்லும் கதை. ரயில் பயணத்தில் அவருடைய பேச்சில் லயிக்கிறோம். நீண்ட நாள் வாழும் வித்தையை எல்லாம் சொல்கிறார். அவரைப் பார்ப்பவர்கள் அறுபது வயதிற்குள் மதிக்கின்றனர். தன் வயது அறுபத்தொன்பது என்று சொல்வதெல்லாம் சரி. அப்படி கை மருந்துகளின் மகிமையைக் கண்டவருக்கும் சாவு சமீபிக்கும் என்பதைக் குறிப்பால் உணர்த்தும் கதை. ஆனால் அவரின் சாவை நிகழ்த்துவதற்காகவே எழுதப் பட்டதாக இருக்கிறது. நல்ல கதை இம்மாதிரியான முடிவுகளைத் தகர்க்கக் கூடியது. கதாசிரியர்கள் இந்த மாதிரியான மனிதர்கள் மீது பச்சாதாபத்தை வாசகனுக்கு ஏற்படுத்த வேண்டியதில்லை. அக்கதாபாத்திரத்திற்கு ஒரு முடிவைச் சொன்னால் தான் நிறைவு பெறும் என்ற பத்தாம் பசலித்தனமான எண்ணங்கள் தேடலைப் பொருட்படுத்துவதில்லை. சாவு நிகழத்தான் செய்யும். அதற்காக ரயிலிலேயே அசத்தலான கதாபாத்திரத்தைச் சொல்லி ரயிலிலேயே முடித்து வைக்க வேண்டிய தேவையில்லை.

'கோபுரவிளக்கு' ஒரு விபச்சாரியைப் பற்றிய கதை. ரொம்ப ரொம்ப நம்பும்படியான சாவு. 'அக்பர் சாஸ்திரிக்கு' நேரெதிரான கதை எனலாம். அந்த விபச்சாரியின் தகப்பன் சாமா பெரிய பஞ்சாங்கன். பஞ்சாங்கனின் இறப்பிற்குப் பின் மனைவியின் மோசமான பயணத்தில் மகளும் கெட்டுச் சீரழிகிறாள். வயிற்றில் கரு உண்டாகிறது. அதைக் கலைக்கும் யுத்திகளில் மரித்துப் போகிறாள். கண்ணாடியைத் தூளாக்கிக் குடித்ததாலோ, வைக்கோலை வாயில் திணித்து, கருக்கலைக்கக் குச்சியைத் திணித்து விட்டதாலோ இறந்து போகிறாள். கதை அற்புதமான கவித்துவம் பெறாமலே போய் விட்டது. 'கோபுர விளக்கு' என விபச்சாரியைக் குறிக்கவில்லை. குறிப்பாக என்னைப்போன்ற தி.ஜா.வின் மீது மதிப்பு வைத்திருக்கிற - வாசகர்கள் அழகாகச் சொல்லிவிட முடியும். விபச்சாரி ஒரு உயரமான கோயில் கோபுரத்தின் விளக்கு. அது எங்கிருந்து பார்த்தாலும் மினுக்கும். பத்தினிகள் எல்லாம் அகல் விளக்கு மட்டும் தான். இவள் அவர்களைவிட உசத்தி; கோபுர விளக்கு எனலாம். இப்படி எழுத ஆசையாகத்தான் இருக்கிறது. விபச்சாரி அப்படியொரு படிமத்தை அடையவில்லை. மாறாக விபச்சாரியை தூக்கிப் புதைக்க எவனும் வராமல் ஒதுங்கியிருப்பதைப் பார்த்த கோயில் நிர்வாகி துக்க நாளில் எல்லோருக்கும் தீபத்தை அமர்த்துவது போல அமர்த்துகிறார். ஊரே இருண்டு கிடக்கிறது. பக்கத்துவீட்டு நண்பர் 'கோயில் தீபத்தைப் போடுங்கள் தெரு இருட்டாக இருக்கிறது' என்று சொல்லும்போது நிர்வாகி வாயிலிருந்து ஒரு வார்த்தை துள்ளி விழுந்து விடுகிறது. அந்த எண்ணத்திற்காகவே கதை தன் எல்லா பலகீனங்களையும் தகர்க்கத் துடிக்கிறது. ''அந்த பொண்ணு ஊத்தின எண்ணெய்க்காவது மனம் இரக்கப்படாத அந்த சாமி. இவ்வளவு பெரிய கோவிலை கட்டிண்டு உட்கார்ந்திருக்கே! துர்க்கைக்கு முன்னாடி நின்னுட்டு அழுததுன்னேளே! பொம்மனாட்டி கண்ணாலே ஜலம் விட்டா உருப்படுமா அந்த தெய்வம்? அவ யாராயிருந்தா என்ன? மனசு உருகிக் கண்ணாலே ஜலம் விட்டுதே அது'' என்று நிர்வாகி கெளரி சொன்ன பேச்சு கதைக்குள் தளும்பும் ஜீவ சத்து. கதையின் இடையே கதை சொல்லி ஒரு நாள் அவள் துர்க்கையை வணங்கும் போது 'இன்றைய கஷ்டத்தைப் போக்க உடனடியாக எவனாவது எனக்கு வர வேண்டும்' என்று வணங்கும் போது முனகல் வெளிப்பட்டதாகச் சொல்கிறார். முனகினாளா இல்லையா என்பதைவிட இதுதான் விபச்சாரியின் மனப்போக்கு. இதனை மனைவியிடம் ஆச்சரியமாகச் சொல்லும்போது 'நீங்க வர்றதை பார்த்துட்டுத்தான் அப்படிக் கொஞ்சம் உரக்க வேண்டிண்டாளோ' என்று மனைவி வேறொரு

எல்லையைத் தொடும் போது, ஜானகிராமன் அசலான விபச்சாரியை உருவாக்கிவிட்டார் என்பது தெரிந்துவிடுகிறது. உரையாடல் என்பது அம்மியரைக்கிற விஷயமல்ல. உள்ளத்தின் வெளிப்பாடு. இதனை தி.ஜா.அளவு யாரும் சாதிக்கவில்லை.

தி.ஜானகிராமன் தேர்ந்து கொள்கிற விசயம் பூமியில் இருக்கிறது தான். அவை வெறுமனே கதையாக நின்றுவிடுகிற போது, எங்கே தி.ஜாவுக்கே உரிய முத்துக்கள் எனத் தேட வைத்துவிடுகின்றன. அவை இல்லாதபோதுதான் பெருத்த ஏமாற்றம் அளித்துவிடுகின்றன. வேறு படைப்பாளிகளின் படைப்புகள் இப்படி ஏமாற்றும்போது மனது பெரிதுபடுத்துவதில்லை. அது சாதாரணச் செய்தி என்றோ, கதை வடிவக்கட்டுரை என்றோ சொல்லிவிடலாம். அப்படிப்பட்ட கதைகளுக்குள்ளும் தி.ஜா.வின் கைவண்ணம் இல்லாத போது பெருத்த ஏமாற்றத்தை உண்டாக்கிவிடுகின்றன.

'திண்ணை வீரா' கதை முடிவு, ஓ.ஹென்றி பாணி போல ஆகிவிட்டது. கதைகளில் வேண்டுமானால் இந்த திடீர்த்திருப்பம் அக்கண நேர எழுச்சியை ஏற்படுத்தலாம். அக்கதைகளைத் திரும்ப வாசிக்கமுடியாது. திண்ணை வீராசாமியின் கால்கள் முடம் என்பது இறுதியில் தெரிகிறபோது அதுவரை வீராசாமியின் செயல்பாடுகள் குறித்து உருவாகி வந்த எண்ணத்திற்குப் பொருளில்லாமல் ஆகி விடுகிறது. கிராமங்களில் எத்தனையோ பெரியவீட்டு கிழவர்கள் 'எந்திருச்சு வந்தேன்னா' என்று மிரட்டியே தீர்ப்புக்கூறும் உத்தியும்; அடிக்காமல், மனம் வருத்தத்தைக் கொடுத்தாலும் மனப்புண் ஏற்படுத்தாமல் நல்லது செய்யும் மனப்போக்கும் ஒரு கலை. அதை அழகாக உருவாக்கிக்கொண்டு வந்த தி.ஜா.இப்படிப்பட்ட திண்ணைப் பெரியவரை காலில்லாமல் காட்டுகிறபோது வாழ்க்கை பற்றிய பார்வை அழிக்கப்பட்டு பாத்திரத்தின் மீது பச்சாதாபம் கொள்ளச் செய்கிறது. ஆரம்பம் முதலே அவரைக் கால் சூம்பியவ ராகவோ, கதையின் இடையிலோ காட்டியிருந்தால் அற்புதமான கதையாக மாறியிருக்கும். அது ஊருக்கே தெரியாத ரகசியம். இருட்டிய பின் இரண்டுபேர் திண்ணையை விட்டுத்தூக்கிச் செல்கிறார்கள் என்றெல்லாம் சொல்வது அல்லது படைத்திருப்பது நம்பும்படியாக இல்லை. வித்தியாசமான கதையாகியிருக்க வேண்டியது. முடிவால் மட்டுமே சோடை போய்விட்டது. வெளியூர்க்காரனின் பார்வையில் சொன்னதால் இந்த பலகீனத்திற்குக் கதை ஆட்படுகிறது. அதே வெளியூர்க்காரன் பார்வையில் கதை நகர்வதால் 'இப்படியா பார்த்த இடத்தில் எல்லாம் தண்ணீராக இருக்கும்? நிழல் என்று ஒரு பொருள் சிரமமில்லாமல் - இவ்வளவு மலிவாகக் கிடைக்கிறதா? அதைத்தான்

சொல்கிறதா? ஊருக்குள் நுழையும்போதே லஷ்மி வாசல் வாசலாக இறைந்து கிடந்தது...' என்ற இந்த அழகிய படிமமும் கிடைக்கிறது. அந்நாளைய தஞ்சாவூரின் செழிப்பு இன்று மனசைப் பிசையச் செய்கின்றது. ராமநாதபுரத்தானின் கண்களாக தி.ஜா.வின் கண்கள் உருமாறியிருக்கும் இவ்விடத்தை எப்படிச் சொல்லாமல் இருக்க முடியும்?

'சண்பகப்பூ' வில் வரும் ஆடுபுலி ஆட்டத்தை விதவையின் வாழ்க்கைப் படிமமாக மாற்றியிருக்க முடியும். பேதைமை மிக்க அவளின் வாழ்க்கை அனுதாபிகளால் முன்னேறுவதாக முடிந்து விட்டது. தி.ஜா.வுக்கு வலிந்து படிமமாக்கும் எண்ணம் எப்போதும் இல்லை. இது படைப்பாளிக்கு இருக்க வேண்டிய மிக மிக நல்ல குணம். ஆனால் அந்த சாத்தியத்திற்குரிய இடங்களைப் பயன்படுத்திக் கொள்வது, தேர்ந்த கலைப்பார்வைக்குரிய அம்சம் என்பதையும் மறந்துவிடக்கூடாது.

'சக்தி வைத்தியம்', 'சிவப்பு ரிக்ஷா', 'கொட்டு மேளம்', 'மனநாக்கு', 'தேவர் குதிரை'... கதைகளில் காட்டப்படும் உலகம் ஒரு பதிவாக இருக்கிறது. 'சிவப்பு ரிக்ஷாவும்', 'கொட்டு மேளமும்' உருவத்தால் பலகீனமாக இருக்கிறது. இக்கதைகளுக்குரிய விரிந்த தளத்தில் கதைக்களம் அமைக்காமல் ஒருவித பாட்டிமார் கதைத்தொனி நடையில் விழுந்துவிட்டதால் படைப்பின் கணங்கள் (தெறிப்புகள்) விழவில்லை. ஆசிரியரின் சாமர்த்தியத்தால் உருவாகிவிடும் மொழி இக்கதைகளில் ஆங்காங்கே தென்படுகின்றது. ''மனதைப்பிடித்த கிரகணம் விட்டதுபோல ஒரு மனநிலை'' - சிவப்பு ரிக்ஷா; ''இன்னும் அவர்தாம் மத்தியஸ்தம் செய்து வருகிறார். பெருங்காயப் பாண்டத்தில் இன்னும் வாசனை இருந்தது'' தேவர் குதிரை - என கதைக்கிடையே வரும் வரிகள் வாழ்வின் சித்திரமாக உருமாறி விடுகின்றன. சிவப்பு ரிக்ஷாவில் வரும் பெண் ஓர் ஆடவனுடன் காரில் பயணப்பட்டதைக் கண்டபோது கதை சொல்லிக்கு ஏற்பட்ட வெஞ்சினம்: அது தவறு என அறிகிறபோது ''கிரகணம் விடுபட்டது போல'' என்கிறார். அதே போல 300 வேலி மிராசுதாராக வாழ்ந்த தேவர் ஒன்றுமில்லாமல் ஆனபோதும் ஊர்ப் பஞ்சாயத்தில் அவருக்கு இருக்கும் மரியாதையை 'பெருங்காய டப்பாவில் ஒன்றுமில்லை ஆனால் இன்னமும் வாசனை இருக்கிறது'' என்று கூறும் பொழுது கவித்துவம் மிக்க வரியாகிவிடுகிறது.

மிகச்சிறந்த கதைகளுக்கு விமர்சனம் எழுத முடியாது. முடியாது என்றால் விமர்சனம் தேவை இல்லை. அப்படைப்பு

நாம் பார்க்காத கோணத்தை அதற்குரிய அசலான வடிவத்தில் சொல்கிறபோது அறியாத உலகம் ஒன்று நமக்குத் தெரியவருகிறது. அப்படைப்பு வெளிப்படுத்தும் உண்மையின் தரிசனம் கீழ்மையையோ மேன்மையையோ கண்டடைந்திருக்கும். அது வாசகனை உலுக்கியெடுக்கும் படி உண்டாக்கப்பட்டிருக்கும்போது விமர்சனத்தைப் புறந்தள்ளி அர்த்தங்களை விரிக்கிறது. அதனை ரசிக்கத்தான் முடியும்.

நல்ல கதைகளுக்கு விமர்சனத்தோடு ரசனையும் இரண்டறக் கலந்துவிடக் கூடியது. 'கண்டாமணி', 'சிலிர்ப்பு', 'பரதேசி வந்தான்', 'தாத்தாவும் பேரனும்', 'தீர்மானம்' போன்ற கதைகள் விமர்சனப் பார்வையைப் புறந்தள்ளி கதைக்குள் ஒரு தேடலை நிகழ்த்த அழைக்கின்றன. உணர்வெல்லையின் உச்சபட்சமான வீச்சை 'சிலிர்ப்பு' கண்டு சொல்கிறது. களங்கமற்ற குழந்தையின் உள்ளத்தில் பெருகும் கருணையின் ஊற்று என்பது உளவியலையும் தாண்டிய மிகப் பெரிய வீச்சு. கண், கால், காதுகள் வழி ரயில்பயணச் சித்திரங்கள் அச்சிறுவனுக்குள் இறங்கி அமுத ஊற்றை உண்டாக்குகிறது. கடவுளின் காரியங்கள் அச்சிறுவனின் கைகளில் மலர்கின்றன. 'பரதேசி வந்தான்' கதையைத் தமிழின் ஆகச்சிறந்த கதைகளில் ஒன்றாக ஜெயமோகன் குறிப்பிட்டிருக்கிறார். எனது வாசிப்பிலும் அவ்வாறே தோன்றுகிறது. பசி என்ற கோர ஆற்றலை சமூக நிலையிலிருந்து மேலெழுகிற சித்திரமாக அக்கதை காட்டுகிறது. விமர்சனங்களைத் தாண்டி மானுடப் பரப்பை அவை தொடுகின்றன. 'வீடும் வெளியும்', 'முள்முடி' இவை நல்ல கதைகள். விமர்சனத்தைத் தாண்ட முயற்சிக்கின்றன. தாண்டவில்லை என்றால் கோயில் மணியை வெறும் வெண்கலத்தாலான ஓசை எழுப்பும் உலோகமாகப் பார்த்திருப்போம். 'கண்டாமணி' கதையை வாசிக்கிறவர்கள் அதனை வெறும் உலோகமாக கற்பனையே செய்யமாட்டார்கள். உயிருள்ள கடவுளாக, நம் தவறைப் பார்த்து சிரிப்பவராக, தவறுகளைச் செய்ய நம் ஊர்களில் தொங்கும் மணிகளுக்கெல்லாம் பெரிய பொருளிருப்பதாகக் கதை மாறிவிடுகிறது. நமக்குள் இருக்கும் தீமை மீது மோதி மோதிச் சிதறடிக்கிற ஆன்மீக சக்தியாக அந்த 'கண்டாமணி' கதையில் அசைகிறது. தஞ்சாவூர் வீடுகளுக்குள் குரோதங்கள், வெறுப்புகள், சுரண்டல்கள் இருக்கின்றன. தஞ்சையில் பாயும் ஆற்று வெளியில் உன்னதம் மட்டுமே மிதக்கிறது என்பதை அழகிய சித்திரமாக்கி யிருப்பதாகவே 'வீடும் வெளியும்' எனக்குத் தோன்றுகிறது?

தன் செயல்களால் புனிதமான மனிதராகிறார் அனுகூலசாமி. பள்ளியிலிருந்து ஓய்வு பெறும் நாளில் குழந்தைகள் காட்டும் அன்பிலிருந்து இது தெரிகிறது. கிறித்துவரான அவர் ஏதோ ஒரு சந்தர்பத்தில் ஒரு பையனின் புத்தகத் திருட்டுக்கு "யாரும் அவனோடு பேசக் கூடாது" என்று பணித்துவிடுகிறார். இந்தத் தண்டனை வருடமெல்லாம் என்று கூறியிருந்தாலும் அது அன்றைய தேதிக்கு மட்டுமே பொருளுடையது. சிறுவர்கள் அதை வேதவாக்காக எடுத்து அவனை ஒதுக்கியே வைத்திருக்கின்றனர். குழந்தைகள் உலகம் எவ்வளவு நம்பிக்கை வாய்ந்ததாக இருக்கிறது! நட்சத்திரங் களாக இருக்கின்றன!! தண்டனை அனுபவித்த சிறுவனுக்கும் ஆசை; வாத்தியாருக்கு ஒரு மாலை வாங்கிப்போட! அதற்காக அவன் அணுகுகிற போதுதான் தண்டனை மாணவர்களிடையே செயல்பாட்டில் இருந்திருக்கிறது என அறிகிறார். குழந்தை நம்பும் உலகமும் ஆசிரியர் நம்பிய உலகமும் மோதுகிறது. மனிதனான அனுகூலசாமி கடவுளாக ஆயிருக்க வேண்டியவர். குழந்தை கடவுளாகிறது. அவரின் தலையில் முள் கிரீடமாக அவன் போட்ட மாலை அழுத்துகிறது.

தி.ஜா.வுக்குள் வாழ்வின் பூரணத்துவமான பகுதியை நோக்கிப் பாய்கின்ற கலைநோக்கு இருக்கிறது. அது கனவு சார்ந்ததாக இருக்கலாம்; கற்பனை சார்ந்ததாக இருக்கலாம்; அதில்தான் உன்னதமான பகுதிகள் இருக்கின்றன. நவீனத்துவவாதிகளிடம் மேன்மைகளை வற்புறுத்தும் குணம் வற்றிவிட்டது. ஒருவகையான இறுகிய மனோநிலையே அவர்களிடம் அதிகமும் தலை தூக்கி விட்டது. முரணான வாழ்க்கையை உச்சபட்சமாகச் சொல்லி விட்டோம், எனச் சிலர் திருப்திகொள்ளலாம். ஆனால் அதுவே கலைப்பரப்பின் முழுமையல்ல. அவர்களின் படைப்புகள், பரிபூரண எல்லைகள் கத்தரிக்கப்பட்டே சூனியத்தை நோக்கி இட்டுச் சென்றிருக்கின்றன. சூனியம் ஒருவித திகைப்பு. வாழ்வின் அர்த்தமற்ற பகுதிகளைச் சொல்லும் ஒரு திறப்பு. அதுவே முழு வாழ்க்கையாகி விடாது. நவீன எழுத்தாளனுக்கு வேண்டுமானால் அதனை முழுமை என நம்பலாம். மண்ணில் நிற்கும் ஜனங்களும் அதனையே நம்பியாக வேண்டும் என எவரும் இலக்கிய விதி எழுத முடியாது. நல்ல படைப்பாளி ஜனங்களின் ஜீவிதத்தைக் கண்டு அதில் பயணப்படுவான். மரபுகளில் நின்று புதுமரபைப் படைப்பான். 'கோபுர விளக்கு', 'கண்டாமணி' ஆகியவை புது மரபு அல்லாமல் வேறென்ன? ஆல்பர்ட் காம்யூதான், சார்த்தர்தான் இலக்கியவிதிகளை சரியாகக் கண்டுபிடித்தவர்கள் என்றால் எங்கேயாவது முட்டிக்

கொள்ள வேண்டியதுதான். அல்ஜீரியாவிலும் ஐரோப்பிய தேசங்களிலும் உலவிய இலக்கிய விதிகளை மண்ணின் மைந்தர்கள் யாரும் கொண்டாட மாட்டார்கள். மரபை உடைத்தாலும் படைப்பு மரபிற்குள் நிற்கவேண்டும். மரபு என்று சொன்னாலே நிறைய மேற்கோள் விமர்சகர்களுக்கு பொசுபொசுவென வந்துவிடுகிறது. நான் சொல்லும் மரபு என்பது கலைக்குள் இருக்க வேண்டிய மரபு அல்லது மண்வாசனை.

3

''அம்மாமிகளைத்தான் எனக்கு அதிகமாகத் தெரியும். ஆத்தாக்களைப் பற்றி ஏதோ சிறிதளவுதான் தெரியும். தெரிந்த விகிதத்துக்குத்தான் எழுத வரும்.''என்று வாசகருக்கு அடக்கமான பதிலைத் தி.ஜானகிராமன் சொல்லியிருந்தாலும்கூட பிராமண ரல்லாத மாற்று உலகினைத் தொடும் போது, படைப்பு மனம் வெகு இயல்பாக கைகூடி வருவதைக் கவனப்படுத்திச் சொல்ல வேண்டிய பொறுப்பு இருக்கிறது. நான்கைந்து வரி விவரணையிலோ உரையாடலிலோ, உள்ளத்தின் முகிழ்ப்பிலோ போகிற போக்கில் அவ் உலகம்சார் மனம் வந்துவிடுகிது. படைப்பில் கரையும் இந்த மனம் அவரிடம் உயிர்ப்புடன் இயங்கியிருக்கிறது. இதில் இரண்டு மூன்று விஷயங்களைச் சொல்லலாம். சொல்லிவிட முடிகிற வாய்ப்புகளைத் தவறவிடாமல் விவரிப்பது; அறியாத பகுதிக்குள் நுழையாமல் இருப்பது; வேற்று உலகினுள் புகுந்து நுட்பமாக விவரிக்க முடியும் என்ற வறட்டுத்தனத்தைக் கைக்கொள்ளா திருப்பது, அவர் உண்டாக்கிய படைப்புகளில் சாயையாகப் படிந்திருக்கிறது. இதனை 'திண்ணை வீரா', 'தேவர் குதிரை', 'மணம்', 'பஞ்சத்து ஆண்டி' முதலிய பல கதைகளில் காணலாம்.

ஒரு துணை நடிகையாக இருப்பவளின் சோர்வு, தூக்கமின்மை, தளர்வு, ஆசை, நிராசை, காமம் குறித்த சலிப்பு, பரத்தமை செய்து பிழைக்கின்ற நிர்ப்பந்தத்தை தவிர்க்க முடியாமை, மாத்திரை மருந்துகள், பணத்தேவை இத்தனை பிரச்சனைகளும் ஆற்றின் போக்கு போல அங்கங்கே தழுவிக்கொள்கின்றன. நிலா என்ற துணை நடிகையின் ஒரு நாளைய திடுக்கிடும் சம்பவத்தைச் சொல்லும் 'மணம்' கதையில் மேற்சொன்ன அம்சம் கரைந்து பரவுவதை நல்ல படைப்பு

மனத்தின்பாற்பட்டதாகக் குறிப்பிட லாம். ஒரு தொழுநோயாளியான திரைப்படத் தயாரிப்பாளன் சினிமா என்ற பிரமாண்டமான சதை உறிஞ்சி விலங்கிடம் சிக்கும் எளிய துணை நடிகை என்ற இரண்டு முரண்களின் உரசலைச் சொல்கிறது. கதையில் மின்சார விளக்கு அணைந்ததும் தொழு நோயாளியின் இச்சைக்கு பலியாகும் அறியாப்பெண் என இக்கதை யில் ஒரு திட்டமிடல் இருப்பதாகவும் நாம் சொல்லமுடியும். ஆனால் அது செயற்கையாக இல்லை. சினிமா என்ற அந்த உலகத்திற்குள் இது நிகழ்வது நூறு சதம் சாத்தியமே. படிப்பவருக்கு இசைவையே தருகிறது.

அந்தத் தயாரிப்பாளனின் அத்தர் வாசத்தை வைத்து மறுநாள் ஒரு திரைப்படத் தொடக்க விழாவில் நீலா ஊகிக்கிறாள். இருட்டில் தெரிந்திரா அசூசை பகலில் வந்து தாக்குகிறது. பலமுறை சோப்புப் போட்டுக் கழுவுகிறாள். கரைவதாக இல்லை அருவருப்பு. ‘மேக்பத்’ நாடகத்தில் என்றோ உண்டாக்கிய ரத்தக்கறையை கதாநாயகி கழுவிக் கழுவித் தோற்பது போலத்தான் இதுவும். நீலா போன்ற துணை நடிகைகளிடம் இவ்விதமான பாவங்களை இறக்கி விடுவதும், அவற்றைச் சுமந்தலைய வேண்டிய நிர்ப்பந்தங்களைப் பெற்றவர்களாகவும் ஆக்கி வைத்திருக்கும் சினிமா என்ற உலகத்தின் மீதான நுட்பமான விமர்சனம் இது. தொழுநோய் என்பதை ஒரு குறியீடாகக் கொள்ளலாம். தொழுநோய் போல அருவருக்கத் தக்க செயல்களைத் துணை நடிகைகளிடம் மூர்க்கமாக பிரயோகித்து வருவதாகத்தான் கொள்ளமுடியும். அதிர்ச்சி தரும் சந்திப்பாக இருப்பதினால் மட்டும் அக்கதை நிற்கவில்லை. அதிகாரபலம், பணபலம் படைத்தவர்களின் குரூரச் செயல்களை வெளிச்சத்திற்குக் கொண்டு வருவதால் ‘மணம்’ கதை நிற்கிறது. இக்கதையினுள் தி.ஜா.விற்கே உரித்தான அழகிய வரிகள் உருவாகி வரவில்லைதான். ஆனால் ஏமாற்றப்பட்ட பெண்ணின் மனவலி உருவாகியிருக்கிறது.

தி.ஜானகிராமன் தொழில் நசிவின் காரணமாக, துரோகத்தின் காரணமாக, குடியின் காரணமாக, ஊதாரித்தனத்தின் காரணமாக தலைகீழான நிலையில் வாழ நிர்ப்பந்திக்கப்பட்டவர்களைப் பற்றி கரிசனையோடு பார்த்திருக்கிறார். காலங்காலமாக ஒடுக்கு முறைக்கு ஆட்பட்டு சமூக நிர்ப்பந்தத்தினால் விளிம்பு நிலையில் வாழ நேர்கிறவர்களின் பக்கமிருந்து தி.ஜா.எழுதவில்லை. தலைகீழாகிப் போன நிலைக்குத் தனி மனிதக் காரணங்களையே அதிகமும் முன் வைத்திருக்கிறார்.

முன் வைத்திருக்கிறார் என்பதை விட, பின்புலமாக கதைக்கு ஒரு சாயலைப் படரவிட்டிருக்கிறார். எனவே இன்று பேசப்படும் விளிம்புநிலைக் கதையாடல்கள் அல்ல இக்கதைகள். ஆனாலும் பொருள் இல்லாமல் விளிம்பு வாழ்க்கை வாழ நேர்கிற மனிதர்களைப் பற்றிய கதைகளை உண்டாக்கியிருக்கிறார். இங்கு ஒன்று கூறவேண்டும்; வெவ்வேறான வாழ்வைப் பற்றியும், அதன் காரணத்தைப் பற்றியும் வாசகர்களோடு அக்காலத்திலேயே கதைகள் வழி ஒரு உரையாடலை நிகழ்த்த விரும்பியிருக்கிறார். ஒருவேளை வித்தியாசங்களின் மீதான ஆர்வம்கூட அவரை அவ்விதமான கதைகளை எழுதத் தூண்டியிருக்கும். ஏனெனில் தி.ஜா.வின் மனமே வித்தியாசங்களின் மீது பட்டென கவனம் கொள்ளும் தன்மையது தான். இருப்பினும் ஓரத்து மனிதர்களைத் தன் கதைகளுக்குள் இழுத்து வந்திருக்கிறார். அதன்வழி வெவ்வேறான பிரச்சனைகளை விவாதத்திற்கு உள்ளாக்கியிருக்கிறார். இன்னொரு பத்தியாக பிரித்துக்கூற வேண்டுமென்றால் வெவ்வேறு பிரச்சனைகளையும், பொய்மைகளையும், சாதியின் கொடூரமான அழுத்தத்தினையும் விவாதத்திற்கு வைத்திருக்கிறார். தி.ஜா.வின் பெண்கள் சாதியின் கொடூரக்கரங்களால் பேந்தப் பேந்த விழித்தவர்கள்தான். சாதி, மதம் என்ற அடையாளம் வெளிப்படையாக இல்லாமல் மறைவாக அழுத்துவதைப் பார்க்க முடியும். சில பல கதைகள் பிராமணரல்லாத இடைநிலைச் சாதியார்களைப் பற்றியதாகவும் இருக்கின்றன. அவரின் கைமீறி அக்கதைகளில் பிராமண அழகியல் படிந்திருக்கின்றது.

நசிந்துபோன நெசவுத் தொழிலால் விளிம்புநிலைக்குத் தள்ளப் பட்ட நன்னயன் ‘பஞ்சத்து ஆண்டி’யாகப் பிச்சையெடுத்து, குடும்பத் தோடு ஊர் ஊராக அலைகிறான். பிச்சைக்காரனாகவே படியும் பிம்பத்தில் அதற்கொரு காரணகாரியம் (பாதி கதை தாண்டும்போது) வந்து படிகிறது. ஒருவகையில் தி.ஜா.வின் நேரடி உலகம் இல்லை. தி.ஜா.வின் படைப்பு மனம் அதற்கான பின்னணியைப் பட்டெனத் தாவிப் பற்றுகிறது. தி.ஜானகிராமனின் நண்பரான எம்.வி. வெங்கட்ராமின் உலகத்திற்குள் புகுகிறது. கிட்டத்தட்ட தி.ஜா. கண்டுணர்ந்த உலகம். அந்த உலகமும் பிச்சைககாரர் உலகமும் படைப்பில் வெகுஇயல்பாக முடங்கிவிடுகிறது. பின்னணியைச் சாதகமாகப் பயன்படுத்தும் திறன் தி.ஜா.விடம் இயல்பாக வெளிப் படுகிறது. ஊர் ஊராக பிச்சையெடுக்கும் பிச்சைக்காரர்களோடு ஊர் ஊராக தன் குடும்பத்தோடு பிச்சையெடுத்து வந்த நன்னயன் ஒருநாள் இணைகிறான். பிச்சைக்காரர்கள் பிச்சையிடும் தர்ம கர்த்தாக்களைத் தெரிந்துவைத்து கூட்டமாகப் போய்க் காத்துக்

கிடக்கின்றனர்; இவனும் காத்துக் கிடக்கிறான். மனைவி மக்களின் தீராத பசி நினைவில் வந்து மிரட்ட எப்போதும் போல் தனித்து பிச்சை எடுக்கக் கிளம்புகிறான். இந்தப் பிச்சைக்காரர்களைப் பற்றி வெளிப்படையான குறிப்புகள் இல்லை. நன்னயன் பிச்சைக்கார னாக மாறியதற்குத் தெளிவான காரணங்கள் உண்டு. ஒன்றைச் சொல்லி ஒன்றைச் சொல்லாமல் விட்டுத்தாவுகிறார் தி.ஜா. அந்தப் பிச்சைக்காரக் கூட்டத்தில் இருப்பவர்களில் எத்தனை பேர் நெசவுத்தொழில் செய்தவரோ, உழவுத் தொழில் செய்தவரோ என கோலத்தை விலக்கிப் பார்க்கும்படி யூகம் தொக்கி நிற்கிறது. இந்த எண்ணம் வந்ததும் கதையின் கனபரிமாணம் கூடிவிடுகிறது. அரசு என்ன செய்து கொண்டிருந்தது? செய்து கொண்டிருக்கிறது? சமூகச் சிந்தனையாளர்கள் என்ன செய்து விட்டார்கள்? என்ற கேள்விகளை அக்கதை முன்வைக்கிறது. வெறுமனே நான்கு நாட்கள் கஞ்சித் தொட்டி திறந்தால் சரியாகிவிடுமா? காலங்காலமாகத் தொடரும் நெசவாளர்களின் அவலம் இது. நவீனத்தின் வரவு, மரபார்ந்த தொழிலை நிர்மூலமாக்கியதோடு பிச்சைக்காரர்களாக தெரு வெங்கும் மக்களை உலவவிட்டிருக்கிறது. மக்களுக்கு சுபிட்சத்தை அளிப்பதற்குப் பதிலாகப் பெரும்பான்மையான மக்களுக்குத் திருவோட்டை அளிக்கிறது. இந்தப் பிச்சைக்காரக் கதி என்பது திட்டமிட்டு திணிக்கப்பட்டதுதானே! நவீனமயமாகி வரும் உலகில் நவீனத்துவ சிந்தனையும் எழுகிறது. நவீனத்துவத்தை இன்று கேள்வி கேட்கிறது பின் நவீனத்துவம். நவீனத்துவத்தால் ஏழ்மை ஒன்றும் தீரவில்லை என்ற உண்மையை அப்பட்டமாக முன் வைத்து வாதாடுகிறது. அது ஒரு சாராருக்கு மட்டும் பயனுடையதாக சிறை வைத்துக்கொள்ள முடிகிறது. பணக்காரன் - ஏழை என்ற பிரிவு நாளுக்குநாள் வேகமாக எதிரெதிர் துருவங்களுக்குள் சென்றுவிழுகிறது.

தி.ஜானகிராமன் இப்படியொரு கருத்தியலுக்காக 'பஞ்சத்து ஆண்டி' கதையை எழுதியிருக்க மாட்டார். நமக்குத் தெரியும். இந்தப் பின் நவீனத்துவம் பேசப்படும் காலத்திற்கு ஒரு ஆதார கருத்தாக அக்கதை உருமாற்றம் அடைகிறது. காலம் அக்கதைக்கு வெற்றியைத் தருகிறது. காலத்திற்கு அக்கதை ஒரு அர்த்த பரிமாணத்தைத் தந்து நிலைநிற்கிறது. குரங்காட்டி தந்த குரங்கை வைத்துப் பிழைக்கலாம் என்று அழைத்து வருகிறான் நன்னயன். என்றோ வந்து கவ்விய சோகம் மறைந்து குடும்பத்தைக் குதூகலமாக்குகிறது. வறுமை மறைந்து, பிச்கைக்காரக்கோலம் மறைந்து அற்புதகணம் அவர்களுக்கும் உருவாகிறது. அந்தக்

கொண்டாட்டம் அதிக நேரம் நீடிக்கவில்லை. இந்த இடத்தில் ஒன்று சொல்லவேண்டும். பிச்சைபோடும் தர்மகர்த்தாக்களில் காக்கவைப்போர், பெருமைக்காகப் பிச்சையிடுவோர், வசையை கொட்டித் தீர்த்துப் பின் பிச்சையிடுவோர், பிச்சை யிடாமல் துரத்தியடிப்போர் நிறைந்திருக்கும் சமூகத்தில் குரங்காட்டியின் கருணை வெள்ளமாகப் பீரிடுகிறது. பெரும் கோடீஸ்வரன்களை விட தெய்வாம்சம் பொருந்தியவனாக இருக்கிறான். கருணையின் மகத்துவம் சமூகத்தால் நிராகரிக்கப்பட்ட ஒரு குரங்காட்டியிடம் இருப்பதையும் சமூக அந்தஸ்து பெற்ற பெரிய மனிதர்களிடம் அற்பகுணம் நிறைந்திருப்பதையும் நுட்பமாகக் காட்டுகிறார். குரங்காட்டி நன்னயனின் தொழில் நசிவும், குழந்தைகளின் வறுமைக்கோலமும் ஈரத்தைக் கசிய வைக்கிறது. பிச்சை எடுப்பதற்கான காரணத்தைப் பிச்சையிடுவோர் உணர்வதற்கான மனம் இருக்காது. அவர்களுக்கு மனமகிழ்ச்சி அளிக்கக்கூடிய செயலைச் செய்கிறபட்சத்தில் பிச்சையிடுவர் என்ற நுட்பமான கருத்தை உணர்ந்தவனாகக் குரங்காட்டி இருக்கிறான். தன்னிடமுள்ள மற்றொரு குரங்கை மனமுவந்து தருகிறான். இரவெல்லாம் சைக்கிள் ஓட்டுபவன், சர்க்கஸ்காரன், பாவைக் கூத்தாடிகள் என சாகசம் செய்பவர்களின் பின்னால்கூட இவ்வித சோகமும் விட்டேத்தியான பார்வை இருப்பதையும் நாம் காண முடியும்.

எளிய மனிதர்களின் துயரையும், வறுமையையும் புரிந்து கொள்ளாத, சம்பளம்பெறும் மனிதக்கூட்டம் குரங்கு மின்கம்பத்தில் சிக்கி இறந்தவுடன் பரிதவிக்கிறது. கடவுள் உருவமான ஆஞ்ச நேயருக்கு சமாதி கட்டி மரியாதை செலுத்துகிறது. நன்னயனை ஒரு கொலைகாரனெனக் கூட்டம் உருவகிக்கிறது. ஏழ்மையைத் துடைத்தெறியக் கூடிய ஒரு கூட்டம் ஒன்று திரள்வதில்லை. உழைப்பாளியை உயர்ந்த நிலைக்கு உயர்த்த மக்கள் ஒன்று சேர்வ தில்லை. நம்பிக்கையின் உள்ளே இருக்கும் நல்லனவற்றிற்குப் பதிலாக தீமையின் உருவே மக்களிடம் வெளிப்படுகிறது.

தி.ஜானகிராமன் வறுமையை அனுபவித்தவரல்ல. அதனை அவரால் உணரமுடிகிறது. 'பாயில கிடந்தவங்க எல்லோரையும் தரையில உருட்டிடிச்சே இந்தப் பாவிமவன் பஞ்சம்', 'அஞ்சு பிடி அரிசி. ஒரு வயித்துச் சுவரிலே ஒட்டிக்கக் காணுமா' 'அந்த சின்ன பேலாவில் பாதியை எட்டத் தவித்தது அரிசி' என்று நன்னயனுக்குள் புகமுடிகிறது, ஜானகிராமனால்.

'குரங்கு மனிதன் மாதிரியே தூங்கிற்று. வெயில்பட்ட வெண்மேகத்தைப் பார்க்க முடியாமல் கண்ணைக் கையால் மறைத்துக் கொண்டு தூங்கிற்று': 'எட்டிய வரையில் பரந்து நின்ற பச்சை வயலில் அலை ஓடிக்கொண்டிருந்தது', அதற்குரிய புறஉலகம் தவறாமல் கதையோடு இணைகிற அம்சம் அசலைத்தரும் உயிராகும். இது ஜானகிராமனிடம் வாய்த்திருக்கும் நல்ல படைப்புக்குணம். பச்சை நெல்வயல் நிறைந்த இந்த பூமியில்தான் பிச்சைக்காரர்களின் கூட்டமும் இருக்கிறது என்பது ஒரு நகை முரண்.

தி.ஜா.விடம் மரபின் இழைகள் இன்றைய சமூகத்தின் மீதான விமர்சன மொழியாகப் படிவது பல எழுத்தாளர்களுக்கு வாய்க்காத ஒன்று. புதுமைப்பித்தன், ப.சிங்காரம் போன்றோரிடம் மட்டுமே வெளிப்பட்டிருக்கிறது. தி.ஜா.விடம் குத்தலுக்கும் அரவணைப்புக்கும் என இருதுருவங்களில் நமது மரபின் நம்பிக்கைகளும், அர்த்தங் களும் வந்திணைகின்றன. இதே 'பஞ்சத்தாண்டி' கதையில், 'முன்னை வினைப்பயன்கள் ஊர்வலம் போவது போல இருந்தது' என்று பிச்சைக்காரக் கூட்டத்தை சொல்லும்போது என்ன கருமத்தை செய்து தொலைத்தார்களோ (போனஜென்மத்தில்) என்று யோசிக்கத் தூண்டுகிறது. (அதாவது இந்த ஜன்மத்தில் அவர்கள் செய்த பாவங்கள்).

'சீதைக்குப் பத்து மாத அழுக்குத்தான். உனக்கு இருபது வருஷ அழுக்கு. ராமனும் உயிரோடு இருந்தான்' என்று கணவனால் ஏமாற்றப்பட்டு அண்ணன் வீட்டில் வாழ நேர்கிற தங்கையைப் பற்றிச் சொல்ல வருகிற (ஆரத்தி) இடத்தில், சீதையைவிட துயரமானது காமாட்சியின் துயரம் என மரபின் இழையை வைத்தே அழுத்தமாகப் பதியவைக்கிறார்.

'பாஷாங்கராகம்' கதையில் இசைமீது காதல் கொண்ட தகப்பனார் இசைமீது மனவெழுச்சியற்ற மகனை தன் விருப்பத்திற்காக வசக்கிப்பார்க்கிறார். அவரைப்பற்றி பேத்தியின் அறிதலிலிருந்து சொல்லும்போது இசையே எத்தனமாக மாறுகிறது. 'என் அப்பாவுக்குப் பாட்டு வராவிட்டாலும் கடம் நன்றாக வரும். எத்தனை பெரிய புத்தகமானாலும் கடம் போட்டுவிடுவார்': 'எத்தனை பொழிந்தும் விளைச்சலில்லை. கட்டாந்தரையில எப்படி முளைக்கும்?' (இசை): 'அப்பா சங்கீத சாஸ்திரங்களை நெட்டுருப் போட்டதனைத்தும் பாதியில் எருவாகக் குவிந்திருந்து. ஆனால் பாத்தி கருங்கல். பாட்டு வரவில்லை' இசை மரபு இங்கு விளைச்சல் போல, நீச்சல் போல ஆளுகைத் திறத்தோடு பார்க்கப்படுகிறது. தி.ஜா.தமது

கதைகளில் இசையைப் பயிர் செய்கிறார். ஒரு விவசாய நுட்பத்தோடு ஈத்துக்கொண்டுவரும் இசை, வாட்டமான இசை, ஊக்கமான இசை, களைமேவிய இசை என அதனை நான் புரிந்துகொள்கிறேன்.

'ராகம் கொஞ்சம் கொஞ்சமாக மலர்ந்து கொண்டிருந்தது'; 'சாந்த முலேகா... குழந்தையைக் கொஞ்சுகிறது' என்கிற வரிகள், 'செய்தி' கதையில் இசை உயிராம்சம் கொண்டு எழுந்து நிற்கிறது. ''நா, வாத்தியத்தில் ஒரு 'குமுக்குக்'குங்கூட இது காணாத்துன்னுல்ல நெனச்சுகிட்டிருந்தேன். பெரிய குண்டத் தூக்கித் தலையில போட்டுட்டீங்களே; ''ஆமாம். உம்ம குமுக்கைத் தூக்கி உடைப்பிலே போடும் இந்த மூக்கு நுனியிலே இருக்கிற அழகை எட்டிப் பிடிக்கிற துன்னா உம்ம குமுக்கு ஏணி வச்சுண்டு ஏறணும். தெரியுமா?'' 'ரசிகரும் ரசிகையும்' கதையில் வரும் இசையறிஞன் மார்க்கண்ட னும் உதவியாளனும் பேசிக் கொள்ளும் இந்த உரையாடலில் ஏதோ இருவரும் தம் ஜல்லிக்கட்டுக் காளையைக் குறித்துப்பேசுவது போல இருக்கிறது. இசைமரபு தி.ஜானகிராமனுக்கு கலையின் வீச்சை பிரமாதமாக மேலுயர்த்துகிறது. சில சமயம் இசை இசையோடு பேசுகிறது: தழுவிக்கொள்கிறது. வாசகனை மறந்து பயணப்படும் கணங்கள் படைப்பின் உன்னத தருணங்கள். அவை இசை குறித்து வரும் கதைகளில் சிறப்பாக வெளிப்பட்டிருக்கின்றன. யுங் சொன்னது போல கூட்டு நனவிலி மனம் அவரையும் மீறிச் செயல்பட வைக்கிறது. மரபு சில சமயம் பாதகமாகவும் சில சமயம் சாதகமாகவும் அமையலாம். கிட்டத்தட்ட மரபை தி.ஜா.படைப்பில் சாதகமாக ஆக்கியிருக்கிறார்.

சாவு வந்து வந்து தோற்றுப்போகிறதைச் சொல்லும் கதை 'கழுகு'. சோமு பெரியவருக்கு சாவு வரும்போதெல்லாம் பக்கத்துத் தெருக்களுக்கு திசைமாறிப் போய்விடுகிறது. கழுகுபோல சோமு மற்ற உயிரைக் கொத்தித் தின்னும் படிமமாகக் கிடக்கிறார். பிணம் தின்னும் கழுகு என்று நம் வழக்கில் கூறுவதுண்டு. இந்த நம்பிக்கை இங்கு கதையாகிறது. அதற்குரிய பதற்றம், சாவுக்கு முன் சாப்பிட முனைவது; வேகத்தில் செத்து விட்டால் நிம்மதி என எதிர்பார்ப்பது; சாவு வரமாட்டேன் என்கிறதே என ஆதங்கத்தைப் பொழிவது என மனித உள்ளங்கள் ததும்பும் சூழலில் வைத்து எழுதியிருக்கிறார்.

மகள் கேட்கிறாள். தான் வந்திருப்பதை உணர்த்த, உயிரோடு இருப்பதை அறிய: ''அப்பா இது எத்தனை விரல் சொல்லுங்க?''

'மகா யாத்திரை செய்யப் போகிறவனுக்கு எவன் யாராயிருந்தால் என்ன? எது எத்தனை விரலாயிருந்தாலென்ன? மாமாவின் காதில் யமன் விரலை வைத்துவிட்டான்' பேசாமல் சாகக்கிடக்கும் சோமு பெரியவரின் சாக்கைவைத்து மரபின் இழைகள் மூலம் உள்ளம் புன்னகைக்கும் செயல்களைத் கதை சொல்லி பாத்திரத்தின் வழி எழுதிவிடுகிறார். இருக்கிற காலத்தில் அப்படியொன்றும் அவர் நல்ல காரியங்கள் செய்தவரில்லை என்பதை 'சங்கரா, ராமா, முருவான்னு காதிலே அலறுங்க; போற வளியிலெயாவது பூவாக் கொட்டிக் கிடக்கட்டும்' என்று ஒருவர் சொல்லுவது தான் எவ்வளவு நுட்பம்.

கதைச் சூழலை ஒரு கவித்துவ நிலைக்கு எடுத்துச் செல்லும் திறம் பெற்றவர் தி.ஜானகிராமன். இங்கு நான் படித்து அனுபவித்த கதைகள் உலகத் தரமானவை என்று கூறவரவில்லை. அதன் பேசு பொருள் மகா பிரச்சனைகளும் அல்ல. பெரும் நெருக்கடிகளின் அவஸ்தைகளும் அல்ல. தி.ஜா.கூறுவதும் பிரச்சனைகள்தான்: அவஸ்தைகள்தான். மகா பிரச்சனைகளைப் பேசிய படைப்பில் கூட இல்லாத அழகியல் தி.ஜானகிராமனிடம் இருக்கிறது.

சுப்பண்ணா ஒரு குடிகாரர். நன்றாக வாழ்ந்த குடும்பத்தில் பிறந்தவர். குந்தித்தின்று குடும்பத்தை அழித்தவர். அவர் கடன் கேட்டு வருகிறார். அவரின் கெட்ட தன்மைகள் அறிந்து தன்னிடம் பணம் இல்லை என்கிறார் கதைசொல்லி கிருஷ்ணன். யாரிடமாவது பெற்றுத் தருவதாக ஒரு வாய்ப்பேச்சுக்குச் சொல்லி வைத்ததும் வினையாகிவிடுகிறது. அவரைத் துரத்துகிறார் சுப்பண்ணா. இருட்ட இருட்ட வீடு வரும் கதை சொல்லியைக் காத்திருந்து மடக்குகிறார் சுப்பண்ணா. வெக்கை, அலுவலக அலுப்பு, மனிதர்கள் உண்டாக்கிய கசப்பு மண்டிய சூழல். பணத்தை வைத்துக் கொண்டே? 'பலபேரிடம் கேட்டுப் பார்த்தேன் கிடைக்கவில்லை' என்று அனுப்பிவிடுகிறார். குளிக்கும் தறுவாயில் வந்தவரிடமிருந்து தப்பிக்க முயல்கிறார். 'அவர் ஒரு அடி எடுத்து வைப்பதற்குள் மூன்றடி உள்நோக்கி எடுத்து வைத்துவிட்டார்' என்பதில் தப்பிக்க நினைக்கும் வெறுப்பை உணர முடிகிறது. சுப்பண்ணா 'எனக்குன்னு நினைச்சுண்டு கேட்டாலே வராது' என அனுபவத்தால் பேசி இருந்தாலும், முயற்சி செய்யச் சொல்கிற இடம் 'முயற்சியைக் கைவிடேன்' என்ற மனித விசை இயங்கியபடிதான் இருக்கிறது.

பாவ புண்ணியம் பார்த்து உதவினால் பணம் திரும்ப வரவே வராது. அதனை 'பழைய மோட்டாருக்கு டாக்டர் உண்டு. அதையும் மீறினால் உடைத்துத் தகடும் ஆணியுமாக ஏலம் போடலாம்.

சுப்பண்ணாவை எப்படி ஏலம் போடுவது? யார் எடுப்பார்கள்?' பணம் கொடுக்கக்கூடாது என்பதற்கான காரணங்களை மனம் தேடுகிறது. ஏற்கெனவே ஏமாந்த விசயமும், ஏமாந்தவர்களின் விசயமும் வரிசையில் வருகிறது.

புழுக்கத்தை விரட்டும் இதமான காற்றும் கோடை மழையும் வருகிறது. அந்த மழை தனக்குள் இருக்கும் கள்ளத்தனத்தை கரைத்துக் கரைத்து மகத்துவத்தை ஊற்றுகிறது. பெட்டியைத் திறந்து ஐந்து ரூபாயை எடுத்துக்கொண்டு 'பசிக்கு, பாவம் என்ன செய்வார்' என மழையோடு போகிறார். இந்த மேன்மையைப் பெருக்கும் மனசு ஒரு புறம். அங்கு சுப்பண்ணா, கிருஷ்ணன் போல பல பேரிடம் பிட்டைப் போட்டிருந்ததால் வேறொருவரிடம் காரிய சித்தி பெற்று மகிழ்வோடு இருக்கிறார். கிருஷ்ணன் கை மாத்துக் கேட்டவர் இப்போது தான் கொடுத்தார் என்று ஒளிவை மறைப்பதும், மழையோடு வந்து தர முனைந்ததே என சுப்பண்ணா பேசுவதும் ஒரு நற்குணம். ஆனால் அவர் வாயில் பிராந்திவாசம் அடிப்பது, தான் முன்னால் தந்திருந்தாலும் அது வயிற்றுக்குள் இதற்குத்தான் போயிருக்கும் என்ற நிதர்சனத்தையும் காட்டுகிறார். மனிதர் களுக்குள் கள்ளத்தனமும் நல்லதனமும் முளைவிடுவது நம் நடத்தையின்பாற்பட்டதே.

மழை மழையாக மட்டும் இல்லை. ஒரு மனிதனின் உறவாக இருக்கிறது. இருப்பிடத்தின் உறவாக இருக்கிறது. 'இமைப்புக்கு இமைப்பு அறையில் குதித்து நிரப்பிய ஒளியைத் தடுக்க மனமின்றி பேசாமல் நிற்கிறார். பீரோவுக்கும் புத்தகங்களுக்கும் வேடிக்கையாக இருந்தது. மறுகணமே அந்த இருள், விரட்ட விரட்டத் திரும்பி வரும் காக்காய் போல அறையை வந்து கவ்விற்று.' என்ற விவரணையை மறுபடி வாசிக்கலாம்.

'ஆரத்தி' கதையில் காமாட்சியைத் திருமணம் செய்தவன் சிங்கப்பூர் பக்கமாக ஓடிப்போகிறான். இருபது ஆண்டுகள் அவன் உயிரோடு இருக்கிறானா இல்லையா என்பது தெளிவாகாமலே அண்ணன் வீட்டில் வாழ்கிறாள். சடங்கு சம்பிரதாயங்களில் மரியாதையும் அவமரியாதையும் அவ்வப்போது வருகிறது. மன்னியின் மகள் கல்யாணத்தில் ஆரத்தி எடுக்கப்போவதை மன்னி தடுத்ததிலிருந்து வேதனை துளைத்தெடுக்கிறது. கோயிலுக்குப் போனாலும் வேதனை இறங்க மறுக்கிறது. கைவிட்டுவிட்டுப்போன கணவனை நினைத்து வருந்துகிறாள். கதை முடிவில் சுபமாக முடிகிறது. கணவன்

இருபதாண்டுகள் கழித்து வந்திருக்கும் செய்தியை மன்னியே தேடிவந்து சொல்லும் போது மனத்தின் பகைப்புலம் விசுக்கென எம்ப முனைகிறது. அந்த அம்பைப் பிடுங்கி அவள் மீது திருப்பி எறியத் தோன்றுகிறது. மன்னியை அவமானப்படுத்தவில்லை என்றாலும் அந்தக் கண மனச்செயல்பாடு படைப்பாளிக்கு முக்கியம். அதேபோல "மகிழ மரத்தில் மின்னும் மின்மினிக் கூட்டம் அவளுடைய நம்பிக்கையைப் போல அணைவதும் எரிவதுமாகச் சுழன்றது" என்று ஓரிடத்தில் எழுதுகிறார். புறச்சூழலை படைப்பிற்குச் சாதகமாக்கும் மனம் அவரிடம் எப்போதும் விழிப்புடனே இருந்திருக்கிறது. சில இடங்களில் ஓவியமாகவும் மாற்றுகிறார். "சுண்டலுக்காகக் கொண்டு வந்திருந்த வெண்கல டம்ளருக்குள் வாயைப் புதைத்து ஒரு பயல் பாடிக் கொண்டிருந்தான்" இதை நான் இங்கு சொல்லக் காரணம் எனக்கு நானே தி.ஜா.விடம் பெறும் அம்சங்கள் இருப்பதால்தான். கதையை ஒரு கவித்துவ நிலைக்கு உயர்த்தும் இடமும் உண்டு. நாதஸ்வர வித்வானின் இசையை ரசிக்கிற வெளிநாட்டு இசைப்பிரியர் போல்ஸ்கோ, இசையின் தாத்பர்யத்தைச் சொல்கிற இடம் அது. 'சாந்த முலேகா...' வெறுமனே நமக்கு நளினமான ராகமாக முதலில் தென்படுகிறது. நாதஸ்வர பிள்ளைக்கும்தான். அதனுடைய அர்த்தம் தெரியாத போல்ஸ்கா, ராகத்தின் உணர்விலிருந்து அமைதியும் பேரமைதியும் பெறுவதாக பரவசப்படுகிறார். நமக்கும் சாந்தம் - முலேகா என்ற சொல்லின் அர்த்தம் வருகிறது.

இசை பல ரூபங்களாக பிள்ளையிடம் வெளிப்படுகிறது. காடு தறித்து வீழ்வது போல, கூக்குரல் போல, அவலக்குரல் போல மெல்லமாய் அமைதியை வந்தடைகிறது. இதனை நம் மொழி, நம் இசை தெரியாத போல்ஸ்கா உணர்கிறான். இசை பாஷை மீறிய பாஷை. அவன் 'வாசித்த இந்தக் கையைக் கொடுங்கள்! நான் கடவுளை முகர்ந்து முத்தமிடுகிறேன்.' என்கிற இடம் பிள்ளைக்கும் ஒரு செய்தியை உணர்த்துகிறது. "அமைதி நிலை, அழியாத் தன்மையைக் கண்டு விட்டேன். இந்த அமைதி எனக்குப் போதும். இப்போதே நான் மரணத்தை வரவேற்று. இந்த அமைதியில் கலந்து விடத் தயாராயிருக்கிறேன்" என்று சொல்ல முடிகிறதாக அமைகிற இடம் கவித்துவ உச்சம் பெறுகிறது.

இசை வெள்ளாளர் என்றும், தாசிகுலம் என்றும் சுரண்டலுக்கு உள்ளான ஒரு இனத்தின் இசை மரபு பொக்கிஷத்தைக் கொண்டிருப் பதை தி. ஜா. காட்டுகிறார். கருத்தியல் அதிகாரம் பெற்றவர்கள் அல்ல. கருத்தியல் அதிகாரம் அற்ற ஒடுக்குமுறைக்குள்ளான ஓர்

இனத்தினுள் இருக்கும் கலையை முன்வைப்பதாக இன்றைய காலச்சூழலில் நின்று 'செய்தி' கதையை வாசிக்க முடியும். அதையே உயர் வர்க்கத்தினருக்குச் செய்தியாகவும் சொல்லவும் முடியும்.

வெகுஜனங்களிடம் பிரபல்யமாக இருப்பவர்கள் அகத்திலும் மரியாதைக்குரியவராக இருக்கலாம்; இல்லாதும் போகலாம். பெரும்பாலும், புறத்தில் மதிக்கத் தக்கவராக இருப்பவர்கள் அகத்தில் துஷ்டனாக இருப்பதை மிக நெருங்கி இருக்கும் போது அறிய முடிகிறது. இசை விமர்சகராகத் திகழ்ந்த பலராமன் வெளி உலகில் மதிக்கத்தக்கவர். அகத்தில் அவர் ஒரு ஊதாரி. இசை ஞானமற்ற பம்மாத்துப் பேர்வழி. சுயமரியாதையற்று ஏய்த்துப் பிழைக்கும் தொண்ணாந்தி. கலை வளர்க்கிறேன் என்று பீத்திக்கொண்டு உழைக்க மறுக்கும் சோம்பேறி என, பலராமனின் பேத்தியின் வாயிலாக ஜோடனை கிழிகிறது. கலைஞன் என்றால் குடும்பப் பொறுப்பை ஏற்றுக்கொள்ள நிர்ப்பந்திக்கப்படக் கூடாதவன். சுதந்திரப் பறவை. எல்லோரும் அவனுக்குப் படியளக்க வேணடும். உழைத்துக் குடும்பத்தைக் காப்பாற்றும் கடமை அவனுக்கு மட்டும் விதிவிலக்கு... இப்படியான கனவுலகில் வாழும் மனிதரைச் சொல்லி அப்படிப் பட்டவர் பொறுப்புகளை ஏற்றுக்கொள்ள மறுக்கும் ஒரு ஏமாற்றுப் பேர்வழி என்பதை உடைக்கிறது. கலைஞன் என்ற முகமூடியைக் கிழிக்கிறது. அவனுக்கும் கூடுதல் பொறுப்புண்டு என்பதை உணர்த்துகிறது. உழைப்பின் தகைமையை உணர்த்துகிறது. 'பாஷாங்க ராகம்' கதை.

பலராமனின் குடும்பச் சரிவு தடுத்து நிறுத்த முடியாத ஒன்று. அவ்வப்போது நண்பர்களிடம் இறைஞ்சிப் பெற்று வண்டியை ஓட்டும்போது விஜயராகவன் உதவ முன்வருகிறார். இவரின் பம்மாத்தையும் சோம்பேறித் தனத்தையும் கடிகிறார். பொறுப்பைத் தட்டிக் கழிப்பவனுக்குக் குடும்ப பந்தம் மட்டும் எதற்கு என்று கேட்கிறார். அவர் மீது பலராமனுக்கு ஒரு சமயம் சந்தேகம் வருகிறது. மனைவியிடம் ''நான் இல்லாத போது அவன் ஏன் வருகிறான்'' என்று சண்டையிடும் போது நுட்பமான வெளிப்பாடு களால் மனைவி அர்த்தப்படுத்துகிறாள்.

பலராமன் சந்தேகம் கொண்டு கத்தும்போது அவளிடம் வெளிப்படும் உதட்டோரப் புன்னகை. ''பாசாங்கராகம் எதுக்கு வரும்?'' என்று அவள் கேட்கும் கேள்வி. பதில் சொல்ல மறுக்கும் அவனிடம் திரும்பவும் கேட்பது. பலராமன் 'ரக்திக்கு' என தயங்கிச் சொல்வது. அவள், ''புரிஞ்சுதா? அந்நிய ஸ்வரம் எதுக்கு வரும்?

ராகத்துக்கு ரக்தி கொடுக்க வரும். அதை இன்னும் போஷிக்க வரும். இப்ப நாலு மாசமா குடும்ப போஷணை விஜயராகவன்னாலே தான் நடக்கிறது." நுண்ணிய தன்மையில் கள்ளத்தனம் ஏற்பட்டுப் போனதை சத்தென அடிக்கிறாள். குடும்பத்தின் மீது பரிவு காட்டுபவனின் கண் அவ்வீட்டின் சிதைவுக்காக மட்டும் இருக்காது. அந்தப் பரிவு என்பதே அக் குடும்பத்தில் உள்ள பெண் மீதான இச்சையின் பாற்பட்டது என ஒரு அடி அடிக்கிறார். உள்ளத்தின் பலவித மர்ம அறைகளில் இதுவும் ஒன்று. வாசகரின் இந்தத் தாத்பரியத்தைக் கவனத்துக்குக் கொண்டுவந்து நிறுத்துகிறார்.

போலிச் சாமியார்கள், போலி சமத்துவவாதிகள், போலி ரசிகர், போலித்தனமான ஆய்வாளர்கள் (ஐயரும் ஐயாரும்), போலித் தனமான கலைஞர்கள் என, பொய் முகங்களை தி.ஜா.வின் படைப்புகள் வெளிச்சம் போட்டுக் காட்டுகின்றன. எளிய மனிதர் களிடம் ஊற்றெடுக்கும் கருணை, உண்மையான கலைஞர்கள், நேசம் மிக்க பெண்கள், தெய்வாம்சம் பொருந்திய குழந்தைகள் எனப் பலர் இவரின் படைப்புகளில் ஒளிர்கின்றனர். நல்ல பக்கமும் கெட்ட பக்கமும் பெரும் கடல்கள் எனச் சலனித்தபடியே இருக்கின்றன இவரின் கதைகளில்.

4

தி.ஜானகிராமனின் கதை உலகம் நான்கைந்து நிலைகளில்தான் நிகழ்ந்திருக்கின்றது. சுய பரிசோதனை, காலம் உண்டாக்கும் சந்தர்ப்பம், மனிதர்களிடம் அபூர்வமாக ஊற்றெடுக்கும் மகத்துவங்கள், உள்ளத்தின் மறைவிடங்கள், சமூக முரண்கள் என்ற களன்களிலேயே படைப்பியக்கம் நிகழ்ந்திருக்கிறது. இலக்கியத்தில் புதிய போக்குகளை உண்டாக்கிய யதார்த்தவாதம், நவீனத்துவம், உளவியல் போன்ற தத்துவத் துறைகளைக் கற்று இலக்கியத்தில் தொழிற்படுத்த வேண்டும் என்ற கங்கணம் கட்டியவர் அல்ல தி.ஜா. அவ்வகையில் புதிய தத்துவப் போக்குகளை இயன்றளவு கற்றுக்கொண்டு வெற்றிகரமான கதைகளை எழுதியவர் என்று புதுமைப்பித்தனை மட்டுமே சொல்ல முடியும். பரிசோதனை முயற்சிகளில் தோல்வியுற்ற கலைஞர்கள் எண்ணிக்கையில் அதிகம். தி.ஜானகிராமன் மரபு கற்றுத்தரும் பாடத்தைச் சுயசிந்தனையோடு அணுகியவர். இசையிலிருந்தும், காவியங்களிலிருந்தும் அனுபவங்களி லிருந்தும் மனித சாரத்தைத் திரட்டிக்கொண்டவர். எனவே

இவரின் கதைகளில் மனத்தோய்வு நிரம்பி வழிகிறது. இதுவே இவர் கதைகளின் பலம். வாசகனுக்கு அந்நியத்தன்மையை அவை அளிப்பதில்லை. தி.ஜானகிராமனின் உள்ளம் மரபில் நின்று கொண்டு மனிதர்களின் குரூரங்களைத் திரைவிலக்கிக் காட்டுகிறது: சமூக அவலங்களைச் சொல்கிறது: கவித்துவ உச்சத்தை எட்டுகின்ற உயர்வான எண்ணங்களைத் தரிசிக்க வைக்கின்றது. காவியமனம் அவரின் நாவல்களில் எழுச்சியுறவில்லை. சில சிறுகதைகளிலேயே அம்மகத்துவம் நிகழ்ந்திருக்கிறது.

வித்தியாசமான மனிதர்கள், சாதாரண மனிதர்களின் வித்தியாச மான எண்ணங்கள் பூரணத்துவத்தை எட்டும் அபூர்வ கணங்கள். இசையை அர்த்தப் பரிமாற்றம் செய்யும் ஊடகமாக மலர்விக்கிற சாகசங்கள், உணர்வுதளத்தோடு இயைந்து உறவாடுகிற நிலக் காட்சிகள், பரத்தையரின் ஆழ்மன வெளிப்பாடுகள், பிராமண சமூகத்தின் வாசனைகள் என அகமும் புறமும் இவரின் கதைகளில் அழகாக இயைந்து ஜொலிக்கின்றன.

வரலாற்றைச் சொல்வதைவிட, வரலாற்றின் வழி நிகழும் திருப்பங்களைச் சொல்வதைவிட சமூகத்தில் புதிய வரலாற்றை உருவாக்குவதைவிட, சமூக மோதல்களின் வழி புனைவில் ஒரு வரலாற்றை உண்டாக்குவதைவிட, உள்ளங்களின் ஊற்றுக் கண்களைத் திறந்து காண்பதிலேயே பயணப்பட்டிருக்கிறார். மனிதர்களைப் புரிந்துகொள்வது; மனிதர்களின் வழி வாழ்க்கையைப் புரிந்துகொள்வது என்கிற இரண்டு நிலைகள் தி.ஜானகிராமன் கதைகளில் காணக்கிடக்கின்றன. மற்ற எழுத்தாளர்களும் இதை த்தான் செய்திருக்கிறார்கள்; செய்கிறார்கள் என்றால் உண்மைதான். அதில் தி.ஜானகிராமன் வேறுபடும் இடம் மரபு தரும் மேன்மையின் சாராம்சத்தை முன்னிறுத்தியிருப்பதை அழுத்தியே சொல்லலாம். ‘சிலிர்ப்பு’, ‘மாப்பிள்ளைத் தோழன்’, ‘தீர்மானம்’, ‘கண்டாமணி’, ‘தவம்’, ‘கோதவரி குண்டு’, ‘கடன் தீர்ந்தது’ போன்ற கதைகளை இவ்வகையில் சொல்லலாம்.

வித்தியாசமான கோணங்களை எழுத்தாக்குவதில் இவருக்குப் பிரியம் உண்டு. ‘சுளிப்பு’, ‘அடுத்த’, ‘சண்பகப்பூ’, ‘கோயமுத்தூர் பவபூபதி’, ‘துணை’, போன்ற கதைகளில் காணலாம். மூன்றாம் வகுப்பு மாணவனுக்குக் கணக்குப் பாடத்தைப் புரியவைக்க முடியாமல் திணறுகிறார் ஆசிரியர் திருமலை. எப்படி விளக்கிச் சொல்லியும் மெதுவாக விரித்துச் சொல்லியும் அவரால் அவன் மண்டையில் ஏற்ற முடியாமல் கொதிக்கிறார். அவன் அவர் முகத்தை

உற்றுப்பார்த்துக் கொண்டிருப்பது தெரிகிறது. அதில் ஒரு முகச் சுளிப்பு தோன்றுகிறது மாணவனிடம். நிகழ்வுதாண்டி எங்கோபோய் நிற்கிறது. திருமலையின் முகம் அம்மைவடுவால் ஆன கோரமுகம். (வாசகருக்கும் அப்போதுதான் தெரியவருவது மாதிரி புதைத்து வைத்தபடி வந்திருக்கிறார்). மாணவனின் சுளிப்பு, தன் மனைவி மணக்கோலத்தில் தன்னை முதன்முதல் கண்டபோது தோன்றிய முகச்சுளிப்பு போல இருக்கிறது. மாணவனின் கவனம் ஏனோ தன் அம்மை முகத்தில் ஒருமை கொண்டு கிடப்பதை உணர்கிறார். அவனுக்குக் கணக்கு மண்டையில் தற்போது ஏறாது. திருமலைக்கு அவமானம் கவ்வுகிறது. அவனை அடித்தால்-திட்டினால் மனம் சாந்தப்படலாம். வீடுதேடி வந்தபோது அவன் மாலைத் தூக்கம் போடுவது தெரியவருகிறது. கோபம் வேறொன்றாக மாற்ற முறுகிறது. முதலிரவில் காமத்துய்ப்பிற்கு முன் புது மனைவியின் ஒவ்வாமையை அவள் முகத்தில் காண்கிறான். அருவருப்படைவது போல் தெரிகிறது. உறவிற்குப்பின் அவளிடம் அந்தச்சுளிப்பு மறைந்து போனதாக ஒரு வரி வருகிறது. எவ்வளவு பெரிய கண்டுபிடிப்பு! பழகப் பழக வரும் சகஜம் அல்ல அது. உடலின் பகிர்தலின் வழிவந்த சகஜம். மாணவனின் பார்வை சுயவதையை உண்டாக்குகிறது. அவனிடம் வெளிப்படுத்த முடியாத கோபத்தை மனைவியை அவசரமாகப் புணர்ந்து நொறுக்க வேண்டும் என்று தோன்றுகிறது. இந்த ஆழ்மன வெடிப்பை மனிதனுள் புதைந்திருக்கும் மிருகமாகக் காண்கிறார்.

ஒரு நோஞ்சானுக்கு வாக்கப்பட்டு விதவையாகி நிற்கும் பேரழகி குஞ்சலம். பதினெட்டு வயது. கணவன் இறந்து போனதற்கான எந்த வருத்தமும் அவள் நடை உடை பாவனைகளில் தோன்றுவதே இல்லை. அவள் மஞ்சள் பூசிக்கொள்வதையும், தலைவாரிக் கொள்வதையும் முகக்கலையையும், பூரிப்பையும் பார்த்துப் பார்த்து பாட்டியும் பாட்டனும் வேதனைப்படுவதாக நகர்கிறது கதை. கணவனின் தம்பி இவளை மேற்படிப்பில் சேர்த்துவிடவேண்டும் என்பதற்காக அழைக்க வருகிறான். பட்டுச்சேலையை உடுத்தி கம்பீரமாக நடந்துபோய் வண்டியில் அமர்ந்ததும் பாட்டி அவளின் புன்னகையைக் காண்கிறாள். "அவள் அகமுடையான் உயிரோடுதான் இருக்கான். அதான் நெளியறது. குழந்தையைப் பாக்கலே" என்று கிழவி சொன்னதும் நமக்கு குஞ்சலம்மாள் குறித்து வேறொரு கதவு திறக்கிறது. எவ்வளவு நுண்ணிய பார்வை! இக்கதையில் இயற்கையின் இயல்புகளாக, செயல்களாக, உருவங்களாக, மொழிவயப்படுத்தி உணர்வுகளைத் தொடுவதும் புதிய அறிதலை வெளிப்படுத்துவதும் அபாரமானது.

ஜானகிராமன் எப்போதும் கு.ப.ரா.போல பார்வையை ஒடுக்கிக் கொள்வதில்லை. இந்த பலகீனம் ஜானகிராமன் கதைகளில் இல்லை. அதன் சகல திசைகளில் பார்வைகளை செலுத்தி யிருக்கிறார். கு.ப.ரா.உணர்வைச் சொல்வதிலேயே கவனம் கொள்ள, ஜானகிராமன் உணர்வை உண்டாக்கும் காரணிகள் அனைத்தையும் விவரணைப்படுத்தி வருகிறார். சிலசமயம் கதைக்குள் இன்னபிற தகவல்கள் வரும்போது அவை தகவல்களாக இல்லாமல் கதையின் சத்தான பகுதிகளாக உருக்கொண்டு விடுகின்றன. அவைகள் சிறுகதைக்கு புஷ்டியைக் கொடுக்கின்றன. புதிய பரிமாணத்தை - வலுவை - நம்பகத்தன்மையை - காவியச்சாயலை வாரி அளிக்கின்றன. கலையின் ஆற்றல் என்பது இதுதான். எவ்வளவு பெரிய மர்மத்தை ஒரு படைப்பு வெளிப் படுத்தினாலும் இந்த துணை உலக விவரணைகள் இல்லாதபோது கலைவெற்றி கூடுவதில்லை. கு.ப.ரா.வின் ‘சிறிது வெளிச்சம்’ ஒரு வித ஒடுக்கத்தால் அமைந்திருப்பதைப் பார்க்க முடியும் தி.ஜா. இதனை அநாயசமாகச் சாதித்திருக்கிறார்.

‘சிலிர்ப்பு’ கதையில் வரும் சிறுவனின் கொடைத்தன்மை நம்மை மெய்சிலிர்க்க வைக்கிறது. அவன் மிக மிகப் பிரியமாக வாங்கிய ஆரஞ்சுப்பழங்களை ஏழைப் பெண்ணுக்கு வழங்குகிறான். கல்கத்தாவிற்கு வீட்டு வேலைக்குச் செல்லும் பெண் குழந்தையின் ஏழ்மையை, அழைத்துச் செல்லும் பெண் சொல்லச் சொல்ல சிறுவன் கேட்டிருக்கக் கூடும். பொங்கிப் பிரவகிக்கும் பேரன்பை வெளிப்படுத்தும் இடத்தைச் சொல்வதற்குத்தான் இக்கதை. ஆனால் கதையில் கிளைத்திருக்கும் உறவுகள் இந்தப் பேரன்பிற்கு அசாத்தியமான வலுவைச் சேர்க்கின்றன. இதை கவனத்தில் கொண்டுதான் அக்கம் பக்கத்தையும் சேர்த்துச் சொல்கிறாரா? அல்லது ஜானகிராமனுக்கு இக்கலைப்பார்வை இயற்கையிலேயே கூடிவந்த ஒன்றா? எனில், அவர் மனவார்ப்பிலேயே கூடி வந்திருக்கும் கலைமேன்மை என்பதை அவரின் எந்த கதையைப் படித்தாலும் விளங்கும்.

சிறுவனின் பெங்களூர் மாமா பற்றிய சித்திரம், ரயிலில் வரும் பெண் குழந்தையின் குடும்ப உறவுகள், அழைத்துச் செல்லும் அம்மையாரின் உறவுகள், கதை சொல்லியின் பற்றாக்குறை ஊதியம், அதனைச் சார்ந்து எழும் மதிப்பீடுகள் இப்படி அத்தனையும் பிணைந்து உருவாகியிருப்பதை - உருவாக்கியிருப்பதைத்தான் கலைமேன்மை என்கிறேன். ஒவ்வொரு கதையிலும் இந்த ஆரத்

தழுவும் குணம்தான் புனைவை அசலாக்குகிறது. சிறுகதைகளின் முடிவில் வெளிப்படும் சிறப்பைக் கிழித்துவிட்டால் கூட கதைகளுக்குள் வாழ்வின் மகத்துவம் பெருகியிருப்பதைக் காணலாம். வெறுமனே வந்தான். போனான், திரும்பினான், சிகரெட்டைப் பற்றவைத்தான் என்று எழுதுவது நடையல்ல. ''ரெயில் புறப்பட ஐந்து நிமிஷம் இருக்கும்போது ஆரஞ்சு பழக்காரனைப் பார்த்து, 'ஆரஞ்சுப்பா, ஆரஞ்சுப்பா' என்று பையன் முனகினான். மாமா காதில் விழாதது போல அந்தண்டை முகத்தைத் திருப்பிக்கொண்டு விட்டான். மாமாவின் சுபாவம் நன்றாகத் தெரியும் எனக்கு. பையனைச் சுடுகிறாற் போல ஒரு பார்வை பார்த்தேன். அவன் வாய் மூடிக் கொண்டது. ஆனால் வண்டி புறப்பட்டதுதான் தாமதம். ஆரம்பித்து விட்டான்'' என்ற இந்த ஆறுவரியில் மாமாவின் கள்ளத்தனம். அப்பாவின் கோபம். மகனின் விருப்பம் + புரிதல் இத்தனையும் மிதக்கின்றன. கதை நகர நகர மொழி உருவாக்கிய பாத்திரங்கள் நம் இருக்கைகளுக்கு முன் அமர்ந்திருப்பவர்களாக மாறி விடுகின்றனர். உரையாடல் நிகழ்கிறதே தவிர எழுத்தில் தெரிவதாக இல்லை. அப்படியொரு ரூபம் கொண்டுவிடுகின்றன இவரின் படைப்புகள்.

'தீர்மானம்' என்றொரு,. பனிரெண்டு வயது பெண் குழந்தையைப் பற்றிய கதை. விளையாட்டுப் பருவத்தைச் சொல்கிறார் என்கிற அமைப்பு மனதிற்குள் ஆழமாகப் படிந்துவிடுகிறது. கதை எதை நோக்கிப் போகிறது என்பதை எவரும் ஊகிக்க முடியாது. அப்படி யொரு யதேச்சையான இயக்கத்தை உருவாக்கிவிடுகிறார். திட்ட மிடுதலே இல்லாததுபோல திட்டமிடுதல் எழுதுவதற்கு முன் மன அமைப்பில் மங்கலாகப் படிந்திருக்கலாம். கதையில் எந்த இடத்திலும் தெரிவதே இல்லை. படைப்பின் அழகோ அழகு இது. யதேச்சையின் பலம் என்பது ஒரு தீவு போல. அது கண்முன் நிற்கிறது. புதுமைப்பித்தனுக்கோ, மௌனிக்கோ, கு.ரா.விற்கோ, ஜெயகாந்தனுக்கோ இது வாய்க்கவில்லை: அல்லது அவர்கள் பொருட்படுத்தவில்லை. லா.ச.ரா, எம்.வி.வெங்கட்ராமிடமும் இல்லை. இதனை ஒரு கலையாளுமையாக வெளிப்படுத்தியவர் தி.ஜானகிராமன்தான்.

பாதிக்கதை தாண்டுகிறபோது தான் விசாலிக்கு திருமணமாகி நான்கு வருடம் கடந்திருப்பது விளங்குகிறது. பால்ய விவாகம் போல எனச் சொல்லலாம். கணவன் வீட்டாருடன் அப்பா கொண்டுள்ள பகை பற்றிக் கூட அதிகம் தெரியாது. பருவம் இன்னும் வாராப்

பருவத்தினள். மணவாழ்க்கை குறித்த பயமறியாத பார்வை. குழந்தைகளுக்கே உரிய தைரியம், கற்பனை, இவற்றால் அவளுக்குள் உந்தும் நிலைதான் முடிவெடுக்க வைக்கிறது. கணவருக்காக, பேச வந்திருக்கும் பெரியவர்களுடன் கிளம்புவது என்ற முடிவு சார்ந்து, ஜானகிராமன் வெளிப்படுத்தும் கோணம் மெய்சிலிர்க்க வைக்கிறது. அந்த சிலிர்ப்புக்கான மானிட உலகை சரியாகத் தேர்கிறார். போகட்டும்.

இக்கதையின் தொடக்கத்தில் உள்ள மூன்று சிறிய பத்திகளை அப்படியே தருகிறேன்.

"திண்ணையில் படிந்து கிடந்த தெருத் தூசியைப் பாவாடை முந்தியால் தட்டிவிட்டு சட்டைத் தலைப்பைச் சரியவிட்டுக் கொண்டே உட்கார்ந்தது அந்தப்பெண். சோழிகள் கலகலவென்று கீழே இறைந்தன. குவித்துவிட்டு அந்தப்பெண் தெருவைப் பார்த்தது. தோழி ராதை இன்னும் வரவில்லை.

எதிரே குளத்தின் மேல் கொக்குக் கூட்டம் வட்டமிட்டுக் கொண்டிருந்தது. டொப்பு டொப்பென்று படிக்கட்டில் துணி தோய்க்கும் ஓசைகள். வாசலோடு ரயிலடியிலிருந்து வாடிக்கை யில்லாமல் திரும்பிய ஒற்றை மாட்டுவண்டி மெதுவாக ஊர்ந்து கடந்தது."

"வெயில்பட்டு கொரனாப்பட்டை போடும் சிற்றலைகளைப் பார்த்தாள். சட்டைக்குள் தொங்கிய தாலிக்கயிற்றை எடுத்து திருமாங்கல்யத்தைப் பல்லிடுக்கில் கடித்துக்கொண்டே ஜொலிக்கும் அலையைப் பார்த்தாள். பார்க்க முடியவில்லை. கண்ணைக்கூசியது."

இந்த மூன்று பத்திகளில் மன உணர்வுகள் ஒன்றுடன் ஒன்று இணைந்து நம்மைச் சுழற்றி உள் இழுக்கின்றன. முதல் பத்தியே அமைதியின் சாயையில் காட்சிப் புலன்களையும் தனிமையின் ரீங்காரத்தையும் அள்ளிக்கொண்டு வருகிறது. விளையாட்டுப் பருவமும் குதூகலத்தின் மீது ஏக்கம் ததும்பும் ஒரு குழந்தையின் சித்திரமும் அப்படியே எழுந்து வருகிறது. இரண்டாவது பத்தியில் எழுத்து மறைந்து பிம்பங்கள் எழுகின்றன. அத்துடன் அமைதியுள் அமைதியற்ற ஓசைகளும் மோதுகின்றன. சூழல் கூட நம்மை பதற்றத்திற்குள்ளாக்குகிறது. மூன்றாவது பத்தியில் விடலைப் பருவம் திருமண பந்தத்தால் பிணைக்கப்பட்டிருப்பதும், அவள் ஒரு குழந்தையின் துள்ளலோடு பிரபஞ்ச ஜீவியாக (திருமாங்கல்யத்தைப்

பல்லிடுக்கில் கடித்தல்) இருப்பதையும் ரத்தினச்சுருக்கமாகக் காட்டிவிடுகிறார்.

நம்மால் விளங்கிக்கொள்ள முடியாத உள்ளமொன்று அவளுள் கதையின் பின்பகுதியில் வெளிப்படுகிறது. பயமற்று வாழ்க்கைக் காட்டில் அது வைக்கும் காலடி. தகப்பனுக்கு அவள் குழந்தை யாகவும், அவள் என்னவென்று தெரியாது கிடக்கும் குடும்ப உறவைத் தேர்கிற பெண்ணாகவும் மாறுகிற இடம் நுட்பமானது. நாத்திக வாதிகளுக்கு இது அபத்தமாகக் கூட தெரியலாம். பழமையின் கசடு எனக்கூடச் சொல்லலாம். இது அறிவுத்திறத்தால் அல்ல. குழந்தைமையின் பெருங்கனவால் நிகழ்வது. அந்தப் பெருங் கனவை குழந்தை உலகிற்குள் காணுதல்தான் 'தீர்மானம்'

வந்தவர்கள் அழைக்கவும் விசாலி சுவரில் தொங்கும் இரண்டு பாவாடைகளையும் சட்டைகளையும் எடுத்து பையில் திணித்துக் கொண்டு கிளம்புகிறாள். தகப்பன், மகள் போனதைக் கேள்விப்பட்டு, குதிரை வண்டி பிடித்து வருகிறான். வாய்க்கால் கரையோரம் நிறுத்தி சாப்பாடு ஊட்டுகிறான். மீதி உணவை வண்டியின் உள் அமர்ந்திருக்கும் பெரியவர்களுக்குத் தருவார் என மகள் பார்க்கிறாள். அவன் மீதியை சுருட்டி நீரில் எறிகிறான். அப்பாவை விநோதமாகப் பார்க்கிறாள். அப்போது கூட மனிதர்களின் மீதான அன்பையும் கசப்பையும் (மகள் - அப்பா) நேர் நேராக வைக்க முடிகிறது.

இப்படி கதைக்குள் இரண்டு மூன்று கோணங்கள் கிளை விட்டிருப் பதையும் நுட்பமான வாசகரால் உணரமுடியும். 'பாயாச'த்தில் வரும் சாமநாது ஐயரின் வன்மத்தையும் உக்கிரத்தையும் காணுகிறபோதே அவரின் அண்ணன் பையனின் (சுப்பராயன்) நேசம் விரிந்தபடியே கதையில் இருக்கிறது. பாயாச அண்டாவைத் தள்ளிச் சாய்த்தற்குப் பொறாமை மட்டும் காரணமாக இருக்க முடியுமா? இளம் விதவையாக வலம் வரும் மகளின் கோலம்கூட வன்மத்தை உண்டாக்கியிருக்கலாம் என்பதற்கு ஆதாரங்கள் இருக்கின்றன. அத்தோடு சாமநாது ஐயரின் மனைவியின் உன்னத நினைவுகள் அவரைத் தண்டித்தபடியே இருக்கின்றன.

'கடன் தீர்ந்தது', 'வேண்டாம் பூசணி', 'மாப்பிள்ளைத் தோழன்', 'தாத்தாவும் பேரனும்' போன்ற கதைகளுக்குள் இந்த கலை நோக்கு உண்டு. 'துணை', 'அடுத்த' ஆகிய கதைகள் வித்தியாசமான மாந்தர்களால் சிறப்புப் பெறுகின்றன.

உடல்மொழி உண்டாக்கும் துல்லியத்தன்மையும் உரையாடலில் வெளிப்படும் இயல்புத்தன்மையும் ஒவ்வொரு வரியிலும் மெருகேறி மெருகேறி ரத்தமும் சதையுமான நிகழ்வுகள் நம் கண் முன்னே அரங்கேறுகின்றன. இதுதான் கலையின் ஈர்ப்பு.

படைப்பின் வெற்றி. ஜானகிராமனுக்கு முன்னோ பின்னோ இப்படியொரு படைப்பாக்கத்தை நிகழ்த்தியவர் இல்லை.

'கோதாவரி குண்டு' கதையில் தத்துவைப் பற்றிய ஒரு சித்திரம் இது: ''ஆள்தான் மீசையும் பளபளப்புமாக ராஜ கம்பீரமாக இருக்கிறாரே. அப்பனே! ஏழையாகத்தான் படைத்தாயே! சச்சலாக, கருவலாக, நாய் பிடுங்கினாற்போல படைக்கப்படாதோ! இப்படியா வாட்ட சாட்டமாக மீசையும் வடிவுமாகப் படைக்க வேண்டும்! தானம் கொடுக்கிறவனுக்குக் கொஞ்சமாவது இரக்கம் அனுதாபம் வரவேண்டாம்.''

'சிலிர்ப்பி'ல் தூங்கும் குழந்தையைப் பற்றிய ஒருவரி:

''கன்னத்தில் தெரிந்தும் தெரியாமலுமிருந்த பூனை மயிர் ரெயில் வெளிச்சத்தில் மின்னிற்று.''

'சண்பகப் பூ' கதையில் குஞ்சலத்தைப் பற்றிய சித்திரம்:

''மலர்ந்து இரண்டு நாளான கொன்னைப் பூவைப்போல வெண்மையும் மஞ்சளும் ஒன்றித் தகதகத்தையும் நீரில் மிதந்த கருவிழி... முகம் நிறையக் கண்; கண் நிறைய விழி; விழி நிறைய மர்மங்கள்; உடல் நிறைய இளமை; இளமை நிறைய கூச்சம்: கூச்சம் நிறைய இளம் முறுவல்..''

இப்படி ஒவ்வொரு கதையிலும் ஒரு மனித சித்திரம். தி.ஜானகி ராமன் மொழியில் புகைப்படம் எடுப்பவர். தி.ஜானகிராமன் கையாண்டிருக்கும் உடல்மொழி என்ற கோணத்தில் ஒரு முனைவர் பட்ட ஆய்வே செய்யலாம். அது இனவரைவியலின் ஒரு பகுதியாகக் கூட மாறும். இதெல்லாம்தான் இந்தியத்தன்மை.

இதேபோல நிலவியல் தன்மையையும் காட்சிப்புலனையும் குறிப்பிட்டுச் சொல்ல வேண்டும். ''போகிறவாக்கில், பட்டுப் புடவைகள், வெறுங்குடங்கள் - வருகிற வாக்கில் சொளப்சொளப் பென்று ஈரப்பட்டுப்புடவைகள், நிறைகுடங்கள், ஈரக்காலில் பாதை மண் ஒட்டி, மிளகு மிளகாகத் தெறிக்கிறது (கீரைத்தண்டு மாதிரி

ஒரு குட்டி - ஐந்தாறு வயசு குளித்துவீட்டு அம்மணமாக நிற்கிறது)'' வாசகனின் பாதங்களிலும் ஈரமண் ஒட்டி உதிர்கிற உணர்வு ஏற்படுகிறது.

''தண்ணீர் முக்கால் ஆறு ஓடுகிறது. இந்தண்டை கால் பகுதி மணல் ருய்ருய் என்று அடியால் மணலை அரைத்துக் கொண்டு நடந்தார். பாலத்தின் மீது பஸ் போகிறது. பஸ்ஸின் தலைக்கட்டு மேல் வாழை இலைக்கட்டு - ஒரு சைக்கிள்.

நாலைந்து மூட்டைகள் கருப்பங்கட்டு... சாமநாது அய்யரின் பார்வையில் காவிரி படித்துறை எழுந்து வருகிறது'' (பாயாசம்)

'தானம் கொடுக்கிறவனுக்கு கொஞ்சமாவது இரக்கம்; அனுதாபம் வரவேண்டாம்' என்ற வரியில் ஒரு நோக்கு இருக்கிறது. பார்வை வழி உருவாகும் உளவியல்தன்மை அது. 'ஆள்பவர்கள் எல்லோரையும் ஒரே பார்வையில் தீயிலிட வேண்டும் போலிருக்கிறது.' (மாப்பிள்ளைத் தோழன்).

தோற்ற உலகை இவர்போல உயிராம்சம் பொருந்திய கோலத்தில் எழுப்பி நடமாட விட்டவர் வேறொருவர் இல்லை.

'தக் தக் தக் கென்று குதித்து, ஏற்றின ஒரு நிமிஷத்தில் அணைந்து விடுகிற அரிக்கேன் விளக்கோடு போராட முடியாது'

''அம்மா அடிச்சாளா? ...'' சட்டென்று லோலாக்கு ஆட 'இல்லை என்று தலையசைத்துக்கொண்டே தேம்பினாள் குழந்தை

அப்பாவியான ஒரு தோற்றம். இவ்வளவு குழந்தைகளுக்கு எப்படி தகப்பனானார் என்று ஆச்சரியம் எனக்கு ஏற்படுவதுண்டு'' (அடுத்த),

''மாப்பிள்ளைத் தோழன் தலையில் தங்கியிருந்த தூற்றல்களைத் துடைப்பதற்காக கைக்குட்டையை எடுத்துக் கையைத் தூக்கினபோது ஏதோ கொடி மாதிரி கட்டியிருந்த கயிற்றில் கைபட்டது. அவ்வளவு தான், என்னமோ கூட்டமாகப் பறந்து ஒரு சுற்றுச் சுற்றி மீண்டும் கயிற்றுக் கொடியில் வந்து ஒட்டிக்கொண்டன. ஈ, ஈஈ, ஈ, ஈக்கள் பத்து, நூறு, ஆயிரம், பதினாயிரமா... கல்யாணத்திற்கு வந்திருக்கும் ஈக்கள்.''

ஒன்றைச் சொல்லும் போதே கதையின் அடியோட்டத்தோடு தோற்றத்தைப் பிணைத்துவிடுகிறார். நண்பனின் திருமணம். கூட்ட மில்லை. நலங்கு செய்ய ஆளில்லை. பாட்டுப்பாடும் பெண்கள்

இல்லை. பெரிய சுற்றத்தின் குதூகலம் இல்லை. இத்தோடு சூழலையே அபாரமாக்கிவிடுகிறது ஒருவரி. மெனக்கெட்டுக் கொண்டு வருவதல்ல. போக்கிலே வாளை மீன் போல துள்ளிவிழுகிறது. ‘கல்யாணத்திற்கு வந்திருக்கும் ஈக்கள்’ சுய எள்ளலா? மகத்துவமா?

பெண்ணைப் பற்றி எழுதும்போது பெண்ணாகவும், குழந்தைகளைப் பற்றி எழுதும்போது குழந்தையாகவும், வியாபாரியைப் பற்றி எழுதும்போது வியாபாரியாகவும் (எழுதின கார்டுக்கும் எழுதாத கார்டுக்கும் வித்தியாசம் காட்டும் சாமி), இயற்கைப் பற்றி எழுதும் போது நாட்டு மனிதனாகவும் (நெருப்புக்கு வடிவு கொடுத்தாற்போல் இருந்த உடலின் தகதகப்பின் மீது ஒட்டியும் ஒட்டாமலும் செம்பினின்றும் நீர் வழிந்து ஓடிற்று), ஏமாற்றுப் பேர்வழிகளைப் பற்றி எழுதும்போது பாவனையும், குரோதக் காரனைப் பற்றி எழுதும்போது எழுத்திலேயே குரோதமுமாக உருக்கொள்கின்றன. இவற்றைப் படைப்பில் மெய்மையாக்குவது முன் சொன்ன காரணங்களோடு, ஜானகிராமன் உரையாடலில் வெளிப்படுத்திய மனித இயல்பையும் உள்ளத்தையும்தான் முக்கியமாகக் குறிப்பிட வேண்டும்.

இறுதியாக ‘வேண்டாம் பூசணி’ கதையிலிருந்து ஒரு எடுத்துக் காட்டை மட்டும் தரலாம். மூன்று ஆண் மக்களையும் ஒரு பெண்ணையும் பெற்ற ராதுபாட்டி. இறுதி காலத்தில் உணவு இட ஆளில்லாமல் அலைந்து அவமானப்பட்டு இறப்பதுதான் கதை. நான்கு பிள்ளைகளும் அவளை எப்படி நடத்துகிறார்கள் என்பதை விவரிக்கிறது. நம் சமூகத்தின் கீழ்மை பற்றி தணிந்த குரலில் விமர்சிக்கிறது. முதுமையில் அல்லலுறும் ஒரு பெண்ணின் குரலைக் கேளுங்கள்.

‘‘சூரிய நாராயண சம்புடத்திற்கு முன்னால் உட்கார்ந்து பாட்டி மனப்பூர்வமாக வேண்டிக்கொண்டாள். ‘அப்பனே! உன் கை பட்டதுன்னா எவ்வளவு சீக்கிரம் எல்லாம் வாடறது! பூமி, ஜலம் எல்லாத்தையும் சுட்டுக் கொளுத்தறயே! என்னையும் பொசுக்கிப் பிடேன். ஏன் என்னை வச்சு வச்சுக் கொல்றே? அப்பனே’’

இதுதான் மரபிலிருந்து உண்டாகும் உளவியல் நெருக்கடி என்பது. தன் துயரை இயற்கையிடம் இறைஞ்சும் கவிதைப்படிமம் மரபு மீது பற்றுடையவரிடமே வெளிப்படும். மரபை கலா பூர்வமான வெற்றிக்கு சுவீகரித்துக் கொண்டவர் ஜானகிராமன். சங்க இலக்கியத்திலே சாத்தனின் இறப்புச்சூழலில் அற்புதமான வரி

ஒன்று வருகிறது. 'முல்லையும் பூத்தியோ ஒல்லையூர் நாட்டே' இதற்கு நிகரானதுதான் சூரியனிடம் ராதுபாட்டி வேண்டுவதும்.

பெண்களின் நிலையை நம் மரபில் வைத்தே விமர்சிக் கிறார். "எத்தனை தடவை எழுந்து உட்கார்ந்து குனிந்து நிமிர வேண்டியிருக்கிறது? பெண்ணாகப் பிறந்தவர்களின் ஆயுசில் பாதி குனிந்து நிமிர்வதிலேயே போய்விடுகிறது."

நம் பெண்ணியலாளர்கள் ராதுபாட்டியின் கதையை எழுதினால் கூட தாங்கள் உள்ளே புகுந்து பேச ஆரம்பித்து விடுகின்றனர். கிழவியின் அசூசை இருக்காது முப்பது வயதுப் பெண்ணின் கோபம் மட்டுமே இருக்கும். ஜானகிராமன் ஜனத்திரளுக்குள் நகரும் பெண்களில் நகர்பவர். நாவல்களில் பாலியல் பிரச்சனைகளைக் கையில் எடுத்த ஜானகிராமன் சிறுகதைகளில் உன்னதங்களையும், கீழ்மைகளையும், கருணைகளையும், பரிவுகளையும் கசப்பையும் முன் வைத்திருக்கிறார். இவரின் கலை மேன்மை நாவல்களில் வெளிப்பட்டதை விட சிறுகதைகளிலேயே மகத்துவத்தைப் பெற்றிருக்கின்றன. இது அறியப்படாமலேயே கிடக்கிறது.

5

தமிழில் ஆவேசமான எழுத்துவகைக்கு உடனடியான அங்கீகாரமும் வாசகப்பரப்பும் கிடைத்து வந்திருக்கிறது. மிகச்சிறந்த உதாரணங் களாக பாரதி, புதுமைப்பித்தன், ஜெயகாந்தன் என மூவரைச் சொல்லலாம். முக்கியமாக பெண்களின் சார்பாக வெளிப்படை யாக நின்று சமூக மறுமலர்ச்சிக்கு இவர்களின் படைப்புகள் வித்திட்டன. இந்தக் காரியத்தை இலக்கியப்பூர்வமாகச் செய்தவர் என தி.ஜானகிராமனைச் சொல்லலாம். மறுமலர்ச்சியை வேறொரு கோணத்தில் ஆழ்ந்த அமைதியுடன் செய்தார். ஜானகிராமன் கலகக்காரரோ புரட்சிக்காரரோ அல்லர். அதே சமயம் பெண்களின் பாலியல் மீறல்களை பரிவுடனும் நியாய உணர்வுடனும் கலாபூர்வ மாக முன் வைத்தார். காலத்தின் மாற்றங்களை, நிர்பந்தங்களை, தேவைகளை, விருப்பங்களை மானிட இயல்புகளிலிருந்து அங்கீகரித்தார். பிராமண சமூகத்திற்குள்ளே பெண்கள் தாண்டிய அத்துமீறல்களை - முக்கியமாக காமத்தை மரபின் விலங்கு கொண்டு பூட்டாமல் புதிய சுதந்திரவெளியாகக் கண்டார். இதனை 'மோகமுள்', 'அம்மா வந்தாள்', 'செம்பருத்தி', 'உயிர்த்தேன்'

நாவல்களில் மனவெழுச்சியோடு படைத்திருக்கிறார். 'மரப்பசு' ஒரு வித்தியாசமான முயற்சி என்ற அளவில் முக்கியமான நாவல். மற்ற நாவல்களிலும்கூட பெண்களுக்கு நேரும் அழுத்தங்களை, மரபின் சுமைகளை அக்கறையுடன் எழுதியவர். தி.ஜானகிராமன் சிறந்த நாவலாசிரியர் என்பது அங்கீகரிக்கப்பட்டுவிட்டது. இந்த அளவு அவரது சிறுகதைகள் வாசகர்களிடம் சென்று சேரவில்லை. 'மோகமுள்' 'அம்மா வந்தாள்' நாவல்களின் உச்சபட்சமான சாதனைகளைக்கொண்டு அவரது சிறுகதைகளை அணுகிப் பார்க்கக்கூடாது என்பது என் எண்ணம். நாவலின் ஒருமைக்குள் எழுதமுடியாத எண்ணற்ற விசயங்களைச் சிறுகதைகளில் சிறப்பாக, முன் வைத்திருக்கிறார்

சிறுகதை இன்னொரு வகையான இலக்கிய வடிவம். அந்த இலக்கிய வடிவத்திற்குள்தான் மானிடப்பரப்பு விரிந்தும் ஆழமாகவும் இருக்கிறது ஜானகிராமன் ஆக்கங்களில். 'அம்மா வந்தாள்' நாவலைக் கொண்டு ஜானகிராமனின் வெற்றியடைந்த சிறுகதைகளை அளந்து பார்க்கக்கூடாது. ஜானகிராமனின் வாசகர் மனம் இந்த ஒப்பீட்டைத் தவிர்க்க முடிந்ததில்லையோ என்று எண்ணுகிறேன். ஐம்பதுகளில் தமிழ்ச்சிறுகதை உலகிற்கு மிகப்பெரிய பங்களிப்பைச் செய்திருப்பவர் தி.ஜானகிராமன். பல்வேறுபட்ட பிரச்சனைகளை, பல்வேறுபட்ட குணவியல்புகளை, பல்வேறுபட்ட சூழல்களில் வைத்து நுட்பமாக வெளிப்படுத்தியிருக்கிறார். புதுமைப்பித்தனின் சொல்முறை வேறு. தி.ஜானகிராமனின் சொல்முறைவேறு. அவரவருக்கான சொல்முறையில் சாதனைகள் படைத்திருக்கின்றனர் என்பதுதான் முக்கியமான அம்சம். கு.ப.ராவின் வழி வந்தவர் என்றாலும் அவரைவிட ஜானகிராமன் படைப்பியக்கத்தில் சாதனையைப் படைத்தவர். சொல்முறையில் விசயத்தை துடிதுடிப்புமிக்க ஜீவ கலையாக்கிக் காட்டியவர். அவர் சார்ந்த உலகத்திற்குள்ளிருந்து எவ்வளவோ சிறப்பான சிறுகதைகளைப் படைத்திருக்கிறார். மற்றொருவர் கதை மிகக் கனமாகக் கூட இருக்கலாம். அது அவரவர் அனுபவத்தினாலும் பார்வையினாலும் உண்டாவது. ஜானகிராமன் தனது அனுபவ உலகத்திலிருந்து எவ்வளவு உச்சபட்சமான சிறுகதைகளைத் தரமுடியுமோ அவ்வளவு தந்திருக்கிறார். க.நா.சு. சொன்னதுபோல மெனக் கெடாமல் ஒரு அலட்சியமான மனோலயத்தில் எழுதிச் சாதித்திருக்கிறார்.

பலர், விசயத்தைச் சொல்ல ஒரு பின்னணியை உருவாக்கிய போது ஜானகிராமன் விசயத்தோடு கூடுதலாகச் சூழலையே ஒரு இலக்கிய அனுபவமாக மாற்றிக்காட்டியவர். கதை நிகழும்

பின்னணிக்குள்ளிலிருந்து அர்த்தப்பூர்வமான அனுபவத்தை மீட்டிக்கொண்டு வந்திருக்கிறார். சொல்லவந்த விசயத்திலிருந்து விலகாமலும் துருத்தாமலும் புற உலகிலிருந்து உருவாக்கிய அனுபவம் ஒரே வார்ப்பாக ஆழத்துடன் பிறக்கிறது. உலக இலக்கியவாதிகளிடையே கூட இப்படியான ஆற்றல் இருப்பது அரிதாகவே காணக்கிடைக்கிறது. தமிழில் தி.ஜானகிராமனே இந்தப் படைப்பாக்கத் திறனில் முதன்மையானவர். இயல்பாகக் கூடிவரும் இப்படியொரு கலைவெளிப்பாடு படைப்பிற்கு அபூர்வமான அழகையும் நம்பகத் தன்மையையும் தருகின்றது. மௌனி, லா.ச.ரா. உருவாக்கும் படிமங்கள், காட்சிகள், தொடர்கள் அந்தப் பின்னணியிலிருந்து திரண்டு வந்தவை அல்ல. அள்ளிக் கொள்ளப்பட்டவையும் அல்ல. ஏதோ மனவெளிக்குள் தோன்றிய பளிச்சிடும் பொறிகளைக் கதையோட்டத்தில் அடுக்கியவர்கள். இதே கைங்கர்யத்தைப் பிரமிள் கவிதைகளில் செய்தார். தி.ஜானகிராமன் எழுதிச்செல்லும் போது விரியும் புற உலகிலிருந்து ஓர் உண்மையை தனது சொல் முறைக்குள் திரட்டி விடுகிறார். காட்சிப் படிமமாகவே மொழியின் சாராம்சத்திற்குள்ளே கொண்டு வந்து விடுகிறார். தி.ஜானகி ராமனிடம் இருக்கும் தனித்துவமான ஆற்றல் இது. இதை வலிந்து செய்யாமல் இயல்பாக கதையின் பிறப்போடு அங்கமாக்குகிறார்.

ஜானகிராமனிடம் வெளிப்பட்ட நடையும் தமிழ்ப் புனைகதை உலகில் அழகானது, அபூர்வமானது. இன்றைய எழுத்தாளர்களால் வெளிப்படுத்த முடியாத களமாகவும் ஆகிவிட்டது. இன்று நம்மிடம் கதை கேட்கும் மரபு முற்று முழுதாக அற்றுவிட்டது. தொலைக்காட்சி தரும் தொடர்களைப் பார்த்துக்கொண்டிருக்கிறோம். கதைகேட்டு வந்த நீண்ட நெடியதொரு மரபின் உச்சமான காலகட்டத்தில் பிறந்தவர் ஜானகிராமன். காலத்தின் மனோநிலையை ஜானகிராமன் தான் சொல்முறையிலேயே பரிபூரணமாகக் கொண்டு வந்தவர். அந்த மனோநிலையில் உறைந்திருக்கும் பண்பாட்டுக் கூறுகள், புராணக் கதைகள், புராண மாந்தர்களின் தனித்துவங்கள், நம்பிக்கைகள், வழக்காறுகள், இன்னபிற சமூகக்கூறுகள் அனைத்தும் சாராம்சமாக இவரது நடையிலே நவீன ரூபம்கொண்டு அர்த்தப்பூர்வமாக வெளிப்பட்டன. இன்று அந்த நடையை ஓர் இளம் எழுத்தாளன் உருவாக்கவே முடியாது. இது அந்தக்காலமாக இல்லை. காலத்தின் மொழியை உச்சபட்சச் சாத்தியப்பாட்டுடன் கையாண்டிருக்கிறார் ஜானகிராமன். அப்படியான நடையென்று தம்பட்டம் அடிக்காமலே இயல்பாக வெளிப்பட்டிருக்கிறது. அதுதான் முக்கியம். மௌனி,

லா.ச.ரா, நகுலன், பிரேமிள் முதலியவர்கள் மொழியைக்கொண்டு வாழ்க்கையை முன்வைத்து சில தர்க்கங்களைத் திறந்துபார்க்க முயன்றார்கள். ஒட்டுமொத்தக் கதையின் பிரச்சனையைப் புதிய அனுபவத்திற்குக்கொண்டு செல்லவில்லை. தி.ஜானகிராமன் விவரிக்கும் சூழல் சித்திரங்கள் முழுக் கதையையுமே பேரனுபவத்திற்கு இட்டுச் செல்கின்றன. பிரிக்கவொண்ணாது அவ்வளவு கச்சிதமாக உண்டாகியிருக்கிறது. தி.ஜானகிராமன் படைத்த குழந்தைதான். இதமான சூட்டுடன் அதன் மேனி உராய உராய தூக்கி வாசகன் கொண்டாடமுடிகிறது. ஒரு பூரண அனுபவத்தை வாசகனுக்குத் தருகிறது. களங்கத்தை அதன் மொழி துடைக்கிறது.

வயதான பெரியவர். போய்ச் சேர்ந்தால் நல்லது என்று நினைக்கின்றனர். சாவு நெருங்கி வருகிறது, போய்விடுகிறது. மறுபடியும் வருகிறது போய்விடுகிறது. ''மாமாவின் காதில் யமன் விரலை வைத்து அடைத்துவிட்டான்'' என்று எழுதிய 'கழுகு' கதை உடனடியாக நினைவிற்கு வருகிறது. அந்தக் கதையில்தான் மொழியின் சாத்தியப்பாடுகள் எத்தனை! எத்தனை!!. 'ஞீஞீஞீ என்று எங்கிருந்தென்று தெரியாமல் வந்த சுவர்க்கோழியின் சிவநாமம் ஒரு பக்கம்' தூக்கம் வராத அந்த இரவு பற்றி இப்படியும் ஒரு வரி. மெனக்கிடாமல் சூழலிலிருந்து அவருள் இயல்பாகப் பொங்குகிறது இவ்விதமான விழிப்புகள். ஜானகிராமனின் சம காலத்தவரான கு.அழகிரிசாமி கதையின் கனத்திலே ஆகப்பெரிய சாதனைகள் செய்திருக்கிறார். ஆனால் நடை மிகச் சாதாரண மானது தான். ஜானகிராமனின் முந்தைய தலைமுறையினரான புதுமைப்பித்தனின் நடை தனித்துவமானதுதான். அது மக்களின் மனோநிலையிலிருந்து எடுத்துக்கொண்டதல்ல. புதுமைப்பித்தனின் பார்வையின் தீட்சண்யத்தால் எள்ளலாக மாறிவிடுகிறது. எள்ளல் தன்மையை யோசித்துப்பார்த்தால் ஒரு முகம் கொண்ட பார்வை தான் காலமாந்தர்களின் மனமொழியை வெளிப்படுத்தத் தவறி விடுகிறது. அதாவது வண்டலாகப் படிந்திருக்கும் பண்பாட்டு மொழியை எடுத்துக் கொண்டு வருவதில் ஒருவிதத் தடையை இந்த எள்ளல்தன்மை ஏற்படுத்தி விடுகிறது. அந்த மனக்கிடங்கில் உள்ள மொழியை அப்படியே இலக்கியப் பூர்வமான இடத்திற்கு மாற்றியவர் தி.ஜானகிராமன். ஜானகிராமனைத் தொடர்ந்து இந்த விதமாக மக்கள் மொழியை இலக்கியப்பூர்வமாக ஆக்கியவர் கி.ராஜநாராயணன்தான். ஆனால் கி.ராஜநாராயணன் அதற்கு அப்பால் மொழியைக் கொண்டு சென்றதில்லை. ஜானகிராமன், மாந்தர்களிடம் அந்தந்தக் கணத்தில் வெளிப்பட்ட சொற்களைக் கொண்டே ரஸவாதம் செய்து அர்த்தப்

பரிமாணத்தைத் தரும் தளத்திற்கு மாற்றிவிடுகிறார். இந்த ரஸவாதம் கதைக்கு நந்தியாக நிற்பதில்லை. மாறாக புனைகதையுள் ஒரு தரிசனத்தை சுயம்புவாக ஜொலிக்க வைக்கிறது. ஓரிடத்தில் கவிதைக்கு அருகிலும் மற்றோரிடத்தில் வாழ்க்கையை - அதன் நியதியைப் புரிந்து கொள்ள தத்துவார்த்தத் தளத்திற்கும் இன்னுமோர் இடத்தில் கவித்துவ தளத்திற்கும் கொண்டுசென்று விடுகிறார். ‘பரதேசி வந்தான்’, ‘இவனும் அவனும் நானும்’ கதைகளைப் படித்தாலே நான் சொல்ல வருவது பிடிபட்டுவிடும்.

இசைக்கலைஞனின் மனைவி மீது காமவயப்பட்ட ஒருவனின் (இசைக் கலைஞன் சிறுவயது தோழனும் கூட) உள்ளத்தை இசை என்ற நாதம் உயிர்பெற்று அன்னத் தத்தலாகத் தத்தி தத்தி அவனுடைய நெஞ்சை வளைய வருகிறது. இசை கேட்க அமரும் முந்தைய நிமிடம் வரை அந்தப் பெண்ணை நினைத்துத்தான் வருகிறான். அவளுக்கும் இவன் மீது ஒரு கனிவு உண்டு. இந்த தம்புராவின் நாதம் உள்ளத்திற்குள்ளும் புகுந்து ஒரு காரியம் ஆற்றுகிறது அந்த கணத்தில் இசைக்கலைஞன் தம்புராவை நிறுத்திவிட்டு இவன் வரவு குறித்தும் இவனின் அன்பு குறித்தும் பேசுகிறான். இவன் சொல்கிறான் என்னைப் பாராட்ட வேண்டாம் என்று. ‘‘இப்பத்தானே இந்தக் குப்பையையெல்லாம் எறிஞ்சு சுத்தி பண்ணிணீர்’’ என்கிறான். காமத்தை மறைத்து வீட்டை விட்டுக் கிளம்பும் போது ஓர் எண்ணம் தோன்றுகிறது. ‘‘இனிமேல் குப்பை சேராதோ? துடைச்சுக் கழுவின இடம் இப்படியே துப்புரவாக இருக்குமோ இல்லையோ?’’ என்று நினைக்கிறான். காமமும் இசையும் ஒன்றையொன்றை தள்ளி இட்டு நிரப்பும் இதயமாக இருப்பதை ‘இவனும் அவனும் நானும்’ கதையில் காட்டுகிறார். இசையின் பல்வேறு அர்த்தப் பரிமாணங் களை தி.ஜானகிராமன் பல கதைகளில் வெளிப்படுத்தியிருக்கிறார். நமக்கு வெறும் இசை. ஜானகிராமனுக்கு ரகசியபாஷை. ஜானகிராமன் இறப்பதற்கு இரண்டு வருடத்திற்கு முன் சென்னையில் ஒரு இசைக் கச்சேரியை அனுபவித்துக் கேட்டுக்கொண்டிருக்கிறார். மேலே மேலே ராகம் வியாபிக்க அவரின் கண்களிலிருந்து கண்ணீர் பெருக்கெடுத்து ஓடிய காட்சியை பத்திரிக்கையாளர் வாஸந்தி அவர்கள் ஒரு கட்டுரையில் எழுதியதை எனது நண்பர் பா.லிங்கம் அவர்கள் சொன்னதை இவ்விடத்தில் நினைத்துப் பார்க்கிறேன். மறுபடியும் அந்தக்கதை. அவருடைய தொடக்க காலக் கதைகளுள் ஒன்று அது.

சுத்தமான அரசு ஊழியராக இருந்து இந்தக் காவேரிக்கரையில் அமைதியும் பசுமையும் தவழும் பத்துவேலி நிலம் வாங்கியதாகச்

சொல்லும் டிப்டி கலெக்டர் யோக்கியனல்ல என்று மெல்ல உணர்கிறான் கதைசொல்லி. இந்தக் காவேரி நீரில் அப்படியே மூழ்கடித்துக் கொன்றால் என்ன என்றொரு எண்ணம் தோன்றுகிறது. இந்த எண்ணம் பிறக்கும் இடத்திலேயே வாழ்வின் ரகசியம் மொழியில் ரஸவாதமாக வெளிப்படுகிறது. கதை சொல்லி நினைக்கிறான் ''சீ! என்ன பாபசிந்தை! ஒருநாள் நிஷ்டையில் எல்லாப் பாவங்களும் சாம்பலாகிவிடும்'' எண்ண அலை இவ்விதம் எழுகிறது. இந்தக் கதையைப் படித்தபோது சில அரசியல் முகங்கள் திடுக்கெனத் தோன்றின. இக்கதையின் தலைப்புகூட ஒரு தத்துவார்த்த அர்த்தத்தை வெளிப்படுத்துவதாக இருக்கிறது. கதையின் தலைப்பு 'வீடும் வெளியும்'.

இப்படி மரபார்ந்த மனோநிலையில் இந்த நிரந்தர உண்மை களைத் தொடும் இடங்களாக இருந்தாலும் நம்மை அக்கதைகள் பாதிப்படையச் செய்கின்றன.

நிகழ்வின் பின்னணியிலிருந்தே வெளிப்படும் இயல்பான சந்திப்புகளை அபூர்வமான மனோநிலைக்கும் கொண்டு சென்று விடுகிறார். இந்த வாய்ப்பு நம்மைக் கவரவே செய்கிறது. மோகம் கொண்ட எண்ணத்தினால் ஒரு பெண்ணை அடைய இளைஞன் மனதளவில் சில சந்தர்ப்பங்களில் முயல்கிறான். திருமணமானவள். வயதிலும் மூத்தவள். அவளுக்கும் அம்மாதிரி எண்ணம் இருக்கலாம். சந்தர்ப்பம் பார்த்து அடைந்தே தீருவது என்று கிளம்புகிறான். ஆட்டோவிற்காகக் காத்துக்கிடக்கிறான். அடர்த்தியான சவாரியோடு வரும் வண்டிகள் நிற்காமல் ஓடுகின்றன. இரு முறை அவ்வழியே சவாரி போய் வந்த சிங் நிறுத்தி ஏறிக்கொள்ளச் சொல்கிறான். இந்த முறை ரயிலிருந்து இறங்கி அவனுடைய மனைவி குழந்தைகளைக் குதுப் பகுதிக்குக் கொண்டுவிடச் செல்கிறான். இவனும் ஏறிக் கொள்கிறான். இதனை தி.ஜா. உண்மையாக்கும் இடத்தைப் பாருங்கள். ''ஓ! பேட்டா என்று குழந்தையின் கன்னத்தை விரலால் தட்டினான். அது சிரிக்கவில்லை. ஒன்றும் பார்க்க முடியாமல் ஏற்கெனவே பெட்டி படுக்கை - இப்போது நீ வேறா என்று நினைத்ததோ என்னவோ'' என்று கதையை உண்மைக்குள் கொண்டுவந்துவிடுகிறார். கதாமாந்தன் செல்லும் நோக்கம் வேறு. மனிதன் பறந்து செல்ல முடியாதல்லவா? இயல்பான சூழல். அந்த இடம் நெருங்க இறங்கிக் கொள்கிறான்.

''என்ன கொடுக்க வேண்டும் சர்தார்ஜி''

''உங்கள் இஷ்டம். நான் குதுப்புக்கு அருகில் போக வேண்டும். நீங்கள் போகும் போது நிற்பதைப் பார்த்தேன். வரும்போது காத்திருந்தீர்கள். உங்களுக்காக நான் பாதையை விட்டு வந்தது ஒரு மைல் இருக்கும். எதைக் கொடுத்தாலும் சரி. நான் சவாரிக்காக ஏற்றவில்லை. உங்களுக்காகத்தான். எத்தனை நேரமாக நின்றீர்கள்!'' இந்த இடத்தில் மற்ற எழுத்தாளர்களும் மனதளவில் பாராட்டவே செய்வர். ஜானகிராமன் வியப்பின் எல்லைக்குப் பறக்கிறார். சாதாரண நிகழ்வுக்குள் அசாதாரணமான மனநிலைக்கு உரையாடலும் அதனை ஒட்டி எழும் எண்ணமும் தாவுகிறது. ''நெஞ்சு குதுகுதுவென்றது. மனிதன் - மனிதன் - கடவுள் - மனிதன் - கடவுள் என்று இரண்டு வார்த்தைகள் முணுமுணுவென்று மார்பின் மூலைக்குள் திரும்பத் திரும்பக் கேட்கின்றன'' ஒரு எளிய கதைக்குள்ளேயே இப்படியான இடங்களைப் பிடித்துவிடுகிறார் ஜானகிராமன். கதையின் பெயர் 'மனநாக்கு' இந்த மானுட சமூகத்தின் முன் குழந்தைகளை முன் நிறுத்தி எத்தனையோ அபூர்வமான வியப்புகளை மேன்மைகளைக் கதைகளின் வழி கொண்டு வந்தவர்தான். இங்கு வேறொரு விசயம் நாடிச்செல்லும் பயணத்தில் நேரும் வழியில் நேரும் மேன்மை களையும் அள்ளிச் செல்லும் மனது தி.ஜானகிராமனிடம் நீக்கமற இருக்கிறது.

இந்தியப் பண்பாட்டு மரபில் தோய்ந்த, பின்னணியில் வந்தவர் தி.ஜானகிராமன். அந்த மரபு அளித்த செழுமையின் வழி எளிமை யான வாழ்க்கைக்குள் மகத்துவமான தருணங்களைக் கதைகளில் வெளிப்படுத்தியிருக்கிறார். குற்ற உணர்வால் விழிப்படையும் தருணங்கள் வெளிப்பட்டிருக்கின்றன. விளங்கிக்கொள்ள முடியாத சாவின் வருகையை, சில சந்தர்ப்பங்களைக் காரணகாரியங்களுக்கு அப்பால் வைத்துப்பார்க்க முடிந்திருக்கிறது. பண்பாட்டுமரபு இவருள் காவிய மனோநிலையை உண்டாக்கியிருக்கிறது. அத்தோடு நேற்றைய மனிதர்களிடம் இருந்த பாவச்செயல்களுக்குப் பயப்படும் தன்மையும் லட்சியத்திற்கு மதிப்பளிக்கிற தன்மையும் இருந்திருக்கிறது பின்நவீனத்துவ வாழ்க்கையில் அப்படி யானவற்றிற்கெல்லாம் மதிப்பிருப்பதாகத் தெரியவில்லை. படைப்பாளிக்குள்ளும் நேர்மை இருப்பதாகத் தெரியவில்லை.

மரபின் அழுத்தத்திலும் பொருளியல் நெருக்குதலிலும் பட்டழுந்தும் மானிடத் துயரங்களையும் நம்முன் இனம் காட்டி யிருகிறார். அசூயை மிக்க நெருக்கடியில் வாழ நேர்கிற கோலத்தை, குரூரத்தின் மூர்க்கத்தனங்களை, பதுங்கிச் செல்லும் காமத்தின்

திசைகளை நுட்பமாகத் திரைவிலக்கி காட்டியிருக்கிறார். பெண்கள் படும் பாடுகளைப் பரிவுணர்வோடு அணுகிய கதைகள் நிறைய. சிறிதும் பெரிதுமாகத் தனக்குத் துரோகம் இழைத்தவர்களை இனம் காட்டிவிட்டு வாழ்க்கையென்னும் ஜீவநதியில் பட்ட காயங்களை மறந்து அவர்களைக் கைநீட்டி அரவணைத்துக் கொள்கிற மாந்தர்களை கொண்டாடுகிற தன்மை தி.ஜானகிராமன் படைப்புகளில் வழி நெடுக இருக்கின்றன.

ஆசிரியருக்கு உரிய தார்மீகம் வெளிப்பட்ட இடங்கள்; சாதியின் அழுத்தத்தை மீற நினைக்கிறபோது உண்டாகும் சமூக நெருக்குதல்கள்; கரிசல்காட்டு சம்சாரிகள் போல இசையோடு இயைந்தவர்களின் வாழ்க்கைக்குள் நாதத்தை அகத்திற்கும் புறத்திற்கும் அர்த்தமாக்கிய அபாரமான தருணங்கள் என பல்வேறு தளங்களில் தனது படைப்பாக்கங்களைக் கொடுத்து தமிழ்ச் சிறுகதையின் எல்லையை விரித்திருக்கிறார்.

புதுப்புனல், ஜனவரி 2013.

சுந்தர ராமசாமி :

அதீதப்பிரக்ஞையில் நழுவும் கலை எழுச்சி

நம் காலத்தில் ஒரு முக்கியமான இலக்கிய ஆளுமையாகச் செயல்பட்டு மறைந்த சுந்தரராமசாமிக்கு 80ஆம் ஆண்டு நிறைவடைகிறது. இம்மாதிரியான கால அளவீடுகளில் ஓர் இலக்கிய ஆளுமையை பேசுவதென்பது அவரை மறக்காமல் இருப்பதற்காக அல்ல. வளரும் நவீன இலக்கியத்திற்கான தொடர்பை, பேசுவதற்கான உறவை அவரின் எழுத்து தக்க வைத்திருப்பதால் தான். 1951லிருந்து 2005 வரை கிட்டத்தட்ட 55 ஆண்டுகள் இடை விடாது நவீன இலக்கியத்திற்கும் நவீனத் தமிழ்ச் சமூகத்திற்கும் நம் மனம் நிறைவு கொள்ளும் படி இலக்கிய வாதியாக பங்களிப்புச் செய்திருக்கிறார். ஜனரஞ்சக இதழ்கள் போலியான வாழ்க்கைக்கும் கேளிக்கை சார்ந்த எழுத்திற்கும் இலக்கிய முகம் தந்து வெளியிட்ட காலகட்டத்தில் அவற்றைக் கடுமையாக விமர்சித்து மேன்மைமிக்க இலக்கியப் போக்கிற்குத் திசைவழியைக் காட்டியவர் சுந்தர ராமசாமி. ஒரு வகையில் புதுமைப் பித்தன், க.நா.சு, சி.சு.செல்லப்பா செய்த காரியத்தின் தொடர்ச்சி அது.

தமிழ்ச் சமூக நோய்மை குறித்து க.நா.சு, சி.சு.செல்லப்பா அதிக அக்கறைகாட்டி எழுதவில்லை. அரசியல், பண்பாடு, சமூகச்சீரழிவு குறித்து அவர்களுக்கும் சொல்ல இருந்திருக்கும். மௌனம் காத்தார்கள். திராவிட அரசியல் எழுச்சியால்கூட பேசாமல் இருந்திருக்கலாம். அவர்களின் பின் வந்த சு.ரா. மௌனம் காட்டாமல் சீரழிவுகளை விமர்சித்தார். பேசினார். எழுதினார். 'நவீனம்' காலத்தை மாற்றிக் கொண்டிருப்பதைக் கவனித்துச் செயல்பட்டார். நிகழ்கால மானிட உலகத்தின் பொய் பித்தலாட்டங்களையும், சுயநலப் போக்குகளை யும், துறைகள் தோறும் நடமாடும் போலிகளின் ஆதிக்கத்தினையும் தன் ஆக்கங்களின் வழி திறந்து காட்டினார். சுந்தர ராமசாமி படைப்புகளின் அழகியலாக உருமாறி திரண்டிருப்பதை இன்று காண

முடியும். கவிதையாகட்டும், சிறுகதையாகட்டும், நாவலாகட்டும், கட்டுரைகள் ஆகட்டும். அப்படைப்பு கேட்டு நிற்கும் முழு உழைப்பை தந்தவர் சுந்தரராமசாமி. காமா சோமா என்று விரைந்து செல்லாமல் படைப்பின் வடிவ ஒருமைக்காகவும், ஆற்றல்மிக்க மொழியை மீட்டுக்கொண்டு வருவதற்காகவும் உழைத்திருக்கும் உழைப்பைச் சிறப்பாகக் குறிப்பிடவேண்டும். அத்தோடு விசயங்களைத் தேர்வு செய்கின்ற கோணம் புதிதாக இருப்பதைக் கவனிக்கலாம். இன்றைய இளம் படைப்பாளிக்கு சுந்தரராமசாமி இந்த வகையில் முக்கிய மானவர். ஜனரஞ்சக எழுத்துமுறைக்கு நேர்எதிர்நிலையில் அடர்த்தி மிக்க படைப்பிலக்கியப் போக்கிற்குத் தன் ஆக்கங்களின் வழி பங்களிப்பு செய்திருப்பவர். இன்று நவீன இலக்கியத்தளம் வலுவாக நிலை கொண்டதற்குக் கணிசமான அளவு சுந்தரராமசாமி பங்களிப்பும் காரியமாகியிருக்கிறது. அரசு சார்ந்த விருதுகளால் கௌரவிக்கப்படாமல் போனது துரோகம் தான். ஆனால் கௌரவிக்கப்படாததினாலேயே திரும்பத் திரும்ப விவாதிப்பதற்குரிய நபராக மாறிவிட்டிருக்கிறார். அரசு விருதளித்திருந்தால் புசுக்கென்று போயிருக்கும். மறைமுகமாக இது ஒரு நல்ல அம்சம்தான்.

அவர் மொழிபெயர்த்த தகழியின் 'செம்மீன்', 'தோட்டியின் மகன்' நாவல்கள், அவரின் மொழிபெயர்ப்பில் வந்திருக்கும் 'தொலைவில் இருக்கும் கவிதைகள்' எல்லாம் தமிழுக்கு வளம் சேர்ப்பவை. அவரின் சக படைப்பாளிகள் செய்யாத சில காரியங்களை இவ்விதம் செய்திருக்கிறார். அவருடைய கட்டுரைகளைப் படிக்கிற வாசகருக்கு, பெரிய இலக்கியக் கனவுலகம் ஒன்று விரியும். எனக்கும் இதை இயல்வதாக்கியது அவருடைய கட்டுரைகள்தான். புதுமைப்பித்தனை அவர் நேசித்தது மட்டுமல்லாமல் தனக்குப் பின்வந்த இலக்கியவாதிகளையெல்லாம் கற்கவும் நேசிக்கவும் வைத்தார். அதேபோல தாஸ்தாவேஸ்கி, காம்யூ, காஃப்கா குறித்தும் விரும்பி எழுதினார். இலக்கியத்தின் சாராம்சத்தை அதிலிருந்து புரியவைத்தார். விமர்சனக் கோட்பாட்டின் வழி அல்லாமல் மேலான இலக்கிய வாசிப்பின் வழி விமர்சனத்தை உருவாக்கவும் விமர்சிக்கவும் முடியும் என்பது அவர் சொல்லியதுதான். யாசர் அராபத் பற்றி சு.ரா எழுதிய கவித்துவம் மிக்க கட்டுரை என்றும் நினைவில் இருக்கும்.

ஜீவா, க.நா.சு, சி.சு.செல்லப்பா, ஜி.நாகராஜன், பிரமிள் குறித்த நினைவுகுறிப்புகள் அவரின் கோணத்திலிருந்து சொல்லப்

பட்டிருக்கின்றன. உதாரணமாக ஜி.நாகராஜன் குறித்த சு.ராவின் நினைவோடையைப் படிக்கிறபோது, சக மனிதனின் துன்ப துயரங்களைப் பொருட்படுத்தாத பெரும் சுமையாகத் தோளில் அமர்ந்து கொள்கிற சித்திரம் உருவாகிறது. மூத்த எழுத்தாளரும் நண்பருமான கர்ணன் ஜி.நாகராஜன் குறித்து என்னிடம் சொல்லிய சம்பவங்கள் பரிதவிப்பை உண்டாக்கியிருக்கின்றன. ஒரு சொட்டு கண்ணீர் சிந்தாதவர் ஜி.நாகராஜன் என்பதாக சு.ரா.வின் சித்திரம் காட்டுகிறது. ஆனால் ஜி.நாகராஜன் கண்ணீர் மல்க மல்க இரவில் பாடும்போது துயரமாக இருக்கும் என்றார் கர்ணன். வாங்கித்தரும் ஒரு இட்லியைத் தின்றுவிட்டு கர்ணன் வீட்டுத் திண்ணையில் யாருக்கும் தொந்தரவு செய்யாமல் தூங்குவதுண்டு என்றும் சொல்லியிருக்கிறார். இம்மாதிரி ஜி.நாகராஜன் குறித்து என்னிடம் நிறையச் சொல்லியிருக்கிறார். கர்ணன் சொல்வதும் சு.ரா. சொல்வதும் வெவ்வேறாக இருக்கின்றன. சு.ரா.காட்டாத பிரமிளை நண்பர்கள் பதிவு செய்துள்ளனர். ஆனாலும் இந்த நினைவுக் குறிப்புகள் பொய்யானவை அல்ல. நேரில் பார்க்கக் கிட்டாத இளம் வாசகர்களுக்குக் கிடைக்கும் சில சித்திரங்கள். அவற்றை சுந்தர ராமசாமி தன் கோணத்தில் பதிவு செய்திருக்கிறார். செய்யா திருந்திருந்தால் இழப்புதான்.

'ஒரு புளிய மரத்தின் கதை' 'ஜே.ஜே. சில குறிப்புகள்' தமிழ் நாவல் இலக்கியத்திற்குள் புதிய போக்குகளை உண்டாக்கியவை. அதுவரையிலான நாவல்கள் மானிடர்களின் கதைகளைச் சொல்வதாக இருந்தன. நாவல் சமூக இயக்கத்தின் ஒரு பகுதி என்பதாக இவை மாற்றிக் காட்டின. அதில் சு.ரா.எந்த அளவு வெற்றி யடைந்தார் என்பது விவாதத்திற்குரியது. தமிழ் நாவல் கலைக்கு ஒரு உத்வேகத்தை உண்டாக்கியவர் சுந்தர ராமசாமி. முக்கியமாக வடிவம் சார்ந்த அக்கறை பரவலாக சு.ரா.வினால் ஏற்பட்டது. அதேபோல அறுபதுகளில் 'எழுத்து' இதழ் மூலம் புதுக்கவிதைக்குப் பொருள் சார்ந்தும், புதுமை சார்ந்தும், பார்வை சார்ந்தும் இலக்கியத் தகைமையை உண்டாக்கியவர்களுள் (பசுவய்யா என்ற) சுந்தரராமசாமிக்கும் இடம் உண்டு. பிரமிள் போல மொழியை அலங்காரப்படுத்தாமலே உரைநடை வடிவில் துயரம் மிக்க தருணங்களையும் சமூகச் சிக்கல்களையும், நம்பிக்கைகளையும் சில பல கவிதைகளில் சிறப்பாக வெளிப்படுத்தி யிருக்கிறார். 'வருத்தம்', 'சவால்', 'மூடு பல்லக்கு', 'இல்லாதபோது வரும் நண்பன்', 'ஓவியத்தில் எரியும் சுடர்', 'பின் திண்ணைக் காட்சி' 'விருட்ச மனிதர்கள்' என

அவரின் சிறப்பான கவிதைகள் உடனே நினைவிற்கு வருகின்றன. இளைஞனுக்கும் சரி, சரிந்து வீழ்ந்த நடுவயதுக்காரனுக்கும் சரி உத்வேகம் மிக்க மனவெழுச்சியை அவரின் 'சவால்' கவிதை எப்போதும் வழங்கியபடி இருக்கும்.

தமிழ்ச்சிறுகதையின் முகத்தை அடியோடு மாற்றிக் காட்டியவர் புதுமைப்பித்தன். நம் பெருமிதங்களுக்கு முன் கீழ்மையின் உலகை சதா எடுத்துவைத்து அதிரச்செய்தவர். கெட்டி தட்டிப்போன சமூகக் கட்டுகளின் மீது மோதலை பெண்களின் கண்களிலிருந்து நிகழ்த்திக் காட்டியவர். அமானுஷ்ய உலகை வம்புக்கு இழுத்து நவீன மனிதன் முன் தெறித்தோட வைத்தவர். குழந்தைகளின் அற்புதமான உலகை போகிற போக்கில் மீட்டிக் காட்டியவர். சமூக விமர்சனத்தை கலைநேர்த்தியோடு அநாயசமாகச் செய்து காட்டியவர். முப்பதுகளிலும், நாற்பதுகளிலும் புதுமைப்பித்தன் நவீனத் தமிழிலக்கியத்தின் மையம். பி.எஸ்.ராமையா, ந.பிச்சமூர்த்தி கு.ப.ரா, மௌனி முதலியோர் புதுமைப்பித்தன் எழுத்தியக்கத்தின் முன் துண்டு துக்காணிகள், மரபின் செழுமையி லிருந்து ந.பிச்சமூர்த்தியும், பெண்களின் அகவுணர்விலிருந்து கு.ப.ரா.வும், மனக்கற்பனை யிலிருந்து மௌனியும் சில தரிசனங்களை அகப்படுத்தியிருக்கின்றனர். என்றாலும் இவர்கள் காலத்திய புதுமைப்பித்தன் பன்முகம் கொண்டவராகவும், சாதிக்கும், மதத்திற்கும், ஆண்மையக் கருத்தியலுக்கும் விசுவாசம் காட்டாமல் துணிச்சலோடு உண்மை ஒன்றை மட்டுமே முன்வைக்க பெருவிருப்பத்துடன் செயல்பட்டவர். புதுமைப்பித்தன் மிகக்குறைந்த காலமே வாழ்ந்தாலும் எழுதிய தன் எழுத்துக்கள் மூலம் பெரிய இயக்கமாக மாறுகிறார். முன்மாதிரி இல்லாத முன்னோடி புதுமைப்பித்தன் தமிழ்ச்சிறுகதை வளத்திற்கான பாதையை மிகச் செம்மையாகப் போட்டவர்.

தொடர்ந்து எழுதவந்த க.நா.சு, சி.சு.செல்லப்பா, லா.ச.ரா ஆகியோர்களின் படைப்பு மையம் என்ற ஒன்று பெரிய அளவில் உண்டாகவில்லை. லா.ச.ரா. கதை மொழியில் சில சாதனைகள் செய்தார். மூர்க்கமான பிரச்சனைகளை இவர்களின் வைதீக மனம் தொட விரும்பவில்லை. குரூரமான மோதல்களையோ, வீழ்ச்சி களையோ இவர்கள் தங்கள் கதைப்புலத்திற்குக் கொண்டுவர விரும்பவும் இல்லை. குடும்ப உறவு என்ற நிலையில் தங்கிப்போயின. செல்லப்பா செய்திருக்கிறார் என்றாலும் கூட விரிந்த அளவில் இல்லை.

சுந்தரராமசாமிக்கு சற்று முந்திய தலைமுறைகளுள் சிறுகதையின் எல்லைகளைச் சிறப்பாக விஸ்தரித்தவர்கள், கு.அழகிரிசாமியும், தி.ஜானகிராமனும். இருவரும் மகத்துவமான தருணங்களை எளிய மானிட வாழ்க்கையிலிருந்தே கண்டடைந்தனர். சாகசம் வெளித் தெரியாத சாகசம் இது. காவிய உலகின் காருண்யத்தை இலக்கிய அழகியலாக வார்த்துக்கொண்டு நவீனக் கலைவடிவான சிறுகதையில் மீட்டிக்காட்டினர். மரபிலக்கியத்தோடு இருவருக்கும் இருந்த உறவு நவீன மனிதர்களை மிக்கப்பரிவுடன் அணுக வைத்திருப்பதாக எண்ணுகிறேன். விரிவாக இவ்விருவரையும் பேசவேண்டும். ஆனால் அதற்குரிய இடம் அல்ல இது என்பதால் விட்டுவிடுகிறேன்.

சுந்தரராமசாமி எழுத வந்த காலம் சிறுகதையின் சிறப்பிற்குரிய காலமாக மாறுகிறது. ஆ.மாதவன், அசோகமித்திரன், ஜெயகாந்தன், கி.ராஜநாராயணன், சுஜாதா, ஜி.நாகராஜன் முதலியோர் சுந்தர ராமசாமியின் சகபயணிகள். கிருஷ்ணன் நம்பி, ந.முத்துச்சாமி, இந்திரா பார்த்தசாரதி என இன்னும் சில பெயர்களும் உண்டு. இவர்கள் ஒரு காலகட்டத்தவர்கள். இரண்டொரு வயது வித்தியாசம் இருந்தால் கூட ஐம்பதுகளில் எழுதத்தொடங்கி அறுபதுகளில் கோலோச்சிய கூட்டமாக மாறுகிறது. இந்தக் கூட்டத்தினரிடையே தி. ஜானகிராமனும், கு. அழகிரிசாமியும் மகத்தான கதைகளை எழுதிக்கொண்டுதான் இருக்கிறார்கள். கி. ராஜநாராயணன், அழகிரிசாமியின் கூட்டாளி என்றாலும் பிந்தித்தான் எழுத வருகிறார். கி.ரா.தவிர மற்றவர்களிடையே ஒரு பொதுத் தன்மையைக் காணமுடிகிறது. நவீனயுகத்தின் மாற்றங்களை உள்வாங்கியவர்களாக இருக்கின்றனர். மாறும் காலத்தில் மனித உறவுகளில் ஏற்படும் சிக்கல்களை உடனடியாகக் காண்பதற்கும், அறிந்து கொள்வதற்கும் வாய்ப்புள்ள இடங்களில் பிறந்து இவர்கள் வாழ்ந்ததை முக்கியமாகக் கருதுகிறேன். அத்தோடு இவர்களின் தொழில்ரீதியான உறவு நவீனயுகத்தோடு மிக நெருக்கமுள்ள விதத்திலும் அமைந்திருந்ததையும் குறிப்பிட வேண்டும். கிட்டத்தட்ட இவர்களின் வாழ்க்கை அன்றைய நகர வாழ்க்கைதான். ஆ.மாதவன் - திருவனந்தபுரத்தில் பாத்திர வியாபாரம், அசோக மித்திரன் - ஜெமினி ஸ்டூடியோவில் கதை இலாகாவில் வேலை; ஜெயகாந்தன் (கடலூர்க்காரர ானாலும்) சென்னையில் அச்சுக் கோர்ப்பாளர் பணி, (மதுரையில் சில நாட்கள் குதிரையோட்டி) நகுலன் திருவனந்தபுரத்து ஆங்கிலப் பேராசிரியர், சுஜாதா ஸ்ரீரங்கத்து இளம் விஞ்ஞானி, ஜி.நாகராஜன் மதுரையில் கணிதப் பேராசிரியர்,

சுந்தரராமசாமி நாகர்கோயிலில் ஜவுளி வியாபாரம், இதை ஏன் இங்கு குறிப்பிடுகிறேன் என்றால் நகர்மயம் சார்ந்த ஒரு இலக்கிய காலகட்டம் இயங்கியிருப்பதைச் சுட்டத்தான். நகர மனோபாவமே வாழ்க்கையின் கதியாக இலக்கியத்தில் பதிவாகிறது. இவர்கள் ஒன்றுபடுகின்ற இடம் இது. எனவே தமிழ்ச் சிறுகதையின் புதிதான முகம் தோன்றியதற்கு இந்த வாழ்க்கைப் பின்னணிதான் காரணமாக எனக்குப்படுகிறது. அறிவார்ந்த தளத்தில் கதையுலகம் விரிவுபடுகிறது. சம்பந்தமற்ற கிராமத்துப் படித்த வர்க்கத்தையும் ஏதோவிதத்தில் பாதிக்கவும் செய்கிறது. இயல்பிலேயே நவீனயுகத்து வரவுகளைக் கண்டவர்கள். பொருளியல் சார்ந்த உறவுகளுக்கு முக்கியத்துவம், அல்லது மானிட உறவு பொருள்சார்ந்து புதிய கோலம் புனைவதை நேருக்கு நேர் உணர்கிற வாய்ப்பைப் பெற்ற இளம்தலைமுறை எழுத்தாளர்கள் இவர்கள். அத்தோடு கலை இலக்கியத் தளத்தில் மார்க்சியம் பயிலப்பட்டது. சமூக முரண்களுக்கான அடிப்படையை இவர்கள் எளியவிதத்தில் புரிந்துகொள்ளவும் முடிந்திருக்கிறது. நவீனத் துவத்தின் வரவால் மக்களின் வாழ்க்கையிலும், மனங்களிலும் ஏற்பட்ட மாற்றத்தைத் தான் நவீனத்துவம் என்கிறோம். இவர்களின் எழுத்துமுறை நவீனத்துவம் என்ற அழகியலுக்குள் பொருந்துவ தாகிறது. மற்ற எழுத்தாளர்களைவிட சுந்தரராமசாமி இந்தத் தளத்தில் விரும்பிச் செயல்பட்டார். தனித்துவ எழுத்துமுறை கொண்டவராகவும் மாறினார்.

ஜெயகாந்தன் முற்போக்குச் சிந்தனைகளை யதார்த்ததளத்தில் வைத்து கதைகளை உண்டாக்கினார். இந்த முற்போக்குச் சிந்தனை என்பது வள்ளலார், சித்தர், பாரதி, முதலியோரிடமிருந்து பெற்றுக் கொண்ட காருண்ய நோக்கமாகும். இவற்றின் அடிப்படைக்குள் இயங்கும் மாற்றம் என்பது மார்க்சிய உள்வாங்குதலிலிருந்தும் பெற்றுக்கொண்டதாகும்.

அவரது சம காலத்தவரான ஜெயகாந்தன் தனது 50ஆவது வயதில் ஓடிக் களைத்து நின்ற போது இவர் 70 வயது வரை நிதானமாக ஓடிக்கொண்டே இருந்தார். அவர் தனது வாழ்வின் கடைசி நொடி வரை இயங்கினார். 1985க்குப் பின் மிக வேகமாகச் செயல்பட்டார். இலக்கியம், தமிழ்ச் சமூகம், ஊடகம், அரசியல், கல்வி, இதழ் வெளியீடு என பல்வேறுபட்ட தளங்களில் செயல்பட்டார். இலக்கிய விமர்சனம், மொழிபெயர்ப்பு, உலக இலக்கியத்தின் தன்மை குறித்தெல்லாம் ஜெயகாந்தன் அக்கறை கொண்டதில்லை. இந்த வேலையை சுந்தரராமசாமி தொடர்ந்து செய்தார்.

அடையாளப்படுத்துவதில், முக்கியப்படுத்துவதில் சு.ராவிடம் நுட்பமான அரசியல் செயல்பட்டது. அது தனியாகப் பேச வேண்டியது. புதுக்கவிதை இயக்கத்தோடும் தமிழ்ச் சிற்றிதழ் இலக்கியத்தோடும் ஈடுபாட்டுடன் செயல்பட்டு முக்கியமானவராகத் திகழ்ந்தார். ஜெயகாந்தன் இவ்விதமான இலக்கிய விசாரத்திற்கு பங்களிப்பு ஏதும் செய்யவில்லை. சுந்தரராமசாமி தனது இறுதி ஆண்டுகளில் வெற்றி தோல்வி என்ற அடிப்படையிலிருந்து விலகிச் செயல்பட்டார். இதே காலகட்டத்தில் (1985) ஜெயகாந்தன் இலக்கிய இயக்கத்திலிருந்து மெல்ல மெல்ல ஒதுங்கிக் கொண்டார்.

சுந்தரராமசாமி தனது படைப்புகளின் வழியாகவும், இலக்கியக் கட்டுரைகளின் வழியாகவும் புதிய படைப்பிலக்கியவாதிகளை ஈர்க்கக்கூடியவராக மாறினார். புதியவர்களுக்கு சுந்தர ராமசாமியின் ஆக்கங்கள் புதியவற்றைப் படைக்க ஊக்குவித்தன. வடிவம் சார்ந்தும், பார்வை சார்ந்தும் அவரிடமிருந்து பெற்றுக் கொள்ள, கற்றுக்கொள்ளக்கூடிய அம்சம் இருப்பதாகப் படித்தனர். இவ்விதம் நவீன இலக்கியத்தின் பிற்காலத்திய மையமாக மாறினார். ஆனால் மொழியின் அழகைத்தாண்டி அவர் படைப்பிற்குள் விசயம் கனமாக இல்லை என்பதைக் காணவும் செய்தனர்.

ஜெயகாந்தனுக்கு பெரிய வாசகர் வட்டம் இருந்தது. ஆனால் அவரிடமிருந்து படைப்பாக்க நுட்பங்கள் என்று கற்றுக்கொள்ள ஏதுமில்லை. ஜெயகாந்தன் கதைகளுக்கு வெகுமக்களிடம் இருந்த வரவேற்பைக் கண்டு அதே மாதிரியான புதிய முற்போக்குவாதிகள் நகலெடுத்தார்கள். அவர்களிடம் சுயம்புவான படைப்பு மனம் இல்லாமல் போனது. இந்தப்போக்கு இன்றளவும் தொடர்கிறது. அதற்கு எவ்வித வாழ்க்கை மதிப்பும் கிடையாது.

தொடக்க கால சு.ரா.படைப்புகளில் மார்க்சிய யதார்த்த வாதத்தின் சாயல் இருந்தது. எளியவர்கள் அதிகாரம் படைத்தவர் களிடம் அல்லல்படும் போக்கினை எழுதினார். 'வாழ்வும் வசந்தமும்' கதைக்குப்பின் உள்ளத்தின் சலனங்களை எழுத முனைந்தார். நவீன வாழ்க்கையின் நெருக்கடியில் மகத்துவங்கள் அர்த்தமிழந்து போவதும், அன்பும் அரவணைப்பும் இல்லாமல் மனிதர்கள் அந்நியப்பட்டுப் போவதும் நவீன அதிகார மையங்கள் வீழ்த்த முடியாத வல்லமையைப் பெற்று நிற்பதையும் நவீனத்துவத்தின் கூறுகளாகக் கண்டபோது 'பல்லக்குத் தூக்கிகள்' தொகுப்பு எழுத

நேர்ந்திருக்கிறது. மனிதர்கள் எளிமையாகவும், சுதந்திரமாகவும் உண்மையாகவும் வாழமுடியாத சூழல் உருவாகிவிட்டதால் இருப்பியல் பிரச்சனை ஏற்படுகிறது. சுந்தர ராமசாமியை நவீனத்துவ எல்லைக்கு இழுத்தவை இவ்விசயங்கள் தான். எந்த அளவிற்கு படைப்பில் பம்மாத்து இல்லாமல் இதைச் செய்திருக்கிறார் என்று அணுகவேண்டும்.

நமது வாழ்க்கைச் சிக்கலுக்கு ஐரோப்பிய இலக்கியங்களை முன்மாதிரியாகக் கொண்டார். இதை எந்த அளவிற்கு தமிழ்ச் சூழலுக்குள் வெற்றிகரமாகச் செய்யமுடிந்தது என்பதையும் பார்க்கவேண்டும். இந்தப் பிரச்சனையை நம் நகரவாழ்க்கையில் ஓரளவு காணமுடியும். உண்மைக்கும் நேர்மைக்கும் அர்த்தம் என்ற ஒன்றில்லை என்கிறபோது திகைப்பு ஏற்படவே செய்யும். நம் சூழலில் எக்கணம் என்பது முக்கியம். காந்திய இயக்கம் முடிந்து காங்கிரஸ், தி.மு.க.கட்சிக்காரர்களின் சுயநல இயக்கமாக மாறுவதையும் இக்காலகட்டத்தில் சேர்த்துப் படித்தால் தமிழ்ச்சமூகத்தில் ஏற்பட்ட நவீனத்துவப் போக்கை உணர்ந்து கொள்ளலாம். இந்த நகர்சார் எழுத்தாளர்களில் அசோகமித்திரனையும், சுந்தர ராமசாமியையும் இருவேறு உதாரணங்களாகக் கொள்ளலாம்.

எழுபதுகளில் வித்தியாசமான உலகிலிருந்து அடுத்த தலைமுறை யினரான பூமணி, பா.செயப்பிரகாசம், கந்தர்வன் போன்றோர் கிராமத்திலிருந்து கிளம்பி வந்தார்கள். இவர்கள் நவீனத்துவ அலையை வேறுமாதிரியாக உள்வாங்கினர். இதுபற்றி நீட்டிக்காமல் விட்டு விடுகிறேன்.

இந்த வகையில் சுந்தரராமசாமி முக்கியமான இலக்கிய ஆளுமையாக எழுபதுகளுக்குப் பின் அடையாளம் காணப்படத் தொடங்குகிறார். அவரின் சிறுகதைகள் எந்த அளவு வாசகரை பாதிக்கும் ஆற்றலைக் கொண்டிருக்கின்றன, படைப்புகோரும் உண்மை எந்த அளவு கூடி வந்திருக்கிறது என்ற விதத்தில் இக் கட்டுரையில் ஆராய முற்படுகிறேன்.

2

புதுமைப்பித்தனுக்கு அடங்க மறுத்து எழுந்த கதைகளில் வாழ்வின் வீச்சு கூடுதல் பரிமாணம் கொள்கின்றது. தன்னை

மீறிச்செல்லும் படைப்பெழுச்சியாலே அபூர்வமான அனுபவத் தளத்திற்கு இட்டுச்செல்லும். சுந்தரராமசாமி தன் கதைகளுக்குள் எல்லைமீறிப் பாயும் ஆற்றலை சுதந்திரமாக விட்டதே இல்லை. அவர் வரையும் எல்லைக்குள்ளேயே சொல்பேச்சு கேட்கும் மனம் ஒன்று இயங்கியிருப்பதை அறியமுடியும். 'ஒரு புளிய மரத்தின் கதை' 'ஜே.ஜே.சில குறிப்புகள்' 'பல்லக்குகத் தூக்கிகள்' 'சுந்தரராமசாமி கட்டுரைகள்' இந்நான்கும் சுந்தரராமசாமிக்குத் தமிழ்ச்சூழலில் நிலையான இடத்தை அளித்திருக்கின்றன. விமர்சன ரீதியாக அணுகும்போது குறைபாடுகள் தெரியவும் செய்கின்றன. அதையும் மீறி சுந்தர ராமசாமிக்கு அப்படைப்புகளே முக்கியமான படைப்பாளி என்கிற அந்தஸ்த்தையும் அளிக்கின்றன.

சுந்தரராமசாமியின் படைப்புகளில் எள்ளல்தொனி முக்கிய படைப்பு அம்சமாகவே கூடி வந்திருக்கிறது. ஒரு எல்லைவரை எள்ளலுக்கு படைப்பிலக்கியத்தில் ஒரு மதிப்புண்டு. ஆனால் இந்த அம்சம் எள்ளப்படுபவர்களின் மறுபக்கத்தை அறியவிடாமல் செய்துவிடுகிறது. எள்ளல் தனக்குச் சாதகமான பார்வையை மட்டும் இனம் காட்டிக்கொண்டு செல்வது. அகமும் புறமுமாக; புறமும் அகமுமாக எல்லாக் கதாமாந்தர்களையும் காணவிடாது இந்த எள்ளல் அம்சம். 'ஜே.ஜே.சில குறிப்புகளில் நேரும் படைப்பு வீழ்ச்சி இந்தக் கோணத்தில் இருக்கிறது. எள்ளல் அம்சத்தை படைப்பாக்கத்தின் உன்னதமான நிலை என்று கொள்ளமுடியாது.

இங்கு சுந்தரராமசாமியின் கதைகளை ஆய்விற்கு எடுத்துக் கொள்கிறேன். அவருடைய அனைத்துக் கதைகளையும் வாசகனாகப் படித்திருக்கிறேன். படைப்பாளியாக நின்று சுந்தர ராமசாமியின் படைப்புகளை படிக்கிறபோது இயல்பாகவே விமர்சனத் தன்மையும் உடன் எழுந்துவிடுகிறது. அவரின் முக்கியமான கதைகளாக சிலவற்றை சு.ராவின் வாசகர்கள் தொடர்ந்து முன் வைத்து விவாதித்திருக்கின்றனர். இக்கதை களுக்குள்ளேயே பல குறைபாடுகள் தெரியவருகின்றன. பிரமிள் படிமத்திற்காகவே படிமக்கவிதை என்று இயங்கியபோது சு.ரா அதனை கதைகளில் பண்ணிப் பார்த்திருக்கிறார். சில வெற்றிகளும் பல தோல்விகளும் கிடைத்திருக்கின்றன. நவீனத்துவ அழகியலுக்காக தன்னை ஒப்புக்கொடுத்து இயங்கியிருக்கிறார். அதனால் நவீனத்துவ அழகியலுக்கு எதிர்த்துருவத்திலிருந்து வந்த படைப்புகளை கொள்கைவீரராக நின்று மௌனம் காத்திருக்கிறார்.

இந்த வைராக்கியம் அவரை வேறு திசையில் நடக்கவிடாமல் செய்து விட்டது. 'படைப்பாளி தொடர்ந்து தன் சட்டைகளை உரித்துக் கொண்டே இருக்க வேண்டும்', 'ஒரு படைப்பாளியாக எந்த ஒரு தத்துவத்திற்கும் விசுவாசம் காட்டுகிறவன் அல்ல' என்றெல்லாம் அவர் எழுதியிருந்தாலும் அவர் தன் நவீனத்துவ சட்டையை உரித்துக் கொள்ளவே இல்லை. இங்கு இதை ஏன் சொல்கிறேன் என்றால் அவரின் சிறுகதைகள் இந்தச் சிக்கலில் மாட்டிக்கொண்டு தோல்விகளைத் தழுவியிருக்கின்றன என்பதால்தான்.

'ஒரு படைப்பாளி தொடர்ந்து பரிசோதனைகளில் ஈடுபட வேண்டும். அதில் நிகழக்கூடிய தோல்வி என்பதுகூட பொருட் படுத்தத்தக்கதே' என்று சுந்தரராமசாமி வெளிப்படுத்தும் கனவு முக்கியமானதுதான். க.நா.சு.வும் செல்லப்பாவும் சொல்லி யிருக்கின்றனர். சு.ரா வடிவரீதியாகத்தான் இந்த பரிசோதனையை முன்வைத்தாரே தவிர கருத்தியல் ரீதியாக அல்ல.

சுந்தரராமசாமி தன் கட்டுரைகளின் வழியே உருவாக்கிய படைப்புக் கலையை வாசகர்கள் விதவிதமாகப் புரிந்து கொண்டார்கள். சுந்தரராமசாமி விரும்பிய கோணத்தில்மட்டும் அல்லாமல் விரும்பாத கோணத்திலும் விரித்துக்கொண்டனர். அவரின் கட்டுரைகள் அவருக்கு ஒரு மதிப்பை அளித்தன. அவரின் கனவு அவரது படைப்பில் கை கூடிவரவில்லை. இதற்கு அவருக்கு படுமோசமான அனுபவங்கள் வாய்க்கவில்லை என்பேன். என்னளவில் இயல்பிலேயே அரசியல் அனுபவச்சூழல் அவருக்குக் கூடி வந்தது. மார்க்சியக் கட்சி அரசியலுக்குள் விழுந்து புரண்டு கேவலப்பட்டு வெளியேறுவதற்கான வாய்ப்பை நழுவவிட்டார். பட்டும்படாமல் இருந்து ஒதுங்கிக்கொண்டார்.

சு.ராவின் மொழிநடையைச் சிறப்பித்துச் சொல்பவர்கள் உண்டு. தமிழுக்குக் கிடைத்த நல்ல மொழிவளம் என்கின்றனர். கட்டுரை களுக்கு கூடுதல் சிறப்பு சேர்க்கக்கூடிய ஒன்று. படைப்பிற்கு மொழியின் வசீகரம் தேவைதான். கனமான விசயத்திற்கு ஈடுகொடுப்பதாக, மேலெடுத்துச் செல்வதாக இருக்கும்போதுதான் சிறப்பான மொழிக்கும் கூடுதல் மதிப்பு வந்து சேரும். ஆனால் படைப்பு வெறுமனே மொழியின் ஜிலுஜிலுப்பால் உயர்ந்து நிற்காது. படைப்பில் எடுத்தாளும் 'விசயம்' கேட்டு நிற்கும் மொழி என்ற தன்மை உண்டு. அந்தத் தன்மைக்குள் சுந்தர ராமசாமி தன்னைக் கரைத்துக் கொள்ளவில்லை. முக்கியமாக

இடைக்காலப் படைப்புகளில். இது அந்த வாழ்க்கையையே நிராகரிக்கக்கூடிய அம்சம் என்று தெரியாமலேயே வலிந்து மொழியால் அந்நியப்படுத்தியிருக்கிறார். கதையை மொழிக்காகப் படிக்கும் போது ஏற்படும் அர்த்தங்கள் நமக்குள் ஒரு பரிமாணத்தை ஏற்படுத்துகின்றன. இதுவேறு, கதை சொல்லவரும் அடிப்படை விசயத்தை உக்கிரமாகத் திரட்டிக் கொண்டுவரும் வேலையைச் செய்வதில்லை. வாழ்க்கை விசாரணையா? மொழிவிசாரணையா என்பது படைப்பிற்கு முன் நிற்கும் கேள்வி. நான் மொழிக்கு முக்கியத்துவம் தந்தாலும் வாழ்க்கை விசாரணைக்கே முதன்மை தருவேன். இந்த அடிப்படையில்தான் சுந்தரராமசாமியின் மொழிநடை குறித்து விவாதிக்கிறேன். மொழியின் ஆற்றலை கதைக்குப் பாதுகாப்பாக வைக்கிறார். கதை வெளிப்படுத்தும் தரிசனத்திற்கு மொழி துணைபுரியவில்லை. 'அம்மா வந்தாள்' 'கோவேறு கழுதைகள்' எதன் அடிப்படையில் முக்கியமான படைப்புகள் என்று முன் வைக்கப்படுகின்றன?

சுந்தரராமசாமியின் கண்கள்வழியே அனுபவத்தைப் பதிவு செய்யும் போது மொழியின் செழுமைக்கு அர்த்தங்கள் அழுத்தம் பெறுகின்றன. பிற இடங்களில் கதைப்புலத்திற்கு விலகிநிற்கின்றன. விசயத்தை ஆரத்தழுவும் படைப்பாளிக்கும் மொழியை ஆரத்தழுவும் படைப்பாளிக்கும் அசாதாரணமான படைப்புகள் நம்மிடம் உண்டு. அசாதாரணமான நடையில் சாதாரணமான படைப்புகளும் நம்மிடம் உண்டு. சுந்தரராமசாமி மொழியாளுமையோடு விசயத்தையும் மீட்கத்தான் நினைக்கிறார். பல தோல்விகளிடையே சில வெற்றிகள் தான் வாய்த்திருக்கின்றன. எளிய நடையில் பல வெற்றிகளும் சில தோல்விகளும் நிகழ்ந்திருக்கின்றன. புதுமைப் பித்தனுக்கு இரண்டும் கைகூடி வந்திருக்கின்றன. ஜெயமோகனுக்கும் இது வாய்த்திருக்கிறது. கோணங்கிக்குத் தோல்வி மேல் தோல்வி. மீளமுடியாத தோல்வி. ஜவுளிக்கடை பொம்மைக்கு எவ்வளவு உயர்ரகத் துணியைக் கட்டி விட்டாலும் ஜீவன் இல்லை. சாதாரண ஆடையில் இருந்தாலும் குமரி குமரி தான். வசீகரம் அந்த ஜீவனில் மிளிர்கிறது. இதுதான் படைப்பு ரகசியம்.

எழுபதுகளிலும் எண்பதுகளிலும் சு.ரா. தனது சிறுகதைகளில் மொழியைக் கூர்மையாக்க எடுத்துக் கொண்டிருக்கிற உழைப்பு அபரிதமானது. கதைப்புலத்தையும் உணர்வையும் அந்நடையே திரை யிட்டு மறைப்பதை அவர் கவனத்தில் கொள்ளவில்லை. நடையில் ஒரு வசீகரம் வரப்பெற்றது. சோகத்தை சோகமாக, துயரத்தைத் துயரமாக,

அமைதியை அமைதியாக, கொண்டாட்டத்தைக் கொண்டாட்டமாக வக்கிரத்தை வக்கிரமாக மீட்டெடுக்கிற வேலையை மொழி செய்யாமல் எழுத்தாளனின் ஆளுமையை நினைவூட்டுவதாக மொழியை சுந்தரராமசாமி அமைத்துக் கொண்டதை இடைப்பட்ட காலக் கதைகளில் காணலாம். கதாமாந்தனின் பரிமாணத்திற்கு வாய்ப்பளிக்காமல் கதாமாந்தன் பற்றிய செய்திக்கு முக்கியத்துவம் தருவதை வாசகர்கள் கவனிக்கவேண்டும்.

'அழைப்பு', 'வழி', 'போதை', 'குரங்குகள்', 'கோலம்' 'எதிர்கொள்ளல்' இக்கதைகளில் மொழியைத் தத்துவவிசார சாயலில் நகர்த்தியிருக்கிறார். புனைவு தரும் அனுபவம் பின்தங்கி மொழி தரும் அனுபவம் மேலோங்குகிறது. கிட்டத்தட்ட மேற்கோள் வாசகங்களாக கவர்ச்சிகாட்டுகின்றன. வாழ்வின் தகிப்பையோ நெருக்கடியில் கொதிக்கும் உணர்வையோ தராமல் போய்விடுகின்றன. சுந்தரராமசாமியின் இக்கதைகளில் சமூகச் சூழல், உறவுச்சூழல், பண்பாட்டுச்சூழல் இன்னபிற நெருக்குதல் களில் மனிதர்கள் இல்லை. ஆண்கள், பெண்கள் படும் துயரங்களை அப்படியே பெயர்த்து வாசக நெஞ்சில் வைக்கமுடியவில்லை. ஏதோ எழுத்தாளனின் கஷ்டகாலம்போல விலகிப்போய்கின்றன. முக்கிய மான காரணம் இக்கதைகள் காட்டும் மானுடப் பதட்டத்திற்கு சமூகம்தரும் கசப்பான தாக்குதல்கள் அடிநாதமாக இல்லை என்பதுதான். சுந்தரராமசாமி, அவரவர்களுக்குரிய வாழ்வின் கசப்பிலிருந்து இக்கதைகளைப் பொருத்திப் பார்க்கும் படியாகப் படைத்திருக்கலாம். நோக்கம் அதுதான். இந்த உத்தி பெரிய அளவில் வெற்றிகளைத் தரவில்லை என்றுதான் தெரிகிறது. புனைவு தன்னளவில் புதிய உலகத்தைப் புதிய அனுபவமாகப் படைத்துக் காட்டுவது. நாம் காணத்தவறிய, ஏற்க மறுக்கிற, நம்ப மறுக்கிற நிஜத்தை முன் நிறுத்துவது. மேற்பூச்சுகளைச் சிதைத்து குரூரங்களைக் காட்ட முனைவது புனைவிலக்கியம். சுந்தரராமசாமியின் கதைகள் தரும் கொந்தளிப்பான தருணத்திற்கான அடிப்படைக்காரணங்கள் துண்டாடப்பட்டிருக்கின்றன.

கதையின் செயற்கைத் தன்மையை மறைக்கத் தேர்ந்த நடை தேவைப்படுகிறது. ரசிக்கத்தக்க விவரணையாலும், சொல்லிச் செல்லும் முறையாலும், சிற்சில இடங்களில் சொல்லப்படும் உருவங்களாலும் செயற்கைத் தன்மையைப் பூசி மெழுகவே பயன்பட்டிருக்கின்றன என்று தோன்றுகிறது. சு.ரா.வின் கட்டுரைகள் நேரடியான பிரச்சனைகளைப் பேசுகின்றன. உன்னதத்தை நோக்கிய

கனவை முன்நிறுத்துகின்றன. நடையில் உணர்வும் உண்மையும் கலந்துவிடுவதால் பொருட்படுத்தத் தக்கனவாக இருக்கின்றன இவரது கட்டுரைகள்.

மிக மிகச்சின்னச் சிக்கலைச் சொல்ல பெரிய அளவில் மொழியைக் கையாண்டிருக்கிறார். அவர் விவரித்துச் செல்லும் விவரணைகள் மிகப்பெரிய அனுபவத்தைத் தரப்போகிறது என வாசகர் உற்சாகம் அடைவர். கதை முடிகிறபோது மொழி உண்டாக்கிய பாதிப்பு - பெரிய பிம்பம் - கதையில் புதைந்திருக்கும் சிக்கலில் இல்லாமல் இருப்பது ஏமாற்றளிக்கிறது. தரிசனமாக வெளிப்படாமல் ஆமாம் மனித மனம் இப்படியும் செயல்படும் என்று ஒத்துக் கொள்ளக்கூடிய அளவில் இருக்கின்றன. பெரிய உலுக்கலை ஏற்படுத்துவதில்லை. 'மீறல்' கதையெல்லாம் இவ்வகையினதே. கு.அழகிரிசாமி மொழியால் படைப்பை மெருகேற்றாதவர். அவர் கதைகளை வாசிக்கிறபோது பெரிய அலுப்பைத் தருகிற மொழியால் உருவாக்கப்பட்டிருப்பதை உணரலாம். மிகச்சாதாரண மொழிதான். ஆனால் அக்கதைகள் தரும் அனுபவம் என்பது மொழியின் பலவீனத்தை தூக்கி எறிந்து விடுகிறது. வாசகனை அப்படியே தன் கதைப்புல அனுபவத்திற்குள் சுருட்டி மூழ்கடித்துவிடுகிறது. கோடானுகோடித் தீமைகளால் இச் சமூகம் பின்னப்பட்டிருந் தாலும் அதனைக் குத்திக்கிழிக்கிற வல்லமைமிக்க தெய்வீகத் தன்மையை அல்லது காவியத்தன்மையை அபூர்வமாக முன் நிறுத்தி விடுகிறார். மொழியைக் கடந்து அவர் கதையில் உன்னதம் வெளிப் படுகிறது. சு.ரா.கதைகளில் அப்படி அபூர்வத் தருணங்களைக் காணவே முடிவதில்லை. 'எங்கள் டீச்சர்' கதையும், 'கோயில்காளையும் உழவுமாடும்' கதையும் பாத்திரவார்ப்பினால் மட்டுமே உயர்ந்து நிற்கின்றன. தரிசனங்களினால் அல்ல. அது மின்னல்தன்மை வாய்ந்த ஒன்று. கு.அழகிரிசாமியின் 'அன்பளிப்பு', 'சிரிக்கவில்லை'. 'ராஜா வந்திருக்கிறார்' போன்ற கதைகள் அத்தகையவை. தி.ஜானகிராமனின் 'சத்தியமா' 'தீர்வு' 'சிலிர்ப்பு' போன்ற கதை களையும் நினைத்துப் பார்க்கலாம். புதுமைப்பித்தனில் இவ்விதத் தன்மை சாதாரணம். லா.ச.ரா. தமிழ்மொழிக்குப் பங்காற்றியிருக் கிறார். அவற்றோடு சில அபூர்வ கணங்களை மொழியில் பிடித்தும் காட்டியிருக்கிறார். சுந்தர ராமசாமி மொழி தமிழுக்கு பங்களிப்பு செய்திருக்கிறது. அந்த மொழியில் அபூர்வகணங்கள் இல்லை. எனவே மொழியாளுமை என்பது முன்தெறிப்பை - புதிய தரிசனத்தை - அனுபவத்தை கண்டடைவது. போர்வையாக மூடுவதல்ல.

புதுமைப்பித்தன், ஜெயகாந்தன், தி.ஜானகிராமன் போன்றவர்கள் தமிழ்ச் சிறுகதை உலகை பெரிய அளவில் விஸ்தரிப்பு செய்தவர்கள். ஜெயகாந்தன் தனது ஐம்பதாவது வயதிற்குமேல் எழுதுவதையே நிறுத்திவிட்டவர். உதிரிகளாகச் சில இருக்கலாம். சுந்தரராமசாமி தனது கடைசி மூச்சுவரை சிறுகதைகள் எழுதியவர். கிட்டத்தட்ட 50 ஆண்டுகளுக்கும் மேலாக மேற்சொன்ன மூவரோடு ஒப்பிடும் போது சு.ரா எடுத்தாண்டிருக்கும் பரப்புகள் சிறுத்தே காணப்படுகின்றன. சிறுகதைகளின் பரப்புகள் வழி தமிழ்ச்சமூகத்தின் பன்முகமான தன்மைகள் இல்லை. அரை நூற்றாண்டு வரலாற்றை உணர்ந்து கொண்ட சேர்மானம் இல்லை. புதுமைப்பித்தன் பதினைந்தே ஆண்டுகள் எழுதினாலும் இன்றளவும் அவர் தொட்டுக் காட்டியிருக்கும் சிக்கல்கள் ஏராளமாகத் தான் தென்படுகின்றன. சமூகத்தளத்தில் நின்று விவாதிக்கப் பட்டிருக்கவேண்டிய பல பிரச்சனைகள் சுந்தரராமசாமியின் சிறுகதைகளில் காணோம். படிமத் தன்மையில் கதைகளை உருவாக்கினால் பல பிரச்சனைகளுக்குப் பொருந்தும் என்ற நோக்கிலேயே எழுதியிருக்கிறார். மீறமுடியாமல் அந்த வடிவத்திற்குள் அடங்கிவிடும் கூண்டுப் புலி. அவ்வகைக் கதைகள் (மேல்பார்வை, காகங்கள், குரங்குகள்...) படிமத் தன்மையின் உச்சபட்ச வீச்சைக் கொண்டிருக்கவில்லை. இதில் வரும் படிமமும் குறியீடுகளும் வெறுமனே எழுத்தளவில் இறுகிக் கிடக்கின்றன. வாசகனுக்குள், ஒரு கொந்தளிப்பையோ, சூட்டையோ, கடுங் கோரத்தையோ பதற்றத்தையோ உண்டாக்குவதில்லை. அந்த வகையில் வாசகரை பெரிய அனுபவத்தளத்திற்குள் தள்ளி வெற்றியடைந்த கதையாக 'பல்லக்குத் தூக்கிகள்' இடம் பிடித்திருக்கிறது.

சு.ரா.வின் ஆரம்பகாலக் கதைகள் யதார்த்தப் பாணியிலானவை. அந்த தளத்தில்தான் இவரின் கலைவெளிப்பாடு பெரிய அளவில் சாத்தியமாகி இருக்கின்றது. புதிய அனுபவத்தைத் தருகின்றது. 'கோயில் காளையும் உழவுமாடும்' அத்தகைய கதை. யதார்த்த தளத்தில் எழுதப்பட்டிருந்தாலும் அக்கதை காட்டும் உலகம் இந்திய தேசத்து மக்களின் குணாம்சத்தையே ரத்தமும் சதையுமாக முன் நிறுத்தியிருக்கிறது. இது சு.ராவின் ஐந்தாவது கதையோ, ஆறாவது கதையோ பண்டாரம் போல பிறரை நம்பிப்பிழைக்கும் ஒட்டுண்ணி மனிதர்களையும் பிறருக்காகவே உழைக்கிற வெகுசிலரின் மேன்மையாளர்களையும் எதிரெதிராக நிறுத்துகிறார். காட்டு வழியில் கிணறுதோண்டும் கிழவனைப் பற்றிய கதையாக மட்டும் சொல்லியிருந்தாலோ, அல்லது பிச்சை எடுத்து உண்டு உறங்கிக்

கிடக்கும் பண்டாரத்தைப் பற்றிய கதையாக மட்டும் சொல்லி யிருந்தாலோ கூட நல்ல கதையாகவே அமைந்திருக்கும். ஆனால் படைப்பாளியின் பார்வைக்கோணம் என்ற ஒன்று உண்டல்லவா? இந்த இரண்டு உலகங்களையும் ஒரே கதையில் அருகருகே நிறுத்திக் காட்டுவதின் நோக்கம் என்ன? அப்படி உருவாக்கியிருப்பதாலே இந்திய சமூகத்தின் சித்திரம் இது என்பதை அற்புதமாக வெளியிட்டிருக்கிறது. நம் சமூகம் முன்னேறாமல் போவதற்கும் பிற தேசமக்கள் அதிசயமாகப் பார்ப்பதற்கும் இடம் வைத்திருக்கிறார். ஆன்மீகவாதிகள் வற்புறுத்தும் மனிதன் அந்தக் கிழடுதான். சோம்பேறித் தனமும் அநாதித்தனமும் கூடிய ஒரு முகம்தான் நம்முடையது என்பதை இக்கதை காட்டுகிறது.

மேன்மையான விசயங்களைச் சொல்ல வருகிற இவரின் படைப்புகள் நன்றாகவே இருக்கின்றன. அதிலும் எழுபதிற்கு முன் எழுதப்பட்டிருக்கும் கதைகள். அக்கதைகள் நவீன சிறுகதை களுக்குரிய முரண்களைத் தக்கவைத்தபடியே மேன்மையைச் சிறப்பிக்கின்றன. ‘எங்கள் டீச்சர்’ அத்தகைய கதை. இதே கதைதான் பிற்காலத்தில் ‘நாடார் சார்’ கதையாகவும் எழுதப்பட்டிருக்கிறது. வாசகர்கள் ஒப்பிட்டுப் பார்க்கலாம். ‘எங்கள் டீச்சர்’ கதையில் வரும் கிறித்துவ வாத்திச்சி பள்ளியை விட்டுச் சென்றாலும் அர்ப்பணிப்பு உணர்வோடு செயலாற்றிய செயல் வாசக - மாணவ - மனதில் நீக்கமற நிறைந்திருக்கிறது. நல்லவாத்திக்கு பள்ளியைவிட்டு வெளியேற வேண்டிய நிர்பந்தம் ஒரு முரண். இது கதைக்கு அழுத்தம் தருகிறது. வெறுமனே திடீர் திருப்பத்திற்கான முரண் அல்ல. உண்மையான வாத்திச்சி என்பதைக் காட்டிலும் அன்பு நிறைந்த வாத்திச்சி அவள். தேர்வின் இறுதிநேரத்தில் மாணவனுக்கு (அவன் முதல் மாணவனாக வருவது நழுவுமோ என்ற பதட்டம்) தவற்றைச் சரிசெய்ய குறிப்புணர்த்திக் காட்டுவது (இன்னும் அஞ்சு நிமிஷம் இருக்கு. பேப்பர நல்லா ஒருவாட்டி திருப்பிப்பார்த்தியா?...கடைசி வரை நல்லா பார்த்தியா?) தேர்வு விதிமுறைக்கு முறையற்ற செயலாக இருக்கிறபட்சத்திலும் அன்பின் பாற்பட்டதே.

‘சன்னல்’ ‘காணாமல் போனது’ எளிமையினாலும் கற்பனை யினாலும் நல்ல கதைகளாகப் பிறந்திருக்கின்றன. ‘சன்னல்’ கதையைப் படிக்கிறபோது ஜெயகாந்தனின் ‘நான் ஜன்னலருகே உட்கார்ந்திருக்கிறேன்’ கதை ஞாபகத்தில் வருகிறது. ஒரு பெண்ணின் வெகுளித்தனமான சுதந்திர உணர்ச்சியை அடக்கமற்ற பெண்ணின்

வெட்கங்கெட்ட தன்மையாக தந்தை பார்க்கிறான். ஒடுக்குகிறான். அவ்வுணர்ச்சியை ஜன்னலின் வழியே வெளி உலகில் நடக்கும் சுபகாரியங்களால் கண்டு கண்டு மீட்கிறாள். அது ஒரு காத்திரமான கதை. சு.ரா.வின் 'சன்னல்' ஜெயகாந்தனின் கதைக்கு முன்னமே வந்துவிட்டது. இக்கதையில் நோய்வாய்ப்பட்டவனின் மன வெளியை அழகாக இட்டு நிரப்புகிறது ஜன்னல். பால்காரச் சிறுமி ரோஜாவை செம்பில் போட்டுக்கொள்வதும் அதனை அவன் பரவாயில்லை என்று அங்கீகரிப்பதும், நிலவு, நட்சத்திரங்கள், ஓசைகள் இவனை அங்கீகரிப்பதும் ஜன்னல் வழியே நிகழ்கிறது. இவன் உடல்நிலை கருதி ஜன்னலுக்கு எதிர்ப்புறம் சுவரில் நகர்த்தப்பட்டதை உணரும்போது சுதந்திரம் பறிபோவதை உணர்கிறான். மனது பரிதவிக்கிறது. நமக்கு வேறு பல அர்த்தங்களையும் அளிக்கிறது. அதைச் செய்யாதே இதைச் செய்யாதே என்று குழந்தைகளின் நலன் கருதியே பெற்றோர்கள் (அதைச் செய், இதைச்செய் என்பதும்) படுத்தினாலும் சுதந்திர உணர்வு ஒடுக்கப்படுவதை அவர்கள் அறிய மறந்துவிடுகின்றனர். பெற்றோர்களின் விருப்பங்களே தீர்மானமாகின்றன. குழந்தைகளின் ஏமாற்றம் சொல்லப்படாமலே மறைக்கப்படுகிறது. 'சன்னல்' கதை இவ்வகையில் நல்ல கதை.

'காணாமல் போனது' நேருக்கு நேர் சந்தித்திராத வாத்து மேய்க்கும் சிறுமியின் உள்ளமும் அதனைப் பாலத்திலிருந்து வேடிக்கை பார்க்கும் சிறுவனின் உள்ளமும் ஒன்றிணைக்கிற புள்ளியை ரொம்பவும் மங்கலான திரைக்குப்பின் வைத்திருப் பதைப் புலப்படுத்துகிறது. காணாமல் போன வாத்தை நினைத்து அச்சிறுமி துடிப்பதைப் பார்க்கிற சிறுவன் உள்ளமும் துடிக்கிறது. அவளின் பரிதவிப்பு மீது பரிவு கொள்கிறது சிறுவனின் உள்ளம். ஏன் இவ்விரு கதைகளும் பிடிக்கின்றன. ஒன்று கதைக்குரிய எளிமை. இரண்டு சமூகத்தின் இயக்கத்தைக் கவனித்ததிலிருந்து கண்ட கருத்தை செயற்கையாக உள்ளே வைத்து தைக்காத தன்மை. ஜெயகாந்தனிடம் கருத்துலகம் கதை முழுக்கப் பரவிவிடுவதால் அது ஒருவகை மாதிரியாகிவிடுகிறது. அதாவது அவர் சொல்லவந்த மரபு மாற்றத்திற்காகவே கதை பின்னப்பட்டிருக்கும். சுந்தர ராமசாமி கதைப் புலத்தின் வழி இயல்புடன் எடுத்துக்காட்டுவதாக சிறுகதை ஒருமையில் படர்த்தி பார்வையைச் சொருகுகிறார். தி.ஜானகிராமன் தன் எழுத்து உருவாக்கம் குறித்து ஒரு கட்டுரையில் கூறும்போது 'சிலிர்ப்பு' கதை உருவானவிதத்தை விவரிக்கிறார். இரண்டு சம்பவங்களின் இணைவுதான் அக்கதை என்பது அவரின் வாக்கு மூலம். அவர் அப்படிச் சொன்னபின்பும் ஒரே அச்சில்

வார்த்ததாக அக்கதை அமைந்திருக்கிறதே! அது தான் கலைஞனின் படைப்பாளுமை என்பது.

‘பிரசாதம்’ கதையில் கோயில் அர்ச்சகரிடம் பதுங்கியிருக்கும் சாமர்த்தியம், ‘பக்கத்தில் வந்த அப்பா’ கதையில் குழந்தைகளின் வெகுளித்தனமும், நிரூபிக்க முடியாது போனபின்பும் தோன்றும் நம்பிக்கையும், ‘வாழ்வும் வசந்தமும்’ கதையில் மெல்ல மெல்ல பெண் மீது கொள்ளும் ஈர்ப்பு ‘ஆத்மாராம் சேயித்ராம்’ கதையில், தொழிலாளிக்கு வந்து குவியும் மரியாதையைப் பொறுக்க முடியாது அவனை விலக்கும் முதலாளியின் வெறுப்பு... விதவிதமான மனித குணாம்சங்களை இக்கதைகளில் வெளிப்படுத்தியிருக்கிறார். நம்மைச் சுற்றியிருக்கும் மனிதர்களின் அகத்தைப் பார்ப்பதுபோல இருக்கிறது. மனிதர்களைப் புரிந்துகொள்ள முடிகிறது. அபூர்வமாகத் தெறிக்கிற மின்னல் பார்வை அல்ல. இவருடைய கதைகளிலிருந்தே அப்படி ஒன்றைச் சொல்ல வேண்டுமானால் ‘திரைகள் ஆயிரம்’ கதையைச் சொல்லலாம். ஆனால்கூட சிறுகதை யாக இருந்திருந்தால் மெச்சத்தக்க அம்சமாக மாறியிருக்கும். குறுநாவல் என்கிறபோது இக்கதைக்கு எழுத்தாளன் ஒரு திட்டமிடலை உருவாக்கிக்கொண்டு எழுதியிருக்கிறான் என்பது போலத் தோன்றிவிடுகிறது. ‘நீ அவளை அனுபவித்திருந்தால் இப்படிப் பரிதாபப்படமாட்டாய்’ என்று சொல்லும் இடத்திற்கு கடந்து வரும் காலம் அதிகம். எதேச்சையான விளிப்பாக அல்லாமல் தெறிப்பை நோக்கி கதையை நகர்த்தி வந்திருப்பதுபோல வடிவம் அமைந்திருக்கிறது. எனினும் இதையே தரிசனம் என்று குறிக்கலாம்.

சுந்தரராமசாமியின் உலகத்திலிருந்து உருவான நல்ல கதை ‘தயக்கம்’. குடும்ப உறவின் பின்னல்களைச் சிறப்பாகச் சொன்ன கதை அது. தாயை இழந்த கைக்குழந்தையை மையமிட்டு குடும்ப பந்தம் சுழல்கிறது. எப்படி வளர்ப்பது? யார் வளர்ப்பது? என்று பல்வேறு தயக்கங்கள். இந்தக் கதைக்குத்தான் சுந்தரராமசாமியின் மொழியாளுமையும் விசயமும் பிரிக்கமுடியாத அம்சத்தில் ஒரே வார்ப்பாக உருவாகி இருக்கிறது.

இடைப்பட்ட காலத்தில் கதைகளை சிரத்தையுடனே உருவாக்கினார். மொழியாற்றலின் துணையுடன் வேறொரு தளத்திற்கு நகர்த்திவிட முடியும் என்று உழைத்திருக்கிறார். ஆனால் ஏற்கெனவே போகிறபோக்கில் வெற்றிகரமாக எழுதப் பட்டிருக்கும் கதைகளைத் தாண்டமுடியவில்லை. ‘போதை’ ‘கோலம்’

கதைகளின் இயக்க நிலையிலிருந்து அடிப்படைக் காரணங்களை நாம் அறிந்துகொள்ள முடியும். வாசகனாக உண்டாக்கிக்கொள்கிற காரணங்கள் கனமாக இருக்கும்போது கதை வெற்றியடையும். சாதாரணமான பார்வையில் தோற்றுவிடும். வாசகப் பங்கேற்பை இக்காலக் கதைகள் அதிகமும் வேண்டியிருக்கின்றன. 'போதை' கதையின் தி.ஜானகிராமனின் 'தவம்' கதையில் உலகத்தையும் 'கோலம்' கதையில் கி.ராஜநாராயணனின் 'கறிவேப்பிலைகள்' கதையின் உலகத்தையும் நினைவுபடுத்தலாக அல்ல அடிப்படை யாகவே கொண்டிருப்பதையும் காணமுடியும். கி.ராஜநாராயணன், தி.ஜானகிராமன் கதைகளின் பாதிப்பிலிருந்து சுந்தரராமசாமி மீள முடியாமல்தான் அக்கதைகளை உருவாக்குகிறார். சு.ரா.தரும் முடிவுகள் வேறானதாக இருந்தாலும் இது சுந்தரராமசாமியின் வெற்றியல்ல. கி.ரா, தி.ஜா.வின் படைப்பு வெற்றியாகத்தான் கொள்ள வேண்டும். 'போதை' கதையில் காமவெறியையும், 'மதவெறியையும் போதையாகக் காட்டுகிறார் தி.ஜா. காமத்தை ஒரு வெறுமையின் திறப்பாகக் காட்டும்போது சு.ரா அதனை தரிசனமற்ற காமப்படிமமாகக் காட்டுகிறார். 'கறிவேப்பிலைகள்' கதையில் எளிமையும் உழைப்பின் மகத்துவமும் பிரமாதமாகக் கூடிவந்து இறுதியில் மதிப்பற்ற ஜீவன்களாக ஒதுக்கப்படுவதை கி.ரா.காட்டியிருப்பார். இந்த அடிப்படை இல்லாமல் சு.ரா. 'கோலம்' கதையில் பாசத்தை நெய்திருக்கிறார். இப்படிச் சொல்லலாம் தி.ஜா., கி.ரா. உலகத்துக் கதைகள் சு.ராவிடம் வெற்றிகரமாக அமையவில்லை என்பது எனது வாசிப்பு.

அதே சமயம், சுந்தர ராமசாமியின் உலகை தி.ஜாவோ, கி.ராவோ தொடமுடியாத உலகாக இருப்பதை இங்கு சொல்வது சரியாக இருக்கும். இப்படி நிகழ்வதுதான் சுயத்துவம். இதன் வெற்றிகரமான அம்சங்களாக 'பல்லக்குத் தூக்கிகள்' 'ரத்னாபாயின் ஆங்கிலம்' 'வாசனை' கதைகளைச் சொல்லலாம்.

எளியமக்கள் அரசியல்வாதிகளையும், மதவாதிகளையும், அதிகாரிகளையும் தூக்கிச் சுமக்கும்படியான நிர்ப்பந்தத்தினையும் அறியாமையையும் கொண்டிருக்கும் நம் சமூக அமைப்பைத் திறந்து வைக்கிறது. இந்தியச் சமூகம் உருவாக்கிய பண்பாட்டுப் பின்னலே மேட்டிமைக் கருத்தியலுக்குப் பல்லக்குச் சுமக்க வைக்கும் அடிமைகளையும் உருவாக்கியிருப்பதுதான் என்பதற்குக் கோயில் பின்னணி கச்சிதமாகப் பொருந்துகிறது. எண்ணற்ற வாசிப்புகளை இக்கதை உண்டாக்குகிறது. ரஷ்யமொழியில் மொழிபெயர்க்கப்

பட்டால் அது ஜார் ஆட்சிக்காலத்தையும் ஸ்டாலின் ஆட்சிக் காலத்தையும் விமர்சிப்பதாக அமையும். வடிவமும் பொருண்மையும் பிரிபடாத புனைவு இக்கதை. பிரிக்க முடியுமானால் அது நல்ல படைப்பின் வீச்சைக் கொண்டிருக்காது. இந்தியப் பண்பாட்டுத் தளத்தில் வைத்து எழுதப்பட்ட இவ்வகைக் கதைகளே, (கோவில் காளையும் உழவுமாடும்) பெரிய வெற்றியைத் தேடித்தந்திருக்கின்றன.

சு.ரா.வைத் தாக்குதலுக்கு ஆளாக்கிய கடைசிகாலத்துக் கதை 'பிள்ளைகெடுத்தாள் விளை.' தலிச் சமூகத்தை சுந்தரராமசாமி அவமானப்படுத்தியிருப்பதாக விமர்சிக்கப்பட்டது. கதையின் அடிநாதமான விசயம் திருமணமாகாத பெண்ணின் தாய்மை யெழுச்சி கட்டற்றுக் கிளம்புவதைத்தான் அழுத்துகிறது. டியூசன் படிக்கவந்த உயர்சாதிச் சிறுவனுக்கு முலையைச் சுவைக்க நிர்பந்தித்திருக் கிறாள் என்பதைக் கண்டுபிடித்து அடித்துத் துரத்துகின்றனர் ஊர்ப் பொதுமக்கள். ஊரைவிட்டு அந்த ஆசிரியை மறைகிறாள்.

பிராமண, சைவ இனப்பெண்களை அவ்விடத்தில் பொருத்தி னாலும் கதையின் ஆழமான விசயம் தாய்மையெழுச்சிதான். மணமாகாத பெண்ணின் ஏக்கப் பெருமூச்சு. தலித் பின்னணியை அவ்விடத்தில் வைக்கும்போது மூன்று சாத்தியங்கள் கிடைக் கின்றன. ஒன்று தலித்துகளுக்குக் கல்வியை மனமுவந்து வழங்க முன்வந்தவர்கள் உயர்சாதி இந்துக்கள் அல்ல; வெள்ளையர்கள். முதன்முதலில் கல்வியில் முன்னேறிய தலித் சமூகத்தை உயர்சாதி இந்துக்கள் எவ்விதம் பாவித்தனர்! படித்த பெண்ணிற்கு என்ன விதமான நெருக்கடிகளும் இழப்புகளும் ஏற்பட்டன என்பதைக் காட்டத்தான். சமூக உளவியல் சார்ந்த கதை இங்கு சாதி சார்ந்த கதையாக வாசிக்கப்பட்டது துரதிர்ஷ்டம். புதுமைப்பித்தன் கதைகளையே தங்களுக்கு ஏதுவாகத் திரித்து வாசித்து அரசியல் படுத்தியது உண்டுதானே. சு.ரா. இறுதிக் காலத்தில் எழுதிய நல்ல கதைகளுள் ஒன்று அது. 'வாசனை' கதையில் பார்ப்பன மூர்க்கம் எவ்விதமானது என்பதைக் காட்டியிருக்கிறார். சாதியைக் குறிப்பிட்டு கேலிக்குள்ளாக்கும் போது மிருகவெறி மனிதனிடம் கிளம்புவதை 'வாசனை' காட்டுகிறது.

படிமக்கதைகளை எழுதுவதின் வழி வாசகன் அதில் தன்னைப் பொருத்தி புதிய அனுபவங்களைப் பெறமுடியும் என்ற நம்பிக்கையில் தான் எழுபதில் இயங்கியிருக்கிறார். கதை தரும் அனுபவம் வாசகனுக்குள் அந்தர சுத்தியேற்படுத்துவதற்குப் பதிலாக சுந்தர ராமசாமியின் நடையில் அழகை ரசிக்கும் கலாரசிகனாக மட்டுமே

நிறுத்துகிறது. இந்த உலகமே வாழ லாயக்கற்றது. சக மனிதனைப் புரிந்துகொள்ளாத மிருகத்தனமிக்கவர்களால் சூழ வாழ நேர்வது. என்றெல்லாம் இவரின் கதைகளை அர்த்தப்படுத்தலாம். அந்த அர்த்தப்படுத்தலுக்கு வலுவான காரணங்கள் இல்லை. பின்னணியில் இயங்கவும் இல்லை. இன்று படிக்கும் போது இக்கதைகளில் ஒரு பம்மாத்துத்தன்மை இருப்பது தெரிகிறது. கதையின் காரணகாரியத்தைத் துருவிப்பார்த்தால் மிகச் சாதாரணமான சிக்கலாகத்தான் இருக்கிறது. மனிதனை உலுக்கியெடுக்கும் பிரச்சனை இல்லை. மொழிவழி உருவாக்கும் பதற்றத்தை மட்டுமே சிறப்பாகச் செய்திருக்கிறார். படிமக் கதைகள் தன்னளவில் நேர்த்தி மிக்க படைப்புகளாக மட்டுமே நிற்கின்றன. கதையினுள்ளே மீறல்கள் இல்லை. அவர் எப்படித் தீட்ட நினைத்தாரோ அப்படித் தீட்டியுள்ளார். இந்தத் தேக்கத்தை அவரே உணர்ந்து செய்தாரா? விமர்சனத்தின் வழி விழிப்படைந்தாரா என்று அலச இடம் உண்டு. இதிலிருந்து விலகி கதைக்களனுக்கும் கதைமாந்தனுக்கும் உரிய இயல்பான மொழியில் வைத்து எழுதத் தொடங்க ஆரம்பித்ததும் பார்வை கூடி வந்ததை அடையாளப்படுத்த முடிகிறது. மனிதர்களின் ஆசைகளையும் வேசங்களையும் மீட்டிக்கொண்டு வந்திருக்கிறார். 'ரத்தினாபாயின் ஆங்கிலம்' அடுத்த கட்டத்தைத் தொடங்கி வைத்த கதை எனலாம். சுந்தர ராமசாமிக்கு நெருக்கமான உலகம் என்பதாலேயே பார்வை கூடி வந்திருக்கிறது.

'ரத்தினாபாயின் ஆங்கிலம்' நவீன உலகை வாசகன் முன் நிறுத்தும் முக்கியமான கதை. போலிப் பெருமை தரும் சந்தோசம் ரத்னாபாய்க்குத் தேவையாக இருக்கிறது. அவளுடைய நளினமிக்க ஆங்கில ஆளுமைக்குப் பாராட்டு கிடைக்கிறபோதெல்லாம் ஆனந்தம் கொள்கிறாள். வாழ்க்கையின் தோல்விக்கு முன் அது அவளுக்குப் பற்றுக்கோடாக அமைகிறது. தன்னை டில்லியில் இருக்கும் தோழி இதைச் சொல்லியே சுரண்டுகிறாள் என்றபோதும் அந்தப் பாராட்டை அவளால் தூக்கி எறிய முடியவில்லை. முறிந்துபோன மண வாழ்க்கையால் நேரும் கசப்பு அவளை சாகடித்திருக்கலாம். கசப்பைத் தொட்டு நீக்கும் அருமருந்தாக பாராட்டு அவளுக்குத் தேவையாக இருக்கிறது. ஒன்றின் இழப்பை இன்னொன்றில் (ஆங்கில மொழிவளம்) இட்டு நிரப்பி வாழும் வாழ்க்கைதான் பெரும்பாலோருக்கு வாய்த்திருக்கிறது. ஒரு கவிஞனை சிறந்த கவிஞன் என்று பாராட்டுவதாலேயே தொடர்ந்து இயங்குகிறான். கனவு சார்ந்த விசயங்கள் மனிதனைத் தற்கால வேதனையிலிருந்து

விடுவிக்கின்றன. நவீன உலகம் எந்த மனிதனுக்கும் பரிபூரண மகிழ்ச்சி அளிப்பதாக இல்லை. சிக்கல் மிகுந்த தன்மையோடுதான் இருக்கிறது. அதில் மனிதர்கள் சிக்கிக்கொண்டு உழலுகிறார்கள். நிம்மதியை ஏதோ ஒன்றில் தேடுகிறார்கள். ஆனால் இக்கதையில் ரத்னாபாய்க்கு ஆங்கிலம் தப்பிக்க முடியாத பொறியாகவும் இருக்கிறது. ஆறுதல் தருவதாகவும் இருக்கிறது. எடுக்காத பட்டுச் சேலை குறித்து ஆங்கிலத்தில் ஒரு கடிதம் எழுதவேண்டியிருக் கிறது. உடம்புக்குக் கெடுதி என்றாலும் பெத்தடின் போல மகிழ்ச்சி யளிக்கும் போதையாக ரத்தினாபாய்க்குள் அவள் கையாளும் ஆங்கில மொழிக்குப் பாராட்டு இருக்கிறது. சோகமயமான மணவாழ்க்கை ஆட்டிக் குலைக்கக் குலைக்க இந்தப் போதைக்குள் விழுந்து மூழ்கு கிறாள். பரஸ்பர அன்பு இல்லாத உலகில் மீட்சியும் கிடையாது. இது ஒரு இருத்தலிய அவலம்.

எல்லாக் கலைகளும் ஏதோ ஒரு வகையில் பிரச்சாரம் செய்யவே செய்கின்றன. அது நம்மை ஈர்க்கும் விதமாக - உயிரோட்டமுள்ளதாக கலைக்குரிய நம்பிக்கையுடன் உருவாக்குவதே படைப்பு என்ற விதத்தில் சுந்தரராமசாமியும் சொல்லியிருக்கிறார். இந்தக்கலை உணர்வு சு.ரா.வின் முக்கியமான கதைகளிலேயே கூடக் கூடி வரவில்லை. சமூக இயக்கத்தினைச் சற்று உற்று நோக்குகிற எவருக்கும் தோன்றிவிடும் கருத்துக்களைச் சிறுகதைக்குள் கலை வடிவமாகத் தர முயற்சிக்கிறார். எந்தப் பிரச்சனையும் படைப்பாளிக்குள் படைப்பாக்க மனநிலையைத் தூண்டவே செய்கிறது. அவ்வளவையும் அவனால் எழுத்தாக்க முடிவதில்லை. அதற்குப் பல்வேறு காரணங்கள். தமிழ்ச்சூழலைப் பொருத்தவரை உயிர்வாழ பணம் தேடி அலையவேண்டிய சூழல். சு.ராவும் எத்தனையோ சமூக முரண்களை படைப்பாக விரும்பிச் செய்யாமலே போயிருக்கலாம். இங்கு எழுத்தாக்கம் பெற்றிருப்பதிலும் ஒருமை கூடிவரவில்லை என்பது பற்றிச் சொல்லவேண்டும். இந்தக் கதைக்குள் உண்டாக்கும் பின்னணி ஒரு எல்லைவரை ஈர்க்கவே செய்கின்றது. சுந்தரராமசாமி வைக்கும் குறிப்பு, சிக்கலின் அவிழ்ப்பு, சமூக விமர்சனம் சில சமயம் தண்ணீருக்குள் எண்ணெய் மிதப்பதுபோல ஒட்டாமல் மிதக்கின்றன. 'இல்லாத ஒன்று' 'பள்ளம்' 'பக்கத்தில் வந்த அப்பா' கதைகளை எடுத்துக் கொள்வோம். எழுத்து ரகசியம் என்பது மூத்த ஆளுமையிடமிருந்து கைமாற்றிக் கொள்ளும் சரக்கு அல்ல. அணுகி பழகி கரந்துவிடக்கூடிய ஒன்றும் அல்ல. அப்படி இருப்பதாகக் கருதுவது ஆரம்ப எழுத்தாளனின் மனக்கற்பனை. எழுத்துக்கலை என்பது அவனே அவனிடமிருந்து தோண்டி எடுத்துக்

கொள்வது. இல்லாத இடத்தில் இருப்பதாகக் கருத வேண்டாம். இருக்குமானால் உன்னிடமே அது இருக்கும் என்று சொல்ல வருகிறது. ‘இல்லாத ஒன்று’ கதை. ஆரம்ப எழுத்தாளனுக்கு நேரக்கூடிய தத்தளிப்பு! அதற்குக் காரணங்களை அவன் தேடிச் சென்றிருந்தால் அது ஒரு படைப்பு அனுபவமாக மாறியிருக்கும். இச்செய்தி தனது தோழியின் மூலம் சொல்லப்படுகிறது. வாசகரை ஓர் அனுபவத்திற்குள் இழுத்துச் செல்வதாக அமையவில்லை. எழுத்தின் பக்குவம் கூடிவந்த ஓர் எழுத்தாளன் இக்கதையைப் படிக்கிறபோது ஒரு பரவசத்தை அடையமாட்டான். இந்தக் கதையின் கருத்தை ஆமோதிப்பான். ஆமோதிப்பது கலையா? இல்லை என்று நினைக்கிறேன். அவனுக்கு ஒரு புதிய வாசலைத் திறந்து, காணாத உலகினைக் காணும்படி வைப்பதாக இருப்பது தான் சிறந்த கலையாக இருக்கின்றது. சு.ராவின் பல கதைகள் நம்மிடம் ஆமோதிப்பை மட்டுமே பெற்று நின்று விடுகின்றன. அதனைத்தாண்டி வேறு உலகத்திற்குள் செல்வதில்லை.

‘பள்ளம்’ என்னும் கதையின் பின்னணி ரொம்ப நேர்மைமிக்க இளைஞனின் உணர்வில், அப்பா மகனுக்குமுள்ள முரண்களையும், ஆசைகளையும், கனவுகளையும் சொல்கிறது. அப்பா மகனுக்குள் இருக்கும் வேறுவேறு கோணங்கள் கிளை பிரிந்திருப்பது தெரிய வருகிறது. கதாமாந்தன் விநோதமான பாதை வழிகளில் செல்வது நம்மை ஈர்க்கிறது. திடுக்கென கதை அவனின் கதையாக அல்லாமல் முருகன் என்ற மதுக்குஞ்சுவின் கதையாக மாறுகிறது. ஒரு எல்லைவரை அழகாகக் கூடிவந்த சிறுகதை இறுதியில் கருத்தை ஆமோதிக்க வைக்க மதுக்குஞ்சுவின் வெற்றுக்கண் பொருத்தப்பட்டிருக்கும் பிரச்சனையைப் பேசுகிறது. இக்கதை சொல்லியின் கதாநாயகனுக்கு நொள்ளைக் கண் குறித்து மதுக்குஞ்சுவிடம் தயங்கிக் கேட்பதாக இருந்தால், (ஐந்தாறு நாட்களுக்குள் அறிமுகமான பாத்திரமாக) அல்லது இக்கதையின் பயணமே மதுக்குஞ்சுவினை மையமிட்டு எழுதப்பட்டிருந்தால் கலையாக உருவாகியிருக்கும். வாசகப் பாதிப்பு என்பது கருத்தைச் சொருகுவதால் நிகழ்ந்துவிடாது. சினிமாப் பைத்தியத்தைச் சொல்ல வருகிறது கதை. ஒரு தாய் கண்ணைத் தோண்டி எடுக்குமளவு மெய்மறந்து மூழ்கியிருப்பாளா? பத்திரிக்கையிலே அப்படி ஒரு செய்திகூட வந்திருக்கலாம். உண்மையான செய்தியும் கதையில் நம்பிக்கை இழப்பை ஏற்படுத்தும். பிரச்சனைச் செய்தி உண்மையா பொய்யா என்பதில்லை. கதை உண்மையை மீட்கவேண்டும். சரி. தன் கடையில் வேலை செய்பவனின் நொள்ளைக்கண்

விவகாரத்தைப் பத்தாண்டுகளாகத் தெரிந்து கொள்ளாமலா இருந்தான். மதுக்குஞ்சுவின் சந்திப்பிற்குரிய காலத்தேர்வு பற்றிய உணர்வு இல்லை. கதைசொல்லியின் கதைக்கும் மதுக்குஞ்சு வின் கதைக்கு மான உறவில் புதிய விசயம் எழவில்லை. இரு வேறு கதைகளாகவே இணைக்கப்பட்டிருக்கின்றன. ஆனால் ஜெயகாந்தன் எந்தவிதக் கலைநேர்த்தியும் இல்லாமல் 'சினிமாவிற்குப் போன சித்தாளு' கதையில் மானுட ரகசியத்தை வெட்டவெளிச்சமாக்கியிருப்பார். எம்.ஜி.ஆர். மீதான மோகம் பெண்களின் உள்ளத்துள் ஒளிந் திருப்பதை வெளிப்படுத்தி யிருப்பார். 'பள்ளம்' சினிமா மோகம் நம் பார்வையை இழக்கச் செய்கிறது என்று சொல்லவருகிறது. அதற்குக் கண்ணையே தோண்டி எடுத்துவிட்டார். நுட்பமான வாழ்க்கைப் பின்னணியை விரித்தும் 'பள்ளம்' கதை படைப்பாக்கக் கோளாறுகளால் தனக்குள்ளான கலை எழுச்சியைச் சிதைத்துக் கொள்கிறது. முற்போக்கு எழுத்தாளர் கள் தங்கள் முன்முடிவை கதையாகத் திரிக்கிறார்கள் என்று சு.ரா. பல இடங்களில் சொல்லியிருக்கிறார். இவரும் அதற்கு விதிவிலக்கல்ல. முன் முடிவோ, பின்முடிவோ அப்படியொரு சந்தேகம் எழாதபடி கதை உருவாகி வந்திருக்க வேண்டும்.

'பக்கத்தில் வந்த அப்பா' கதையில் புதிய விசயங்களோடு இளம் சமூகம் கொண்டிருக்கும் உறவும் தெளிவும் மூத்த தலைமுறை யினருக்கு ஏற்படுவதில்லை. இது காலத்தின் இயல்பு. தொலைபேசி யில் கோட்டயத்தில் இருப்பவரோடு தொடர்புகொள்ள முடியாமல் திணறுகிறார். வீட்டில் எதற்கும் லாயக்கற்ற (விவரமற்ற) சிறுவன் என்று ஏளனத்திற்கு உள்ளாகிற சிறுவன் தனது அறிவுத் திறமையை நிரூபிக்கிறான். இதைப் பெரிய கண்டுபிடிப்பாக சுந்தரராமசாமி சொல்வது மிகையாகப்படுகிறது. அடுத்து அப்பா தான் என்ற அதிகாரத்தை நிலைநாட்ட முயல்கிறார். தொலைபேசியில் தொடர்பை நானேதான் ஏற்படுத்தினேன் என்று சொல்கிறார். சிறுவனின் நிரூபணம் நசுக்குறுகிறது. அவமானம் கொள்கிறான். சரி. அப்பா இப்படி குழந்தையிடம் தன் அதிகாரத்தை இந்த விசயத்தில் காட்டி சிதைப்பாரா? அல்லது குழந்தையின் தெளிவைக் கொண்டாடுவாரா? பார்ப்பவர்களிடமெல்லாம் மகனின் பெருமை பேசியல்லவா தீர்த்திருப்பார். அப்படியானவர் அல்லவென்றாலும் ஆழமான பெருமிதச் சிரிப்பு அவரின் உதட்டில் சுழித்தல்லவா இருக்கும். ஆல்பர்ட் காம்யூவின் பாதிப்பு சுந்தரராமசாமியை எழுபது களுக்குப் பின் கெடுத்துவிட்டது. சென்ற நூற்றாண்டின் மிகச் சி றந்த நாவல்களுள் இரண்டில் ஒன்றாக 'அந்நிய'னை ஐரோப்பிய

தேசம் தேர்ந்தெடுத்திருக்கிறது. அது அந்த தேசத்து மனஉலகைச் சொல்வதாக மட்டுமே கொள்வேன். உலக மனித ஆன்மாவின் மனசாட்சிக்கு இடமில்லை. எப்படியோ போகட்டும். கோட்டையி லிருந்து வரும் செய்தி என்ன? பெரியப்பா இறந்து விட்டார் என்றதும் ஒரு மனிதனுக்கு என்ன தோன்றும்? அம் மனிதனின் பழைய நினைவுகள் எல்லாம் பெருகிவருமா? வராதா? இறப்பின் சூழலில் 'நான்தான் போன் செய்தேன்' என்று தனது அதிகாரத்தை நிலைநாட்ட அது பற்றியே அப்பா சொல்வதும் யோசிப்பதும் சூழலுக்குப் பொருத்தமில்லாமல் அபத்தமாக இருக்கிறது. இக்கதை யினை சிலபேர் நல்ல கதை என்று வேறு சொல்கிறார்கள். சுந்தர ராமசாமியின் ஒரு கருத்து, இக்கதையில் சொல்லப்படுகிறது.

அதிகாரம் மிக்க அப்பாக்களைச் சொல்ல வருகிறார். அதற்காக இதனை நல்ல கதை என்று சொல்லமுடியுமா? ஒரு கதை மூளியாக இருக்கலாம். ரத்தமும் சதையும்தான் முக்கியம். வைக்கோல் பொம்மை அச்சு அசலாக இருந்தும் அசல் அல்லவே. வடிவச் செம்மை என்பது ஒரு வெட்டித்தனம் தவிர ஆளுமையல்ல.

'அந்நிய'னில் தாயின் மரணச்செய்தி வருகிறது. மகன் போய்ப் பார்க்க வேண்டுமா என்று அலுத்துக்கொள்கிறான். மரணத்தைப் பொருட்படுத்தவில்லை. இன்றைய மனநிலையைச் சொல்ல வருகிறது. 'குழந்தைகள் பெண்கள் ஆண்கள்' நாவலில் கோட்டயத்திலிருந்து மரணச்செய்தி வருகிறது. அலுப்பு மேலிடுகிறது. போக வேண்டாம் என்று தீர்மானிக்கிறார். 'அந்நியன்' நாவல் தராத அனுபவத்தை, இந்தச் செய்தியின் வழி என்ன சொல்ல வருகிறார்? ஒன்றுமில்லை. ஆனால் 'அந்நியன்' நாவலுக்கு நேர் எதிர்மாறான கீழைத்தேய மனநிலையை நீல.பத்மனாபனின் 'உறவுகள்' சொல்கிறது. தன் தனித்தன்மையை மண்ணிலிருந்தே உருவாக்க வேண்டும். நமக்குள்ளும் நவீனத்துவம் கடுமையாகவே கலந்திருக்கிறது. அதை இந்திய மணத்தோடு சொல்வதற்குத்தான் தமிழ்ப் படைப்பாளி தேவை.

'ஸ்டாம்பு ஆல்பம்' குழந்தைகள் பற்றி எழுதப்பட்ட கதை. குழந்தையின் இன்னபிற உலகம் கொடிவீசிப் படரவில்லை. திருட்டை மறைக்க முடியாத குழந்தையின் உள்ளத்தைச் சொல்ல வருகிறது. விவசாயப் பின்னணியில் வளர்ந்து வந்த ஒருவருக்கு இக்கதை ஈர்க்காது. ஸ்டாம்பு சேகரிக்கும் பழக்கமுள்ள ஒருவருக்குப் பிடிக்கலாம். யாவரையும் தன்வசப்படுத்தக்கூடிய

ஆற்றல் கொண்டவற்றையே நல்ல படைப்புகள் என்கிறோம். கி.ரா.வின் 'கதவு' கதையில் தெருவில் ஒரு பட ஸ்டிக்கர் கிடக்கிறது. சிறுமி அதை எடுத்து எச்சில் துப்பி பாவாடையால் துடைக்கிறாள். ஓரத்தில் இருந்த அழுக்கு படம் முழுக்க மங்கலாகப் படர்கிறது. இருப்பினும் அச்சிறுமிக்குத் திருப்தி ஏற்படுகிறது. படத்தைக் குனிந்து எடுக்கும் முன் யாரும் பார்க்கிறார்களா என்று சுற்றும் முற்றும் பார்க்கிறாள். யாருக்கும் தெரியாமல் எடுத்துப் பாவாடைக்குள் ஒளிக்கிறாள்... என்ற பாணியில் சொல்லிச் செல்வதில் குழந்தையின் மனக்கொடி படர்கிறது. சு.ரா. கதையில் முடிவு முக்கியமாக்கப்படுகிறது. அதன் முழு உடலிலும் சிறுவர்களின் குதூகலம் நிரம்பவில்லை.

சுந்தரராமசாமி தனது இறுதிக்காலத்தில் மிகத் தீவிரமாக இயங்கினார். கடைசி வரையிலும் கதைகள் எழுதினார். 2004-ல் வெளிவந்த 'மறியா தாமுவுக்கு எழுதிய கடிதம்' 2005-ல் வெளிவந்த 'பிள்ளைகெடுத்தாள் விளை' இரு கதைகளும் பாராட்டுதலுக்கும் கடுமையான விமர்சனத்திற்கும் உள்ளாயின. இக்காலக் கதைகளில் எழுத்தாளன் மறைந்து படைப்பு மேலெழுந்து வரத் தொடங்கியதைக் கணிக்கமுடிகிறது. இது சுந்தரராமசாமி கதைகளில் நிகழ்ந்த மாற்றம்.

மனித உள்ளங்களில் ஏற்படும் மாற்றங்கள், சேர்மானங்கள், விரும்பும் செயல்களைச் செய்யமுடியாமல் ஒதுங்க நேர்தல்கள், செய்யும் செயலின் மீது பிறத்தியாரின் கேலிகள், கிண்டல்கள், விடாப்பிடியான வைராக்கியங்கள், மறியாவின் லட்சியத்தால் கணவன் அடைகிற அழுத்தங்கள், விருப்பமில்லாமல் செய்ய நேர்கிற உறவுப் பிணைப்புகள், வேலைப் பளுக்கள் என்று இக்கதை ஒரு லட்சியத்தின் பொருட்டு நேர்கிற சகல இன்னல்களையும் சொல்கிறது. மரியாவின் கணவர் லூதர். அவரின் மருத்துவமனையில் பணிபுரியும் இந்திய மருத்துவரான தாமு, மறியா இம்மூவரின் மையமாக இக்கதை இயங்குகிறது. மறியா கைவிடப்பட்ட விலங்குகளின் துயர்துடைக்கும் பெரிய லட்சியத்தை இயல்பாக ஏந்தியிருப்பவள். இந்தச் செயலில் லூதர் தன் மருத்துவப்பணி நெருக்கடிக்கிடையில் மனைவிக்காகச் செய்கிறார். பிராணிகளைப் பராமரிக்கிற செயலில் ஈடுபட்டு ஈடுபட்டு ஒரு எல்லையில் அச்செயல் மீது அலுப்புக் கொள்கிறார். தாமு இச்செயலில் விருப்பமில்லாமல் ஈடுபட்டு ஈடுபட்டு அச் செயலினுள் ஈர்க்கப்படுகிறார். இருவரும் மறியாவின் பொருட்டே செய்கின்றனர். லூதர், மறியாவின் லட்சியம் யாராலும் பொருட்படுத்தப்படாமல் போவதை உணர்ந்து

அச்செயலுக்குத் தன்னை விருப்பத்தோடு ஒப்புக்கொடுக்கிறார். நிறைமாத கர்ப்பிணியான மறியா, கிழடுதட்டிய 'பாட்டி' ஒட்டகம் கொட்டிலடியை விட்டுக் காணாமல் போகும்போது தேடிக் காணமுடியாமல் அலைந்து வெறுங்கையோடு திரும்பி வருகிறாள். தாமு அதனைத் தேடிக் கண்டு, கொண்டுவந்து நிறுத்துகிறார். ''நாம்'' இனி இக்காரியத்தைச் சேர்ந்தே செய்வோம் என்று லூதரையும் உளப்படுத்திப் பேசும் போது அவளுக்குப் பேரன்பு கிளர்கிறது. கட்டியணைத்து முத்தமிடுகிறாள் இந்தியரான தாமுவை. லூதருக்கு இருக்கும் அன்பு அல்லது லூதர் மேல் மறியாவிற்கு இருக்கும் அன்பும் மரியாதையும் மதிப்பிற்குரிய கணவன் என்ற உறவின் அடிப்படையில் தத்தளிப்பது. தாமுமேல் ஏற்பட்ட காதல் என்பது பெரிய அன்பின் பரிமாணம். அவளின் லட்சியத்தைப் புரிந்துகொண்ட ஒரு மனிதனுக்குள் மறியா கரைவது. மறியாவின் தோழிகளால் இந்த லட்சியம் படும்பாடும் நகைப்பிற்குரியதாகப் பார்க்கப்படுவதும் பதற்றத்தையும் பயத்தை யும் ஏற்படுத்துகிறது. விலங்குகளின் காப்பகத்தை மதிப்புடன் பார்க்கும் தாமுவை நினைக்கிறபோது நம்பிக்கை கொள்கிறாள். தாமுவைத் தழுவி முத்தமிடுவது இந்த இக்கட்டில் நிகழத்தான் செய்யும். ஒருவகையில் உடலை உதறிய எழுச்சிமிக்க உன்னதக் காதல் என்று இதனைக் கொள்ளலாம். நாளை மூவரும் சேர்ந்து வாழ்வதற்கான வாய்ப்பிருப்பதாக ஊகிக்க இடம் இருப்பதுதான் இக்கதையின் பலம். அப்படியும் சொல்வதற்கு இல்லை என்பது கூடுதலான படைப்பின் வீச்சு.

இந்த வகையில் 'மறியா தாமுவுக்கு எழுதிய கடிதம்' ஈர்ப்பைத் தக்க வைத்திருக்கிறது. இந்த நல்ல கதையை உண்டாக்க சுந்தர ராமசாமிக்கு நிலம் பற்றியும் விலங்குகளின் இயல்பு பற்றியும் ஏதும் தெரியவில்லை என்பது மிகப்பெரிய பலவீனமாக இருக்கிறது. சுந்தரராமசாமி இக்கதையின் களனை அமெரிக்காவில் இருத்தி எழுதினாலும் நிலம் நிலம்தானே! விலங்குகள் விலங்குகள்தானே. நிலத்தின் இயல்பும் நிலத்தோடு மனிதனுக்கு இருக்கும் இயைபும் கூடிவரவில்லை. அதேபோல பாவப்பட்ட விலங்குகள் நிற்கும் கொட்டம் கொட்டமாக இல்லை. இவரால் ஒரு புல்கட்டை எடுத்து ஒட்டகத்திற்குப் போட முடியவில்லை. காலார நிலத்தைச் சுற்றி விலங்குகள் மேய்வதோ நடப்பதோ இல்லை. இன்னொன்றும் சொல்லலாம். கொட்டமே இல்லை. 'சாணி அள்ளுகிறாள்' 'தண்ணீர் அடித்துக் கொட்டத்தை சுத்தம் செய்கிறாள்' என்ற வார்த்தைகள் மட்டும் விலங்குகளின் லாயத்தை உண்டாக்கி

விடாது. நோய்வாய்ப்பட்ட விலங்குகளின் மீது ஈக்கள் அப்பாதா? விலங்குகள், விலங்குகளின் காயங்கள், தழும்புகள் பற்றிய சித்திரங்கள் இல்லை. அவை உண்ணமுடியாமல் உண்ணும் நிலைகள் இல்லை. வயிற்றுக்குச் சேரவில்லை என்றால் - செரிக்கவில்லை என்றால் பீச்சல் எடுக்கும். ஒரு ஒட்டகம், கைவிடப்பட்ட இரண்டு நாயை வைத்துக்கொண்டு உண்மையான மறியா இந்த லட்சியத்தை ஏந்தியிருப்பாளா? நம் எழுத்தாளர்களுக்கு முழுமையை அள்ளிப் படைப்பை உருவாக்கத் திராணி இல்லை. தொட்டித்தண்ணீரை நன்றாக உறிஞ்சி முதுகில் ஏற்றிக்கொண்டு கிழட்டு ஒட்டகம் கொட்டத்திலிருந்து தப்பிச் சென்றுவிட்டது என்று சுந்தரராமசாமி எழுதும்போது ரசிக்க முடிகிறது. ஆனால் அதனை நம்ப முடியாது. தப்பிப்பதற்காக அது தண்ணீரை உறிஞ்சாது. மரபறிவு அப்படித் தூண்டுகிறது. தண்ணீர் தாகம்தான் அடிப்படை. இக்கதையில் ஒட்டகம் கதைக்குள் குறியீட்டிற்காகவோ, படிமத்திற்காகவோ, படைக்கப்படவும் இல்லை. அதனுடைய புத்திக்கூர்மையை - மனிதனிடம் சிக்கியிருக்கிறோம் - அதிலிருந்து தப்பிக்க வேண்டும் என்ற பிறிதொரு விசயத்தை குறிப்புணர்த்தப் படைக்கப்பட்ட ஒட்டகம் அல்ல. சாதாரண ஒட்டகம்தான். இங்கு புத்திக்கூர்மை யுடன் தப்பிக்கிறது. இன்னொன்று, ஒட்டகம் தேடிக் கண்டுபிடிக்க முடியாத தூரத்திற்குச் சென்றுவிட முடியாது. சில மாதங்கள் கொட்டத்தில் தின்று பழகிய எந்த விலங்கும் அதனைவிட்டு வெகுதூரம் சென்றுவிடாது. கொட்டத்தைச் சுற்றியுள்ள காட்டில் அது புகுந்து மேயும். விலங்கு தப்பித்துச் செல்ல நினைத்து ஓடாது. உணவு தேடியே செல்லும். இந்தச் சின்ன விசயம்கூட சுந்தர ராமசாமிக்குத் தெரியவில்லை. கதையை நடத்த ஒரு பாதுகாப்பான காட்டை இட்டுக்கட்டிக் கொள்கிறார். காட்டிற்கு வந்து ஆறு ஆண்டுகளுக்கு மேல் ஆகி யிருப்பதற்கு சு.ரா தரும் தகவல்களே அதிகம். அந்தக் காட்டில் மறியாவிற்கு எப்படி திசை தவறிப் போகும். காட்டின் சித்திரம் எங்கே? நிலத்தின் மண் தன்மை? என்னென்ன செடிகொடிகள் அந்நிலமெங்கும் படர்ந்திருக்கின்றன. காட்டின் வாசனை எவ்விதம் கமழ்கிறது. இப்படி ஓராயிரம் நிலத்தின் சுவாசம் கதையில் இல்லை. ஒரு நகரத்தான் இந்தக் கதையை நல்ல படைப்பு என்று சொல்லக் கூடும். அவனுக்கு நிலமும் சூழலும் தெரியாது. நான் 'நல்ல கதை' என்று சொல்வேன். நல்ல படைப்பு என்று ஒருபோதும் சொல்லமாட்டேன்.

சு.ரா, இக்கதையில் தாமு, லூதர் இருவரின் உள்ளத்தை மிகவும் குறுக்கிவிட்டார். லூதருக்கு ஏற்பட்டிருக்க வேண்டிய வெறுப்பு

வெடித்துக் கிளம்பவில்லை. ஒரு முனகலாக வெளிப்படுகிறது. தாமுவுக்கு மறியாமீது கவர்ச்சி இல்லை. உள்ளத்தால்கூட, மறியா முத்தமிட்டத்தைத் தாமு விரும்பவில்லை என்பதுபோல இருக்கிறது. உண்மையில் ஆண் சலனங்களுக்கு ஆட்படாதவனா? முத்தத்தை விரும்பாதவனா? இந்தியரான தாமு விரும்பவில்லை என்பதுபோல ஒருநாள் கொட்டத்திற்கு வராமல் இருக்கிறார். கடிதமாகக் கதை எழுத இடம் விழுந்து விட்டது. தாமுவிற்குள் இச்சை இல்லை யென்றால் அதற்கான காரணங்கள் இருக்கும். அதனை சு.ரா. அறியமுடியவில்லை. பெண்ணின் அணைப்பையும் முத்தத்தையும் உள்ளூர விரும்புவது தானே மனித இயல்பு. மெக்ஸிகோ பெண்ணை விட தமிழச்சியும் கடுமையான உழைப்பாளி என்பது சு.ரா.விற்குத் தெரியும் என்றுதான் நினைக்கிறேன். பலவீனங்களை மறைக்க அமெரிக்கப் பின்னணியை ஏற்றுள்ளார் என்று சொல்வதற்கில்லை. பொதுப்பிரச்சனைகளில் மேலைநாட்டுப் பெண்கள் தனித்துவமாக இயங்குகின்றனர் என்பதைத்தான் எடுத்துக் கொண்டிருக்கிறார். அமெரிக்காவில் கதையை நிகழ்த்தினாலும் பலவீனங்கள் படைப்பை சாதாரண நிலைக்குக் கீழிறக்குகின்றன.

சகஜமாக நகர்ந்து விசயத்தை கவ்விப்பிடிக்கும் கலை இவருக்கு மிகக்குறைவாகவே சாத்தியமாகியிருக்கிறது. கதைகளை மிகமிக கவனமாகத்தான் உருவாக்கியிருக்கிறார். உலகத்தரம் வாய்ந்த கதைகளாக அமைந்துவிட வேண்டும் என்ற காதலுடன் தான் கதைகளை எழுதியிருக்கிறார். கனவுக்கும் விளைச்சலுக்கும் இடையே வித்தியாசம் பெரிதாக இருக்கிறது. இந்த வித்தியாசம் புதுமைப் பித்தனிடம் இல்லை. கலை கலை என்று ஓயாமல் பேசியும் எழுதியும் படைத்தும் வந்த படைப்பாளி அவர் தலைமுறையினர் சிறுகதையில் சாதித்த எண்ணிக்கை அளவு இல்லை. 'கோயில்காளை யும் உழவுமாடும்', 'வாழ்வும் வசந்தமும்', 'திரைகள் ஆயிரம்', 'சன்னல்', 'பல்லக்குத் தூக்கிகள்', 'வாசனை', 'ரத்தினா பாயின் ஆங்கிலம்', 'காணாமல் போனது', ஆத்மாராம் சேயித்ராம்' முதலிய கதைகள் தமிழ்ச்சிறுகதை வரலாற்றில் தனித்துவத்தோடு நிற்கின்றன. தமிழ்ச் சிறுகதையாளராக சுந்தரராமசாமியை உயர்த்தும் கதைகள் இவை. 'பிரசாதம்', 'கொந்தளிப்பு', 'பிள்ளை கெடுத்தாள் விளை', 'கிடாரி', 'காகங்கள்', 'தயக்கம்', 'எங்கள் டீச்சர்' முதலிய கதைகள் பொருட்படுத்தத் தக்க கதைகள்.

ரசனை, ஜூன், ஜூலை, ஆகஸ்ட், 2011.

ஜெயகாந்தன் :
மரபைச் செழுமையாக்கியவர்

ஜெயகாந்தன் படைப்புகளில் எவற்றைத் தேர்ந்து படிக்க வேண்டும். எவற்றைப் படிக்காமல் விட்டுவிடலாம் என்ற தேர்வு சார்ந்த அறிவேதும் இல்லாத பருவம். எனவே எல்லாவற்றையும், எது கிடைக்கிறதோ அதனை உடனடியாகப் படித்தேன். அது இன்று ஒரு அற்புதமான காலமாகத் தோன்றுகிறது. தமிழ்ச் சிறுகதை முன்னோடிகளில் யாரைப்பற்றி நான் எழுதினாலும் ஜெயகாந்தன் என்னையும் அறியாமல் அங்கு வந்துவிடுகிறார். குறையாகவோ நிறையாகவோ சொல்லி ஒப்பிட்டிருக்கிறேன். தவிர்க்க முடியாதபடி என்னுள் ஜெயகாந்தன் இப்படி ஆளுமை செலுத்துவதை வாசகர்கள் கவனித்திருக்கலாம். காரணம் ரொம்பவும் விரும்பிப் படித்தேன் என்பதுதான். ஜெயகாந்தனிடம் கேட்க நினைத்த எந்தக் கேள்வியையும் அவருடனான முதல் சந்திப்பில் கேட்கவில்லை என்பதையும் இவ்விடத்தில் சொல்லி விடுகிறேன். சுமார் இருபதாண்டுகள் கழித்து படைப்புரீதியாக உள்ள குறைகளை மென்மையான தொனியில் சமீபத்தில் கேட்டேன். அவரும் மென்மையாக என்னிடம் பதில்களைச் சொன்னார்.

வாசக நிலையில் தொடர்பவர்கள் ஜெயகாந்தனின் படைப்பு களைத் திரும்பத் திரும்ப படிக்கலாம். தெளிவு கிடைத்தபடியே இருக்கும். படைப்பாளிகளுக்கு அவரின் பல கதைகள் ஏமாற்றங் களைத் தர நேரும். முக்கியமாக முதல் வாசிப்பில் ஏற்பட்ட பாதிப்பு இரண்டாம் வாசிப்பில் ஏற்படவில்லை. அது தரும் அனுபவம் ஏமாற்றமாக இருந்தது. ஏற்கெனவே தெரிந்த முடிவு என்பதால் எனக்குள் முதல் வாசிப்பில் ஏற்பட்ட பாதிப்பு ஏற்பட வில்லை. அந்த ஏமாற்றத்தின் நிலையில் ஒரு கட்டுரைகூட எழுதினேன். இன்று அந்த இரண்டாம் முறையாக நிகழ்த்திய வாசிப்பு மறைந்து

முதன்முதல் வாசித்தபோது எனக்கு ஏற்பட்ட மனவெழுச்சி எழுந்து திரும்ப என் உள்ளத்தின்மீது மேவிக் கொண்டது. வாசிப்பில் இது விந்தையான நிலைதான். நீரின் மேற்பரப்பில் பாசி நீங்கிய சில மணிநேரங்களில் திரும்ப மேற்பரப்பில் பாசி அடர்ந்து மூடிக்கொள்வதுபோல முதல் வாசிப்பு மனோநிலை திரும்ப என்னுள் படர்ந்து கொண்டது. இதை இப்போது சந்தோசமாக நினைக்கிறேன். மூத்த படைப்பாளிகளில் எடுத்தவுடனே படிக்க வேண்டிய ஓர் இலக்கிய ஆளுமை ஜெயகாந்தன்தான். முக்கியமாக வாழ்க்கையை அவர் பார்த்தகோணம் மேன்மைக்குரியது. பொது ஜனங்களால் வெறுக்கப்படுகிற ஒதுக்கப்படுகிற மக்களை ஒரு தாயின் கருணைக் கண்கொண்டு பார்த்தார். அவர்களின் இதயத்தி லிருந்து பேசினார். ஆன்மீகம் ஆன்மீகம் என்கிறார்கள் சாமியார்கள். ஆன்மீகம் என்ற வார்த்தையின் முழுப்பொருளை, முழுப் பரிமாணத்தைத் தன் படைப்பின் வழி உண்டாக்கிக் காட்டியவர் ஜெயகாந்தன். அவர் ஆன்மீக எழுச்சிமிக்க மனோ பாவத்தால் மனிதர்களை, மனிதர்களுக்குள் உறையும் நல்லியல்புகளை இனம் காட்டினார். நமக்குள்ளும் உறைந்து கிடக்கும் நல்லியல்புகளின் ஊற்றுக்கண்களைத் திறக்க முயன்றார். மனிதன் மீது படிந்திருக்கும் கெட்டதனம் என்ற புழுதியைப் பொருட்படுத்தாது அவனை சமூக நீரோட்டத்தில் ஆரத்தழுவியவர் அவர். அவனிடமிருந்து நாம் பெற்றுக்கொள்ளும் காருண்யத்தை இனம் காட்டியவர். வாழ்க்கை யின் புகழ்பாடியவர். கஞ்சா வாங்கிக்கொடுத்த நண்பனை பாரதி போற்றியது போல உள்ளமே ஆலயம் என்று கையில் ஏந்தியவர். இங்கு ஒரு முக்கியமான விசயத்தைக் குறிப்பிட வேண்டும். ஜெயகாந்தன் வாசகர்கள் மட்டிலும் அல்லாமல் படைப்பாளி களிடமும் பாதிப்பை நிகழ்த்தியுள்ளார். அவரைத் தொடர்ந்து எழுதவந்த பல படைப்பாளிகள் அவர்கதைகளைப் பிரதிஎடுத்து பின்னணியை மட்டும் மாற்றிவைத்து வெளியிட்டனர். இன்னும் சிலர் கதாரூபம் என்பது என்ன என்றே தெரியாமல் புரட்சிகரமான முடிவுகளை வெளியிட்டனர். இந்த ஜெயகாந்தன் வாரிசுகளின் படைப்புகள் கிட்டத்தட்ட முக்கால் பங்கு பதர்கள். தனது அனுபவம், பண்பாட்டு இழைகள், தனித்துவமான பார்வை, மரபு இவற்றின் இணைவிலிருந்து காலச்சூழலுக்கு ஏற்றவிதத்தில் கதாரூபம் வரப் பெற்ற படைப்புகளை உருவாக்கினார் ஜெயகாந்தன். ஜெயகாந்தனால் உண்டான வாசகப் பரபரப்பு, முற்போக்குச் சிந்தனைகளை மட்டுமே நம்பி நாமும் எழுத்தாளன் ஆகவேண்டும் என்று எழுதியவர்களின் எழுத்துக்கள் கிட்டத்தட்ட அனைத்தும் காணாமல் போய்விட்டன.

அவர்களிடம் அசல்தன்மை இல்லாது போனதுதான் காரணம். ஜெயகாந்தன் இந்த வகையில் சுயம்புவானவர். அவர் எழுத்தும் சுயம்புவானதே! படைப்பாக்க ரீதியில் அவரின் படைப்புகளில் குறைபாடுகள் உண்டு. அதை மட்டுமே வைத்துக்கொண்டுதான் சிற்றிதழ் சார்ந்த படைப்பாளிகள் மதிப்பிட்டனர். ஆனால் ஜெயகாந்தன் தமிழ்ச்சூழலில் சுயம்புவான ஓர் ஆளுமை என்பதை முக்கியமான விமர்சகர்கள் அணுகிப் பார்க்கவில்லை. சிற்றிதழ் சார்ந்து இயங்கியவர்கள் நல்ல படைப்புகளைத் தந்திருக்கின்றனர். வடிவம் சார்ந்தும் வகைமை சார்ந்தும் கலாபூர்வமான படைப்புகளைத் தந்திருக்கின்றனர். ஆனால் அவர்கள் ஜெயகாந்தனோடு ஒப்பிடக் கூடிய வீச்சு உடையவர்கள் அல்ல. ஜெயகாந்தன் படைப்புகளில் படைப்பாக்க ரீதியில் பல குறைபாடுகள் இருந்தாலும் அவரின் பார்வை விசாலமானது. மண்ணுக்கேற்ற விதத்தில், பண்பாட்டின் தளத்திற்குள்ளேயே மரபைப் புதுமையாக்கிய புத்தம் புது நிகழ்வு. புதுமைப்பித்தன், மரபில் நின்று கலகம் செய்தார். ஜெயகாந்தன் வஞ்சிக்கப்பட்டவர்களின் சார்பாக நின்று மரபிற்குள் புதிய புரிதலை உண்டாக்கினார். ஆனால் கலையமைதி என்று சொல்லிக் கொண்டு ஆளுமை அற்றவர்களைக்கூட ஜெயகாந்தனுக்கு மேலாக உயர்த்திபிடித்த சிற்றிதழ் கூட்டம் உண்டு. நான் கலையமைதி மிக்க படைப்புகளையே போற்றுகிறேன். என் எழுத்து இயக்கமும் அத்தகையதே! புதுமைப்பித்தன், பாரதி கலையமைதி கூடாத எத்தனையோ படைப்புகளைத் தந்திருக்கின்றனர். அவர்களை தமிழ் இலக்கியத்தின் முக்கியமான ஆளுமையாளர்களாகப் போற்றுகின்றனர் சிற்றிதழ் விமர்சகர்கள். குறுநாவல்களிலும் நெடுங் கதைகளிலும் கலையமைதிகூடிய சிறந்த படைப்புகளைத் தந்த ஜெயகாந்தனைப் பேசாது கமுக்கமாக காய் நகர்த்தியிருக்கின்றனர். இது பற்றியெல்லாம் ஜெயகாந்தன் ஒருபோதும் அலட்டிக் கொண்டதில்லை. அவருக்கு வருத்தம் இருந்திருக்கலாம். அதனாலேயே கூட விமர்சகர்களைப் பொருட்படுத்தாமல் இயங்க வேண்டிய ஒரு வைராக்கியத்தை ஜெயகாந்தன் அந்தக் காலத்தில் கைக்கொண்டிருக்கக் கூடும். அவரின் முன்னுரைகளிலிருந்து இதனை நாம் யூகிக்கமுடியும்.

ஜெயகாந்தன் தனது கதைகளுக்குள் அவரே இறங்கி கட்டப் பஞ்சாயத்து செய்வது பெரும் குறை என்பது எனக்கும் தெரியும்; ஜெயகாந்தனிடம் கேட்டால் ஊரில் பிரச்சனைகளைத் தீர்த்து வைக்கும் ஆள் இல்லையா என்பார். இந்தப் பதிலை அப்படியே சரி என்று எடுத்துக்கொள்ளவும் தேவையில்லை. இம்மாதிரி

கதைக்குள் பிரச்சனைகளை அலசி ஆராய்ந்து ஆசிரியரே பிரச்சனைக்கான தீர்ப்பு சொல்லும் கதைகளில் கூட புனைவிற்குரிய பக்குவத்தைக் கையாண்டிருக்கிறார். ஜெயகாந்தனின் முற்போக்குக் கதைகளை வரட்டுத்தனமாகப் புரிந்துகொண்டு எழுதவந்த மாதிரி களின் கதைகளில் புனைவின் அம்சமே இல்லாது போய்விட்டது. தமிழ்ச்சூழலில் பெரும் பட்டாளமாக இவர்கள் வந்ததால் ஜெயகாந்தனின் எழுத்தாளுமையைக் குறைத்து மதிப்பிடத் தோதாகப் போய்விட்டது. இந்த மோசமான சூழலை உருவாக்கி யவர்களில் ஆண் பெண் பேதமில்லை என்பதையும் பார்க்க முடியும். இம்மாதிரி பல விசயங்களை நீக்கிவிட்டு ஜெயகாந்தனை நாம் நேர்மையாக மதிப்பிடவில்லை என்றுதான் தோன்றுகிறது.

க.நா.சுவை மேலும் மேலும் கோபப்படுத்தும்படியான கதை களையும் எழுதியிருக்கிறார். க.நா.சு. கொண்டாடி இருக்க வேண்டிய கதைகளையும் எழுதியிருக்கிறார். முக்கியமாக ஆனந்த விகடன் போன்ற ஜனரஞ்சக இதழில் எழுதியதால் பெரும் வாசகர் வட்டம் உருவாகி ஜெயகாந்தனைக் கொண்டாடிக் கொண்டிருந்த அந்த நீண்ட காலத்தை சிற்றிதழ்க்காரர்கள் விரும்பவில்லை. வெறுப்படைந்தனர். அந்த வெறுப்பின் வெம்மையில் நின்றே ஜெயகாந்தனின் படைப்புமுறையில் உள்ள குறைபாடுகளைச் சொல்லி நிராகரித்தனர். பலர் பேசாது மௌனம் காத்தனர். அதே சமயம் படைப்பெழுச்சிமிக்க தருணங்களை அடைந்திருக்கும் பல கதைகளை முன்வைத்துப் பேசாமல் கமுக்கமாக இருந்தனர். ஜெயகாந்தனுக்குக் கிடைத்த புகழும் அங்கீகாரமும் தமிழ் விமர்சன மரபில் பாதகமாகப் போனது துரதிர்ஷ்டம். முக்கியமாகப் படைப்பைத் தாண்டி ஜெயகாந்தன் மேல் இருந்த கோபதாபங்கள் விமர்சன மதிப்பீடுகளிலும் செயல்பட்டிருக்கிறது என்பது என் எண்ணம். 1959-ல் தமிழ் எழுத்தாளர் சங்கத் தேர்தலில் ஜெயகாந்தன் துடுக்குத்தனமாகப் போட்டியிட்டிருக்கிறார். ஜெயகாந்தன் வாங்கிய ஓட்டு ஐந்து. க.நா.சு வாங்கிய ஓட்டு 101. வென்றவரின் ஓட்டு 102. ஜெயகாந்தன் போட்டியிடாது இருந்திருந்தால் க.நா.சு வென்றிருப்பார். இயல்பிலேயே அடக்க ஒடுக்கம் இல்லாத ஜெயகாந்தனை அடக்கி வைக்கவும் இந்த விமர்சன அளவுகோல்கள் பயன்பட்டிருக்கின்றன. க.நா.சு.வின் மதிப்பீட்டைப் பொன்னேபோல் போற்றி வந்த சிற்றிதழ் படைப்பாளிகளும் விமர்சகர்களும் க.நா.சு. மதிப்பீட்டையே வழி மொழிந்தனர். படிக்காமலே பிற்காலத்தில் ஜெயகாந்தன் நுட்பம் அறியா வாயாடி என்பதாக ஆளாளுக்குச் சொல்லிக் கொண்டனர்.

நான் க.நா.சு.வை மதிக்கிறேன். அவரின் சிபாரிசுகளை தேடித் தேடிப் படித்ததால்தான் எனக்குள் ஓர் இலக்கிய உணர்வு எழுந்தது. மகத்தான படைப்புகளை அவர் வழிதான் அறிந்தேன். எனக்கு க.நா.சு. நிறைய வழங்கியிருக்கிறார். நவீனத் தமிழ் இலக்கியப் பரப்பையே சரியாக மதிப்பிட்ட க.நா.சு ஜெயகாந்தனைச் சரியாக மதிப்பிடாமலேயே போய்விட்டார் என்பது என் எண்ணம். யோசித்துப் பார்த்தால் லா.ச.ரா, மௌனி, ஆர்.சண்முகசுந்தரம், ந.பிச்சமூர்த்தி முதலியவர்களின் இலக்கியச் சாதனை மிகச்சிறியது. அவர்களை வாய்ப்புக் கிடைத்த போதெல்லாம் முக்கியமான படைப்பாளிகளாக முன் வைத்தார். இந்த வரிசையை விட பல மடங்கு வியாபகம் பெற்றவர் ஜெயகாந்தன். அந்த ஆளுமையைக் கண்டு கொள்ளாமல் இருந்தது வரலாற்றுப்பிழை. அதேபோல படைப்பின் நுட்பங்கள் சார்ந்த விமர்சனங்களை ஜெயகாந்தன் காது கொடுத்தும் கேட்கவில்லை. கைவரப் பெறவும் இல்லை. ஆனால் ஜெயகாந்தனுக்கு இருந்த இலக்கியப் பார்வையை நாம் பொருட்படுத்தியே ஆக வேண்டும். அந்தப் பார்வை விசாலமானது. மானுடம் தழுவியது. பண்பாட்டு மரபிலிருந்து தோன்றி புதிய ஒளியைப் பாய்ச்சுவது. உண்மையின் பக்கம் நிற்பது. ஒடுக்கும் சிறையிலிருந்து மீட்டெடுத்து வாழ்வதற்கு தார்மீக வெளியை உண்டாக்குவது. தெளிவுகளைத் தர முயல்வது. ஜெயகாந்தனைப் பொறுத்த அளவில் கலை மக்களுக்கானதே! இலக்கியம் சமூக மாற்றத்திற்கான கருவி என்றே நம்பினார். அவர் கதைகள் சமூகத்தில் மெல்ல மாற்றத்தையும் நிகழ்த்தியது என்பது உண்மை. அந்தக் காரியம் நிகழ்ந்ததும் அந்தக் கதைகளின் ஒளியும் மங்கத் தொடங்கியது என்பதும் உண்மை. இந்த இடத்தில்தான் ஜெயகாந்தன் மெல்லமெல்லப் பின்நகர்கிறார். இதைத் தடுக்க முடியாது. அதே சமயம் காலவெள்ளத்தில் எதிர்நீச்சல்போடும் படைப்புகளும் உள்ளன. அப்படைப்புகள் பற்றி க.நா.சு போன்றவர்கள் முன் நிறுத்தாமல் போனது துரதிர்ஷ்டமானது.

2

ஜெயகாந்தனின் சிறுகதைகள் குறித்துத்தான் எழுத நினைத்தேன். என்றாலும் அதற்கு முன்னதாக நம்மீது படிந்துள்ள புழுதிகளையும் அவர் மீது படிந்துள்ள புழுதிகளையும் கழுவிக்கொள்வது நல்லது என்பதால் சிலவற்றைச் சொல்லும்படியாகிவிட்டது. ஜெயகாந்தன்

என்றதும் என்னுள் இருக்கும் வாசகமனநிலை சட்டென விழித்துக் கொள்கிறது. சிறந்த படைப்பு சுமாரான படைப்பு என்றெல்லாம் தரமதிப்பீடு செய்யத் தெரியாத வயது. படித்தவையெல்லாம் நினைவிற்கு வருகின்றன. ‘இந்த நேரத்தில் இவள்’, ‘அந்த அக்காவைத் தேடி’, ‘சினிமாவுக்குப் போன சித்தாளு’, ‘ஒரு மனிதன் ஒரு வீடு ஒரு உலகம்’, ‘வாழ்க்கை அழைக்கிறது’ ‘ரிஷிமூலம்’, ‘உன்னைப்போல் ஒருவன்’, ‘புதுச்செருப்பு கடிக்கும்’, ‘காற்று வெளியினிலே’, ‘கோகிலா என்ன செய்துவிட்டாள்’, ‘யாருக்காக அழுதான்’, ‘தேவன் வருவாரா’, ‘யுக சந்தி’, ‘புதிய வார்ப்புகள்’, ‘சக்கரங்கள் நிற்பதில்லை’, ‘குருபீடம்’, ‘இறந்த காலங்கள்’, ‘புகை நடுவிலே’, ‘கருங்காலி’, ‘ஓர் இலக்கியவாதியின் கலையுலக அனுபவங்கள்’, ‘ஓர் இலக்கிய வாதியின் அரசியல் அனுபவங்கள்’, ‘சுய தரிசனம்’ என அவரின் நூல்கள் அலையலையாக என்னுள் எழுந்துவருகின்றன. ஓரிரு ஆண்டிற்குள்ளாகவே இவற்றையெல்லாம் படித்துவிட்டேன். ஜெயகாந்தனின் படைப்புலகம் குறித்த கருத்தரங்கிற்கு முன்னதாக அவரின் திரைப்படங்களையும் பார்க்கும் பேறு பெற்றேன். ‘சில நேரங்களில் சில மனிதர்கள்’, ‘உன்னைப்போல் ஒருவன்’, ‘ஒரு நடிகை நாடகம் பார்க்கிறாள்’, ‘புதுச் செருப்பு கடிக்கும்’, ‘யாருக்காக அழுதான்’ என்று ஏழு படங்கள் பார்த்தேன். ஜெயகாந்தனை நினைக்கும்போதெல்லாம் எனது 18ஆம் வயதுப் பருவமும் வந்துவிடும். அவர் தனது நூல்களுக்கு வைத்த தலைப்பும் கதைகளுக்கு வைத்த தலைப்பும் ஏற்படுத்திய ஈர்ப்பும் சொல்ல வேண்டிய ஒன்று. ‘அந்தரங்கம் புனிதமானது’, ‘புதுச்செருப்பு கடிக்கும்’, ‘பூவாங்கலையோ பூ’, ‘சக்கரங்கள் நிற்பதில்லை’, ‘தேவன் வருவாரா’, ‘ஒரு பகல்நேர பாசஞ்சர் வண்டியில்’, ‘நான் என்ன செய்யட்டும் சொல்லுங்கோ’, ‘கோகிலா என்ன செய்து விட்டாள்’, ‘சினிமாவுக்குப் போன சித்தாளு’, மௌனம் ஒரு பாஷை’ இந்தத் தலைப்புகள் எனக்கு ஒரு வசீகரத்தைத் தந்தவை. மெல்லிய தத்துவச் சாயலைப் போலும், புழக்கத்திலிருந்து உருவாகிவந்த தொடர்கள் போலும் இருந்ததினால் இம்மாதிரியான தலைப்புகள் படிக்கத்தூண்டின. படைப்புகளின் கதைகள் மங்கிச் சிறுசிறு சம்பவங்கள் மட்டும் இப்போது நினைவில் இருக்கின்றன. என்றாலும் வாசித்த புத்தகங்கள் பசுமையாகவே இருக்கின்றன.

ஒரு கருத்தரங்கில் ஒரு பெண்மணி இப்படிக் கேட்டார். “நீங்கள் ஏன் இப்பொழுது எழுதுவதில்லை’ என்று. உடனே நுனிமூக்கில் கோவம் வந்துவிட்டது. ‘நான் எழுதுனதையெல்லாம் படிச்சிட்டியோ. எல்லாத்தையும் படிச்சிட்டுக் கேளு’ என்றார். அந்தப் பதிலேகூட

எனக்கும் சேர்த்தே சொல்லப்பட்டதாக உணர்ந்தேன். அதனால் அந்த நிகழ்ச்சி முடிந்த விறுவிறுப்போடு படிக்காத நூல்களையும் தேடி எடுத்துப் படித்தேன். ஜெயகாந்தனைவிட மேலான படைப்பாளிகள் அப்போது அறிமுகமாகாமல் இருந்தது நல்லதென்றே இப்போது படுகிறது. வாசிப்பு திசைமாறிப் போயிருக்கும். அவரை ஓரளவு முழுக்கப் படித்துவிட வேண்டும் என்ற ஆர்வத்திற்குத் தடையில்லாமல் போனது. கு.அழகிரிசாமியோ, புதுமைப்பித்தனோ இடைமறித் திருந்தால் ஜெயகாந்தன் நூல்களை அதிகம் படித்திருக்க முடியாது. நல் ஊழ்தான் தி.ஜானகிராமனை ஜெயகாந்தனுக்கு அடுத்தபடியாக வாசிக்கும்படியாகச் செய்தது. வாசிப்பு மாறியிருந்தால் ஜெயகாந்தன் குறித்து இவ்வளவு சொல்லும் படி ஆகியிருக்காது. ஜெயகாந்தனின் இயல்பையும் மூர்க்கத்தையும் இலக்கியப் பார்வையையும் தேர்வையும், கருத்தியலையும் சொல்லக்கூடிய ஒரு கதை இருக்கிறது. 'அக்கிரகாரத்து பூனை' என்ற கதை அது. பூனையைப் பற்றிய கதைதான் என்றாலும் பூனை பற்றிய கதையல்ல. அவர் அக்கிரகாரத்தில் காலூன்றி நின்று அம் மனிதர்களை ஆட்டிக் குலைத்த கதையும் ஆகும். வேண்டாத பழமையைத் துரத்தியடித்த கதையும் ஆகும். அதே சமயம் ஆரம்பத்தில் சேரி மக்களின் கூட்டத்தில் நின்று எழுதிய கதைகள் இன்னொரு வகையானவை. அவர்களிடம் மறைந்திருக்கும் மேன்மைகளை அள்ளிவந்து சமூகத்தின் முன் வைத்தவர். மையத்தில் நிலவும் தீமைகளை விளிம்புக்குத் துரத்தியும் விளிம்பில் நிலவிய மகத்துவத்தை மையத்திற்குக் கொண்டுவந்தும் இலக்கிய நோக்கில் புதிய சமூகப் பரிமாணத்தைத் தன் எழுத்தால் உண்டாக்கினார். சீர்கேடு மிக்க சேரி என்றவர்கள் மத்தியில் அது எளிய உள்ளங்களின் அழகான வாழ்க்கையும் ஒளியும் என்றார். உயர்ந்த பண்பாடு என்றவர்களின் மத்தியில் பெண்களை நாசம் செய்யும் மாயக்கரம் என்றது மட்டுமல்லாமல் அந்தப் பெண்களின் துயரைப் பறிவுடன் கண்டு விடுவிக்கவும் செய்தார். எந்தச் சமூகத்திலும் மனிதர்கள் சுய மரியாதையுடன் சுதந்திரமான தேர்வுடன் வாழ்வதற்கு உரிமை உண்டு என்பதுதான் ஜெயகாந்தன் எழுத்தின் அடிப்படை.

வாசிப்புப் பழக்கமுள்ள வெகுமக்களால் கொண்டாடப்பட்ட கதைகள் கலாப்பூர்வமான கதைகள் அல்ல. பாதிக்கப்பட்டவர்களின் சார்பாக நின்று உறுதியான குரலில் பேசுபவை. புதுமைப்பித்தன் உள்ளதை உள்ளபடி போட்டுடைத்த கடுமையான யதார்த்தவாதி. தீர்வுகளை வாசகர்களிடம் விட்டுவிட்டார். ஜெயகாந்தன் சமூகப் பிரச்சனைகளுக்குக் கதாரூபம் கொடுத்து புதிய தேர்வை தனது

கதையுலகிற்குள் ஏற்கச் செய்தார். இப்படியான தீர்வுகளைச் சொல்லும் கதைகளில் நம் வாழ்க்கையின் இழைகள் சகஜமாக நெய்யப்பட்டிருக்கின்றன. நிஜத்தின் சாயலை ஏற்கவும் செய்கின்றன. விமர்சகர்களுக்கு என்ன உறுத்தல் என்றால் சொல்லப்பட்ட தீர்வு நடைமுறையில் உண்டா என்பதுதான். ஜெயகாந்தான் முன்வைத்த நம்பிக்கைகள் நம் வாழ்க்கையில் ஏற்றுக்கொள்ளப்பட்டு வெகு நாட்களாகி விட்டன. நான் சொல்லவருமாறு அந்தக் கதைக் குள்ளேயே அவர் முன்வைத்த நம்பிக்கையின் கீற்றுகள் பொருந்திப் போயிருக்கின்றன. அந்தக் கதைக்கு வேறொரு கோணத்தை அதாவது நல்முடிவைச் சொல்லமுடியாத ஒரு தேர்வை வைத்திருக் கிறார். எனவே அன்று புதிய முடிவுகளை முன்வைத்த கதைகளில் நம் சூழலுக்கு உகந்த யதார்த்தம் சரியாகவே படர்ந்திருக்கிறது. இதுதான் அவர் எழுத்தின் ஆளுமை. இந்த யதார்த்தத்தைப் பிற முற்போக்கு எழுத்தாளர்களால் கொண்டுவர முடியவில்லை. ஜெயகாந்தனுக்கு இருந்த வாழ்க்கை அனுபவம், அவரின் தனித்துவம் இவ்வகையான கதைகளுக்கு ஒருவித நம்பிக்கையையும் கொடுத்திருக்கிறது. முடிவுகளை கை வைத்து மறைத்துக் கொண்டாலும் அதிலொரு வாழ்க்கை இருப்பது தெரியவரும். மாறத் துடித்துக் கொண்டிருக்கும் தமிழ்ச் சமூகத்தின் தருணத்தை நூறடி முன் சென்று தனது கதைகளில் அன்று மாற்றிக்காட்டியவர். எனவே நல் மாற்றத்தைத் துரிதப்படுத்தியவர் ஜெயகாந்தன். அதை தனது எழுத்தியக்கத்தில் எல்லா நிலைகளிலும் செய்தார். உள்ளே இறங்கிப் பேசுகிறார் என்று ‘கலாபூர்வம்’ வேண்டிய விமர்சகர்கள் சொல்கிறார்கள். கதைகளில் அந்தக் கதைக்குரிய மாந்தர்களின் தர்க்கநியாயங்களும் வாழ்க்கை அனுபவங்களும் சூழல்களும் குறியீடுகளும் நியதிகளும் எனச்சரியான பின்புலத்தில் இணைகின்றன. முக்கியமாக எதிர் கொள்கிற பிரச்சனைகள் மிகப் பொருத்தமான அவ்வயதுக் குரியவர்களின் நிலையிலிருந்து கதாரூபம் உருவாகியுள்ளதைச் சொல்ல மறுக்கின்றனர். ஜெயகாந்தனின் எழுத்தியக்கம் என்பதே முற்போக்குத் தன்மைகொண்டதுதான். எனவே நிகழ்ந்தவற்றை எழுதாமல் நிகழவேண்டிய மாற்றத்தை தனது கதைக்குள் நிகழ்த்துகிறார்.

சேரி மக்களிடம் இருந்த பல்வேறு நெகிழ்வான முற்போக்குத் தன்மைகளை மேல்சாதியாரின் வாழ்க்கைக்குள் உண்டாக்கியவர். ‘தரக்குறைவு’ கதையின் இன்னொரு கோணம் தான் ‘அக்கினிப் பிரவேசம்’. இரண்டையும் வெவ்வேறு வாழ்க்கைக் கதியில் வைத்து சம்பந்தமற்ற விதத்தில் எழுதியிருக்கிறார். ‘தரக்குறைவு’ கதையில்

வரும் இளம்பெண் கணவனைவிட்டு பணம் காசு உள்ள வேறொரு மைனருடன் அவனுடைய அழகில் மயங்கி ஓடிப்போகிறாள். அவனின் இச்சை தீர்ந்ததும் துரத்தியடிக்கிறான். சாவை நாடி ஓடும் பெண்ணைக் கணவன் தடுக்கிறான். அவளுடைய கணவன் அக்கினிப் பிரவேசத்தில் வரும் தாயை ஒத்தவன். அக்கினிப் பிரவேசத்திற்கும் முன்பே எழுதப்பட்ட சேரி மக்களின் கதை. 'புதிய வார்ப்புகள்', 'அக்கினிப் பிரவேசம்', 'யுக சந்தி', 'நான் இருக்கிறேன்', 'சட்டை', 'நான் என்ன செய்யட்டும் சொல்லுங்கோ', 'சீசர்', 'தவறுகள் குற்றங்கள்அல்ல', 'தரக்குறைவு', 'அந்தரங்கம் புனிதமானது', 'எத்தனை கோணம் எத்தனை பார்வை', 'குருபீடம்' போன்ற பல கதைகள் அவை வந்த காலத்தில் வாசகர்களிடம் சலசலப்பை ஏற்படுத்தியவை. விரும்பப் பட்டவை. நான் ஒரு சாதாரண வாசகனாக இவற்றை வாசிக்கிறபோது நல்ல கதைகள் என்றே சொல்லத் தோன்றுகின்றன. படைப்பாளி மனநிலையில் பார்க்கும் போது உளவியல் சார்ந்த குறைபாடுகள் உடையனவாக இருக்கின்றன. முன் முடிவிற்கு ஏற்றபடி கதையைக் கட்டமைக்கிறார். இவற்றையெல்லாம் மீறிச் சொல்லப்பட்ட விதம் சரியாகவே இருக்கின்றது. என்னைப் பொறுத்தளவில் ஜெயகாந்தன் நவீன இலக்கியத்தின் நுழைவாயில். பாரதியின் வாரிசு. பாரதி சொன்ன விடுதலையைத் தெருவெங்கும் இறக்கியவர்.

எந்தவிதத்திலும் எந்தக் கோணத்திலும் ஜெயகாந்தன் மானுடத்தைப் போற்றவே செய்கிறார். மரபின் பிடிப்பால் சக மனிதனின் செயல்பாடு களில் - இயல்பின் ஸ்திதியில் - விருப்பங் களில் குறைகாணும் குணத்தை நிராகரித்து புதிய கண்கொண்டு பார்க்கும்படி சிபாரிசு செய்கிறார். இது அவர் கலையை ஆளுகின்ற முக்கியமான குணங்களில் ஒன்று. 'பிணக்கு' 'எத்தனைக் கோணம் எத்தனைப் பார்வை' 'நான் ஜன்னலருகே உட்கார்ந்திருக்கிறேன்' 'ஒரு வீடு பூட்டிக்கிடக்கிறது' 'ரிஷி பத்தினி' இவ்விதமான கதைகளில் வாழ்க்கைக் கோலங்களை நமது மரபுப் பார்வை நிராகரிக்கப் பார்க்கிறது. அறிவார்ந்தவிதத்தில் அப்படியான பழம்பார்வைக்கு நியாயமில்லை என்றும், இவர்களும் சந்தோசமாக அவர்களின் காரியங்கள் வழியே வாழத்தகுதியானவர் என்ற அறிதலை இக்கதைகளின் வழியே சொல்கிறார்.

காமத்தின் விசித்திரங்களைக் காணும் கண் ஜெயகாந்தனிடம் இல்லை. மாறாக காமத்தைப் பெரிதாகப் பொருட்படுத்தத் தேவையில்லை. அது வாழ்க்கையில் இயல்பான சிறுபகுதி

என்பதாகவே காண்கிறார். காமத்திற்கு அப்பால் மானிட நல்லியல்புகளை நாடுவதிலேயே அவரின் இலக்கிய நோக்கம் அமைந்திருக்கிறது. ஒவ்வொரு மனிதனின் மர்மக்கதவுகளுக்குப் பின்னும் சாகசமாக ஒளிந்திருக்கும் காமத்தின் ரகசியங்களை காணுவதில் அவருக்கு ஆர்வமில்லை. அதனால் தான் 'சினிமாவுக்குப் போன சித்தாளு', 'சாளரம்' கதைகளில் தனது ஒவ்வாமையை வெளிப்படுத்தியிருக்கிறார். காமத்தை நியாயமான முறையில் நேரிய விதத்தில் கைக்கொள்ளவேண்டும் என்பதுதான் ஜெயகாந்தனின் நோக்காக இருக்கிறது. அந்த வகையில் காமத்தையல்ல; பாலியல் பிரச்சனைகளை அல்லது பாலியல் சிக்கலுக்கு உள்ளாகும்போது அம்மனிதர்களைப் பரிவுடன் அணுகி அவர்களை மேலெடுத்து வாழ்க்கை இன்னும் விசாலமானது; இயல்பான மானிடப்பசி அது. ரொம்பவும் அதில் அழுந்திக்கிடக்காமல் - அப்படியே கிடக்கவும் முடியாது - அதல்ல வாழ்க்கை அதற்கு வெளியே ஜீவநதியாக ஓடிக் கொண்டிருப்பதில் கைகோர்ப்பதாகவே இனங்காட்டுகிறார். காமம் என்பது நம்பிக்கையின் பாறப்பட்ட பகிர்வு. அந்தச் சரணாகதியை மனிதன் புரிந்து கொள்ள வேண்டும். அதற்குப் பங்கம் செய்பவன் மானிட நல்லியல்பை இழந்தவனாகிறான் என்றே காட்டுகிறார். சுய பரிசீலனையின் வழி ஈடேற்றவும் செய்கிறார். இவ்வகையான கதைகளில் ஜெயகாந்தனின் சாதனை நிரம்பவே இருக்கின்றது. 'திரஸ்காரம்', 'இறந்த காலங்கள்', 'மௌனம் ஒரு பாஷை', 'எங்கோ யாரோ யாருக்காகவோ', 'அக்கினிப் பிரவேசம்', 'புதுச்செருப்பு கடிக்கும்', 'கோடுகளைத் தாண்டாத கோலங்கள்', 'கண்ணாமூச்சி' முதலிய கதைகள் முக்கியமானவை. 'மௌனம் ஒரு பாஷை' கதையில் மருமகன்கள், பேரன் பேத்திகள் பெற்ற ஐம்பது வயது நிரம்பாத அலமு ஆச்சி கர்ப்பம் அடைகிறாள். பிள்ளைகள் முன் இதை எதிர்கொள்ள முடியாது சாகத் துணிகிறாள். தவிக்கும் அலமு ஆச்சியின் சார்பாக நின்று அழகான மானுட உறவு கொண்டாட வேண்டிய ஒன்று என்பதை அதற்குரிய களனை இக்கதைக்குள் அழகாக உருவாக்கியிருக்கிறார். அலமு ஆச்சியின் மருத்துவம் படித்த இரண்டாவது பையன், அவன் அவனைவிட ஓராண்டு மூத்த ஐரோப்பியப் பெண்ணை மணந்து கொண்டதால் ஏற்பட்ட பரிவு, அவனின் மூத்த அண்ணிக்குக் குழந்தை இன்மை, அவளின் ஏக்கம், ஆச்சியின் தோட்டத்தில் வருடந்தோறும் அடிமரத்தில் காய்க்கும் பலாக் காய்கள், இப்படிப் பல்வேறு இழைகளால் பின்னப்பட்ட குடும்ப உறவு, அந்தந்தப் பாத்திரங்களின் நியதிகளின்படி உருவான பின்புலம் என்று இக்கதை பூர்ணத்துவத்தோடு உருவாகி வந்ததை

விமர்சகர்கள் பேசியதில்லை. ஜெயகாந்தனைப் படிக்க விரும்பாமலே கருத்துரைத்து வந்துள்ளார்களோ என்று தோன்றுகிறது. இக்கதை யெல்லாம் அவருடைய 28-ம் வயதிலேயே எழுதப்பட்டிருப்பதைப் பார்க்கும்போது சமூகத்தை அர்த்தப் பூர்வமாக்கியதில் ஒரு எழுத்துப் போராளியாகத்தான் தெரிகிறார். இந்தவகையில் 'யாருக்காக அழுதான்' 'விழுதுகள்' 'ரிஷிமூலம்' மூன்றும் மகத்தான குறுநாவல்கள் குறுநாவல்களில் தான் ஜெயகாந்தனின் சாதனையே இருக்கிறது. எடுத்துக்கொண்ட பிரச்சனையைக் கலைநேர்த்தியோடு சொல்லக் கூடிய வடிவமாக ஜெயகாந்தனுக்குக் குறுநாவல்களே வாய்த்திருக் கின்றன. சிறுகதை, நாவல்களை விட குறுநாவல்களில் தான் ஜெயகாந்தனின் படைப்பெழுச்சி மிக்க தருணங்கள் நிகழ்ந்திருக் கின்றது. மேதமை வெளிப்பட்டிருக்கிறது. நியாயமாக அவரின் நெடுங்கதைகள், குறுநாவல்கள் வழி சாதனைகள் முன்வைக்கப் படவில்லை. அதை நாம் தனியாக இனியேனும் செய்யவேண்டும். கல்விப்புலம் சார்ந்த தமிழறிஞர்கள் ஜெயகாந்தனின் படைப்புகளை ஆய்வு செய்து மலையாகக் குவித்திருக்கின்றனர். அதனால் ஒரு பிரயோஜனமும் இல்லை. இலக்கியவாதிகளின் மதிப்பீடு இங்கு முக்கியத்துவம் வாய்ந்தது. பல்வேறு காரணங்களால் ஜெய காந்தனை உரிய விதத்தில் அங்கீகரிக்கவில்லை. குழு சார்ந்த மதிப்பீடுகளே முன் வைக்கப்பட்டிருக்கின்றன.

'தாம்பத்யம்', 'அடல்ட்ஸ் ஒன்லி', 'அந்தரங்கம் புனிதமானது', 'நான் ஜன்னலருகே உட்கார்ந்திருக்கிறேன்', 'கோடுகளைத் தாண்டாத கோலங்கள்' போன்ற கதைகளில் பகிர்தலுக்குரிய காமம் சமூகச் சூழலால் பிரச்சனைக்குள்ளாவதைத் தொட்டிருப்பதைக் காணலாம். பண்பாட்டு அம்சம் நமக்குள் இருந்து காமத்தை நேர்படுத்தவோ சுருக்கிக்கொள்ளவோ, விலக்கிக்கொள்ளவோ செய்கின்றது. 'போர்வை', 'இருளைத்தேடி', 'சிலுவை', 'சுய தரிசனம்', 'புதுச்செருப்பு கடிக்கும்', 'பூவாங்கலையோ பூ' போன்ற கதைகளில் பண்பாட்டம்சம் உந்தித் தள்ளினாலும் அதனுள்ளும் ஒரு சுதந்திரமான வெளிகளை இம்மாந்தர்கள் ஏற்படுத்திக்கொள்கின்றனர்.

ஜெயகாந்தன் பல்வேறு தளங்களில் கதையுலகை விரித்திருக் கிறார். 'டிரெடில்', 'நிக்கி', 'நந்தவனத்தில் ஓர் ஆண்டி', 'டீக்கடைச் சாமியாரும் டிராக்டர் சாமியாரும்', 'ஒரு வீடு பூட்டிக்கிடக்கிறது', 'குருபீடம்', 'சட்டை' போன்ற கதைகளில் வரும் மனிதர்களும் இடங்களும் வெவ்வேறானவர்கள். அவர்களின் வாழ்க்கையும் எண்ணங்களும் வேறு வேறானவை. 'தர்க்கத்திற்கு அப்பால்' மிகச்

சிறிய கதை. இக்கதையின் பாதிப்பு சுந்தர ராமசாமியின் ஜே.ஜே. - பிச்சைக்காரன் சந்திப்பில் அப்படியே இருக்கும். அதிருக்கட்டும். இந்தக் கதையில் பிச்சையிட நேர்ந்தவனுக்குச் சில சல்லிக்காசுகள் திடுக்கெனத் தேவை ஏற்பட்டு விடுகிறது. போட்டதிலிருந்து பாதியை எடுக்கும்போது ஏற்படும் மனவிகாரங்கள் தலைகீழாக மாறிவிடுகிறது. இந்தப்பிரச்சனையின் பின்புலத்தில் ஏற்படும் தாமதத்தால் தவறவிட்ட ரயில் விபத்திற்குள்ளாகிறது. விபத்தி லிருந்து இவ்விதம் தப்பிக்கிறான். தர்க்கத்திற்கு அடைபடாது நிற்கும் இப்படியான களத்தைக்கூட கதையாகப் படைத்திருக் கிறார். இன்னொரு கதை. தாத்தாவிற்குள் பிரிந்திருக்கும் பேரன் குறித்த மனவெழுச்சி 'முன் நிலவும் பின் பனியும்' கதையால் சந்திப்பை நோக்கி நகரும்போது உன்னதமான மானுட எல்லையைத் தொடுகிறது. அந்த இரவும் குளிரும் தண்ணொளி வீசும் நிலவும் விடியற்காலைப் பயணமும் தம்பியின் பேரனுக்கு வாய்க்கும் புதிய அனுபவமும் எல்லாம் சேர்ந்து படைப்பைக் கவித்துவமாக்குகிறது. மனிதனுக்கு வாய்க்கும் அபூர்வத் தருணங்களையும் கதையில் பிடித்து வைத்திருக்கிறார். ஜெயகாந்தனின் இலக்கிய உலகம் பன்முகப் பரிமாணம் கொண்டது. முக்கியமாக அவரின் குறுநாவல்கள் காட்டும் உலகம் நம் வாழ்க்கையை நுட்பமாக வெளிப்படுத்துபவை. இலக்கியத் தகுதிமிக்கவை. 1. யாருக்காக அழுதான் 2. பிரளயம் 3. கருணையினால் அல்ல 4. ரிஷிமூலம் 5. விழுதுகள் 6. கோகிலா என்னசெய்து விட்டாள் 7. பிரம்மோபதேசம் 8. சமூகம் என்பது நாலுபேர் முதலிய குறுநாவல்கள் அவரின் படைப்பாற்றலைச் சொல்பவை. இந்தக்கட்டுரையில் இவை குறித்து விரிக்க முடியவில்லை. தனியாகச் செய்வேன்.

3

ஒரு விமர்சகனாக ஜெயகாந்தன் படைப்புகளை அணுகுவதும் முக்கியமானது. ஜெயகாந்தன் தன் வாசிப்புப் பற்றி அதிகம் குறிப்பிட்டதில்லை. வள்ளலார், பாரதி, புதுமைப்பித்தன், சித்தர் பாடல்கள் போன்றவற்றைப் படித்திருப்பதை அவரின் பேச்சின் வழியும் முன்னுரையின் வழியேயும் அறியலாம். சில மேலைநாட்டு இலக்கியங்கள் குறிப்பாக ரஷ்ய இலக்கியங்களைப் படித்திருக்கிறார். அப்புறம் பெரிய வாசிப்பு நிகழ்த்தியிருக்கிறார் என்று சொல்ல முடியவில்லை. குறிப்பாக நவீனத் தமிழ் இலக்கியத்தில் விளைந்த

நல்ல படைப்புகள் எதனையும் படித்ததாகத் தெரியவில்லை. நம் தமிழ்ச் சூழலில் என்ன நிகழ்ந்து கொண்டிருக்கிறது என்பதைப் பொருட்படுத்தாமல் இயங்கியிருக்கிறார். அவர் சக படைப்பாளி களைக் காணாது முகம் திருப்பிக்கொண்டது போலவே இலக்கியவாதி களும் தங்கள் முகத்தை வேறுபக்கம் திருப்பிக்கொண்டனர். படைப்பில் பல்வேறு உச்சங்களைத் தொடாமல் போனதற்குக் கூட வாசிப்பின்மையே காரணம். படித்திருந்தால் குறுகிய காலத்தில் இவ்வளவு எழுத முடியாமல் போயிருக்கலாம். வாசிப்பு பல்வேறு வகைமைகளை உண்டாக்கியிருக்கும். அது நிகழவில்லை. அரசியல், திரைப்படம், சமூக நிகழ்வு, பத்திரிக்கைத்துறை இவற்றோடு கொண்டிருந்த உறவு, இலக்கியவாதி என்பதால் உண்டான பிரபல்யம்; அதனால் உண்டான கூட்டம் எனப் பல அம்சங்கள் அவரின் எழுத்தியக்கத்தைத் தடை செய்திருக்கின்றன. அவரே சொன்னதுபோல 20 வயதில் ஓடிய ஓட்டத்தை 50 வயதில் ஓட முடியாதுதான். ஆனால் இலக்கியப் பணிக்கு இது பொருந்தாது என்றே சொல்லலாம்.

நவீனப் படைப்புகளைத் தொடர்ந்து வாசிக்காததினால் அவருடைய கதை சொல் முறையில் மாற்றமே ஏற்படவில்லை. அவரே கதையையும் கதைச்சூழலையும் பாத்திரங்களின் எண்ணங் களையும் விளக்கியபடி நகர்த்தும் இந்த முறை மாறியிருக்கும். கதை தன்னைத்தானே நிகழ்த்தும் முறை உருவாகியிருக்கும். இன்று இவருடைய கதைகளை வாசிக்கிறபோது எனக்கு இவை பெருங் குறைகளாகப்படுகின்றன. 'வாசவேசுவரம்', 'அம்மா வந்தாள்', 'நாகம்மாள்', 'ஒரு புளிய மரத்தின் கதை', 'தலைமுறைகள்', 'புயலிலே ஒரு தோணி', 'ஒரு நாள்', 'புத்தம் வீடு' போன்ற நாவல்களை, கு.அழகிரிசாமி, தி.ஜானகிராமன் போன்றோரின் சிறுகதைகளை ஆற அமர வாசித்திருந்தால் இவருடைய சொல் முறையில் மாற்றம் ஏற்பட்டிருக்கும். மௌனி கதைகளைப் படித்து விட்டு தனது கதைகளை எழுதும் பழக்கம் ஆரம்பத்தில் இருந்ததாக ஒருசமயம் ஜெயகாந்தன் குறிப்பிட்டிருக்கிறார். அதேபோல க.நா.சுவுடன் ஜெயகாந்தனுக்கு ஆரம்ப கட்டத்தில் நெருக்கம் இருந்திருக்கிறது. எழுதிய கதைகளை க.நா.சு.விடம் கொடுத்து அபிப்பிராயம் கேட்டிருப்பதாக பாரதி மணி என்னிடம் சொன்னார். இதெல்லாம் ஆரம்பத்தில் நிகழ்ந்த இலக்கிய உறவு. அது அறுபதுகளுக்குப் பின் தொடரவில்லை. க.நா.சு. என்றென்றைக்கும் வரும் இளம் வாசகர்களுக்கு எவ்வளவு தேர்வுகளை எடுத்து முன் வைத்திருக்கிறார்! உலக இலக்கியங்களைக் கொண்டு வந்து குவித்திருக்கிறார்.

இவற்றையெல்லாம் ஜெயகாந்தன் படித்திருப்பதற்கான முகாந்தரம் இல்லை. கடைசி வரை மேலான படைப்புகளை வாசிக்காமலே கதைகளை ரேக்களா ரேஸ் போல எழுதிக்கொண்டே இருந்திருக்கிறார். எல்லைக்கோட்டை முதலில் தாண்டுவதே அவருக்கு முக்கியம். விழாக்காலங்களில் ஜனங்கள் கூடிக்களிக்கும் ஒரு விளையாட்டு ரேக்களா ரேஸ். அதில் மாடோட்டி மிக மிக முக்கியம். மாடுகளும் முக்கியம்தான். ஆனால் மாடோட்டி அதைவிட முக்கியம். ஜெயகாந்தன் ஒரு மாடோட்டி.

விழா முடிந்ததும் உழவுமாடுகளுக்கே முக்கியத்துவம் உண்டாகிறது. அதனுடைய நிதானம். முட்டி இருக்கும் திறன், உழைப்பு இதுவே வாழ்க்கைச் செயல்பாடு. அந்த வேர்வையையும் கைகால் குடைச்சலையும், பசியையும், வலியையும், பொருள் சேர்த்தலையும், இழத்தலையும், காமத்தையும், கற்பனைகளையும், முரண்டுகளையும் காலம் மெதுவாக இழுத்துக்கொண்டு நகர்கிறது. இதைத்தான் மேலான படைப்புகளில் காண்கின்றோம். ஓர் இளம் படைப்பாளி ஒரு படைப்பிலிருந்து புதிய படைப்பை உருவாக்க முடியாது. அங்கு அவனுடைய அனுபவச்சாரமே சக்தியை வழங்கும். அவன் மூத்த படைப்பாளியிலிருந்து ஒன்றே ஒன்றைப் பெற்றுக் கொள்ள முடியும். எப்படிச் சொல்லலாம் என்பதைத் தவிர வேறொன்றையும் பெற்றுக்கொள்ள முடியாது. ஜெயகாந்தன் அப்படி ஒன்றைப் பெற்றுக்கொள்ளவே இல்லை. படைப் பாக்கத்தின் நுட்பங்களைப் பெற்றுக்கொண்டு இதே கதைகளை அவர் எழுதியிருப்பாரானால் தமிழின் மாபெரும் படைப்பாளி அவரே! அப்படி தன்னை அவர் வளப்படுத்திக் கொள்ளவில்லை. அவருக்கே வாய்க்கப்பெற்ற மேடைநாயகன் என்ற அளவிலேயே இருந்துவிட்டார்.

எனது பதின்வயதில் ஜெயகாந்தன் கதைகளில் உண்டாக்கும் 'எல்லைக்கோடே முக்கியம்' என்றும் அந்தப்பாணியே எனக்கு அப்போது பிடித்திருந்தது என்பதையும் சொல்லிவிடுகிறேன். ஏனெனில் அப்போது அவரின் கலையமைதி கூடிய கதைகள் என்னை உலுக்கவில்லை. முடிவற்று அநாதரவாக நிற்பதுபோலத் தோன்றியதுண்டு. நுட்பமான கதையை விளங்கிக் கொள்வதில் வயது போதாமையும் இருந்தது. ஆனால் அக்கதைகள் உருவாக்கிய சித்திரங்கள் அழியவில்லை. விளங்கிக்கொள்ள சிக்கலாக இருக்கிற கனவுகள் போல இருந்தன. இப்போது தோன்றுகிறது; தமிழின் வேறு பல முக்கியமான படைப்பாளிகளை வாசிக்காமல் இருந்திருந்தால் ஜெயகாந்தனே என்னுள் இன்றும்

கோலோச்சிக் கொண்டிருப்பார். நிறைய வாசகர்களுக்குள் ஜெயகாந்தன் கோலோச்சுவதற்கு இதுவே காரணம். நான் தப்பித்தேன். இலக்கிய உலகிற்குள் வரும் ஒரு எளிய வாசகனுக்கு ஜெயகாந்தனே ஒரு வாசலாக இருக்க முடியும். கதைகளை விளக்கிக் கூறிச் செல்லும் முறை அவனுக்குள் ஒரு திறப்பை ஏற்படுத்த முடியும். ஜெயகாந்தனுக்கு இலக்கிய உலகில் எப்போதும் நிலையாக இருக்கும் இடம் இதுதான் என நம்புகிறேன். இவரின் பெரும்பாலான கதைகள் இந்த எல்லையில் நிற்பன. ‘ஒரு பிடி சோறு’ கதையில் வரும் வறுமைப் பிரச்சனையோ ‘டிரெடில்’ கதையில் வரும் உழைப்பின் வலியோ, ‘ராசா வந்திட்டாரு’ கதையில் ஏற்படும் ஏமாற்றமோ இன்னும் தீர்ந்தபாடில்லை. பின் ஏன் இக்கதைகள் இன்று வாசிக்கிறபோது அலுப்புத் தட்டுகின்றன? பாத்திர வார்ப்பளவு புற உலக இயக்கம் பதிவாகவில்லை. சிறு வயதில் எதற்கு இந்தப் புற உலகத்தை வழவழவென்று எழுது கிறார்கள்? பேசாமல் கதையை எழுதிக்கொண்டு போனால் என்ன என்று தோன்றியிருக்கிறது. புற உலக இயக்கமே கதையை நம்ப வைக்கிறது என்ற எண்ணம் பிற்பாடு தோன்றியதுதான். அத்தோடு மிக முக்கியமான விசயம், வாசகன் படைப்பாளியாக மாறும் நிலை இத்தகைய கதைகளில் இல்லாது போனது. சொல்லப்படாத மௌனங்களில் வாசகர் தன் கற்பனையை விரிவுபடுத்திக் கொள்ளும் இடங்கள் இல்லை. கதைகளின் முடிவுகளுக்குப் பின்னால் உருவாகும் எண்ணற்ற தேடல்களும் இல்லாது போனது.

அன்றைய வாசிப்பில் உருவான கதைகளின் கம்பீரம் திரும்ப வாசிக்கிறபோது உதிர்ந்து விடுகிறது. அந்தப் பாதிப்பு அப்படியே பசுமையாக இருக்கவேண்டுமானால் திரும்ப வாசிக்காமல் இருப்பதே உசிதமாகப்படுகிறது. ‘தேவன் வருவாரா?’ ‘நான் இருக்கிறேன்’ ‘அடல்ட்ஸ் ஒன்லி’, ‘போர்வை’, ‘அந்தரங்கம் புனிதமானது’ போன்ற பல கதைகள் கல்லில் வடித்த சிற்பம்போல் என் உள்ளத்தில் படிந்திருந்தன. மறுவாசிப்பில் சிற்பம் கரைந்து மங்கிவிட்டது. வாசிப்பதற்கு முன்வரை இருந்த உக்கிரம், ஜெயகாந்தன் எனக்குள் எழுப்பியிருந்த உக்கிரம் பொசுக்கென அந்துபோகின்றது. 25 ஆண்டுகள் தீயெனக் கனன்று கொண்டிருந்த படைப்புகள் சட்டென வெறும் புகைவிட்டு நழுவுவது சங்கடமாக இருக்கிறது. இந்தக் கதைகளில் புற உலகப்பதிவும் நுட்பமும் இருந்திருந்தால் ஆற்றலோடு எழுந்து நிற்கும். ஒரு நல்லகதை திரும்பத்திரும்ப வாசிக்கிறபோதும் புதுப்புது அனுபவத்தைத் தரும். புதுமைப்பித்தன், கு.அழகிரிசாமி கதைகளில் அவ்விதம் சித்தித்திருக்கின்றது.

அத்தோடு கதையைத் திட்டமிட்டு நடத்திச் செல்லும் பாணி வெளிப்படையாகவே தெரிகிறது. 'போர்வை' கதையை முதன் முதல் படித்தபோது ஒரு மின்னலை விழுங்கியது போல் இருந்தது. இப்போது படிக்காமல் இருந்திருந்தால் கதை தந்த தாக்குதல் அப்படியே இருந்திருக்கும். அந்த பிரமிப்பைத் திரும்பப் பெற ஆசைப்பட்டுப் படிக்கிறபோது பொசுக்கென்று போய்விட்டது. காரணம் ஆடையற்ற பிச்சைக்காரிக்கு ஆடையைத் தருவதற்காகவே கதையைத் திட்டமிட்டு எழுதியிருப்பது தெரிகிறது. அந்த முடிவு எதேச்சையாக கதையில் நிகழவில்லை.

அன்று எனக்குள் பெரிய அலைகளை எழுப்பாத நுட்பமான கதைகள் இன்று எனக்குள் கொந்தளிக்கச் செய்கின்றன. நுட்ப மென்பது தனியான ஒன்றா என்ன? கதைப்புலத்தில் மனம் தோய்ந்து எழுதுவது. தன்னை இழப்பது, கதைமாந்தர்களின் விருப்பங்களைத் தேடிச் செய்வது. அது ஒரு ஆழ்மனச் செயல்பாடு. கூடுவிட்டுக் கூடுதாவும் வித்தை. வாசகனுக்குள் ஒரு பகிர்வைக் கோருவது. அத்தகைய படைப்புகள் இன்றும் ஒளிர்ந்து கொண்டு வருகின்றன. இப்படைப்புகளில் சிற்சில குறைகள் இருந்தாலும் அவை படைப்பின் துடிப்பில் ஓரமாக ஒதுங்கிக்கொள்கின்றன. மரபான நம் சமூகம் உருவாக்கியிருக்கும் சிக்கல்களைக் களைய ஒரு எல்லை வரை படைப்பில் நகர்த்திய பின்னும் இன்னுமான விடைகளைத் தேட வைக்கின்றன. தீர்வுகள் சொல்லப்பட்ட போதும் அதைத் தூக்கி எறிகின்றன. இந்த மர்மத்தின் வேர் தனிமனிதனின் அக உலகம் சார்ந்தது. அதற்கான காரணங்கள் எளிதில் பிடிபட்டுவிடுவதில்லை. காரணங்களுக்கு ஒரு தேடலை நிகழ்த்தும் இக்கதைகளால் ஜெயகாந்தன் இன்று நிமிர்ந்து நிற்கிறார்.

'பூ வாங்கலையோ பூ' என்றொரு கதை. பூக்காரியின் வாடிக்கை யாளன் பூ வாங்குவதை நிறுத்துகிறான். மனைவியை இழந்தது பூக்காரிக்குத் தெரியாது. அவளுடைய அழைப்பு மனதில் துயரத்தை ஏற்படுத்துகிறது. பின் மீண்டும் வாடிக்கையாளனாகிறான். பூக்காரி தன் கணவனை இழக்கிறாள். முச்சந்தி கடை கைவிட்டுப் போய் விடுகிறது. தெருக்களைச் சுற்றி வருகிறாள். வாடிக்கையாளன் வீட்டிற்கு வரும்போது அவளுக்குத் தெரிய வருகிறது. அவனுடைய மனைவி மரித்துப்போய்விட்டாள் என்று. அவனுள் இயல்பாக ஓர் எண்ணம் எழுகிறது. பூக்காரியைச் சுமங்கலியாக்க நெற்றியில் திலகம் இடுகிறான். அவள் அதை அழித்துவிட்டு விடுவிடுவென வெளியேறுகிறாள். இது கதை. திலகத்தை ஏற்றுக் கொள்வதுதானே

ஜெயகாந்தன் கதைகளின் சூத்திரமாக இருந்திருக்கவேண்டும். இங்கு ஏன் அவர் அப்படியொரு முடிவை வற்புறுத்தவில்லை. விடைகளை நாம்தான் தேட வேண்டும். கணவனை இழந்து ஒரு வாரமே ஆகியிருப்பதால் அவளுள் குடிகொண்ட தம்பதி உறவு உக்கிரத்தோடு இருந்ததுவா? கணவனின் நினைவுகள் மிக இனிமையாகத் தோன்றிக் கொண்டிருந்தனவா? பெரும் கொடுமையான நிகழ்வுகளா? அதனால் இன்னொரு இக்கட்டில் மாட்டிக்கொள்ளக் கூடாது என்ற முன் ஜாக்கிரதையா? வாடிக்கையாளனின் நடத்தைகள் பிடிக்கவில்லையா? மூன்று நான்கு மாதங்கள் கழிந்தபின் இப்படியான சம்பவம் நடந்திருந்தால் ஏற்றுக்கொண்டிருப்பாளா? அல்லது அவள் கணவன் அவளுக்குப் பெருங்காதலனாக இருந்ததால் என்றென்றும் மறுமணத்தை விரும்ப மாட்டாளா? பழம் மரபில் ஊறி வந்ததினால் அந்த முடிவை அவளால் ஏற்றுக் கொள்ளும் மனவிரிவு ஏற்படவில்லையா? இப்படி ஓராயிரம் கேள்விகள் கதை முடிந்தபின் எழுகின்றன. பொதுவாக நவீனத்துவ வாதிகள் இக்கதையை எழுதியிருந்தால் மொண்ணையாகப் போயிருக்கும். கட்டுப்பெட்டித்தனமான மரபை வலியுறுத்துவதாகவும் மாறியிருக்கும். ஜெயகாந்தனின் ஆளுமை நாமறிந்ததே! அவர் மரபைச் செழுமையாக்கக்கூடியவர். மரபில் நின்று மரபின் பொய்மைகளைக் களையக்கூடியவர். மேலைநாட்டுச் சூழலில் இப்படைப்பு கூடிப்போனால் ஒரே ஒரு கேள்வியை எழுப்பும். பூக்காரியின் கணவன் நல்ல காதல் உள்ளம் கொண்டவனாக இருந்திருப்பான் என்பதுதான். தமிழ்ச்சூழல் ஒரு தனி ஆணிற்கு, பெண்ணிற்கு எண்ணற்ற எண்ணங்களைக் கிளப்பக் கூடியது. அவனோடு வாழ்ந்த வாழ்க்கை பொய்யாகி விடுமோ என்ற பதட்டம் இருக்கலாம். மறுமணம் செய்தால் தன் கண்ணியத்திற்குக் களங்கம் ஏற்பட்டுவிடும் என்ற கலக்கமாக இருக்கலாம். ஏழையென்றால் லேசில் கிடைத்துவிடும் என்ற மனோபாவத்தை உடைப்பதாக இருக்கலாம். பூக்காரி என்ற ஒரு தனி மனுஷி கதையா இது? தமிழ்ச் சூழலைப் பற்றிப் பேசும் கதையா? மிகச்சாதாரணக் கதைபோலத் தோன்றும் இக்கதை; நுட்பமான வாசகரைப் பல தளங்களுக்கு அழைத்துச் சென்று தேடலை நிகழ்த்தும். ஜெயகாந்தன் இக்கதையை மரபை வற்புறுத்தும் கதையாக எழுதியிருந்தாலும்கூட.

‘சலிப்பு’ கதையில் வரும் இளைஞனின் போக்கிற்கு அவனின் தில்லவாரித்தனங்கள்தான் காரணம் என்று சொல்ல முடியுமா? அவனை அப்படி முன்னேறவிடாமல் வைத்திருப்பது எது? நம்

சமூகம் நிறைவான ஜீவிதத்திற்கு எப்போதும் கைகொடுக்கலாகாது என்பது என்ன? எப்போதும் அடிமைகள் வேண்டும் என்று விரும்பும் நம் சமூக மனப்போக்கில் சிக்கியிருப்பவனைப் பற்றிய கதையா? விளிம்பு நிலை மக்களிடம் இருக்கும் கட்டுப்பாடற்ற தன்மையைச் சேர்த்தே சொல்கிறது இக்கதை. சேரி மக்களின் சமூகச்சூழல் போக்கிரி வாழ்வை அங்கீகரிப்பதினால் ஏற்படும் விளைச்சல்கள் என்பதையும் சேர்த்தே பார்க்க வேண்டியிருக்கிறது. ஜெயகாந்தன் சொல்வது பொருளாதாரத்தில் முன்னேறுங்கள் என்பதுதானே! 'சலிப்பு' அவரின் ஆரம்பகாலக் கதைகளுள் ஒன்று. அவர் எழுதத் தொடங்கிய (1954) காலத்திலேயே எழுதி 1955-ல் பிரசுரமான கதை. இன்று சேரிகளில் கூட எவ்வளவோ மாற்றங்கள் வந்துவிட்டன. வறுமை ஒழிந்த பாடில்லை. வறுமையே போக்கிரித்தனமான வாழ்வை வாழும்படி வற்புறுத்துகிறது.

'தாம்பத்யம்' பிளாட்பார வாசிகளின் குடும்பக்கதை. அவரின் ஆரம்பகால நல்ல கதைகளுள் ஒன்று. பிளாட்பாரத்தில் சோறாக்கு கிறாள் ரஞ்சிதம். பேருந்துகளின் சத்தம் எழவில்லை. புகை வந்து தாக்குவதில்லை. குறுக்குமறுக்குமாக மனிதர்கள் ஊடாடுவதில்லை. பக்கத்து அடுப்புகளிலிருந்து பேச்சரவம் எழவில்லை. இந்தப் பின்னணி இல்லாமலே கதை மட்டும் பிளாட்பாரத்தில் இறக்கி வைக்கப்பட்டிருக்கிறது என்ற குறைவுடனே புரிந்து கொள்ளலாம். நாம் இக்கதையில் என்ன குறை என்று நினைக்கின்றோமோ அதே குறையை கதையின் பிற்பகுதி கலைத்தெறிந்து விடுகிறது. ரஞ்சிதம் மருதமுத்துவின் 'முதல் உறவு' எப்படி கேவலத்திற்கு உள்ளாகிறது என்பதுதான் கதை. அந்த பார்க்கில் அவர்கள் இணையப் படாதபாடு படவேண்டியதிருக்கிறது. நடு நிசியில் ரிக்ஷாக்காரனின் மாமா வேலை நடக்கிறது. எதிரே உள்ள தியேட்டரிலிருந்து ஜனங்கள் வெளியேறுகிறார்கள். 'உறவு'க்கு இடைஞ்சலாக நிகழும் அத்தனை இயக்கங்களையும் கவனப்படுத்துகிறார். அந்தக் கவனம் கதையின் முற்பகுதியில் இல்லை. இறுதியில் போலிஸ், விபச்சாரத் தொழிலில் ஈடுபட்டதாகத் தம்பதியினரை அழைத்துச் செல்கின்றனர்.

இந்தக் கதையில் மிக நுட்பமான ஒரு இடம் வருகிறது. அது கதையின் பின்னணியில் மறைந்துகிடக்கிறது. அதுதான் ரிக்ஷாக்காரனின் பரிபாஷை. ''வா. சாமீ... நல்ல ஸ்டூடன்ஸீங்கதான். பிராமின்ஸ் சார்... வண்டியில ஏறுசார்.. போவும்போது பேசிக்குவோம்.'' இந்த விபச்சாரம், காவல்துறைக்குத் தெரியாமல் இருக்குமா? தெரியாது என்றாலும் பிரச்சனை அது அல்ல. உயர்ந்த

ஜாதி, உயர்ந்த அந்தஸ்து தேர்ந்த கல்வி உள்ள இடத்தில் நடப்பதின் பெயர் என்ன? அது அந்தஸ்துள்ள விபச்சாரம். விபச்சாரம் எல்லா இடங்களிலும்தான் நடக்கிறது. நான்கு சுவருக்குள் நடக்கும் கள்ள உறவிற்கு கௌரவமும் தாம்பத்திய உறவு பூங்காவில் நடக்கிறபோது அகௌரவமும் ஏற்படுகிறது. வீடற்றுக்கிடக்கும் நடைபாதை குடும்பங்களைப் பற்றிக் கவலைப்படாமல், அவர்களின் வாழ்க்கையை மேம்படுத்துவது குறித்து யோசிக்காமல் மேம்போக்கான பார்வையால் குற்றவாளிகளாக்குகிறோம். சமூகம் குறித்த ஜெயகாந்தனின் கூர்மையான பார்வை பிரச்சாரத் தொனியற்று இக்கதையில் வெளிப்படுகிறது. இதுவரை இக்கதையை நடைபாதைவாசிகளின் தாம்பத்தியச் சிக்கலாக மட்டுமே பார்த்தனர். கதை கூறுவது அதுவல்ல. நமது சமூகத்தின் பொய்மை மீது வைக்கும் விமர்சனமாகத்தான் பார்க்கிறேன்.

'துறவு' கதை புதுமைப்பித்தனின் 'சித்தி' கதையின் பாதிப்பால் விளைந்த ஒன்று எனத் தோன்றுகிறது. ஆனால் அதில் சந்நியாசம் செல்பவர் குடும்பஸ்தர். பந்தபாசம் இழுக்கும் இழுப்பால் சித்தத்தைத் துறந்து திரும்புகிறார். இங்கும் பந்தபாசம்தான். வயது வேறு, சிறுவனுக்குரிய அபிலாசைகள் பதிவாகின்றன. அவனைப் பற்றிய குறிப்பில் எட்டாம் வகுப்பு படிப்பதாக வருகிறது. இன்னும் இரண்டாண்டுகளைக் கூட்டிச் சொல்லியிருந்தால் பொருத்தமாக இருக்குமோ என்று படுகிறது. (ஒன்பதாம் வகுப்பில் கோட் அடித்து பின் அதைத்தாண்டி பத்தாம் வகுப்பு படிப்பதாகக்கூடச் சொல்லலாம்.) கதையின் நம்பகத்தன்மை கூடும். 'மௌனம் ஒரு பாஷை' கதையில் வரும் அலமு ஆச்சி (சிங்காரத்தின் மனைவி)க்கு வயது ஐம்பதை நெருங்கவில்லை என்று வருகிறது. 'இன்னும் நாற்பத்தேழை எட்ட வில்லை' என்பது போலக் குறிப்பு இருந்தால் இன்னும் சரியாக இருக்கலாம் என்று தோன்றுகிறது. அதற்காக 49-ல் பெண் மீண்டும் கர்ப்பம் தரிக்கமாட்டாள் என்பதல்ல. அது அபூர்வமான செயல். பொதுநிலையில் வைத்துப் பார்க்கும்போது 45, 46 வரை தானே! கதையின் நம்பகத்தன்மைக்கு ஒரு பொதுநிலை தேவையாக இருக்கிறது. 'துறவு' 'மௌனம் ஒரு பாஷை' போன்ற கதைகளில் இச்சிறு குறைபாடுகள் கதையோட்டத்தில் மங்கி மறைந்துபோகின்றன. ஆனால் படைப்பாளி இவற்றையும் கவனத்தில் கொண்டிருக்க வேண்டும் என்பதற்காகக் கூறுகிறேன்.

என் வாசிப்பில் தமிழுக்கே உரித்தான நல்ல கதைகள் எனத் தோன்றுவனவற்றை கண்டுசொல்லி வந்திருக்கிறேன். அந்த வகையில்

ஜெயகாந்தனின் 'மௌனம் ஒரு பாஷை' மிக முக்கியமான கதை. பேரன் பேத்தி எடுத்தபின் அலமு ஆச்சி கருத்தரிக்கின்றாள். அந்தச் சூழலில் எழும் மனக்குமுறல்தான் கதை. ஒவ்வொருவரின் பார்வையையும் ஜெயகாந்தன் பதிவு செய்கிறார். நம் சமூகத்தின் ஒட்டுமொத்தத் துடிப்பை இக்கதையில் பார்க்க முடிகிறது. கேவலமான செயலாக அலமு ஆச்சியே நினைக்கிறாள். பேரன் பேத்தி வந்தபின் இதை அசிங்கமான செயலாகப் பார்த்துப் பழகிப்போன நம் குணங்களைப் பிளக்கிறது. இயல்பான ஒரு செயலை அசிங்கம் எனக் கட்டமைத்திருக்கும் நம் மரபின் மீது சொடுக்கும் சாட்டை அடி. மரபின் போதாமைகளை எதிர்கொள்வது என்பது மேலைநாட்டுக் கலாச்சாரத்தை வற்புறுத்துவதற்கல்ல. மரபில் நின்று புதிய மரபை உருவாக்கிக்கொள்வது. குடும்ப அமைப்பின் அத்தனை குரூரங்களையும் உள்வாங்கியபடி குடும்பத்தைச் செழுமைப்படுத்துவது. குடும்பத்தைச் சிதைப்பது என்ற தியரியை ஜெயகாந்தன் மோஸ்தருக்காக ஏந்திக் கொள்வதில்லை.

ஜெயகாந்தன் படைப்புலகிற்குள் ஓடும் தீராநதி என்பது மரபைச் செழுமைப்படுத்துவதுதான். அவர் கதைகளைச் செப்பனிடும் கலைக்கு முக்கியத்துவம் தருவதே இல்லை. நல்ல வடிவம் மனசில் வந்து படிகிறபோதும் அந்த வடிவத்தை ஜே.கே. கொண்டாடுவதில்லை. வாழ்க்கையையே படைப்பில் கொண்டாடுகிறார். ஜே.கேயின் நடுத்தரமான கதைகளில் ஒன்றான 'சுயதரிசனம்' கடித வடிவிலான கதை. இங்கு வடிவம் முக்கியமே இல்லை என்பதாகத்தான் அமைத்துக் கொள்கிறார். இது எழுத்தாளன் என்று சொல்லிக் கொள்கிறவர்களுக்கு இயல்பிலேயே இருக்கவேண்டிய ஒரு தகுதி. 'சுயதரிசனம்' 'நான் என்ன செய்யட்டும் சொல்லுங்கோ' 'துறவு' போன்ற கதைகளில் எல்லாம் சமஸ்கிருதப் பண்டிதர்கள் வருகிறார்கள். ஆனால் கதை சமஸ்கிருதப் பண்டிதர்களின் கோணத்தில் பயணமாவதில்லை. சாதாரண பிரமணர்களின் பார்வையில்தான் கதைகள் நகருகின்றன. முக்கியமான காரணத்தோடுதான். சமஸ்கிருதப் பண்டிதர்களின் பார்வையில் பிரச்சனைகளை ஆழமாக அணுகிப் பார்க்க முடியாது ஜே.கே.வால். இது ஜே.கேவிற்குத் தெரிந்த உண்மை. ஏனெனில் அவருக்கு சமஸ்கிருதத்தில் ஆழமான புலமை கிடையாது. ஜெயகாந்தன் அக்கிரகாரத்தில் வாழ்ந்ததால் சில பண்புகளைக் கவனித்திருக்க முடியும். அவ்வளவுதான் இந்தக் கவனம்தான் இப்படைப்புகளின் சொல்முறையில் உள்ள பலம். பலகீனத்தை அவர் தொடுவதில்லை. சொல்முறையால் வாசகர்களை

வேறு நோக்கத்திற்குள் இழுத்துக்கொண்டு சென்றுவிடுவார். ‘பிரம்மோபதேசம்’ என்ற முக்கியமான குறுநாவலில் சமஸ்கிருதப் பண்டிதர் வருகிறார். அவருடைய கோணத்தில்தான் கதை சொல்லப்படுகிறது என்றாலும் தத்துவாச்சாரம் இல்லை. இந்து தர்மத்தின் உயர்ந்த நோக்கங்களைச் சொல்வதற்கு ஒரு பிராமணன் தான் பண்டிதனாக முடியும் என்பதில்லை. உண்மையொளி மிக்க எந்த சாதியாலும் சமஸ்கிருதப் பண்டிதனாக முடியும் என்ற எல்லைக்குப் பக்குவமாக கதையின் தடத்தை மாற்றி ஓட வைத்து விடுகிறார். நாட்டுச் சாமியார்களை மையமாக வைத்து எழுதிய கதைகள்தான் உச்சபச்ச வீச்சோடு வந்திருக்கின்றன. ‘குருபீடம்’ ‘விழுதுகள்’ இதற்கு உதாரணங்கள். பிராமண சமூகத்தைத் தொடும் போது ஆழமான பண்பாட்டுக் கூறுகளிலிருந்து சொல்லவில்லை யென்றாலும் நம்பகத்தன்மை ஏற்படும் அளவு ஒரு பொதுப் பார்வையில் சொல்லிவிடுகிறார். பிராமணர் உலகில் நின்று (நுழைந்து அல்ல) எதைத் தேர்ந்து எப்படிச் சொன்னால் கதைக்கு பாதகம் இல்லாமல் சொல்லிவிட முடியும் என்பதில் அவருக்குக் கவனம் இருந்ததால் நன்மைகள் விளைந்திருக்கின்றன. இருப்பினும் கதை சொல்லிகளின் எதிரில் இருக்கும் சாஸ்திரிகளும் கதைகளில் நிழல்போல் வருகின்றனர். வேதங்களிலிருந்து மேற் கோள்களை அந்த எதிர்நிலைப் பாத்திரங்கள் பயன்படுத்தி யிருந்தால் படைப்பின் வலுக் கூடியிருக்கும். இதில் கவனம் செலுத்தாமலே எழுதிச் சென்றிருக்கிறார். இதை யாரேனும் சுட்டிக்காட்டியிருக்கவேண்டும். அல்லது அவருக்கே இந்த மறைத்தலில் இருந்து மீளவேண்டும் என்று தோன்றியிருக்க வேண்டும். எழுபதுகளுக்குப் பின் அவருடைய கடைசிகால சிறுகதைகளில் ஒன்றான ‘இந்த இடத்திலிருந்து’ (1972) இந்த நிவர்த்தி தொடங்குகிறது. பின் குறுநாவல்களில் ஆழம் கூடுகிறது. வடிவப் பூச்சாண்டிகளில் அவருக்கு மயக்கம் இல்லை. வடிவத்தாலா படைப்பு சிறந்ததெனக் கொண்டாடப்படுகிறது? அது பேசும் பொருளால்தானே! பிரச்சனையை நேருக்கு நேர் சந்திக்கிற சந்திப்பில் விளைகிற விளைவுகளில் தன்னுடைய ஆளுமையை வெளிப்படுத்துவது அவரின் இயல்பு.

மரபைச் செழுமைப்படுத்துவது என முன் கூறினேன். வாசகன் ஏற்றுக்கொள்ளும்படியான தொனியில் கூறுவது மட்டுமல்ல. பெரும் அனுபவச்சாரத்தின் பின்புலத்தோடு சொல்வதை ஒரு உத்தியாகவே கைக்கொண்டிருக்கிறார். ‘யுக சந்தி’யில் வரும் கௌரிப் பாட்டி, ‘புதிய வார்ப்புக’ளில் வரும் பாட்டி, தாய் குஞ்சம்மாள், ‘அக்கினி பிரவேச’த்தில் வரும் அம்மா ‘நான் ஜன்னலருகே

உட்கார்ந்திருக்கிறேன்' கதையில் வரும் முதிர் கன்னியான கிழவி... இப்படி வலுவான பாத்திரங்கள். சமூகத்தின் ஒடுக்குதல்களிலிருந்தும் அமுக்குதல்களில் இருந்தும் வெளிப்பட்டவர்களின் குரல்கள் இவை. அவை ஜெயகாந்தனின் ஆளுமையினால் பெறப்பட்ட வெளிப்பாடுகளே என்றாலும் பின்னணிகள் பலமாகவே இருக்கின்றன. இவரின் படைப்பு களில்தான் எத்தனை மொட்டைப் பாட்டிகள்! எத்தனை விதவைகள்! எத்தனை முதிர்கன்னிகள்! இன்றைய பிராமணக் குடும்பங்கள் இவ்வளவு புதுமைகளை ஏற்றுக்கொண்டு வளர்ந்துள்ளதற்கு ஒரு பிராமண எழுத்தாளர் காரணமல்ல. ஜெயகாந்தனே காரணம். அவர் பிராமணராக இருந்திருந்தால் சுயசாதி அபிமானம் என்று நாசூக்காகசொல்லும்படி ஆக்கியிருக்கும். அக்கிரகாரத்தில் வாழ நேர்ந்த வேற்று சாதியான் என்பதும் நல் நிகழ்வே. அதனால்தான் சாதிப்பெருமை இல்லாமல் அப் பெண்களின் உள்ளார்ந்த வேதனைக்கு மருந்தாக நிற்க முடிந்திருக்கிறது. அறுபதுகளில் எழுபதுகளில் பெரிய வெகுஜனப் பத்திரிக்கையான ஆனந்தவிகடன் போன்ற பத்திரிக்கைள் மூலமாகவே பெண்களுக்கு வசீகரம் மிக்க எழுத்தாளனாகத் தெரிய வந்தார். இன்றைய பெண்ணியப் படைப்பாளிகளின் படைப்புகளில் வெறும் கோஷங்களாக நிற்கின்றனவே தவிர, மரபை எதிர் கொள்ளும் மரபல்ல. பாட்டிகளின், அம்மாக்களின் அனுபவச் சாரத்திலிருந்து ஜெயகாந்தன் குரல்களை எடுத்துக்கொண்டார். இவற்றோடு முக்கியமாக இன்னொன்றைச் சொல்லவேண்டும். ஜெயகாந்தனுக்குள் இருக்கும் துறவுநிலை. தவறுகளைப் பெரிது படுத்தாது அரவணைக்கும் போக்கு; சமூகத்தால் பழித்துரைக்கப் பட்டு அதனால் ஒதுக்கப்பட்டு - தஞ்சமடைய அலைமோதும் எளியவர்களுக்குக் கருணையைத் தர நினைக்கும் மனம். ஏசு அதைத்தானே செய்தார். பைபிளிலிருந்து பல அம்சங்களை ஜே.கே. எடுத்துக் கொண்டிருக்கிறார். ஜே.கே. ஓரிடத்தில் 'நான் பைபிளை இரண்டு முறை வாசித்திருக்கிறேன்' என்று சொன்னதாக ஞாபகம். அதனால் தான் 'ஒரு மனிதன் ஒரு வீடு ஒரு உலகம்' என்ற சிறந்த நாவலை அவரால் எழுத முடிந்தது. படைப்பாளிகளுக்கு ஏசுவின் கண் வேண்டும். வண்ணநிலவன் குறித்து பிரபஞ்சன் 'அவன் எல்லாவற்றையும் மன்னிக்கத் தெரிந்த ஏசுகிறிஸ்து' என்று சொன்னதாக எனது அருமை நண்பர் பா.லிங்கம் என்னிடம் சொன்னார். ஜெயகாந்தன் அப்படியான மகாத்மாக்களின் சிறு பொறியைக் கொண்டவர். எந்த நிலையிலும் எந்தக் கணத்திலும் சுயமரியாதையுடன் கூடிய புதிய வாழ்க்கையை அமைத்துக்

கொள்ள விரும்புகிறவர்களை ஆராதிக்கிற குணம் ஜே.கேயிடம் உண்டு. ‘ரிஷிபத்தினி’ கதையில் வரும் சைக்கிள்கடை சாமியார் ரிஷியல்ல. அக்கடையில் வேலைபார்க்கும் விதவை பத்தினியும் அல்ல. அவளுக்கு ஒன்பது வயதில் குழந்தையும் உண்டு. அவர்கள் சேர்ந்து வாழத் தொடங்குவதை ரிஷியாகவும் பத்தினியாகவும் காண்கிறார். இது ஒரு மனோநிலை. அல்லது வேறு மாதிரிச் சொல்வதென்றால் பண்பாட்டு ஒவ்வாமை என முகம் சுழிப்பவர்கள் மத்தியில் இன்முகத்தோடு அணுகுவதை பாணியாகக் கொண்டார். இந்த மாற்றுக்கோணம் தான் பிரச்சனைகளை வேறுமாதிரியாகப் பார்க்கச்சொல்கிறது. பெற்றோர்களுடன் முரண்பட்டுத் தனியாகத் தங்கி தன் விருப்பப்படி வாழ்க்கையைத் தேடும் ஒரு இளம் பெண்ணைப் பற்றி எழுபதுகளின் தொடக்கத்திலேயே எழுதினார். ‘அந்த அக்காவைத் தேடி’ என்ற குறுநாவல் அது.

ஜெயகாந்தன் நடையில் இருக்கும் துல்லியம் கதைகளுக்கு எவ்வளவு பலத்தைத் தருகின்றனவோ அதே அளவு பலகீனத்தையும் தருகின்றது. கதாமாந்தர்களின் நெருக்கடியான சமயங்களிலும் தீர்க்கமான நடையைக் கைக்கொள்கிறார். அவரின் படைப்புகளில் மதிப்பு வைத்திருக்கும் வாசகர்கள், அவ்விடங்களில் தெரிக்கும் தெளிவுகள் மீது பாராட்டுணர்வுகளையே செலுத்துகின்றனர். நெருக்கடியான சமயங்களில் கொந்தளிப்பான மனநிலைகளையே எழுத்தில் பதிவு செய்திருக்கவேண்டும். அந்நடை சிக்கல் வாய்ந்ததாக, தறிகெட்டு ஓடும் தன்மைவாய்ந்ததாக இருக்கும். துல்லியமாக இருக்காது. மொழியே பதற்றங்களை உயிர்த்துடிப்போடு வெளிப்படுத்தும். அப்படியான பகுதிகளைக்கொண்ட ஒரு கதையைக்கூட உதாரணம் சொல்லமுடியாது. ஆனால் பதற்றங்களும் கொந்தளிப்புகளும் பொழிப்புரைபோலப் பதிவாகியிருக்கின்றன. ‘கண்ணா மூச்சி’ ‘இறந்த காலங்கள்’ ‘எங்கோ - யாரோ - யாருக்காகவோ’ ‘நான் ஜன்னலருகே உட்கார்ந்திருக்கிறேன்’ என அவர் எழுதிய மிக நல்ல கதைகளிலிருந்தே கூட சொல்லலாம்.

கொந்தளிப்பான மனநிலையை படைப்பில் ஏன் அப்படியே பதிவு செய்யவேண்டும் என்றால் படைப்பாளி தன்னை மறக்கிற இடம் அதுதான். படைப்பில் அற்புதங்கள் நிகழும் இடம் அதுதான். வாய்க்கு வந்தபடி ஒன்றிரண்டு விமர்சகன் ‘நடை பலகீனமா இருக்கு’ ‘குடை பலகீனமா இருக்கு’ என்பான். அவனைப் பற்றி படைப்பாளிக்கு என்ன கவலை? அது என்ன பலகீனம்? கொந்தளிப்பு? விமர்சகனுக்கு நோகாமல் வாசிக்க வேண்டும் என்றால் மொழி

பெயர்ப்புப் புத்தகங்களைப் படித்துக்கொள்ள வேண்டியதுதான். விமர்சகனுக்கு அவ்விடம் பலகீனமான பகுதிகள். படைப்பாளிக்கு அதுவே சவாலான பகுதிகள். ஜெயகாந்தன் சில கதைகளில் தெளிந்த நடையிலேயே கூட இந்த உச்சத்தைத் தொட்டிருக்கிறார். அது கவிதையின் மணம். வாழ்க்கை பற்றிய ஒரு படிமம்.

'நந்தவனத்தில் ஓர் ஆண்டி' கதையில் ஆண்டியின் குழந்தை புதைக்கப்பட்டபின் ஒரு படிமம் வருகிறது. "அந்த மயான பூமியில் எத்தனையோ காலத்திற்கு முன் புதையுண்ட முதல் குழந்தை முதல் நேற்று மாண்டு புதையுண்ட கடைசிக் குழந்தைவரை எல்லாம் உயிர்பெற்று, உருப்பெற்று ஒன்றாகச் சங்கமித்து, விம்மிப்புடைத்து விகஸித்த குரலில் மழலை மாறாத மதலைக் குரலில் பாடிக் கொண்டு.... இருளனும் அந்தப் பாலகன் நடுவே நின்று நர்த்தனம் புரிகிறான். தாளம் போடுகிறான்... அடைத்துப் புடைத்து நெருங்கிக் கொண்டு ஓடும் சிசுக்களின் மகா சமுத்திரத்தில் தன் இருளனைத் தாவி அணைக்க ஓடினான்... இருளனைக் காணோம்." இப்படி ஆண்டிக்கு பெரும் சந்திப்பை, தரிசனத்தைத் தத்துவமாக அல்லாமல் சித்திரமாக உருவாக்குகிறார். இந்த அனுபவம் என்பது ஆண்டிக்கானதா? நம்மை ஒரு பேரனுபவத்திற்குள் அழைத்துச் செல்லும் தரிசனம் என்பது இதுதான். தனது 24, 25 வயதிலேயே இதை எழுதிவிட்டார் (1958 சரஸ்வதி)

'ஒரு பகல் நேரப் பாசஞ்சர் வண்டியில்' வரும் அம்மாச்சிக் கிழவனின் உலகத்திடமிருந்து ஓர் இடம், "ஆ... வயசு அதெல்லாந்தான் பூடிச்சே!" எனக்குத்தான் இருந்திருக்கு. பதினெட்டு வயசும், இருபது வயசும், முப்பது வயசும், நாப்பது வயசும்...ம். அப்போ அதை கெவுனிக்காம நானு...ஓடினேன்...

அதோட பெருமை அப்போ தெரியல்ல.. ஓடினேன். மனுசங்க என்னதான் சாதின்னும் மதமின்னும் ஒதுக்கி வச்சாலும் கடவுள் கருணையோட எல்லோருக்கும் சமமா குடுத்திருக்கிற வயசையும் வாலிபத்தையும் எட்டி உதச்சிட்டு என்னா வேகமா மேகமா ஓடினேண்டா நானு! ஓடிக்கினு இருக்கும்போதே அது என்கிட்ட இருந்து ஓடிக்கினு இருந்திச்சின்னு அப்ப தெரிஞ்சுதா? நான் ஓடுறதுக்கே அந்த வயசு திமிருதானே காரணமா இருந்திச்சு! ஓடி ஓடி வுய்ந்தப்புறம், இப்ப தெரியுது..ஆ! பூட்டுதேன்னு... என்ன லாபம்?"

இந்த ஆழ்மனத்தேடல் கொந்தளிப்பான ஒரு கணத்தில் நிகழ்வது தன்னை மீறிப் பீறிட்டு எழும் படைப்புச் செயல்பாடு. படைப்புகளைச்

செதுக்கிக் கொண்டிருந்ததால் பளபளப்பும் மெருகும்தான் ஏற்படும். உக்கிரம் வெளிப்படாது. 'ஒரு பகல் நேரப் பாசஞ்சர் வண்டியில்' மிகச்சிறந்த கதை அல்ல. நல்ல கதை என்ற அளவில்தான் அதன் விவாதத்தளம் இருக்கிறது. ஆனால் மிகச்சிறந்த கதையில் வெளிப்படாத தரிசனம் இக்கதையில் வெளிப்பட்டிருக்கிறது. மிகச் சிறந்த கதையில் இவ்விதக் கணங்கள் எப்படித் தோன்றும் என்றால் கொந்தளிப்பான மனநிலையைத் தறிகெட்ட மொழியில் பதிவு செய்வதில்தான் இருக்கிறது. விமர்சகனுக்கு வழுவழுவென அல்வாக்கிண்டித் தரமுடியாது. அவன் பலகீனமான மொழி என்பான். இது படைப்பாளியை வீழ்த்தும் பொறியென பெரும் படைப்பாளி புரிந்து கொள்வான். பலகீனம் என்பது என்னைப் பொறுத்த அளவில் விசயம் இல்லாத படைப்பின் மொண்ணைத் தனமான பார்வையைத்தான் சொல்வேன். செய்நேர்த்தி உக்கிரத்தை மேலும் பொறிதெறிக்க வைக்குமானால் கைதட்டி வரவேற்பேன். செய்நேர்த்தியை வைத்து பம்மாத்துக் காட்டினால் போடா பொக்கே என்று இடது கையால் புறந்தள்ளுவேன்.

ஜெயகாந்தனைப் பொறுத்தவரை நிகழ்வுகளின் சித்திரங்களிலிருந்து சிறுகதையை உருவாக்குவதைவிட நிகழ்வுக்குள் விவாதங் களைக் கிளப்பியபடி ஒரு முடிச்சை அவிழ்ப்பதாக அமைத்திருக் கிறார். முரண்களின் பீறிடல்களை அவர் கண்டடைந்தபடி செல்லும் பயணம் முக்கியமானது. பிரச்சனைகளுக்கு அவர்தரும் செழுமையான தீர்வைவிட அவற்றைப் பொருட்படுத்திப் பார்க்காமலே முடிவுகளை வைத்து முடிவுகட்டிவிட்டனர் சிலர். வேறொரு வகையில் சொல்வதானால் நவீனத்துவ எழுத்தாளர்கள் கதையொருமையின் முடிவில், முரண்களை வைத்து வெற்றி யடைந்தனர். அப்படி கதை முடிவில் புதிய கோணத்தில் திறந்து காட்டும் இவரின் கதைகள் தோல்வியுற்றனவாகவே இருக்கின்றன. காரணம், இப்படிப்பட்ட கதையில் வாழ்வின் பதற்றங்களிலிருந்து - மகிழ்ச்சியிலிருந்து - மர்மங்களிலிருந்து உருவாகாமல் முடிவுக்காக - முரணுக்காக - சுபத்திற்காக - தீர்விற்காக திட்டமிட்டு வழி நடத்திச் செல்வதை உணரலாம். மாறாக சிறுகதைகளில் முரண்களின் முடிவுகளை எடுத்துவிட்டு கதையின் வாசலிலேயே பிரச்சனைகளைத் திறந்துவிட்டு அதன் மீது பார்வையைச் செலுத்திய படி செல்லும் பாணியிலேயேதான் வெற்றியடைந்திருக்கிறார். கதை மர்மத்தை நீக்கிவிட்டு வெளிப்படையாக விவாதிக்கிற கதைகளில் அவரின் ஆளுமை வெளிப்படுகிறது. நவீனத்துவ விமர்சகர்களின் கலைக்கோட்பாட்டின்படியான ஒருமை வாய்ந்த

கதைகள் பல செயற்கையாகத்தான் இருக்கின்றன. ஆனால் விவாதப் பாணியிலான கதைகளில் வெற்றியடைந்திருக்கிறார். அவைகள் குறித்து நவீனக் கதைக்காரர்கள் ஒன்றுமே பேசவில்லை. இது தமிழின் துரதிர்ஷ்டம். இத்தன்மை பிற்காலக் கதைகளில் அதிகமாக வெளிப்படுகிறது.. இதனால்தான் இவரை பிரச்சாரகர் என்று முத்திரை குத்தினார்கள் எனத் தோன்றுகிறது. ஆனால் நிறுவப்பட்ட ஒரு கருத்தை மக்கள் ஏற்றுக்கொள்ள வேண்டும் என எங்கும் வற்புறுத்துவதில்லை என்று கவனிக்க வேண்டும். உதாரணமாக மேலாண்மை பொன்னுச்சாமி வற்புறுத்தும் முற்போக்கு இருக்காது. இது தட்டையான தன்மை கொண்டது. ஜெயகாந்தன் நம் வாழ்வின் போதாமைகளை, முரண்களை, சிக்கல்களைத்தான் விவாதத் திற்கு உட்படுத்தி ஒரு தெளிவுக்கு நகர்த்துகிறார். ஏற்கெனவே நிறுவப்பட்ட கருத்தையல்ல. இறுக்கமான கருத்தாடல்களின் முடிச்சுக்களை அவிழ்ப்பதே ஜே.கேயின் படைப்புப் பாணியாக இருக்கிறது. இந்தப் பணியில் வாழ்வின் ஆழ அகலங்களோடு சென்று படைத்த படைப்புகளும் உண்டு; ஐம்பமாக அமர்ந்து கொண்டு கதைக்குள் ஒரு வாழ்வைப் போன்று கட்டமைத்த படைப்புக்களும் உண்டு. இரண்டாம் தரத்தவைகளையே பிரச்சாரக் கதைகள் எனக் கொள்ளமுடியும். முதல் தரமானவைகள் நம் மண்ணின் மரபுகளைச் செழுமைப்படுத்தும் மேலான படைப்புகள். இந்த இரண்டு நிலைகளும் சூழலில் வரவே செய்யும். கலைக்கு வாழ்க்கையே உயிர்நாடி. வாழ்க்கை உயிர்த்துவம் கொள்ளாது கருத்து முதன்மைப் படுமாயின் அவை கருத்து விளக்க எழுத்துகளாகி விடுகின்றன. இவர் இரண்டு நிலைகளிலும் பயணித்தவர். இன்னும் சொல்லப்போனால் அவருடைய ஒட்டு மொத்தப் படைப்புகளை வைத்துப் பார்க்கும்போது சமூக சீர்திருத்தத் திற்கான கருவியே எழுத்து என்பதாகக் கொண்டிருக்கிறார் என்பது விளங்கும். ஆயினும் அவர் காலத்திய அவருக்கு நேர் பின்வந்த சமூக சீர்திருத்தப் படைப்பாளிகளுடன் ஒப்பிட்டுப் பார்க்கும்போது ஜெயகாந்தனின் வீச்சு வேறொரு பாதையிலும் பயணப்பட்டிருப்பதை அறியலாம். சமூகசீர்திருத்தம் என்பதையும் மீறி வாழ்வின் கோலங்களை அழகான கதைகளாகவும் மாற்றியிருக்கிறார்.

திராவிட எழுத்தாளர்களும் மார்க்சிய எழுத்தாளர்களும் காந்திய எழுத்தாளர்களும் தத்தமது கொள்கைக்காகவே கதாபாத்திரங்களை உருவாக்கியபோது ஜெயகாந்தன் மார்க்சிய ஊழியனாக மட்டுமே நிற்கவில்லை. படைப்பு கேட்டு நிற்கும் உண்மைக்கு தன்னை ஒப்படைத்தவரும் ஆவார். அம்பேத்கர், பெரியார், மார்க்ஸ், காந்தி,

ஏசு போன்றோர் வற்புறுத்தும் சாராம்சமான மனித மேன்மையை எடுத்துக்கொண்டார் எனலாம். அவர் எழுதவந்த காலத்தில் கடவுள் மறுப்பு, சாதி மறுப்பு, பெண் உரிமை, பிராமண எதிர்ப்பு, சடங்கு சம்பிரதாய மறுப்பு, பொருளாதாரச் சிக்கல் எனத் தலைவர்களின் செயல்பாடுகள் நிறைந்த காலம். அந்தச் சமூகச்சூழலை மிகச் சரியாகப் பயன்படுத்திக்கொண்டவர் ஜெயகாந்தன் மட்டுமே! கருணாநிதியோ, தென்னரசோ, ரெகுநாதனோ, ராஜம் கிருஷ்ணனோ, லட்சுமியோ, கல்கியோ, நா.பார்த்தசாரதியோ, அகிலனோ சரியாகப் பயன்படுத்திக் கொள்ளவில்லை. ஜெயகாந்தனின் படைப்புகளை நிதானமாகப் படிக்கின்றபோது ஒரு ரகசியம் வெளிப்படுகின்றது. தந்தை பெரியாருக்கு சவாலாக படைப்புகளில் பதிலை எதிர்மாறாக அல்ல நேர்நிலையில் உருவாக்கி வைத்திருக்கிறார். முக்கியமாக பெரியார் பண்பாட்டை நிராகரித்தபோது ஜெயகாந்தன் அந்தப் பண்பாட்டை ஆரத்தழுவிய படியே மறுமலர்ச்சியை உண்டாக்கி இருக்கிறார். 'விழுதுகள்' என்ற மகத்தான குறுநாவல் ஒன்றைப் படித்தாலே இது விளங்கும்.

இயக்கவாதிகளின் படைப்புகளில் ஒற்றைத்தன்மை பலமாகக் குடிகொண்டிருப்பதைக் காணலாம். ஜெயகாந்தனிடம் ஒற்றைத் தன்மையின் தடம் எவ்வளவு பலமாக இருக்கிறதோ அந்த அளவு பன்முகத்தன்மைகளின் பாதைகளும் உண்டு. இந்த திசைவழிகளில் தான் அவரின் சாதனைகள் புதைந்து கிடக்கின்றன. இந்த வகையில் 30 கதைகளேனும் 10 குறுநாவல்களிலேனும் ஒன்றிரண்டு நாவல் களிலேனும் நிச்சயம் கிடைக்கும். ஜே.கே 200க்கு மேற்பட்ட சிறுகதைகள் எழுதியிருக்கிறார் என நினைக்கிறேன். ஜே.கே.யின் சமகாலத்தவர்களோ, முன்னவரோ பின்னவரோ 70 கதைகள் மட்டுமே கூட எழுதியிருக்கக்கூடும். அல்லது ஜே.கே போல் 200க்கும் மேலாக எழுதியிருக்கக்கூடும். எப்படியாயினும், கலை கலைக்காக என வற்புறுத்திக் குறைந்த எண்ணிக்கையில் நிறைவான படைப்புகளைத் தந்திருக்கிறேன் என நம்பும் படைப்பாளிகளின் மத்தியிலும் ஜே.கே. தந்திருக்கும் முப்பது கதைகளின் எண்ணிக்கையே அதிகம். கலை நேர்த்தியில் ஜெயகாந்தனின் கதைகளின் தரத்தை சில பல மீறி நிற்பனவும் இருக்கும். ஆனால் இலக்கிய ஆளுமை என்று சொல்லும்போது ஜெயகாந்தன் இவர்களில் முதன்மையானவர் என்று கொள்ளவேண்டும் என்றுதான் சொல்லத் தோன்றுகிறது. அதற்கு முக்கியமானக் காரணம் காலத்தின் சாரத்தை அவரின் கதைகள் உறிஞ்சிக்கொண்டிருக்கின்றன. மார்க்சிய, காந்திய, திராவிடப் படைப்பாளிகள் கொள்கையை மட்டும் எடுத்துக்கொண்டு

கதாமாந்தர்களை வனைந்தபோது ஜெயகாந்தன் அக் கொள்கைகளின் அடிநாதமான சில ஜீவிதத்தை எடுத்துக் கொண்டார். அதை கதை மாந்தர்களில் திணிக்காமல் வாழ்க்கையில் வைத்து விவாதித்தார். நாம் நிற்கும் பக்கம் இருந்து அல்லாமல் வேறு பக்கமிருந்து வாழ்க்கையைப் புதுசாகப் பார்த்தவர். வாழ்க்கைக்குப் புதிய அர்த்தத்தை வழங்கும் கண் அவருடையது. கலாபூர்வத்திற்குக் கூடுதல் அக்கறை எடுத்துக்கொள்ளாத தன்மை இருக்கிறது. ஆனாலும் முன்வைத்திருக்கும் பகுதிகள் இலக்கியப் பூர்வமானவை. ‘ரிஷி பத்தினி’யில் வரும் தியாகி போலவேோ, வேலைக்காரிபோலவேோ காலம் கடந்து ஜோடிசேர்வது அதிகம் இங்கு இல்லாமல் இருக்கலாம். அவர்களுள் சேர வேண்டும் என்ற அடிப்படையான மனித உணர்ச்சி இருந்தது. இருக்கிறது இருக்கும் என்ற நிலையில் வைத்துத் தான் அக்கதையைப் பேச முடியும். பெரியாரின் திருமணத்தைக் கூட (மணியம்மை) அப்படிப் பார்க்கலாம். எல்லோரும் பார்க்கும் பார்வையிலிருந்து மாறாக வேறு பக்கமிருந்த வாழ்க்கையைப் பார்த்தவர். அதிலிருக்கும் நியாயங்களை முன் வைத்தவர். ஒரு பக்கத்தில் பெருங்கூட்டமாக திரண்டிருக்கிறார்கள் என்பதற்காக சாதகமாக நின்றுவிட முடியாது. படைப்பாளி தன் ஆன்மாவை பெருங்கூட்டத்தவர்களின் விருப்பத்திற்காக ஒப்படைத்துவிட மாட்டான். வாழ்க்கை நிர்ணயத்தின் இரு பக்கங்களும் கொண்டது தான். படைப்பாளி வஞ்சிக்கப்பட்டவர்கள் பக்கமே நிற்பான். ஜெயகாந்தன் அதில் ஒருவர்.

ஜூன், 2012.

அசோகமித்திரன் :

பறிபோகும் நம்பிக்கையின் துயரக்காட்சிகள்

கார்ஸியா மார்க்வெஸ்ஸிற்கு 75வயது நிறைவடைந்தபோது இலக்கிய உலகமே கொண்டாடியது. தமிழ்ச்சிற்றிதழ் சூழலில் அவருக்கு சிறப்பிதழ்கள் கூட வந்தன. சமீபத்தில் சுந்தர ராமசாமிக்கு 80ஆவது ஆண்டு நிறைவடைந்ததை ஒட்டி காலச்சுவடு பெரிய விழா எடுத்துக் கொண்டாடியது. ஓர் இலக்கியவாதியைக் கொண்டாட ஆள் அம்பு தேவை இருக்கிறது. ஆள் அம்பு இல்லாத முக்கியமான நவீனப் புனைகதையாளரான அசோகமித்திரனுக்கும் சென்ற செப்டம்பர் மாதத்துடன் 80 வயது நிறைவடைந்தது. தமிழ்ச் சிற்றிதழ் மரபுடன் இயங்கிய ஒருவருக்கு இதுவரை ஒரு கட்டுரைகூட வரவில்லை. வாழ்க நவீன இலக்கியம்! இந்த உறுத்தல் காரணமாகவே அசோகமித்திரன் கதை உலகுபற்றி எழுதுகிறேன். இந்த சந்தர்ப்பத்தில் உடனடியாக அவரின் படைப்புகளைப் படிக்கவும் முடியவில்லை. காலம் மிகவும் குறைவு என்பதால் என் வாசக அனுபவத்திலிருந்தே எழுதுகிறேன்.

நவீனத் தமிழ்ப்புனைகதை இலக்கியத்திற்கு சிறப்பான பங்களிப்பு செய்திருப்பவர் அசோகமித்திரன். இன்றைய இளம் வாசகர்கள் 80வயதைக் கடந்து இருக்கும் நல்ல படைப்பாளியை நினைவு கூர்வதும் கொண்டாடுவதும் அவரது படைப்புகளை விவாதிப்பதும் பண்பாட்டின் மேலான செயலாகும். கேரளா கர்நாடகா அரசுகள் கலைஞனைக் கொண்டாடுவதை ஒரு பண்பாட்டுக் கூறாகப் பார்க்கின்றன. இங்கு தலைகீழ்.

மௌனி சிறுகதைத் தொகுப்பிற்கு க.நா.சு. எழுதியிருந்த முன்னுரையில் தமிழின் சிறந்த சிறுகதையாசிரியர்களாக புதுமைப்பித்தன், ந.பிச்சமூர்த்தி, மௌனி, கு.ப.ரா, லா.ச.ரா, கு.அழகிரிசாமி, தி.ஜானகிராமன், சுந்தரராமசாமி, ஜெயகாந்தன் முதலிய ஒன்பது பேரைக் குறிப்பிட்டிருந்தார். அதில் ‘நான்

அடிக்கத் துணியா விட்டாலும் காலத்தால் ஒன்றிரண்டு பேர் இதில் அடிபட்டுப் போகலாம். அதில் மௌனியின் பெயர் இராது' என்று குறிப்பிட்டிருந்தார். இந்தப் பட்டியலில் இடம்பிடிக்காத அசோகமித்திரன் இன்று காலத்தால் அடிக்க முடியாத முக்கியமான சிறுகதையாசிரியராக மேலெழுந்து வந்திருக்கிறார் என்பது தனித்துவமான ஒன்று. பரபரப்பில்லாத வெகு நிதானமான எழுத்து வளர்ச்சியுடையதாக அசோகமித்திரனின் படைப்புலகம் அமைந்து விட்டபடியால் க.நா.சுவின் அபிப்பிராயத்திற்கு அன்று அசோகமித்திரன் வராமல் போயிருக்கலாம். ஒரு முக்கியமான விமர்சகன் குறிப்பிடப்படாமலே இளம் எழுத்தாளன் தன் சொந்த இலக்கிய ஆளுமையால் மேலெழுந்து வந்து நிற்பது என்பது மிகவும் பெருமைக்குரிய விசயம், (பின்னாளில் அசோகமித்திரன் நாவல்களை தரமானவைகளாக இனம் காட்டி யிருக்கிறார் க.நா.சு) அசோகமித்திரனின் தனித்துவமான நடையில் தத்தளிப்புமிக்க வாழ்வின் நெருக்கடிகளை ஒவ்வொரு கதையிலும் திரட்டிக் கொண்டுவந்து விடுகிறார். தமிழ்ச் சிறுகதை வரலாற்றில் அசோகமித்திரன் தனித்துப் பயணம் செய்தவர். கரிசல் எழுத்துப் போல வேதனை கசியும் நகர கீழ்மத்திய தரவர்க்கத்தின் எழுத்து இவருடையது.

ஒவ்வொரு எழுத்தாளனின் படைப்பியக்கத்தையும் அவனது இளமைக்காலம் பெரிதும் தீர்மானிக்கிறது. அந்த அனுபவம்தான் படைப்பிற்கு சதா உயிரோட்டம் தருகிறது. கட்டுப்பாடற்று அலைந்து திரிவதற்கு இளம் வயது ஒரு வரப்பிரசாதம். சூழ இருக்கும் மனிதர்களின் செயல்கள் புதிர்களை விடுவிக்க விடுவிக்க மனவிழிப்புக் கொள்கிறான். அசோகமித்திரனின் இளமைக் காலக் கதைகளும் சரி. இளமைக்காலத்தை நினைவுகூர்ந்து எழுதப்பட்ட கதைகளும் சரி வாழ்வின் வெம்மையை அழுத்தமாகச் சேர்த்து வைத்திருப்பதைக் காணலாம். இன்று கிராமம், நகரம் என்பதில் மனிதர்களின் தன்மைகள் பெரிய வேறுபாடுகளைக் கொண்டிருப்பதில்லை. நாற்பது ஐம்பதுகளில் கிராம மனிதர்கள் இயற்கையிலிருந்தும் உறவுகளிலிருந்தும் பிரிபடாது இருந்தார்கள். இறையச்சம், கூட்டுறவு, நேசம், விட்டுக்கொடுத்தல் இம்மாதிரி மானிட மேன்மைகளுக்கு பெரிய அர்த்தம் இருப்பதாக நம்பும் உலகிடமிருந்து எழுதவந்த கு.அழகிரிசாமி, தி.ஜானகிராமன், லா.ச.ரா போன்றவர்களின் எழுத்துக்களில் அவை பிரதிபலிக்கவும் செய்தன. அந்த உலகிலும், கள்ளத்தனம் இருந்தது, கபடு இருந்தது. அதனூடாக மதிப்பை நாடுவதில் நாட்டமும் இருந்தது.

சுயசோதனையும் சுயவேதனையும் இருந்தது. இந்தச் சிக்கல்களின் ஊடே அன்பையும் கருணையையும் இரக்கத்தையும் இவர்கள் கண்டனர். யதார்த்தவாழ்வின் ஊடே உயர்வையும் தாழ்வையும் முன் நிறுத்தினர்.

அசோகமித்திரன் இவர்களின் அடுத்தத்தலைமுறை எழுத்தாளர். முற்றிலும் நகரம் சார்ந்த எழுத்தாளர். நாம் வண்டித் தடத்தின் வழியாக நடந்து சென்றால் அவர் இருப்புப்பாதை வழியாகக் கடப்பார். எங்கோ உலகப்போர் நிகழ்ந்தால் இங்கு மண்ணெண்ணை கிடைக்காது. அவதியுறுகிற மக்களிடம் காதுகொடுத்து நிற்பார். மதக்கலவரம் வெடித்த நொடியிலேயே அன்பு, பாசம், மனிதத் தன்மை, கருணையெல்லாம் சிதறிப்போகிற காட்சிகளைப் பார்க்கும்படியானவர். அசோகமித்திரன் நவீன காலத்தின் பிரதிநிதி. பணம்தான் நவீனகாலத்தின் கதாநாயகன்; கடவுள்; பிச்சைப்பாத்திரம்; அதனைத்தேடி குறுக்கும் மறுக்குமாக அலையும் விதவிதமான கூட்டம். அலுவலகக் கூடமாக மாறிவரும் நகரத்தில் பிழைக்க வந்த உழைப்பாளிகளின் பாடுகளை காணும்படி நின்றவர். நவீனயுகம் மனிதர்களை ஒரு சுழலுக்குள் இயக்கிக் கொண்டிருப்பதை அப்படியொரு சுழல் இருப்பதாக உணராமலே அசோகமித்திரன் தொடர்ந்து எழுதியிருக்கிறார். பணம்தான் வாழ்க்கையைத் தீர்மானிக்கிறது என்றாகிறபோது அத்தனை தார்மீக மதிப்புகளும் உதிரத்தான் செய்யும். வருத்தமோ, துக்கமோ இல்லாமல் மதிப்பை கடாசவைக்கிற புதிய விதிதான் நவீனத்துவம், அசோகமித்திரனின் படைப்பியக்கம் கு.அழகிரிசாமி எழுத்திலிருந்து முற்றிலும் வேறொன்றாகப் பயணிப்பதற்குக் காரணமும் இதுதான். இந்த நவீனத்துவ எண்ணங்கள் மீது ஒரு மறைமுகப் போரை நிகழ்த்துவதுதான். நவீனத்துவப் படைப்புகள். அசோக மித்திரன் நவீனத்து அழகியலில் மட்டுமே மயங்கி எழுதியவராகத் தெரியவில்லை. நாம்தான் அவரின் எழுத்தை வகைப்படுத்து கிறோம். மானிட நல்லியல்புகளை அவரின் எழுத்து முன் வைத்திருக் கிறது. (உண்மை வேட்கை, விடிவதற்குள்) யதார்த்த வாழ்வை சிறப்பாக எடுத்து வைத்திருக்கிறது. கலை இலக்கிய அழகியல் என்று பார்க்கும்போது அசோகமித்திரனிடம் நவீனத்துவ அழகியல் கூடுதலாக வெளிப்பட்டிருக்கிறது. சுந்தர ராமசாமியளவு மரண பிடிகாரர் அல்லர். 'இன்னும் சில நாட்கள்' குறுநாவல் மாய யதார்த்தத்திற்கு மிக அருகில் இருக்கும் படைப்பு. இங்கு தமிழ்ச் சூழலில் 'மேஜிக்கல் ரியலிசம்' மோஸ்தர் வருவதற்கு முன்பே எழுதப்பட்ட படைப்பு. 'விடுதலை' குறுநாவல் உளவியல் சார்ந்த

படைப்பு. போர்ஹே பாணியிலான கதைகள் எழுதியிருக்கிறார். பல்வேறு வகை மாதிரிகள் அவர் எழுத்தில் உண்டு.

இது சிறுகதையா? அல்லது ரத்தமும் சதையுமாக நம்முன் நிகழும் வாழ்வின் காட்சியா? அதைத்தான் சிறுகதை என்று லேபில் ஒட்டி விடுகிறாரா? என்று தடுமாறும்படிச் செய்யும் எழுத்துவன்மை இவருடையது. மிக மிக சாதாரணமாக விவரிக்கப்பட்ட படியே போய்முடிகிறது கதை. முடிந்ததும் ஒட்டுமொத்தமாக அந்தப் படைப்பு நம் உள் ஒரு சிறு அலையை எழுப்புகிறது. சாதாரணம் போல் தோன்றும் குறிப்புகள் திரண்டு அசாதாரணமான வலுவை கதைகளுக்குத் தந்துவிடுகின்றன. மெனக்கெட்டு எழுதாத வரிகள் போல தோற்றம் தந்தபடி வரும் வரிகளிலேயே பல்வேறு சிக்கல்களை அடையாளப்படுத்தி விடுகிறார். அசோகமித்திரன் 200 கதைகள் வரை எழுதியிருக்கலாம். இந்த 200 கதைகளையும் படிக்கலாம். அலுக்காது. ஒவ்வொன்றிலும் ஏதோ ஒன்று நம்மை ஈர்க்கக் கூடியதாகவும் பகிர்ந்துகொள்ளக் கூடியதாகவும் இருப்பதை உணரலாம்.

2

பதினெட்டாண்டுகளுக்கு முன் அப்போதுதான் பல்கலைப் படிப்பை முடித்திருந்தேன். க்ரியாவில் பணி செய்ய வாய்ப்பு இருக்கலாம் என்று சுந்தர ராமசாமி ஒரு கடிதம் தந்து ராமகிருஷ்ணனிடம் என்னை அனுப்பினார். க்ரியாவின் தற்காலத் தமிழ் அகராதி அப்பொழுதுதான் வந்திருந்தாலும் அதனை இன்னும் விரிவுபடுத்த க்ரியா ராமகிருஷ்ணன் நினைத்திருந்தார். மரபுத் தொடர்களைத் தேர்ந்தெடுக்கும் பணி நடந்து கொண்டிருந்தது. க்ரியா ராமகிருஷ்ணன் சி. சு. செல்லப்பாவின் 'வெள்ளை' சிறுகதைத் தொகுப்பையும் அசோகமித்தரனின் 'வாழ்விலே ஒரு முறை' தொகுப்பையும் கொடுத்து அதிலிருந்து மரபுத் தொடர்களைத் தொகுக்கச் சொன்னார். மரபுத் தொடர்களைத் தொகுக்காமல் அந்த படைப்புகள் சுழற்றி இழுத்த அனுபவத்தில் மூழ்கிப் போனேன். க்ரியாவில் எந்த வேலையையும் செய்து தராமலே என்கிராமத்திற்கு வந்து சேர்ந்துவிட்டேன் என்பது தனிக்கதை.

அசோகமித்திரன் கதைத் தொகுப்பில் இருந்த 'விமோசனம்' என்ற கதை என்னை மிகவும் தொந்தரவுக்குள்ளாக்கியது. அந்தக்

கதையில் வரும் இளம் மனைவிக்கும் கணவனுக்கும் குடும்பச் சச்சரவு ஏற்படுகிறது. அடிதாங்காமல் நாக்கைத் துருத்தி கணவனை 'மம்'மென கோவத்தை வெளிக்காட்டுகிறாள். அவ்வளவு தான் அவளால் வெளிப்படுத்த முடிந்தது. இதற்குத் தண்டனையாக அவள் கணவன் வீட்டுக்கு வராமல் மறைந்து கொள்கிறான் அந்த இளம்பெண் கைக்குழந்தையை வைத்துக் கொண்டு கணவன் வந்துவிடுவானா என அலையும் அலைச்சல், பதற்றம், எதிர்பார்ப்பு, ஏக்கம் எல்லாம் ஒன்று திரண்டு அழுத்துகிறது. அவள் தங்கியிருக்கும் வளாகத்தின் அருகில் ஒரு சாமியார் வருகிறார். அவர் அனுகிரகம் கிடைத்தால் துன்பமெல்லாம் போய்விடும் என்கின்றனர் பெண்கள். இவளும் கைக்குழந்தையைத் தூக்கிக்கொண்டு ஓடுகிறாள். பெரிய கூட்டம். அவர் தன்னை ஒருமுறை ஒரே முறை பார்க்கமாட்டாரா என்று கைக்குழந்தையை வைத்தபடி சுற்றிச் சுற்றி வருகிறாள். சாமியார் பார்த்தது மாதிரி இல்லை. ஒரு பொதுப்பார்வையில் பார்த்த பார்வையைப் பார்த்ததாக நம்பி வாடிய முகத்துடன் திரும்புகிறாள். என்னால் தாங்கமுடியாத ஒன்றாக இருந்தது. அது தமிழின் மிக முக்கியமான கதை என்று எனக்குத் தோன்றியது. என்னைப் பாதித்த கதைகளுள் 'விமோசனம்' ஒன்று. இன்று நினைத்தாலும் கைக்குழந்தையோடு அவள் நிற்கும் கோலம் வந்து தாக்குகிறது. அதே சமயத்தில் அசோகமித்திரனின் மற்றொரு தொகுப்பையும் படிக்க நேர்ந்தது. அதில் 'காத்திருத்தல்' கதை என்னைப் பதற்றத்திற்குள்ளாக்கியது. கிராமத்தில் காத்திருத்தல் கதையில் வருபவனை ஒத்த அரசியல் செயல்பாடுகளில் தீவிரமாக இறங்கிக் காரியம் ஆற்றியிருக்கிறேன். ஆனால் அவனுக்கு நேர்ந்த முடிவு எனக்கு வராது. கதைக்கு வருவோம். பெரும் கூட்டத்தோடு இருந்து வந்த முற்போக்குக் கட்சியைச் சேர்ந்த இளைஞன், களப்பணி ஆற்றியவன் அவன். அவனுடைய கட்சி தேர்தலில் தோற்றுப்போகிறது. தனித்துவிடப் படுகிறான். தேர்தலில் தோற்ற கட்சிக்காரனும் ஒதுங்கியிருக்கிறான். வென்றவன் ரவுடிகளை ஏவி விடுகிறான். கொல்லவரும் ரவுடிகளை அநாதையாக நின்று எதிர்கொள்ளவேண்டிய சூழல். முதல்நாள் தாக்குதல், ரோந்துக்கு வந்த போலீசாரால் பாதியிலேயே நின்று விடுகிறது. மனைவி, பிள்ளைகளை தாய்வீட்டிற்கு பாதுகாப்பாக அனுப்பி விடுகிறான். யாருமற்றவனாக தனிமையில் தாக்குதலை எதிர் கொள்ளக் காத்திருக்கும் அவன் உருவம் ஏனோ என் நெஞ்சில் அமர்ந்து கொண்டது. அவனுக்கு யாரும் உதவ வராத அவலம் என்னைப் பாடாய்ப்படுத்தியது. யாருக்கோ உழைத்து அவர்களால்

கைவிடப்பட்டு தனித்து தாக்குதலை எதிர்கொள்ள நேரும் அவன் என் தூக்கத்தை சில நாட்கள் கலைத்தான். 'காத்திருத்தல்' கதாநாயகனாக நான் ஒருகணம் மாறியதாக நினைவு. அல்லது அவனுக்கு எப்படி உதவமுடியும் என நினைத்ததாகவும் என் நினைப்பைத் தலைகீழாக்கும் சம்பவமும் என் கண்முன் நிகழ்ந்தது. அந்தக் கதைபோலவே நான் தங்கியிருந்த எம்.எம்.டி.ஏ. காலனியில் என் கண்முன் நிகழ்ந்தது. ஒன்றுவிட்ட அண்ணன் வீட்டிலிருந்து தான் க்ரியா அலுவலகத்திற்குப் பத்து நாட்கள் சென்றேன். ஒருநாள் க்ரியா அலுவலகம் போகாமல் படித்துக் கொண்டிருந்தேன். பத்துமணி இருக்கும் பக்கத்துவீட்டுக்காரர் ஏதோ அலுவலகத்திற்குக் கிளம்பி வெளியேபோனார். பக்கத்தில்தான் பேருந்து நிறுத்தம். பெரிய அலறல் சத்தம் கேட்டது. வாசலுக்கு ஓடிவந்தேன். போனவர் போன வேகத்தில் தலையில் ரத்தம் சொட்டச் சொட்ட கதறிக் கொண்டு ஓடிவந்தவர் வீட்டிற்குள் புகுந்து கதவைச் சாத்திக் கொண்டார். ஐந்தாறு சிறுவர்கள் கத்தி கம்பிகளோடு அந்தக்கதவை அடித்தனர். 'காத்திருத்தல்' கதையில் வரும் 14, 15 வயது இளவட்டங்கள். பின் பீடி புகைத்துக் கொண்டு வெட்டவெளியில் குண்டுவிளையாடினர். கிரிக்கெட் விளையாடினர். பக்கத்து வீட்டுக்காரர் எப்போது வெளியே வந்தாலும் கொல்ல அவர்கள் காத்திருந்தனர். அவர்கள் தங்கள் கையில் வைத்திருந்த ஆயுதங்களை சூரவிட்டு விளையாடினர். நான் அந்த இடத்திற்குப் புதியவன். என்னால் அடிபட்டவருக்கு ஏதும் உதவி செய்ய முடியவில்லை. பழக்கமும் இல்லை. காரணமும் தெரியவில்லை. என்னால் ஏதும் செய்ய முடியாது இருந்தது அவமானமாக இருந்தது. என் மனம் அமைதி இழந்தது. ஊரில் பெரிய சூரன் என்றும் பெயர். எப்படி எதிர்கொள்வது என்றும் தெரியவில்லை. ஒரு பார்வையாளனாக மட்டும் அன்று இருக்கும் படி ஆகியது. இருட்டியபின் அவர்கள் வெளியேறிப் போனார்கள். சின்னப் பொடியன்கள் போனதை அவர் எப்படித் தெரிந்து கொண்டிருந்தாரோ தலையில் அவர் கட்டியிருந்த துண்டெல்லாம் ரத்தம் உறைய மருத்துவமனைக்குப் போனார். என்னால் ஏதும் செய்ய முடியாமல் இருந்தது மன வேதனையாக இருந்தது. பக்கத்தில் ஒருவர்கூட என்ன ஏது என்று கேட்க வரவில்லை. எனக்கு சென்னை அந்தக் கணமே பிடிக்காமல் போய் விட்டது. ஆனால் அசோகமித்திரனின் கதை அழியாத சித்திரமாகப் பதிந்துவிட்டது. ரவுடிக் கலாச்சாரத்தைத் தோற்று வித்ததில் திராவிட கட்சிகளுக்கு முக்கியப் பங்கு இருந்தது பலருக்கும் தெரியும். வரலாற்றின் கதியையும் அந்தக் கதை உறிஞ்சியிருக்கிறது என்பது முக்கியமான விசயம்.

சென்னையை விட்டு ஒரு மாதத்திலேயே திரும்பிவிட்டேன். திரும்பி வரும்போது பேருந்தில் அசோகமித்திரனின் 'பிரயாணம்' கதையை வாசித்தேன். அது விட்டல்ராவ் தொகுத்த 'இந்த நூற்றாண்டுச் சிறுகதைகள்' தொகுப்பில் இருந்தது. படித்துக் கொண்டே ஊர்வந்து சேர அன்று பகல் பயணத்தைத் தேர்வு செய்தேன். மரணப்படுக்கையில் இருக்கும் குருநாதரைக் காப்பாற்ற மலை உச்சியிலிருந்து சமவெளியில் உள்ள மருத்துவமனைக்குக் கொண்டு வர சிஷ்யன்படும் போராட்டம்தான் கதை. ஜாக்லண்டனின் 'உயிராசை' கதைபோல பதற்றமும் முயற்சியும் சவாலும் கொண்ட கதை அது. மலைப்பாதையில் வரும்போது குருநாதருக்கு மரணம் மிக அருகில் வந்துவிடுகிறது. உண்ண முடியாமல் உணவைப் போதும் என்கிறார். முழுச் சமவெளிக்கும் வரவில்லை. மலையடிவாரம் முடிகிறது. குருநாதரை வைத்து இழுத்து வந்த பலகையைச் சரியாக வைத்து குருவை அழைக்கிறார். அவர் மரணமடைந்து நேரமாகிவிட்டது. மரணமடைந்த குருவை ஓநாய்கள் சூழ்ந்து தாக்குவதும் பிணத்தை எப்படியேனும் பாதுகாத்திட சிஷ்யன் போராடுவதும் - ஓநாய்களின் இயல்பும், இளைஞனின் தத்தளிப்பும் - குருநாதரின் கடைசி விருப்பங்களும் ஒரு சுழல் போல என் மனதிலும் எழுந்தது. பெரிய மகான்; ஆனால் அவர் விரும்பிய மரணமும் சடங்கும் நிகழவில்லை. ஓநாய்கள் இழுத்துச் சென்ற பிணமாகத்தான் இறுதியில் அடிவாரத்தில் கிடக்கிறார். மகானே ஆனாலும் மரணத்தின் விசித்திரத்தை வெல்லமுடியாது என்பதை அற்புதமாக வெளிப்படுத்திய கதை 'பிரயாணம்'.

18 ஆண்டுகளுக்கு முன் சென்னைக்கு வேலை தேடி வந்தவனுக்கு விளைந்த ஒரே நன்மை அசோகமித்திரனின் எழுத்தை வாசிக்கும் சந்தர்ப்பம் அமைந்தது தான். அதற்குக் ரியா ராமகிருஷ்ணன்தான் ஏதோ வகையில் உதவியிருக்கிறார். இதை எழுதும் இந்த நிமிடம்கூட க்ரியா ராமகிருஷ்ணனுக்கு இப்படியொரு பையன் தன் அலுவலகத்திற்கு வந்தான். பின்னாளில் எழுத்தாளனாக மாறினான் என்று தெரியாது என்றே நினைக்கிறேன். சென்னைக்கு வராது இருந்தாலும் அசோகமித்திரனைப் படித்திருப்பேன். ஆனால் மிகவும் தாமதமாக.

அசோகமித்திரனின் கதைகளைப் படிக்க நேர்ந்தகாலத்தில் நான் எழுத்தாளன் அல்ல. நல்ல புத்தகங்களைத் தேடித்தேடி வாசித்துக் கொண்டிருந்த இளைஞன். இளம் வாசகன். புதுமைப்பித்தன், தி.ஜானகிராமன், ஜெயகாந்தன், கு.ப.ரா, கு.அழகிரிசாமி, சுந்தர ராமசாமி இவர்களைப் படித்திருந்தாலும் இந்த வரிசையில்

அசோகமித்திரனைக் கடைசியாகத்தான் படிக்க நேர்ந்தது. பின்பு வாய்ப்பு கிடைத்தபோதெல்லாம் அசோகமித்திரன் எழுத்துக் களை வாசிக்க முடிந்தது. அவரின் நாவல்களில் எனக்கு மிகவும் பிடித்தவைகள் 'கரைந்த நிழல்கள்', '18ஆவது அட்சக்கோடு' 'தண்ணீர்', 'ஒற்றன்' முதலியவைகள். தமிழ் நாவல் இலக்கியத்திற்கு இவைகளின் பங்களிப்பு மிக முக்கியத்துவம் வாய்ந்ததாக இன்றும் இருக்கின்றது. அவரின் குறுநாவல்களில் 'விடுதலை', இன்னும் சில நாட்கள், 'மணல்', 'மாலதி' முதலியவைகள் என்னைக் கவர்ந்தவை. கிட்டத்தட்ட 20 ஆண்டுகால அசோகமித்திரன் எழுத்து வாசகர்களில் நானும் ஒருவன். அவரின் விடுபட்ட படைப்புகளை இன்றும் தேடி எடுத்துப் படிப்பதில் ஆர்வம் குறைந்தபாடில்லை.

2000த்தில் மதுரை தியாகராசர் கல்லூரியில் பணியாற்றும் வாய்ப்பு அமைந்தது. அப்போது அங்கு முதல்வராக இருந்த பேராசிரியர் ஈஸ்வரன் அவர்கள் என்னைப் புதிதாக எழுத வந்திருக்கும் இளம்படைப்பாளி என்பதைத் தெரிந்து வைத்திருந்தார். அது மட்டுமில்லாமல் என் கையில் இருந்த '18ஆவது அட்சக்கோடு' நாவலைப் பார்த்துவிட்டு அசோகமித்திரனைப் படிப்பதுண்டா என்று கேட்டார். இந்த நாவலை இரண்டாம் முறையாகப் படிக்கிறேன் என்றேன். அவர் அறைக்குக் கூட்டிச்சென்றார். நானும் அசோகமித்திரனின் வாசகன் என்றார். அவர் ஒரு இயற்பியல் பேராசிரியர். அவருடைய படைப்புலகம் குறித்து ஒரு கருத்தரங்கம் நடத்துவோம், யார் யாரை அழைக்கலாம் என்றார். சிற்றிதழ் சார்ந்து இயங்கும் முக்கியமான படைப்பாளி களின் பெயர்களைச் சொன்னேன். நீங்கள் என்ன வாசிக்கிறீர்கள் என்றார். அசோகமித்திரன் சிறுகதைகள் குறித்து எழுதுகிறேன் என்றேன். கருத்தரங்கிற்குத் திட்டமிட்டோம். அவருடைய கதை களில் ஏற்கெனவே படித்ததும் படிக்காதுமாக இருந்தவற்றில் கிட்டத்தட்ட முக்கால்பங்கு கதைகளைப் படித்தேன். அந்த சமயத்தில் கருத்தரங்கு நடைபெறவே இல்லை. ஆனால் கதை களைப் படிக்கிற வாய்ப்பாக அமைந்தது ஈஸ்வரனின் அந்தப் பேச்சு.

3

புத்தாயிரமாண்டான 2000த்தில் கலைஞன் பதிப்பகம் ஆங்கிலத்தில் ரீடர்போல முக்கியமான தமிழ்ப்புனைகதை

ஆளுமையாளர்களின் படைப்புலகங்களை வெளியிட்டது. அதில் கே.எஸ். சுப்ரமணியன் தொகுத்தளித்த ‘ஜெயகாந்தனின் படைப்புலகம்’ ரமேஷ் - பிரேம் தொகுத்தளித்த ‘கி.ராஜ நாராயணனின் படைப்புலகம்’ இரண்டும் சிறப்பாக வந்திருந்தன. லா.ச.ரா.வின் ‘படைப்புலகத்தை’க்கூட அபி ஓரளவு நல்லபடியாகத் தொகுத்திருந்தார். ராஜமார்த்தாண்டன் ‘சுந்தரராமசாமியின் படைப்புலகம்’ தொகுத்திருந்தார். கவிதை குறித்த சு.ரா.வின் கட்டுரை அதில் இடம் பெற்றிருக்கலாம். பாதகமில்லை தொகுப்பு. ஆனால் ஆக மோசமாகத் தொகுக்கப்பட்டது ‘அசோகமித்திரனின் படைப்புலகம்’ தான். அத்தொகுப்பில் அசோகமித்திரனின் ஆகச் சிறந்த சிறுகதைகள் ஒன்றுகூட இல்லை. பரிக்ஷா ஞாநிக்கு அசோகமித்திரனைச் சிறப்பாக அறிமுகப்படுத்தத் தெரிய வில்லை. அத்தொகுப்பின் வழி முதன்முதல் அசோகமித்திரனை அறிய முற்படும் வாசகர்கள், பின் அசோகமித்திரனின் பிற படைப்புகளைத் தேடிப் படிக்க மாட்டார்கள். அப்படியான தொகுப்பு அது. குறுநாவல்களில் அசோகமித்திரனின் சாதனை குறிப்பிடத்தக்கது. ஞாநி தொகுப்பில் மிகச் சாதாரணமான ‘இன்ஸ்பெக்டர் செண்பகராமன்’ குறுநாவலைச் சேர்ந்திருந்தார். நான்காண்டுகளுக்கு முன் காலச்சுவடு பதிப்பகத்தின் மூலமாக அசோகமித்திரனின் சிறந்த கதைகளை அரவிந்தன் தொகுத்து வெளியிட்டிருக்கிறார். மதிக்கத்தக்க தொகுப்பாக வந்திருக்கிறது. ஆயினும், ‘ஒரு ஞாயிற்றுக் கிழமை’, ‘தொப்பி’, ‘ஸார்ஸார்’, ‘கல்யாணம் முடிந்தவுடன்’, ‘உண்மை வேட்கை’, ‘வெறி’, ‘அப்பாவிடம் என்ன சொல்வது’, ‘விமோச்சனம்’, ‘காந்தி’, ‘மாறுதல்’, ‘வரவேற்பறையில்’, ‘இனி வேண்டியதில்லை’ போன்ற அவரின் சிறந்த சிறுகதைகள் அந்தத் தொகுப்பில் இல்லாதுபோனது ஏமாற்றமாக இருந்தது. இந்த வகையில் இன்னும் சிறந்த சிறுகதைகள் அடங்கிய தொகுப்பொன்றைத் தொகுக்க முடியும். இப்படி ஒரு சிறுகதை யாசிரியரை முன்வைத்துப் பேசமுடிவதுதான் அவருக்குச்சிறப்பு. அதற்குத் தகுதியானவர் அசோகமித்திரன்.

இன்று மூத்த தமிழ் இலக்கியவாதிகளில் ஞானபீட பரிசு பெறத் தகுதியானவர்களாக இருப்பவர்கள் அசோகமித்திரனும், கி.ராஜநாராயணனும்தான். தமிழ்ச்சூழலில் அசோகமித்திரன் அளவு நல்ல நாவல்களையும், நல்ல குறுநாவல்களையும் அதிக அளவிலான நல்ல கதைகளையும் தந்தவர், அவர் தலைமுறைகளில் மற்றொருவர் இல்லை. அவரின் படைப்புலகமே ஏற்ற இறக்கமற்ற ஒரே சீரான தளத்தில் இயங்குபவையாக இருக்கின்றது. சரிவுகள் இல்லாத

படைப்புகளைத் தொடர்ந்து 55 ஆண்டுகளாக ஒருவர் தந்து கொண்டு வந்திருக்கிறார் என்றால் எவ்வளவு பெருமைக்குரிய விசயம். மகத்தான நாவலை, மகத்தான குறுநாவலை அவர் எழுதிவிடவில்லை என்றாலும் சாதாரண நாவலையோ, குறுநாவலையோ அவர் எழுதிவிடவில்லை. மகத்தான நாவல்களை எழுதுவதாக முயற்சித்தவர்கள் எல்லாம் மிகச்சாதாரணமான நாவலைத்தான் தந்திருக்கிறார்கள் என்பது ஒரு நகைமுரண். அசோகமித்திரனின் எழுத்து முறை தன்னகங்காரம் அற்றது என்பதினால் எளிய தோற்றத்தில் விரிந்து மிகச்சிக்கலான நெருக்கடியைத் தொட்டு விடுகிறது. ஜாலாக்குமிக்க எழுத்து முறையைக் கைக்கொண்டவர்களின் படைப்புகள் சாரமற்றுப் போய் நிற்பதை இங்கு குறிப்பிடவேண்டும். நடையை சிலாகிக்கிற திருக்கூட்டத்திற்குப் படைப்பின் ஆழம் புரிபடுவதில்லை. அசோகமித்திரன் இந்த தளுக்கான நடைக்கு இறுதிவரை மயங்காமல் வாழ்க்கையின் பக்கமே முகத்தைத் திருப்பிக் கொண்டவர். இன்றும் அப்படியே இருப்பவர். ஜெயகாந்தனிடம் தான் என்கிற அகங்காரம் உண்டு. நேரடியாகவும், அவருடைய கட்டுரைகளிலும் முன்னுரைகளிலும் காணமுடியும். ஆனால் அவரின் படைப்புலகில் அது இல்லை. தானற்ற எளிய மனிதர்களின் உலகம் தெரியும். வாழ்க்கையை அகங்காரம் மிக்க தொனியில் எழுதக்கூடாது என்கிற எளிய உண்மையைப் புரிந்திருப்பவன்தான் படைப்பாளி. மொழியின் அழகு படைப்பிற்கு ஒரு எல்லைவரை சிறப்பைச் சேர்க்கும். படைப்பு வெளிப்படுத்தும் அனுபவம்தான் நம்மைப் பாதிக்கச் செய்யும். அது மொழியைத் தாண்டி அகப்படுத்தும் செயல். மொழி கரைந்து படைப்புத்தரும் அனுபவம் நெஞ்சில் கனலாகக் கொதிக்கும். சிலரின் படைப்புகளில் நடை ஜிலுஜிலுக்கிறது. சொல்லவந்த விசயம் பாதிப்பை நிகழ்த்த முடியாவண்ணம் உறைந்துபோய்க் கிடக்கிறது.

அசோகமித்திரனின் படைப்புகளின் வழி அவர் வாழ்ந்த உலகம் ஒன்றுதிரண்டு வருகிறது. அது அவரின் சொந்த வாழ்க்கைக்கு நிகராகவும் அருகிலும் இருக்கின்றது. அந்த வாழ்க்கை கோலாகலமானதல்ல. சொந்த பந்தங்கள் அற்ற தனித்துவிடப்பட்ட வாழ்க்கை. தமிழர்கள் அல்லாத பகுதியில் வாழ்ந்த தமிழனின் வாழ்க்கை. அக்ரகாரச் சூழலுக்கு மாறாக, நிறைந்த இசுலாமியர்களோடும் குறைவான கிறித்தவர்களோடும் இயைந்திருக்க வாய்த்த வாழ்க்கை. இந்த செக்கந்திராபாத் சூழல் அசோகமித்திரனை எதையும் விலகி நின்று பார்க்கும்படி செய்திருக்கிறது. யதார்த்தத்தின் வெம்மையையும், முரண்களையும் மோதல்களையும் அருகில்

காணும்படி வாய்த்திருக்கிறது. அடுத்து கற்பனாவாத உலகோடு தொடர்புடைய சினிமாத் தொழிலில் அவர்கண்ட மனிதர்கள் பஞ்சபாரிகள். அடிப்படை வேலையாட்கள், கற்பனைக் கோட்டைக்குள் நடமாடியவர்கள் சாதாரணமனிதர்கள். அவர்களின் அல்லல்களைத் தினம்தினம் பார்க்கும்படி கிடைத்த ஜெமினி ஸ்டுடியோ வேலைக் காலங்களையும் குறிப்பிட்டுச் சொல்லவேண்டும். சினிமா உலகை வெளியில் இருந்து பார்ப்பதற்கும், அதன் உள்ளே இருந்து பார்ப்பதற்கும் நிறைய வித்தியாசம் உண்டு. நீருக்கும் நெருப்புக்கும் உள்ள வித்தியாசம். கனவு, கற்பனை, பிரமிப்பு, ஆசைகள் இவற்றைத் தலைகீழாகப் புரட்டிப்போட்டிருக்கும் உலகை காணும் வாய்ப்புப் பெற்றவர். செக்கந்திரபாத், ஜெமினி ஸ்டுடியோ, சென்னை இம்மூன்று இடங்களிலிருந்தும் உழைக்கும் மக்களின் உலகம் ததும்பித் ததும்பி அவரிடமிருந்து வந்திருக்கிறது. அசோகமித்திரன்கூட அந்த அடிமட்டத்து உலக மனிதர்களில் ஒருவர்தான். நெரிசலில் முண்டியடித்து ஏறும் பேருந்துப் பயணியாகவோ அல்லது பழைய சைக்கிளில் பணியிடத்திற்குச் செல்வபவராகவோதான் இருந்திருக்கிறார். மண்ணெண்ணை டின்னை பிடித்தோ, தண்ணீருக்காக வெறுங்குடத்தை பிடித்துக்கொண்டு வரிசையில் நிற்கும் மனிதர்களில் ஒருவர்தான் அசோகமித்திரனும், யாருக்கு வாய்க்கும் இந்த வாழ்க்கை? இரண்டாம் உலகப் போர்ச்சூழல், ஐதரபாத் சமஸ்தானம் இந்தியாவுடன் இணைந்தபோது நிகழ்ந்த மதக் கலவரம் என பிற தமிழப்படைப்பாளிகள் காணாத பதட்டங்கள் நிரம்பிய காலத்தைக் கண்டிருக்கிறார். வாழ்க்கை ஒரு அபத்தமாகிப்போகும் தருணங்களைக் காணும் சரித்திர காலத்தில் நகர்ந்திருக்கிறார். இவை இவரின் படைப்புலகில் துயரம் தோய்ந்த சிதைவுகளாக வெளிப்பட்டிருக்கின்றன. இவ்விடத்தில் தமிழ்ச் சூழலில் மறக்கடிக்கப்பட்டிருந்த மற்றொரு முக்கியமான படைப்பாளியைக் குறிப்பிட வேண்டும். ப.சிங்காரம் தனது நாவல்களில் இந்த அபத்த வாழ்க்கையை வலுவாக வெளிப்படுத்தி யிருக்கிறார். போலியான விதத்தில் முஸ்லிம், கிறித்துவ சமூக மக்களிடம் சமத்துவ சகோதரத்துவ பாசம் காட்டும் எழுத்துக்கள் இங்கு ஏராளம். அசோகமித்திரன், அவர்களின் நிறைகுறைகளோடு அசலாக வெளிப்படுத்தியுள்ளார். துவேசமில்லாது சகஜீவியாகப் பார்த்திருக்கிறார். இந்த விலகல் பார்வையை அவருக்கு வாழிடம் கற்பித்திருக்கிறது. தனிப்பட்ட முறையில் அசோகமித்திரன் பிராமணர். ஒரு படைப்பாளியாக அவர் முதலில் மனிதராக

இருந்திருக்கிறார். அவரைப் பொருத்த அளவில் மனிதர்கள் கண்ணீர்விடவும், கோபப்படவும், நேசம் கொள்ளவும், வெறுக்கவும், அரவணைக்கவும் தெரிந்த மனிதர்கள். இவர் கதைகளில் வரும் இசுலாமியர்களும், கிறித்துவர்களும் பூச்சுக்கள் இல்லாமல் வெளிப்படையாக வருகின்றனர். அசோகமித்திரன் சைவராக இருந்தும் அசைவப் பிரியர்களைச் சக தோழர்களாகப் பார்த்தபடி அவர்களின் உணவுமுறைகளைச் சகஜமான பார்வையில் எடுத்துச் சொல்லியிருக்கிறார். உடனடியாக எனக்கு நினைவு வருவது 'ஒற்றன்' நாவலில் வரும் ஆப்பிரிக்க எழுத்தாளனான அபேக்கு பேக்னா குளிர்சாதனப் பெட்டியில் வாங்கி அடுக்கும் அசைவ வகைகளைச் சொல்லும் இடம். அதைவிட ஆசைப்பட்டு வாங்கிய கறித்துண்டங்கள் சமைக்கப் படாமல் குளிர்சாதனப் பெட்டியில் கெட்டபின் அவற்றைத் அபேக்கு தள்ளி கூடையில்போடும் இடம் ரொம்ப சகஜமாக எழுதப்பட்டிருக்கும். வெவ்வேறான தன்மைகள் கொண்ட வெவ்வேறு பகுதிகளின் பிரச்சனைகள் படைப்புகளாக அதிகம் வந்திருக்கின்றன. வாழ்க்கைக்கும் படைப்புக்கும் பெரிய வித்தியாசம் இல்லாது போன்றதொரு எழுத்தியக்கம் அவருடையது. அவர் நிறுத்தும் இடம் சிறுகதையாக மாறிவிடுகிறது. கதையிலிருந்து அவர் வெளியேற வெளியேற அது நாவலாக மாறுகிறது. புனைகதைகளைச் சொந்த அனுபவம் போல் மாற்றிக்காட்டியிருக்கிறார். 'பதினெட்டாவது அட்சக் கோடு' 'ஒற்றன்' முதலிய நாவல்களைப் படித்தாலே தெரியும். சிற்சில சொந்த அனுபவங்களை ஆதாரமாகக் கொண்டு புனைவின் உலகில் புகுந்து வாழ்க்கையின் அபத்தங்களையும், குரூரங்களையும் கண்டடைந்திருக்கிறார்.

நாவலில் மிகச் சன்னமாகத் தலைகாட்டிய மாந்தர்கள் எல்லாம் சிறுகதைகளில் துல்லியமாக வெளிப்பட்டிருக்கின்றனர். நாவலில் பார்த்தவிதத்தில் அல்லாமல் அவர்களின் வேறொரு பக்கம் திறக்கப் படுகின்றது. 'ஐந்நூறு கோப்பைத் தட்டுகள்' 'அப்பாவின் சிநேகிதர்' கதைகளில் வரும் சையது, 'நடத்திற்குப்பின், 'சில்வியா' கதைகளில் வரும் லூசி, சில்வியா இவர்களின் நம்பிக்கை மாபெரும் ஏமாற்றத்தை எதிர்கொண்டு நொறுங்கிப்போகின்றது. ஆங்கிலோ இந்தியன் என்ற சமூகம் இங்கிலாந்து மோகத்தால் ஆங்கிலேயே ராணுவத்தினரை நம்பி சீர்குலைந்து (கைவிடப்பட்ட) போன பெண்களின் அவலம் இவரின் கதைகளில் வருகின்றது. ஐதராபாத் சமஸ்தானம் சுதந்திர நாடாகும் என்று கனவு கண்ட சையது போன்றவர்கள் கண்முன்

இந்திய ராணுவ பலத்தால் இந்தியாவின் பகுதியாக மாறுகிறது. இந்திய இளைஞர்களிடம் குத்துக்கள் பெற்றும் ஏச்சுக்கள் கேட்டும் சையது ஒடுங்குகிறார். அவரின் கனவு துர் நிகழ்வாகத் தலைகீழ்மாற்றமடைந்து ஆடுவதை கதைகளில் காணமுடிகிறது.

அசோகமித்திரன் கண்ட உலகம் லட்சியங்களும் கனவுகளும் நொறுங்கிப்போன உலகம். மனிதர்களைச் சிதைத்து நாசமாக்கும் உலகம். கூட்டியக்கத்தைக் குலைத்து தனித்தனி மனிதனாக்கும் நவீனத்துவ உலகம். பதுங்கியிருந்த வெறுப்புகள் சந்தர்ப்பம் வாய்க்கும் போது மானிடர்கள் மீது கொலைக்கரங்களாக மாறிய உலகம். ஏமாற்றுகளும் பொய்புரட்டுகளும் மனிதர்களிடம் சகஜமாகிப் போன காலம். சுயநலத்திற்காக யாரையும் காலை வாரிவிடக்கூடிய காலம். அதிகாரம் பெற்றவர்களால் மிதிபடும் எளியவர் உலகம். நிஜத்தில் உன்னதம் காலாவதியாகிப்போன காலத்தின் வெம்மையைக் கண்டவர் அசோகமித்திரன். எனவே அவரின் எழுத்து இயல்பிலேயே நவீனத்துவ போக்கை வெளிப்படுத்தும் இலக்கியமாக மாறியுள்ளது. 'விரிந்த வயல்வெளிகளுக்கு அப்பால்' சிறுகதையில் ஒரு காட்சி. கதையில் வரும் இளைஞன் சைக்கிளில் வயல்வெளி பரந்திருக்கும் பகுதியின் ஊடாகச் செல்கிறான். போர் மேகம் சூழ்ந்த சமயம். டேங்குகளும், விமானங்களும் வயல்வெளிகளை நாசமாக்கும் செய்திகள் வருகின்றன. இந்த வயல்வெளிகூட நாளை நாசமாகும். அந்த வயல் பரப்பின் ஊடே ரயில் மெல்ல வருகிறது. ரயிலை முந்தி பக்கவாட்டு ஒத்தையடிப் பாதையில் செல்கிறான் இளைஞன். ரயிலில் இருப்பவர்கள் உற்சாகப்படுத்துகின்றனர். ரயில் வேகமெடுக்கின்றது. இளைஞன் வேகவேகமாக ஓட்டினாலும் சைக்கிள் பின்செல்கிறது. முந்த முடியவில்லை. ரயிலில் இருப்பவர்கள் இப்போது சிரிக்கின்றனர். ரயில் அவனை முந்திச் சென்று புள்ளியாக மறைகிறது. மனிதனால் வடிவமைக்கப்பட்ட கருவி மனிதனை முந்திச்செல்கிறது. நவீனக் கருவிகள் மானிட குலத்தையும் இயற்கையையும் ஒரு நொடியில் அழித்தும்விடும். மனிதன் என்னதான் இயற்கையை நேசித்தாலும் அழிவைத் தடுக்க முடியாமல் போய்விடக்கூடும் என்பதாக இந்தக் கதையை வாசிக்கமுடியும்.

பி.எஸ்.ராமையாவின் 'நட்சத்திரக் குழந்தைகள்', புதுமைப் பித்தனின் 'சாமியாரும் குழந்தையும் சீடையும்', 'ஒருநாள் கழிந்தது', கு.அழகிரிசாமியின் 'அன்பளிப்பு', 'குமாரபுரம் ஸ்டேசன்',

தி.ஜானகிராமனின் 'சத்தியமா', 'சிலிர்ப்பு' போன்ற கதைகள் சிறுவர்களின் பேதமையில் ஒளிரும் மானிட உயர்வை வியக்கின்றன. அசோகமித்திரன் காலத்துக் குழந்தைகளும் அப்படித்தான். ஆனால் அந்த உயர்வை எள்ளி நகையாடுகின்றனர். இதுதான் காலத்தின் வித்தியாசம். "அவன் பிட் அடிச்சு நிறைய மார்க் வாங்கினான் எங்கிறயே. நீ பிட் அடிக்க வேண்டியதுதானே. இப்ப மார்க் போச்சேடா" என்று தன் மகனைத் திட்டும் தகப்பனைத் தான் 'யுக தர்மம்' கதையில் சந்திக்கிறோம். இதுதான் இன்றைய மனிதர்களின் எதிர்பார்ப்பு. நேர்மை என்பது கவைக்குதவாத செயல்.

அசோகமித்திரன் கண்டது கேட்டது பழகியது உணர்ந்தது எளிய மனிதர்களுடன்தான். எனவே எளியவர்களின் சகல கோலங்களும் அவர் படைப்பில் வெளிப்பட்டுள்ளன. அசோகமித்திரன் முற்றும் முழுதான நகரவாசி. ஆனால் அவரின் கலை உள்ளம் முற்ற முழுதான ஒரு கிராமத்து எழுத்தாளன் ஜீவனோடு கொண்டு வரும் புற உலகிற்கு நிகராக இருக்கிறது. நகரத்தின் குறுகிய சந்துகளும், ஒடுக்கமான வீடுகளும் சாக்கடைகளும் தெருப்புழுதிகளும் நடைபாதைகளும் நிறுத்தங்களில் ஜனத்திரளும் அவரின் கதைகளில் அப்படியே பந்தப்பட்டுக் கிடக்கின்றன. அதேபோல் நகரம் சார்ந்தும் காடுசார்ந்தும் இருக்கும் விலங்குகளின் இயல்புகள், பறவைகளின் இயல்புகள் இயற்கையாகக் கூடி வந்திருக்கின்றன. 'சுந்தர்' 'விரிந்த வயல்வெளிகளுக்கு அப்பால்' கதைகளில் வரும் பசு, 'பிரயாணம்' கதையில் வரும் ஓநாய்கள். 'சாட்சி' கதையில் வரும் எட்டுக்கால் பூச்சி அவற்றின் நுட்பமான செயல்பாடுகளை இயல்பாக எழுதிச் செல்கிறார். காதிற்குக் கீழ் கட்டி வந்து பசு வைக்கோலைச் சாப்பிடாமல் இருப்பது, இரைக்காகப் பிணத்தைச் சுற்றிச் சுற்றி வரும் ஓநாய்கள். வீசும் கம்புகளுக்குச் சிக்காமல் அவைகள் கழுத்தை சாய்த்து பதுங்கி விலகும் சாகசம், வலையைக் கட்டிவிட்டு வேறிடத்தில் மறைந்திருக்கும் எட்டுக்கால் பூச்சி: இதுபோன்று கதையின் பின்புலத்தில் துல்லியமாக வந்து கதைக்கு வலுச் சேர்க்கின்றன. பின் அவை மெல்ல கதைப்புலத்தில் மறைந்து சொல்ல வந்த விசயத்தின் பகுதியாக மாறிவிடுகின்றன. சைக்கிளைத் துடைத்ததில் இரண்டு போஸ்ட் கம்பிகளுக்கு இடையில் சிக்கிய பழைய துணியின் நூலைக்கூடச் சொல்லுவார். எலிப்பொறியில் வைத்த வடை தின்னப்படாமல் எலி திண்டாடிக் கொண்டிருப்பதை 'எலி' கதையில் சொல்கிறார். இரவெல்லாம் உயிருக்காக பரிதவித்த தவிப்பு சொல்லப்படாமலே நமக்கு விளங்கும். இவ்வளவுநுட்பமான

தகவல்களை ஜெயகாந்தன் போன்ற நகர்சார் எழுத்தாளர்களிடம் காணமுடியாது. அவர்களின் கதைகளின் பின்புலம் என்பது கோட்டுச் சித்திரங்கள் போன்றனதாம். அசோகமித்திரனிடம் பின்புலம் நிஜத்தின் அசைவாக மாறுகிறது.

ஒரு கதை அது கதையாக மட்டும் இருப்பதில்லை. உயிரோட்டமுள்ள நரம்புகளால் பின்னப்பட்டிருக்கின்றது. 'ஒரு நிகழ்வின் பின் இயக்கத்தில் விலக்கிவிட முடியாத சிக்கல்கள் செறிவாகப் பிணைந்து வந்து படைப்பை ஆழமாக்குகின்றன. துருத்தல் இல்லாமல் மேலதிகமாக வாதைகளை எவ்வளவு சொல்ல முடியுமோ அந்த அளவு சொல்லப்பட்டு அவ்வளவும் கதைக்குள் கரைந்தோ நரம்புகளாகவோ மாறி நிற்கின்றன. முடிவுகள் சார்ந்தோ திறப்புகள் சார்ந்தோ இவரின் கதைகள் முக்கியத்துவ மடைவதில்லை. நெருக்கடியில் பல்வேறு பிரச்சனைகள் தொடக்க முதல் விரிந்தபடியே சென்று ஓர் எல்லையில் முடிகிறது. படைப்பின் முழுப் பகுதியுமே நம் மனசைக் கவ்வுகிறது. இது இவரின் படைப்புமுறையாகவே இருக்கிறது. எனவே எளிய தோற்றத்தில் சொல்லப்பட்டதுபோலத் தெரிந்தாலும் எளிதான விசயமல்ல. கவனமான கலைநுட்பங்கள் சார்ந்தவை.

'அப்பாவிடம் என்ன சொல்வது' என்றொரு கதை. 75வயது தாண்டிய பாட்டிக்கு மகன் வீட்டில் இருக்க அனுமதி இல்லை. மூட்டை முடிச்சுகளைத் தூக்கிக்கொண்டு ரயில்வே நிலையத்திற்குக் கிளம்புகிறாள். 12வயது நிரம்பிய பேத்தி பாட்டியை ரயிலாவது ஏற்றிவிட வேண்டும் என்று, சொல்லத்தெரியாத வேதனையோடு பாட்டியுடன் செல்கிறாள். பாட்டி, 'நான் போய்க்கொள்கிறேன். நீ வீட்டிற்குப்போ. இரவில் திரும்ப நீ தனியாகப் போக வேண்டும்' என்கிறாள். பேத்தி கேட்காமல் உடன் வருகிறாள். ஏன் பாட்டி உன்னை அப்பா நம் வீட்டிலேயே வைத்துக்கொள்ள மாட்டேன் என்கிறார் என்று கேட்கிறாள். பாட்டி பதிலை மழுப்புகிறாள். அந்தப் பாட்டிக்கு பல ரயில்களின் வரும் போகும் நேரங்கள் தெரிகின்றன. பலபேர் நடைமேடையில் எந்த ரயில் என்று திண்டாடும்போது பாட்டி அது இந்த ஊருக்குப் போகும் அடுத்த வண்டி வரும் என்றெல்லாம் சொல்கிறாள். பேத்திக்கு ஆச்சரியமாக இருக்கிறது. 'எப்படி பாட்டி இது உனக்கு இவ்வளவு சரியாத் தெரியுது' என்று கேட்கிறாள். என் வாழ்க்கையே பிளாட்பாரமும் ரயில் பயணமும்தானே என்கிறாள். இரவு எட்டு மணிக்கும் மேலாகிறது. மனைவி குழந்தைகளை ரயில் ஏற்றிவிட வந்தவன் ரயில் தெரியாமல் தடுமாறுகிறான். பாட்டி,

இதுவேற ரயில் அது வர நேரம் இருக்கிறது என்கிறாள். அவர்கள் பாட்டியுடன் இணைந்து கொள்கின்றனர். போக்குவரத்தைப் பற்றிப் பேசுகின்றனர். உங்கள் பேத்தியை நான் போகும்போது அவள் வீட்டில் இறக்கிவிட்டுச் செல்கிறேன் என்று இரண்டொரு முறை சொல்கிறான். இல்லை, அவளுக்கு வீடு பக்கம்தான் போய்க் கொள்வாள் என்கிறாள் பாட்டி. அந்தக் குடும்பத்தவர்களுக்கான ரயில் வருகிறது. அவர்களை ஏற்றிவிட்டு வருகிறான். பாப்பாவை அவளுடைய வீட்டில் விட்டுச் செல்கிறேன் என்று அவன் மூன்றாவது முறையாகச் சொல்கிறான். பாட்டி, பேத்திக்கு மட்டும் தெரியும்படி கண்களாலும், தலையசைப்பாலும் நீ போக வேண்டாம் என்றவள். அவள் அப்பா வந்து அழைத்துப்போவார் என்கிறாள். அவன் போனபின் பாட்டிக்கும் ரயில் வருகிறது. பேத்தியின் கையில் பத்து ரூபாயைத் திணித்து பாதுகாப்பாகப் போ என்று அனுப்புகிறாள். பேத்தியின் குமரப்பருவம், எவனோ திருமணமான ஒருவன், பாட்டி நம்பத் தயாரில்லை. துரத்தியடித்த மகனின் மகளை - பேத்தியை அந்தப்பாட்டி எப்படிப் பாதுகாக்கின்றாள்! ஒரு கண் அசைவில், மௌனம் பேச்சைவிட வலுவாகியிருக்கும் நுட்பம் அசாத்தியமானது.

4

அசோகமித்திரனின் கதைகளை ஐந்து தளங்களில் பிரித்துக் கொள்ளமுடியும். கீழ் மத்தியதர மக்களின் போதாமைகள், அவர்களின் பிணக்குகள், தப்பிக்க முடியாதபடி பொறியில் சிக்கித் தவிக்கும் தவிப்புகள், மூச்சு முட்ட முட்ட அழுத்தும் நெருக்கடிகள், இவைகள் எப்படிச் சூழ்ந்தன என்று அறியாது கண்கள் பிதுங்க வாழ ஏங்கும் ஆண்களும் பெண்களுமான உலகம் இவரின் கதைகளில் மிகச் சிறப்பாக வெளிப்பட்டிருக்கின்றது. வாசகன் அவர்களின் துயரத்தில் கரைகிறான். அந்த உலகம் பல்வேறு பிரச்சனைகளை விரித்து வைக்கிறது. பரிசீலனை செய்யச் சொல்கிறது. விட்டுக் கொடுக்கச் சொல்கிறது. நட்புப் பாராட்டச் சொல்கிறது. அவ் விதமான மனிதர்களை மறைமுகமாக நேசிக்கத் தூண்டுகிறது. அசோக மித்திரன் நம் கண்முன் ஒரு வாழ்வை நிகழ்த்திக் காட்டுகிறார். அந்தப் பெண்களும் ஆண்களும் நமக்குள் துயர உணர்வைக் கிளர்த்து கிறார்கள். விடை தெரியாது திகைத்து நிற்கும் அவர்கள் நமக்குள்ளும் ஒரு பரிதவிப்பை ஏற்படுத்துகின்றனர். சொந்தச் சகோதரியின்

வாழ்வொன்று உருக்குலைந்து வருவதைப் பார்ப்பதுபோல இருக்கிறது. அவர்களுக்காக ஏங்கவும் செய்கிறது மனம். கதையின் முடிவு சார்ந்தல்ல அது உருவாக்கும் உணர்வெழுச்சி. மாறாக, எளிய நுட்பமான விவரணைகள் மூலம் விரிக்கப்பட்டிருக்கும் கதையின் ஒட்டுமொத்தத் தாக்கம் வாசகனிடம் உணர்வெழுச்சியை ஏற்படுத்துகிறது. 'உண்மை வேட்கை', 'வெறி', 'விமோசனம்', 'வரவேற்பறையில்', 'வாழ்விலே ஒருமுறை', 'விரல்', 'மஞ்சள் கயிறு', 'ஐநூறு கோப்பைத் தட்டுகள்', 'புலிக் கலைஞன்', 'ஸார்ஸார்', 'மாலதி', 'காத்திருத்தல்', 'அப்பாவிடம் என்ன சொல்வது', 'நடனத்துக்குப்பின்', சில்வியா', 'விடிவதற்குள்', 'வண்ணங்கள்', 'விடுவிப்பு', 'அப்பாவின் சிநேகிதர்' முதலிய கதைகள் வாழ்க்கையின் அகம்புறமான பகுதிகள்.

அசோகமித்திரனிடம் ஒருவர் ''நீங்கள் ஏன் அரசியல் கதைகள் எழுதவில்லை'' என்று கேட்டதற்கு, 'நான் எழுதியவை முக்கியமான அரசியல்கதைகள்' என்றார். அசோகமித்திரன் நேரடியான கட்சி அரசியலைப் பேசாதிருந்திருக்கலாம். வாழ்க்கை இப்படியாகிப் போனதற்கு, மோசமான இந்தக் கட்சிக்காரர்களின் அரசியல்தான் காரணம் என்று அழுத்தமாக வெளித் தெரியாதபடி தன் படைப்பு களின் வழி முன் வைத்திருக்கிறார்.

மனித மனம் இழந்த மரியாதையைப் பெற விரும்புகிறது. தன் தனித்துவத்தை நாடுகிறது. பிறருக்குள் தன் இருப்பு பற்றி அறிய விரும்புகிறது. ஏமாற்றச் சொல்கிறது. பிறர் உணராதபடி சுரண்டச் சொல்கிறது. தான் ஒரு அடிமையாகி விட்ட நிலைக்காக வருந்துகிறது. சுதந்திரம் போய்விட்ட தருணத்தைக் கண்டு திகைக்கிறது. காலத்தின் முன் விரும்பியவை பொருளற்றுப் போகின்றன. இம்மாதிரி மனத்தின் கோணங்களைச் சொல்லும் கதைகளாக 'கல்யாணம் முடிந்தவுடன்', 'தொப்பி', 'பிரயாணம்', 'பார்வை', 'எலி', 'வழி', 'ஒரு ஞாயிற்றுக்கிழமை' இருக்கின்றன. இந்த வகையில் இவைகள் முக்கியமான கதைகள்.

மனதின் சிறு மாறாட்டங்களைச் சொல்லும் 'கோலம்', 'ரிக்ஷா', 'பங்கு', 'கணவன் மகள் மகன்', 'திருப்பம்', 'பவளமாலை' 'யுகதர்மம்', 'பறவை வேட்டை', 'குழந்தைகள்', 'குகை ஓவியங்கள்', 'சுந்தர்' முதலிய கதைகள் முக்கியமானவைகள். எந்த நேரத்தில் மனம் எப்படி மாறும் எப்படி வெளிப்படும் என்பது ஒரு புதிர். அது மனதில்

உறைந்திருப்பதை சட்டெனத் தெளிவுபடுத்த முடியாத தன்மைகளை இவை சிறப்பாக வெளிப்படுத்துகின்றன.

மௌனி பாணியிலான கதைகளாக 'டயரி', 'காட்சி', 'காலமும் ஐந்து குழந்தைகளும்' கதைகளை இனம் காட்ட முடியும். என்றாலும் மௌனி கதைகள் போல அந்தரத்தில் மிதப்பதில்லை. மண்ணோடு பொருந்தி அல்லல்படும் மனிதர்களின் மனக்கற்பனைகள் இக்கதைகள். இந்த வாழ்க்கைக்கு என்ன அர்த்தம் என்று தேடுபவை. இந்தத் துன்ப துயரங்களுக்கெல்லாம் விடிவு என்ன என்று துழாவுபவை. சார்த்தர் கூறியதுபோல 'அர்த்தமற்ற வாழ்க்கை முன் சாவதுதான் சாஸ்வதமா' என்பது குறித்துத் தேடுபவை. நம்மால் ஏதும் செய்ய முடியாத கையறுநிலையைக் காணவைப்பவை. மறைமுகமாக நம் சமூகத்தின் மீது விமர்சனத்தை வைக்கின்றன இக்கதைகள். போர்ஹே பாணியிலான 'சிவகாமியின் மரணம்', 'இருநிமிடங்கள்' போன்ற சில கதைகளைப் பிற்காலத்தில் எழுதினாலும் தமிழ்ச்சூழலையும் தமிழ் எழுத்தாளனின் நிலையையும் இவை மெல்லிய கிண்டலுடன் சொல்லிய வண்ணம் இருக்கின்றன.

அசோகமித்திரனின் படைப்புலகிற்குள் வந்து சேராத பகுதிகள் உள்ளன. அல்லது எழுந்துவராத பகுதிகள் உள்ளன என்றும் சொல்லலாம். அசோகமித்திரனின் புற உலக இயக்கம் நேர்த்தியானது. பொருளியல் நெருக்கடியில் தவிக்கும் மனிதர்களின் சச்சரவுகள், மனக்கசப்புகள், மனக்கொதிப்புகள், ஏமாற்றங்கள், விரிசல்கள், சண்டைகள் என பல்வேறு கோணங்களில் வாழ்க்கையை எட்ட நின்று பதிவாக்கியுள்ளார். ஆனால் வாழ்க்கையின் இன்னொரு பக்கமான அக உலகினுள் புகுந்து அந்தரங்க மதகுகளைத் திறந்துகாட்டும் சவாலை ஏற்றுக்கொண்ட கதாசிரியராக இல்லை. மீறல்கள் அகஉலகின் வெளிப்பாடு. அவற்றைப் பொருட்படுத்திப் பார்க்கும் பார்வை இல்லை. அசோகமித்திரனைப் பொருத்த அளவில் அது அசூயைக்கு உரிய பகுதியாகவே ஒதுங்கிப்போய்விட்டது. இறுகிய கருத்தியல்கள் மீது தாக்குதல்களை நிகழ்த்தி புதிய வெளிச்சத்தை உண்டாக்கு பவராகவும் இல்லை. மனிதனை அசைத்து ஆட்டம் காணவைக்கும் பிரச்சனைகள் சமூகத்தில் ஓராயிரம் உண்டு போலவே மனத்தில் ஒரு பிரளயமே எப்போதும் உருண்டு கொண்டிருக்கிறது என்பது வெளித்தெரியாத உண்மை. இந்த இன்னொரு பகுதி அசோகமித்திரனிடம் இல்லை. இலக்கியவாதியின் சவாலான பகுதியும் அதுவே. அதேபோல அபூர்வமான கவித்துவத் தருணங்கள் அவர் கதையுலகில் கூடி வரவில்லை. புதுமைப்பித்தன், தி.ஜானகிராமன்,

கி.ராஜநாராயணன் கதைகளில் நாம் எதிர்பார்த்திராத தருணங்களில் கதையின் இசைவிற்கு ஏற்ப ஒரு படிமம் மின்னலெனப் பளிச்சிட்டுப் போவதைக் காணமுடியும். இந்தக் கவித்துவப் படிமங்கள் கதையை அப்படியே உயர்ந்த தளத்திற்குக் கொண்டு செல்கின்றன. இது கிராமம் சார்ந்து எழுத வந்திருப்பவர்களுக்கு மட்டும் வாய்த்திருக்கிறதா என்று தொகுத்துப் பார்த்தால்தான் முழுமையாகத் தெரியவரும்.

அசோகமித்திரன் மீதும் அவர் எழுத்து மீதும் நன் மதிப்பை வைத்திருப்பவன். இவ்விடத்தில் அவர் படைப்பியக்கத்தில் கூடி வராத பகுதியைச் சொல்லாமலே போயிருக்கலாம். ஆனாலும் சொல்லிவிட்டேன். இப்படி ஒரு வாசகன் சொல்வதினால் அசோகமித்திரன் ஒன்றும் வருத்தப்படமாட்டார். மேலான உலக இலக்கியங்களைப் படித்தவர்தானே. மேலும் அவருக்கு வயது 80. மற்றபடி அசோகமித்திரன் அவரின் படைப்பியக்க அடிப்படையில் ஒரு சாதனையாளர். தரம் குறையாத ஐந்தாறு நாவல்களை, சில குறுநாவல்களை, பல சிறுகதைகளைத் தொடர்ந்து தருவது என்பது தமிழ்ச்சூழலில் லேசுப்பட்ட விசயமில்லை.

இந்தக் கட்டுரையில் அசோகமித்திரனின் நாவல்கள் குறித்துப் பேசவில்லை என்றாலும் எழுத்தின் போக்கைச் சொல்லியிருக்கிறேன். நாவல்களைப் பற்றித் தனியாக எழுத வேண்டும். விரிவாகப் பேச இடம் இருக்கிறது. அவரின் எண்பதாவது வயது நிறைவடைவதையொட்டி வாசகர்கள் அவரின் படைப்புகளைப் படிக்கவேண்டும். அவரின் இலக்கியப் பங்களிப்பை நினைவுகூற வேண்டும். அவரின் நாவல்களின் இறுதிப்பகுதிகள் அபத்தத்தின் உச்சபட்சத்தை வெளிப்படுத்தியுள்ளன. அதற்காகவே முழு நாவலும் இயங்கியிருக்கின்றது. பல்வேறு திசைகளில் நாவல் பயணித்து வெவ்வேறு உச்சங்களைத் தொட்டிருந்தால் படைப்பு காவியத்தன்மை பெற்றிருக்கும். 30 ஆண்டுகளுக்கு முன் வடிவ ஒருமைக்கு அதிக முக்கியத்துவம் கொடுக்கப்பட்டது. அதனால் அசோகமித்திரனின் நாவல்கள் அவ்விதம் அமைந்து விட்டன. சிறியனவாக இருந்தாலும் அவற்றின் இலக்கியத்தரம் உயர்வானது. ‘கரைந்த நிழல்கள்’ நாவலை 500, 600 பக்கங்களில் எழுத நினைத்தும் 150 பக்கங்களில் சுருக்கமாக எழுதிவிட்டதாக ஒருமுறை எழுதியிருக்கிறார். ‘18 ஆவது அட்சக் கோடு’ எழுதும் போதும்கூட அவ்விதம் நினைத்திருக்கலாம். அவரவர் கைமணம் என்றொன்று இருக்கிறதல்லவா?

தெரியாத்தனமாக சாகித்ய அகாதமி விருது கொடுத்து விட்டார்கள் என்பதற்காக இயல்விருதோ, விளக்குவிருதோ அசோகமித்திர னுக்குத் தரமாட்டோம் என்றால் சரி அவர்களே வைத்துக் கொள்ள வேண்டியதுதான். அசோகமித்திரனுக்கு விருதுகளால் இனி ஆகப் போவது ஒன்றுமில்லை. புதிய புதிய வாசகர்கள் அவரைக் கண்டு கொள்வதுதான் அவருக்கு விருது..

அபூர்வமாக சில இலக்கிய சந்திப்புகளில் என்னை நினைவு வைத்துப் பேசியிருக்கிறார். வயதின் காரணமாக மறந்திருப்பார் என்று நினைப்பேன். ஆனால் ஞாபகம் வைத்திருந்தார். ஒரே விசயம் தான். நான்கைந்து சந்திப்புகளிலும் டக்கென்று திரும்பி ‘‘ஸ்ஸ்ஆ நுண்வெளிக்கிரகணங்கள் வேணுகோபால்தானே. அந்த நாவலைப் படிக்கவேண்டும். நண்பர்கள் குறிப்பிட்டுச் சொல்றாங்க. கிடைக்கல’’ என்றார். நூல் வந்த புதிதிலேயே சொன்னார். 14 ஆண்டுகள் ஆகிவிட்டன. இதற்கிடையிலும் ஒருமுறை சொன்னார். அவருக்கு என் நாவலை அனுப்பவே இல்லை. பொதுவாகவே யாருக்கும் என் படைப்பை அனுப்பி எழுதச் சொல்வதும் இல்லை. இப்போது நினைக்கிறேன் அசோகமித்திரனுக்கு மட்டுமாவது ஒரு பிரதியை அனுப்பியிருக்கவேண்டும். அவர் பார்க்கும்போதெல்லாம் எவ்வளவு பிரியமாகக் கேட்டார். அந்த வாய்ப்பைத் தவற விட்டுவிட்டேன்.

லேசாகத் தரை பார்த்து நடக்கும் அவரின் மெலிந்த உருவத்தின் பின்சாயலைப் பார்க்கும் போதெல்லாம் துயரமாக இருக்கும். அந்த நடை எதையோ இழந்துவிட்டுச் செல்வதுபோலத் தோன்றும் எனக்கு. எழுதவந்த துடுக்கான காலம். வேண்டுமென்றால் அவர் தேடி எடுத்துப் படிக்கட்டும் என்று நினைத்திருக்கிறேன். அப்படி நினைத்தற்காகவும் என் நாவலை இன்னும் அனுப்பாததற்காகவும் சில ஆண்டுகளாக வருந்தவும் செய்கிறேன். ஒரு பழைய சைக்கிளில் நகர்வலம் வந்த எழுத்தாளன் எதை எதைத்தான் வாங்க முடியும். ஏழாண்டுகளுக்கு முன் மதுரைப் புத்தகக் கண்காட்சியில் அசோகமித்திரனை அறிமுகப்படுத்திப் பேசுகிற வாய்ப்பு திடீரென எனக்குக் கொடுக்கப்பட்டது. அந்த சந்தர்ப்பத்தை விருப்பத்துடனும் செறிவுடனும் செய்தேன். அது இன்றும் மனநிறைவாக இருக்கிறது. உண்மையில் நவீனத்தமிழ்ப் புனைகதை உலகிற்கு நல்ல பங்களிப்புச் செய்தவர் அசோகமித்திரன்.

இருவாட்சி, ஜனவரி 2012

II

யதார்த்தப் படுதாவில் சுமார் 50 ஆண்டுகாலமாக வாழ்வின் சித்திரங்களைக் கதைகளாகத் தீட்டி வருபவர் அசோகமித்திரன். உத்திகளின் மீதோ, புதிய சொல்லாடலிலோ கவனத்தைச் செலுத்தாதவர். ஆரம்பகாலக் கதைகள் கொண்டிருக்கும் தகிப்பு சிறுகச்சிறுக மங்கி பின்தேர்ந்த கதை சொல்லும் நுட்பத்தால் மட்டுமே கதாரூபம் ஈடுசெய்யப்பட்டு வந்திருக்கிறது.

வாழ்க்கை பற்றிய பயம், நிச்சயமற்றத்தன்மை, எல்லையென்று வந்து நின்றபோது தொடர்ந்துபோகும் புதிய பாதைகள் என முடிந்த முடிவுக்கு வர முடியாத இளம்பிராயம், மேலான படைப்புக்கு உந்து சக்தியாக இயக்கி இருக்கிறது.

எழுபதுகளின் பிற்பகுதியில் இருந்து தொடரும் படைப்புகள் பழக்க தோஷத்தின் லாவகம் அவரை கதை உற்பத்தியாளனாக ஆக்கியிருக்கிறது. ஆச்சரியங்களோடும் நான்தான் கண்டுபிடித்து சொல்கிறேன் என்ற விடலைத்தனமான இறுமாப்போடும் பரபரக்கிற காலம் செய்த கோலங்களிலே அசோகமித்திரன் வரித்துக்கொண்ட யதார்த்த படைப்புலகின் உச்சங்களைத் தொடுகிறார்.

இன்னின்ன விஷயங்கள் கதைப் பொருளாகின்றனவே என்ற பொதுப்புத்தியின் துணைகொண்டு எழுதப்பட்ட பிற்கால கதைகளில் நம் வாழ்க்கை உண்டு. எப்படியோ அந்த தகிப்பு மட்டும் ஆவியாகிவிட்டது. அசோகமித்திரனுக்கு என்றில்லை பிற தமிழ் எழுத்தாளர்களின் படைப்புலகமும் இதுதான். பாரதி, புதுமைப்பித்தன் தப்பித்துவிட்டவர்கள் என்று காட்ட முடியாது. இவர்களைச் சாவு 40 வயதில் தழுவாதிருக்குமானால்? யோசிக்க வைக்கிறது. ஐரோப்பிய, லத்தின் இலக்கியத்தில் எதிர்மாறலான நிலை. தமிழ் படைப்பாளிகளின் உலகியல் அனுபவம் சொற்பமே காரணம்.

உலகின் ஆகச்சிறந்த படைப்புகளெல்லாம் கருத்துருவத்தின் மீது சதா மோதி புதிய தரிசனங்களைக் காட்டுவதையே வித்தாகக் கொண்டிருக்கின்றன. தாஸ்தாவேஸ்கியின் 'கரமசோவ் பிரதர்ஸ்', கஃப்காவின் 'த ட்ரயல்', டால்ஸ்டாயின் 'அன்னா கரினினா', 'வார் அண்ட் பீஸ்', பார் லாகர் க்விஸ்டின் 'பாரபாஸ்', செல்மா லேகர்லெவ்வின் 'கெஸ்டாபெர்லிங்' என எவ்வளவோ...

மரணம் - கடவுள் - பேய் - அற்புதம் - மதம் - கற்பு - பிறப்பு என கருத்தாடல்களோடு அசோகமித்திரனின் படைப்புகள் அதிகம் உறவு கொள்ளாமல் வேறொரு தளத்திலேயே தடம் பதித்து வந்திருக்கின்றன. விதி விலக்காக அவர் எழுதிய ‘பிரயாணம்’, ‘இன்னும் சில நாட்கள்’ அவரே எதிர்பார்க்காத சாதனைகளாக மாறிவிட்டதைக் குறிப்பிடவேண்டும். சாதனை என்பது என்ன? படைப்போடு வாசகன் கொள்ளும் உறவில் எண்ணற்ற திறப்புகளைத் தன் சக்தியாக கொண்டிருப்பது. அது படைப்பாளி திட்டமிட்டு நுட்பங்களை கதையின் வரிகளில் சொருகுவதல்ல! கதாரூபத்தோடு போகிற போக்கில் இயல்பாகத் தெறித்து விழுவது.

கார்சியா மார்க்விஸ், போர்ஹே, புதுமைப்பித்தன், கஃப்கா போன்றோரெல்லாம் போற்றப்படுவது, வடிவங்களில் செய்த ஜாலத்திற்காக அல்ல. அவர்தம் வாழ்க்கையை, அறியா வாழ்க்கை யோடு பொருத்தி அதை அறிந்து கொள்ளும் சாதனமாக மாற்றிக் கொண்டதற்காக, அதோடு ஒற்றைப் பார்வை தவிர்க்கப்பட்டு வாசகனுக்கு பன்முகப்பார்வையைத் தரவல்லதாக ஆக்கியதற்காக.

அசோகமித்திரனின் படைப்புகள் பெரும்பாலும் ஒற்றைத்தன்மை கொண்டவையே. இருப்பினும் அதனளவில் மதிப்பு வாய்ந்தவையும் கூட. இவரின் சமகாலத்தவர்களான ஜெயகாந்தன், ராஜம் கிருஷ்ணன், ஆ.மாதவன், நீல.பத்மநாபன், ராஜம் கிருஷ்ணன், இந்திராபார்த்த சாரதி போன்றோரின் படைப்புகளும் ஒற்றைத் தன்மை வாய்ந்தவையே. சுந்தர ராமசாமி, நகுலன் சற்று பிரிந்து நின்றாலும் பெரிய அளவில் வித்தியாசமில்லை.

அரை நூற்றாண்டுகால தமிழ் இலக்கியப்பரப்பில் அசோக மித்திரன் தனித்திருக்கிறார். சமகாலத்தவர்களின் படைப்புகள் இசங்களுக்கு உகந்து அளக்கப்படுகிறபோது, அசோகமித்திரனின் கதைகள் அனைத்தும் வாழ்க்கையையே அளவுகோலாகக் கொண்டிருக்கின்றன. கீழ்மத்தியதர வர்க்கம், விளிம்புநிலை வர்க்கம் இவர்களே திரும்புத் திரும்ப பேசப்படுகின்றனர். விளிம்பு நிலையினர் என்பது இங்கு தலித்துக்கள் அல்ல. பொருளாதாரத்தில் மிகமிக கீழ்நிலையில் இருப்பவர்கள்.

தோராயமாக 200 சிறுகதைகள் அசோகமித்திதன் எழுதியிருக்கக்கூடும். முன்பாதி கதைகள் எப்படியேனும் வாழ்ந்து விடவேண்டும் என்று துடிதுடிக்கும் ஜீவன்களின் பரிதவிப்புகள். வாழ்வின் போதாமையால் நம்பிக்கையிழந்து தெருவில் விடப்பட்ட

கைக்குழந்தையாக நிற்கின்றனர். நம்பிக்கை, வறட்சியாகிக் கிடக்கும் புறஉலகின் நட்ட நடுவில் வாசகனும் விடப்பட்டதாக பரிமாணம் கொள்கின்றனர்.

பிற்காலக் கதைகளில் பொருளாதார அழுத்தத்தால் நசுங்கிப் போய் வாழ மூச்சிழுக்க உந்தும் ஜீவன்கள் பற்றியவையாக இருக்கின்றனர். ஆனால் ஆசிரியர், அவர்களின் மீது அன்பையும் பிணைத்துவிடுகிறார். அசோகமித்திரனின் ஆசை, கதைகளின் மீது மெல்லிதாகப் போர்த்தப் பட்டிருப்பதை உணரமுடியும். இதைத்தான் தகிப்பு மாயமான படைப்புகள் என்கிறேன். இன்னொருவிதமான சரிவும் நிகழ்கின்றது. அதிகமும் தன் குரலில் (நான்) சொல்வதோடு மட்டுமல்லாமல் கதைக்குள் நடக்கும் காலம் நிகழ்காலத்திலிருந்து ரொம்பவும் விலகி பழைய காலத்தை - பழைய நண்பர்களை - சற்றே விலகிய ஒரு கோணத்தை இழுத்து வந்து சொல்கின்றன. இப்படி ஒரே பாணியிலான கதைகளைப் படிக்கிறபோது சிறுகதை என்ற சிருஷ்டி நுட்பத்தைவிட்டு நினைவுகூறலாக எஞ்சிவிடுகின்றன.

சிறுகதை என்றில்லை நாவலிலும் இந்தப்போக்கைக் காண முடிகிறது. 'கரைந்த நிழல்கள்', 'பதினெட்டாவது அட்சக்கோடு' முன்னதிற்கும் 'தண்ணீர்' பின்னதிற்குமாகக் கொள்ளலாம்.

தமிழ்ச்சூழல் இலக்கியவாதிகளுக்கு தந்துவரும் மரியாதைக்கும் நம் நவீன இலக்கிய ராஜபாட்டைகளுக்கும் உள்ள உறவை நினைக்கிறபோது அசோகமித்திரன் இந்த குறைந்த அவகாசத்தில் நிறைய செய்திருக்கிறார் என்பது நிதர்சனம்.

இவரின் பதினைந்து கதைகள். இரண்டு நாவல்கள் தமிழின் சாதனைகளாகவும் ஐந்து சிறுகதைகள், ஒரு நாவல் உலக இலக்கியத்திற்கு நிகராகவும் கொள்ளலாம். இவைகள் ஒற்றைப் படைத் தன்மைகளை நிராகரித்துத் தன்னகத்தே கொண்டிருக்கும் பன்முகத்தன்மையால் தான் சித்தமாகின்றன. பெரிய வேடிக்கை, 50 ஆண்டுகால படைப்புகளில் முன்னும் பின்னுமாக பொறுக்கி கோர்க்கப்படாமல் எல்லாம் ஆரம்ப காலத்திலேயே நிகழ்ந்து நின்றுவிட்டன. முன் படைப்பைத் தானே வெற்றிகொள்ளும் பின் படைப்புகளுக்கு அவரிடம் ஆவேசம் கூடிவரவில்லை.

சாதாரண மொழிப்பரப்பில் நெய்யப்பட்ட அசாதாரணமான படைப்பாக இவை கொள்ளப்படக் காரணம் வாழ்வை பார்க்கும் புதிய பார்வைதான்.

தூர நின்று பார்க்கும் சினிமா உலகம் பெரிய கனவுகளை எழுப்புகிறது. உள்முகமாக நின்று தரிசிக்கிறபோது அவமானங்களும் அழுகைகளும் தோல்விகளும் இழப்புகளும் குறுக்கும் நெடுக்குமாகக் கசிந்து கொண்டிருக்கின்றன. ஜெமினி ஸ்டுடியோ மறைந்துபோன இடத்தையா குறிக்கிறது 'கரைந்த நிழல்'? ரே, சியாம் பெனகல், சிவாஜி, திலிப்குமார் கரையாத நிழல்கள் என்று கொள்ளக்கூடாதா? லட்சியம் நம்பிக்கையோடு வந்த (சம்பத்) இளம் இயக்குநர் கனவுலகோடு மோதி பற்றுக்கோடற்று ஜீவித்தலுக்கான வயிறு கேட்கும் உணவிற்கு அல்லாடுகிறான். தன்னொத்த அசோசியேட்டுகள் சிற்றுண்டிக்காக அவனைக் கைகழுவப் பார்த்தபோது மனிதனின் வக்கிர உலகைக்கண்டு சிதறிப்போகிறான்.

உச்சத்தில் இருந்து பாதாளத்திற்கு சுழற்றிவிட்ட இந்த கனவுச் சக்கரத்தில் (ராவ்) சிக்கிய தயாரிப்பாளன் மேலெழ முடியாமல் நடிகைகள் வீட்டிற்கு (தனக்கு வைப்பாட்டியாக இருந்தவளின் மகளிடம்) படத்தை முடிக்க நடையாய் நடந்து சோர்ந்த கால்கள், ஒருவேளைப் பசியை திருப்திகரமாய் போக்க புனைந்து கொண்ட புரடெக்சன் மேனேஜர் (நடராஜன்) எல்லாம் சுவடற்றுப் போனதை மட்டுமல்ல நம்பிக்கைகள் கரைந்து போனதைத்தான் ஐரணியாக விவரிக்கிறது கரைந்த நிழல்கள். மூர்க்கம் மிக்க வாழ்க்கையின் கெடுமேடு பள்ளங்களைக் கவிதையாக்கியிருக்கிறார் அசோகமித்திரன்.

சுதந்திரத்திற்கு முன்னான சமஸ்தான பின்னணியில் உருப் பெறுகிறது பதினெட்டாவது அட்சக்கோட்டில். இந்து - முஸ்லீம்களின் உறவு ஒரு பனிப்போராக விவரிக்கப்படுகிறது. கிஞ்சித்தும் சலன மேற்படுத்தாத காந்தியின் சாவை முகமதியர்கள் வாழ்வில் யாரோ பெயர் தெரியாத ஒருவன் பெயர் தெரியாத ஊரில் செத்துப்போனதாக உணர்த்தப்படுகிறது.

புலம் பெயர்ந்து வந்த தமிழ் முஸ்லீம் தளபதியாக, மீண்டும் சுல்தான் ஆட்சி மலரப் போவதாக பாவித்துக் கொள்வதும், வீட்டு முற்றங்களிலும், தெருக்களிலும் பொது இடங்களிலும் இம்சைக் குள்ளாகிற இந்துக்களும் வெகு இயல்பாகக் காட்டப்படுகின்றனர்.

இந்திய ராணுவம் ஐதராபாத் சமஸ்தானத்தைத் தன் ஆளுகைக்குக் கொண்டுவருகிற நிலையில் யதார்த்தம் தலைகீழாக மாறுகிறது. முகமதியர் வீடுகள் தோறும் பீதியடைந்து அடைந்து கிடக்கிற உருவங்களைக் காணமுடிகிறது. கலவரத் தீ பற்றி எரிகிற திசை யெங்கும் ஓலங்கள். சந்திரசேகரன் தப்பி ஓடி - சுவர்தாண்டி

நின்றபோது 14 வயது முகமதியப்பெண் தன்னை நிர்வாணமாக்கி வீட்டாரை ஒன்றும் செய்யாதே என்னை எடுத்துக்கோ என்கிறபோது திரும்ப ஒரு வரலாறு, நாவல் முடிந்தபின் பிரமாண்டமாக வெளியே உருவாகிறது.

நம் சிக்கல் மிகுந்த சமூக அமைப்பில் நிகழும் கலவரங்கள் உறவுகளைச் சின்னாபின்னப்படுத்துகிறது. பகைமையை மாறி மாறி ஊதி பெருக்கிக்கொள்கிறது. சக மனிதனைக் கடவுளுக்கு - மதத்திற்கு அப்பால் நேசிக்கக் கற்றுக்கொள்ளாத மனிதர்களை இனம் காட்டுகிறது, ‘பதினெட்டாவது அட்சக்கோடு’. வெளிப்படையான விமர்சனங்களைச் செய்து கொள்ளாத சூழல் இருக்கும்வரை பயங்கரங்கள் நெஞ்சகத்தில் பதுங்கித்தான் இருக்கும் என்ற வாழ்வின் பார்வை திறக்கப்படுகிறது.

கதாநாயகி கனவு தகர்ந்து வெறுமனே துணை நடிகையாகி விட்ட ஐமுனாவின் வாழ்வை விவரிக்கிறது தண்ணீர் நாவல். கண்ணியமான வாழ்வுக்காக ஏங்கும் தங்கை சாயா சினிமாவால் சீரழிக்கப்பட்ட அக்காவை நிராகரிக்கவும் முடியாமல் அரவணைக் கவும் முடியாமல் தவிப்பது இந்திய மனோவியல் சார்ந்தது. அவமானத்தால் தற்கொலை வரை சென்று திரும்புகிற ஐமுனாவுக்குள் அன்பு வியாபிக்கிறது. யாரோ ஒருவனின் கருவை சுமக்கிறதாக அல்லாமல் தனக்கு ஒரு மகவாக பார்க்கிற சிசு நம்பிக்கை. கெடுத்துக் குட்டிச்சுவராக்கிய பாஸ்கரராவ் ஐமுனாவைத் தேடி வருகிறபோது சாயா தாக்குவதைப் பார்த்துக் கொண்டிருக்க முடியாத துடிப்பு. ‘இனிமே அவர் மேல கைவச்சே நான் பொறுக்கமாட்டேன்’ என்று எப்படி பேச முடிகிறது? அன்பால் உலகை உய்விக்கத்தான் இந்த பிறவி என்பதின் குறியீடாக நாவல் மலர்கிறது.

சட்டென்று பொட்டாக விழுந்துவிட்ட ஒரு காலத்திய அன்பு கசந்த வாழ்வின் விளிம்பு தருணங்களில் கூட அன்புக்காக ஏங்கிக் கொண்டிருக்கிறது அல்லது அன்பைத் தாரைவார்க்க சித்தமா யிருக்கிறது.

ஒவ்வொரு எழுத்தாளனும் கலையின் ஏதோ புதிய ஊற்றுக் கண்களைத் திறந்துகாட்டுவதில் கைதேர்ந்தவனாகிறான். அதில் இஷ்டமும் கூட. புதுமைப்பித்தனுக்கு எப்போதும் கருத்துருவத்தை உடைத்துப் பார்க்கும் கலை மனம். மெல்லுணர்வுகளை பிட்டுப் பிட்டு வைப்பதில் ஒரு மோகம் ஜானகிராமனுக்கு. வாழ்வே குழந்தை

களின் கனவுகளில் நீளக்கூடாதா என்பதில் கு.அழகிரிசாமிக்கு. துயரங்களைக் கவித்துவத்தில் சொல்லிவிட நினைப்பது கோணங்கி.

அசோகமித்திரன் கதைகளை திடுதிப்பென்று அணுக வரும் வாசகனுக்கு அவரது விவரணைகள் சோர்வை வரவழைக்கின்றனவாக இருக்கும். ஐந்து, ஆறு கதைகளை அவன் தாண்டிவிட்டால் விவரணை களின் வழி விஷயங்களைப் பெற்றுக்கொள்ள ஆயத்தமாகிறான். முதன் முதல் சோர்வை ஏற்படுத்தியவையே, அவனுக்குள் அது இல்லாத அசோகமித்திரன் கதைகள் தன்னை ஏமாற்றிவிட்டதாக உணர்கிறான். புற உலக இயக்கத்தை கவனப்படுத்தியே அடி நீரோட்ட மாய் நம்பிக்கைகள் நழுவிப்போன ஏக்கங்களை முடிச்சுப்போடும் கலை அசோகமித்திரனுக்கு.

ஆட்டோக்கள் வலம் வரும் காலத்திற்கு முன் டாக்ஸிகள் வலம் வந்த சென்னை அல்ல (கண்ணாடி) மெட்ராஸ் - 69 களில் குக்கரின் ஓசைகள் அடுப்படிகளின் ஆங்காங்கே வெளிப்பட்டது (வழி) - சுந்தரம் ஐயரே வந்து அட்டவணை இல்லாத காலங்களில் பஸ்ஸைக் கொண்டு வந்து ஆட்களை ஏற்றி ஆபீசுக்கு அனுப்பியது (கடன்) - டவுசர் அணிந்து ஆடும் கிரிக்கெட் மேச் காலம் மேலெழுகிறது. (நூலகத்திற்குப் போகும் வழியில் கிரிக்கெட் மேட்ச்சைப் பார்த்த பொழுது)

யதார்த்தத்தின் அசலான கலைஞன் என்று இவரைச் சொல்ல லாம். என்னை இன்னும் அழகுபடுத்து என்று அவர் உருவாக்கிய பாத்திரமே கேட்டுநின்ற போதும், தலைசுற்றி கிருகிருத்து மாட்டிக் கொள்ளாதவர். எப்போதும் விலகல் பார்வைதான்.

பளிச்சென்றில்லாத மங்கலான உருவங்கள் முன் தெளிவான நிகழ்வுகளின் காட்சி வடிவம். அதாவது காலம் எப்படி மெதுவாக நகர்கிறதோ அதைக் கலையில் பெயர்க்கிற சாகசம் தமிழில் பிறர் கைக்கொள்ளாத ஒன்று. தகழியின் கயறு, டால்ஸ்டாயின், 'போரும் அமைதியும்' ஆல்பர்ட் காம்யூவின் அந்நியன்... போன்ற கதைகளில் எல்லாம் இந்த கலைதான் கையாளப்பட்டிருக்கிறது. இவ்வளவு பெரும் நாவலை ஏன் அசோகமித்திரனால் எழுதப்படாமல் போய்விட்டது என்று ஆச்சரியமாக இருக்கிறது.

பெரிய அதிர்வுகளை ஏற்படுத்தாத கதைகள் அதில் சொல்லப் பட்டிருக்கும் 'மனித அலைச்சல்' ஏமாற்றங்களை ஈடுசெய்கின்றன. (ஐநூறு கோப்பைத் தட்டு) இருப்பினும் நாவல் போன்ற பெரிய

இலக்கிய வடிவங்களின் இந்த பாணி - ஒரு முகமாய் குவியும் சிறுகதைக்கு (இரு நண்பர்கள்) எதிர்மாறலான தளர்வுகளைக் கொண்டிருக்கின்றன.

அசோகமித்திரனின் கதைகளைக் காலம், இடம், சிக்கல், சூழல் இவற்றை முன் பின் மாற்றித் தொடுத்து ஒருவித பாத்திர பெயர்களைச் சூட்டிக் கொண்டால் பெரும் நாவலாக மாற்றி வாசிக்க முடியும். ஆனால் சிறுகதை ஒவ்வொன்றும் ஒரு அபத்த நாடகமாக இன்றைய வாழ்வை பிரதிபலிப்பவை. வடிவங்களில் பெரியளவில் பரிசோதனை முயற்சியே இல்லை.

2

வாழ்வைத் தத்துவ விசாரமாக மாற்றிப் பார்த்த கதைகளி லெல்லாம் அபூர்வமான சிறுகதைகளின் கட்டுக்கோப்பும் பொருளாழம் மிக்க வரிகளும் தெரித்திருக்கின்றன.அது மட்டுமல்ல அசோகமித்திரனின் ஆகச்சிறந்த கதைகளாக அவைகளே அணி திரளுகின்றன. நம்பிக்கை, விமோசனம், பிரயாணம், காத்திருத்தல், இன்னும் சில நாட்கள், வாழ்விலே ஒரு முறை புலிக்கலைஞன், இனி வேண்டியதில்லை. என்கிற கதைகள்.

படைப்பில் பரிகாசம் உச்சத்தைத் எட்டுகிறபோதே புதுமைப் பித்தனின் மனம் கலையின் தோரணையை நான்தான் நெய்திருக் கிறேன் என்று சிலிர்க்கும். எள்ளலுக்குப் பின்னால் எப்போதும் அசோகமித்திரனின் தொனி படைப்பில் துயரத்தைச் சார்ந்து கண் விழிக்கும். இது சிருஷ்டிதான் என்பதைவிட (என்பதே மறைந்து) வாழ்வின் துளியாகப் பூத்துவிடுகிறது.

'வாழ்விலே ஒரு முறை' கதை முடிவுற்றபின் வேறொரு பரிமாணம் வாசகனுள் எழுதப்படாமலே நடமாடும் உருவங்களாக விரிகிறது. காணாமல் போன தம்பியைத் தாய், அண்ணன் தேடுகிறார்கள். தன்னால் தம்பி காணாமல் போய்விட்டான் என்று அண்ணன் ராமமூர்த்தி நினைக்கிறான். விளையாட உடன் வருகிறேன் என்று தொடர்ந்தவனை சந்து வழியாக நுழைந்து மறைந்து ஏமாற்றி விடுகிறான். விளையாடி வீடு திரும்பியவனுக்கு தெரிகிறது தன்னை பின்தொடர்ந்த தம்பி காணாமல் போய்விட்டான் என்று. எங்கெங்கோ தேடி தம்பி கிடைக்காமல் வீட்டிற்கு மறுமுறைவரும்

போது தலையணையில் குதிரையாட்டம் ஆடிக் கொண்டிருக்கிறான். அண்ணனுக்கு அழுகை பொங்குகிறது.

கதை முடிந்தபின் ரொம்பத்தான் பெரியவர்களாகிவிட்ட நம்மீது திரும்புகிறது. வாசகனுள் வாழ்விலே எத்தனை முறை தன் அண்ணன் தம்பிகளின் உறவுகளைத் தொலைத்திருக்கிறோம்? எவ்வளவோ உதவி செய்திருக்கக்கூடும்! பின் ஏன் மறுத்தோம்? எத்தனை முறை வெறுத்தோம்? இன்று அழாமல் கல்லாய் போனதேன்? அன்று அழுததற்கு பொருளென்ன? கதை இப்படி திரும்பும்போது பயம் ஏற்படுகிறது. சிதைந்த உறவுகளை நினைத்து கைகள் நடுங்க ஆரம்பிக்கின்றன.

சரி இப்படியெல்லாம் விரித்துக்கொள்ள 15 பக்க கதை உதவுகிறதா? இல்லை. அந்தத் தலைப்புதான். 'வாழ்விலே ஒரு முறை' ஒரு முறை என்றதற்கு நம் எல்லோருக்கும் முன்னொரு காலத்தில் நிகழ்ந்த அந்த பதற்றமான தருணம். இளம்வயதில் திருவிழாக்களில் நம் தம்பிகளைத் தொலைத்த அந்த கணம். உன்னதமான அந்தத் தருணம். இன்று எப்படி இருக்கிறது என்று பூடகமாகக் கேள்வி எழுப்புகிறது.

லட்சியக் கனவுகள் யதார்த்தத்தில் ஒன்றுமற்றதாகக் கரைந்து விடும் என்பதே காலம் கொண்டிருக்கும் ஆகிருதி என்பதனை 'பிரயாணம்' கதை காட்டுகிறது. ஆன்மீக ஞானி முதல் அடிமைகள் வரை இதில் வித்தியாசமில்லை. குருதேவர் தன் கடைசி ஆசைகளை சிஷ்யனிடம் கூறி நிறைவேற்றச் சொல்கிறார். சாதாரண மனிதனின் இறுதிச் சடங்கை முறையாக செய்யத்தான் ஆசைப்படுகிறார். வாய்வழியாக மூச்சுவிடுதல் கூடாது. இறக்கும் தருவாயில் பசும்பால் ஊற்றவேண்டும். ஆறடி குழி தோண்டி புதைக்க வேண்டும், என்பதில் எதுவுமே நடவாமல் முடியும் நாடகமாகிவிடுகிறது. காலம் கதாநாயகனாகிவிடுகிறது. வாழ்வை அதன் போக்கில் தீர்மானிக்கிறது.

படைப்பு என்பதே வாழ்வின் இருண்ட பிரதேசங்களை ஒளி குறைந்த இருளில் அறிவதுதானே! கவிதையின் நடையை அல்ல கவித்துவத்தின் துளிர்ப்புகள் பிரச்சனைக்குள்ளும் முளைவிட்டுக் கொண்டே வருவதை கவனப்படுத்தும் கதை 'பிரயாணம்'. சாதாரண மனிதனாகட்டும், அசாதாரணமான குருதேவராகட்டும் உயிர் இயக்கத்தை நிறுத்திக் கொள்கிறபோது நாம் வேண்டி நிற்கும் கனவுகளைவிட நம் தடுப்பு முயற்சிகளை விட இயற்கையின் விரிப்பில்

தானேபோய் கரைந்துகொள்கிற தருணங்களைச் சந்திக்க வைக்கிறது இக்கதை.

உனக்கு வேண்டுமானால் குருதேவரின் சடலம் சொந்தமாக இருக்கலாம். பிணம் என்றாகிறபோது யாருக்குச் சொந்தம் என்ற கேள்வி தலை தூக்குகிறது. யாருமற்ற அந்த கானகத்தில் பிணத்திற்காக ஓநாய்கள் சுற்றி வருவதை ''ஒரு நியதிக்கு அவை தம்மைக் கட்டுப்படுத்திக்கொண்டு அதிலிருந்து இம்மியளவு பிறழத் தயாராக இல்லாதிருப்பதுபோல் எங்களை வலம் வந்து கொண்டிருந்தன. எனக்கு அந்த ஓநாய்கள் மீது பெரும் பரிவு ஏற்பட்டது. அவற்றைக் காலம் காலமாக நான் அறிந்து பழகியதுபோல ஒரு உணர்வு ஏற்பட்டது. ஒரு நிலையில் நானே அவற்றுடன் சேர்ந்து என்னையே சுற்றி வருவது போலத் தோன்றிற்று'' என்கிறார்.

மோதலுக்கான புள்ளியை நெருங்கியவுடன் வரிகள் இப்படித் தொடர்கின்றன ''நான் மேலே வீசினால் அது தலையைத் தரை மட்டத்துக்குத் தாழ்த்திக் கொண்டது. அதை ஒழித்துவிட என் வெறியெல்லாம் சேமித்து நான் போரிட்டுக் கொண்டிருந்தேன். அது என்னுடைய ஒவ்வொரு அசைவையும் உணர்ந்ததாக இருந்தது. ஒரு இரட்டைச் சகோதரனிடம் ஏற்படும் அன்புடனும் குரோதத்துடனும் நான் அதைத் தாக்கினேன்''

மனிதனுக்கும் காலத்திற்கும் நடக்கும் இடையறாத வாழ்க்கைப் போராட்டத்தின் வெளிப்பாடாக நம் விருப்ப விடைகளைத் தாண்டி வேறொரு விடைகளாக எழுகின்றன என்பதை மிக நுட்பமாக அடையாளப்படுத்துகிறது இக்கதை.

காலம் எதிரும் புதிருமான இயக்கத்தில் மெதுவாக - மிக விரைவாக இயங்குகிறது. செயலுக்கும் காலத்திற்கும் உரிய முறையில் நம் கனவுகளைப் பொருத்தாதபோது அல்லது மாறி பொருத்துகிறபோது தூக்கி எறியப்படுகிறோம். இந்த நுட்பத்தை அறிவிக்காமலே காலம் ஓடும். நகர்ந்துகொண்டே இருக்கும் உலகத்தை 'ஹோல்டான்' சொல்லி நிறுத்திவிட முடியுமா? என்றொரு கேள்வியை எழுப்பும் 'காலமும் ஐந்து குழந்தைகளும்' என்ற கதையில் மட்டுமல்ல பெரும்பாலான கதைகள் இந்த காலத்தின் மாயத்தை சொல்லிச் செல்கின்றன.

முடிவெடுக்கும் அதிகாரம் இருப்பதாக அறியப்பட்ட ஆண்களை பெறும் நிறுவனங்களின் கீழ் முடிவெடுக்க முடியாத குடும்ப பெண்களைப்போல் இருப்பதை 'கண்ணாடி' கதை காட்டுகிறது.

ஆண்கள் என்ற அறை ஒரு கண்ணாடிதான். யார் வந்து நின்றாலும் அவரை பிரதிபலிக்கும். கதாநாயகனின் சூழல் சொல்லப்படாமல் விளம்பர மேனேஜரின் அதிகாரமற்ற ஆளைப் பார்க்கிறோம். இப்போது கதாநாயகனின் நிலை சொல்லப்படாமலே வாசனுக்குள் விரிகிறது.

புதுமைப்பித்தனின் 'உபதேசம்' கதை கடவுள்பற்றி தேடலாக மாறும்போது அசோகமித்திரனின் 'நம்பிக்கை' கதையில் அன்றாட வாழ்வின் இயக்கமாக காண்கிறார். 'ஞானி' என்றறிய வருபவர்கள் எல்லாம் பித்தலாட்டக்காரர்கள் என்று கதைஞன் கூறிக் கொண்டாலும் உள்ளூர ஆழ்மன பிரக்ஞையில் அவனையே பற்றுக்கோடாத நினைத்துக் கொள்கிறான். இந்த நம்பிக்கை இந்திய மனோபாவம் சார்ந்த சூட்சுமமான ஒன்று. அதைத் தொடுகிறார்.

இவரின் பெரும்பாலான கதைகள் ஆகப்பெரிய வீச்சை - சிக்கலை - முரணை தொடமல் நின்றுவிட்டதையும் தொகுத்து பார்க்கிற போது சில விசயங்கள் பெறப்படுகின்றன. அவ்வப்போது தோன்றும் சிறுசிறு எண்ணங்களையும் கலை உருவில் கொடுத்துப் பார்க்க பிரயாசைப்பட்டிருக்கிறது மனம். அவை எழுத்தாளனின் ஆசையாகவே நீர்த்து விட்டிருக்கின்றன. தத்துவ விசாரத்தை நெருங்காமல் சம்பவக் கோவையாக முடிந்துவிட்டதும் ஒரு காரணம். கலையாகத் திரளாமல் போய்விட்டன. கலையென்றால்தான் வாசகனை ஆட்டிக்குலைக்குமே.

காட்சி, எலி, எண்கள், பிரத்யட்சம் என கதைகளைப் பட்டியல் போடலாம். இவைகளை எல்லாம் படித்து முடித்தவுடன் வருத்தப் பட வைக்கின்றன. இவர்களை என்ன செய்வதென்று தெரியாமல் வாசகன் விழிக்கிறான். மார்க்சியமோ, கடவுளோ, முதலாளித் துவமோ, வேறெதுவுமோ நிமிர்த்திவிடப் போவதில்லை என்பதாக!

அனுபவங்களைத் தத்துவங்களின் மீது மரபுவயப்பட்ட கருத்து களின் மீது மோதவிட்டுப் பெற்றுக்கொள்கின்ற புது வகையான பரிமாணங்களை இவர் சோதித்துப் பார்ப்பதில்லை. காலத்தின் மீது அனுபவங்களை முன் நிறுத்திக் கேட்டுக்கொள்கிறார். எனவே அதிரடியான விமர்சனங்கள் நம் வாழ்வின் மீது இல்லாமல் - குரல் தாழ்ந்த தொனியில் யோசித்துப் பார்த்தால் ஒருவருக்கொருவர் விட்டுக்கொடுத்து அன்பை பரிமாறிக் கொண்டிருக்கக் கூடும். 'பிடிவாதத்தை ஏன் நீங்கள் பெரும்

கொள்கையாக கொண்டிருக்கிறீர்கள்' என்பதாகக் கதை முடிந்தபின் சம்பாஷணையைத் தொடரவிடுகிறார். அன்பை அல்ல அன்பை நிராகரித்து வாழும் நம் வாழ்க்கை நிராகரிக்கப்பட்ட அன்பை சிருஷ்டிக்கும் சூட்சுமம் அன்பைக் கொண்டு வாழ்வை உய்விக்க முடியும் என்ற எதிர்துருவ தீராத நம்பிக்கை அசோகமித்திரனிடம் இன்று வரையும் வந்த வண்ணம் இருக்கிறது. ஒருவேளை நாளையும் தொடரக்கூடும்.

முறுக்கப்பட்ட கயிற்று நுனியின் பிரிந்த பிரிகளாக முடிந்து விட்டதால் 'காட்சி' கதை சாவைப் பற்றி பெரிய அலையை வாசகனுள் எழுப்புவதில்லை. "அந்த சடலம் எழுந்து உட்காருகிறது. புன்னகை புரிகிறது. புன்னகை அதன் இதயத்திலிருந்து வரவில்லை... தான் இருக்கிறோம் என்ற உணர்வுதான் இருக்கும்போதே பறிக்கப்பட்டுவிட்ட புன்னகை. அதுதான் சாவில் புன்னகை. சாவுப்புன்னகை' கதையிடையில் சலனப்படுத்தும் இந்த வரிகள் அளவுகூட இறுதியில் இல்லாமல் விதவிதமாய் விவரிப்பதால் வெடிப்பு இல்லாமல் போய்விட்டது. வெடிப்பின் மூலம் திக்கெட்டும் கேள்விகளை எழுப்பும் சாத்தியப்பாட்டை இக்கதை தக்க வைக்கத் தவற விட்டது.

இன்னொரு விதமான போக்கு இவரின் பிற்கால கதைகளில் காணக்கிடக்கின்றது. ஆரம்பகால கதைகளின் சம்பவங்கள் திரும்ப தொண்ணூறுகளின் கதைகளில் வருகின்றன. 1959-ல் எழுதப்பட்ட ஐநூறு கோப்பைத் தட்டுகள் கதைதான் 1991-ல் வந்த 'அப்பாவின் சிநேகிதர்' கதை.

'சிறு பையனாக இருந்தவன் வெளியே போகும்போது ஓர் ஆளாக மாறிவிட்டது போல சையத்துக்குத் தோன்றியது' 32 ஆண்டுகளுக்கு முன் எழுதப்பட்ட வரி அப்பாவின் சிநேகிதரில் 'ஆறடிக்கு மேல் ஆஜானுபாகுவாக இருந்த மனிதர்' இப்போது அவன் அளவுக்குக் குறுகிப்போய்விட்ட மாதிரி இருந்தது' வரிகள்கூட பணியாரத்தைப் புரட்டிவிட்டது போலத்தான். ஆனால் இரு கதைகளின் பார்வை வேறு! வாழ்க்கைக்குத்தான் எத்தனை பார்வைகள். பிரச்சனைகளுக்கு முற்றமுடிந்த சூத்திரங்கள் இல்லை. சூத்திரங்களை வாழ்க்கை சிதறடித்துக்கொண்டே இருக்கிறது.

1959-கதையில் சையதுவின் நிராசையும் 1991-ல் அவருடைய நண்பரின் மனைவியிடம் ஏற்பட்ட நிராசையும் பகிர்ந்துகொள்ள முடிகிறது. ஆனால் இரண்டும் ஒன்றுக்கொண்டு தொடர்புடைய வேறுபட்ட நிராசைகள்.

1975-ல் எழுதப்பட்ட 'தொப்பி' கதை 1994-ல் எழுதப்பட்ட 'மறதி' கதை (வஹாப் நண்பன்) 20 ஆண்டுகால இடைவெளி. கதை உணர்த்தும் தொனி ஒன்றுதான்.

இவரின் ஆரம்பகால நாவல்களில் வந்த சிறுசிறு கதாமாந்தர்கள் அதே குணாம்சம் கொண்டவர்களாக சிறுகதைகளின் படைக்கப் பட்டு சிறுகதைக்குரிய முரண்களை மட்டும் லாவகமாகப் புகுத்தி விட்டிருக்கிறார். இக்கதைகளைப் படிக்கிறபோது ஏற்கெனவே அறியப்பட்ட உலகத்தைத் திரும்ப பார்க்கிற சோர்வைத் தருகின்றன.

பிற்காலத்திய கதைகள் சிறுகதையின் உச்சபட்ச வீச்சுகளைக் கைவிட்டு மலரும் நினைவுகளாக இருக்கின்றன. ஒருவேளை வாழ்வின் எதிர் துருவத்தில் உருவாக்கிக்கொண்ட - மனதிற்குள்ளே விரித்துப்பார்த்த வாழ்க்கையின் ஒரு கோணத்தைக் காட்டுகின்றன.

விமோசனம், காத்திருத்தல், இனி வேண்டியதில்லை போன்ற ஆகச்சிறந்த கதைகள் கதை முடிந்தபின் மனச்சலனங்களிலிருந்து சற்று ஒதுங்கி யோசிக்கிறபோது வாழ்வின் தாக்குதலைச் சந்திக்கின்ற மனிதர்களைச் சொல்வதுதான் இக் கதைகளின் அடிநாதம். கதை முடிவுற்றபின் வாசகனின் உள்முகமாகக் காரணங்களைத் தேடுகின்றன. அது பொருளியல் சிக்கல். சொல்லப்பட்ட வரிகளை விட சொல்லாமல் விடப்பட்ட வரிகள் அநாயசமாக சிருஷ்டிகரமா யிருக்கிறது. சொல்லாமல் விடப்பட்ட வரிகள் கொண்டிருக்கும் மௌனங்கள் வாசகனின் மனவிகாசத்தைப் பொருத்து மர்மங்களை - புதிர்களை - அந்தரங்கங்களை - ரகஷியங்களை நவநவமாய் விரிக்க சக்தி பெற்றிருக்கின்றன.

'கண்ணாடி', 'காலமும் ஐந்து குழந்தைகளும்' கதை வரிசையில் மேலும் சில நல்ல கதைகளை அதாவது உச்சத்திற்கும் சரிவிற்கும் இடைப்பட்ட கதைகளை அணுகிப் பார்ப்பதும் நல்லது. 'வரவேற்பு அறையில்', 'மாலதி', 'இரு நண்பர்கள்' என 30 கதைகள் தேரலாம். நம்பிக்கையோடு முன் இழுத்துச் சென்ற பாதையின் விளிம்பு பெரும் சூனியமாக முடிகிறது. வாழ்வின் அபத்தமான இந்த தரிசனத்தை நாம் சந்திக்கிறோம். நம் அனுபவங்களின் சாரமோ, வேறு கொள்கைகளோ, எதிர் வரும் நம்பிக்கைகளோ விடைகளைத் தொலைத்த சூழலில் நம்மை நிற்கவைக்கிறது. ஏன் என்பதற்கு அங்கு முடிந்த முடிவான ஒற்றைவிடை கிடைப்பதில்லை. பிரமாண்டமான வரண்ட பாலைவனம் தான் காட்சிக்கு வருகிறது.

புனைவின் கற்பனாவாத முடிவுகள் அந்நேரம் கிலுகிலுப்பூட்டு கின்றன. நம் அனுபவத்தின் யதார்த்தமோ கல்லில் மோதவிட்டு சிதறடிக்கிறது. ஆக படைப்பில் சுபசுரங்களை அல்ல அபசுரங்களே உயிர்க் கோலங்களாகத் திரளுகின்றன. அசோகமித்திரனின் வாரிசு களான வண்ணதாசன், பிரபஞ்சன், பாவண்ணன், சுப்ரபாரதி மணியன்.. தப்பவிட்ட இடம் இதுதான். விவரிப்புகளைப் பெயர்த்தார்களே தவிர கைக்குச் சிக்காத வாழ்வின் தரிசனத்தைத் தவறவிட்டார்கள். அசோகமித்திரனுக்கே ஆன பார்வையின் வெற்றி இதுதான். அசோகமித்திரன் நம் முன் நிறுத்துவது நிகழ்ச்சியை அல்ல. நம் வாழ்க்கையே ஒரு பிரச்சனையாகக் காட்டப்படுகிறது. முடிவாக சில....

மார்க்சிய படைப்பாளிகள் அல்ல நாங்கள் என்று பெருமைப் பட்டுக் கொள்ளும் படைப்பாளிகளும் சரி, மார்க்சிய படைப்பாளிகளும் சரி தெரிந்தோ தெரியாமலோ கருத்துருவத்தைக் கலைத்தலும், உருவாக்கலுமான இரண்டைத்தான் செய்கிறார்கள். என்ன 'கருத்து' என்று பிடித்து வைத்த பிள்ளையார் அவரவர் நுட்பம் சார்ந்த ஆளுமையில் பல்லிளித்தோ படைப்பின் வீச்சைத் தொட மறந்தோ காணப்படும்.

முற்றான வேறு தளத்தில் நிற்கிறார் அசோகமித்திரன். சிக்கல் மிகுந்த வாழ்க்கையின் சுவடுகளே முழுக்க முழுக்க கதைப் பொருளாகின்றன.

சிக்கலின் முடிச்சை இறுக்குவதிலோ, திறப்பதிலோ, முழுக் கதையையும் விவரணைகளை மையமாக்கி எழுதுகிறபோது வாழ்க்கை பற்றிய பார்வையை எழுத்தாளன் முன்வைக்கிறான். அசோக மித்திரன் விவரணையையே வாழ்க்கையின் பார்வையாக வைத்துப் படைக்கிறார்.

அசோகமித்திரனின் படைப்புகள் சுயசரிதை போன்றவை என தோன்றக்கூடும். அவைகள் சுயசரிதை அல்ல. சமகாலத்திய வரலாறு. வரலாற்று நிகழ்வுகள். கடந்தகால பதிவுகள். அசோகமித்திரனின் சமகால எழுத்தாளர்களில் இந்தளவு சமூக வரலாறு கிடையாது. இவரே காலத்தின் உயிர்த் தன்மையை மிகச் சிறப்பாக எடுத்தாண் டிருக்கிறார். புனைகதைகள், கட்டுரைகள், விமர்சனங்கள், குறிப்புகள், சுயசரிதைக் குறிப்புகள் எல்லாவற்றிலும் நிகழ்காலம் பலமாக இருக்கிறது. அசோகமித்திரன் நமக்குத் தந்திருப்பது காலத்தின் ஆவணம். அதாவது நிகழ்காலத்துச் சமூக மனிதர்கள். காலத்தின் மனோநிலை மிகச்சிறப்பாக இவரது படைப்புகளில்

வெளிப்படுகின்றது. பொருளாதாரச் சிக்கலில் மனிதர்களின் சித்திரங்கள் தொடர்ந்து தீட்டப்படுகின்றன. அவைகள் உயிர் பெற்று நம்மோடு உறவாடுகின்றன. கண்ணீரைத் தவிர நாம் எதையும் அவர்களுக்குக் கைமாறாகத் தர முடியாது நின்றிருக்கிறோம். விதவிதமான அரசியல்வாதிகள் 1950-களைப் பொற்காலம் எனலாம். சிலர் அறுபதுகளைப் பொற்காலம் எனலாம். சிலர் எழுபது களை சிலர் எண்பதுகளை சிலர் தொண்ணூறுகளை இவற்றில் எதுவுமே பொற்காலம் இல்லை என்று வாசிக்க நம்மிடம் இருக்கும் ஒரே ஆவணம் அசோகமித்திரன் படைப்புகள். அந்த வகையில் இவரின் படைப்புகளுக்கு ஒரு அரசியல் முக்கியத்துவம் உண்டு. வெளிப்பார்வைக்கு அரசியல் பேசாத கதைகள் போல தோன்றும். அதாவது கட்சி அரசியல் இல்லை. ('காத்திருத்தல்' ஒரு புறநடை) கதைகளின் அடிநாதம் ஜனநாயக நாட்டில் வறுமையும் பிணியும், ஏமாற்றுதலும்தான் என வேறொரு தளத்தைக் கவனப்படுத்தியபடியே இருப்பவை.

புற உலகை கவனமாக பதிவு செய்பவர். அவருடைய பல கதைகளின் மையம் பெரிய பாதிப்பை ஏற்படுத்தாத போதும் இந்த நெசவு எல்லோரையும் பாதிப்படையச் செய்கிறது. வரிக்குவரி எதையெதையோ உணர்த்தியபடி செல்லக்கூடிய நடை இவருடையது. '18வது அட்சக்கோடு' நாவலில் சந்திரசேகரன் காஸிமின் ரேடியோவை வாங்கிவர கோட்டை மதிலைத் தாண்டிச் செல்கிறான். அந்த ரேடியோவின் வால்வுகள் நொறுக்கப் பட்டிருக்கின்றன. அம்மாவிடம் "இனி அது பாடவே பாடாது" என்று சொல்கிறான். இந்த நுணுக்கத்தை நான் இங்கு எடுத்துக்கூறவில்லை. கலவரச் சூழலில் இந்தியபடை ஹைதரபாத்தைச் சூழ்ந்து பிடித்துவிட்டதின் ஆத்திரம் என்பது அதில் வாசகன் புரிந்து கொள்கிற நுட்பம். இது மனதை திருப்பிப்போடும் வெடி. புதிதாக புரிந்து கொள்ளுதல். இதுபோன்ற இடங்களைக் கூறவில்லை. இதன் தன்மைவேறு. "கையில் மூன்று சட்டப் புத்தகங்களோடு நான்காவதற்காக நான் தேடிக் கொண்டிருந்தபோது, அந்தோணியைப் பார்த்தேன். எனக்கு அந்த நேரத்தில் என் கண் முன்னால் வயது முதிர்ந்த உருவம் நின்றிருந்தால்கூட நான் பார்த்து..." (வண்ணங்கள்) இப்படிச் செல்லும் நடையில் - சொல்லும் பாணியில் வேறொன்றைத் தொடர்புபடுத்தியபடி செல்வதும் கதை நிகழ்வுக்குப் புறத்தில் புற உலகம் இயங்கியபடி இருப்பதைக்காணலாம். இது படைப்புகளுக்கு வலுவான நம்பகத்தன்மையைக் கொடுக்கின்றது ..

மதுரை காமராசர் பல்கலைக்கழகம், புதன்வட்டம், 05.08.2001

ஆ. மாதவனின்

பாதையற்ற பயணம்

நாற்பதுகளில் இலக்கிய தேக்ககாலத்தில் தோன்றி, மெனக் கெடாமல் அநாயசமாக சிறுகதைகள் எழுதி அத்துறைக்கு வளம் சேர்த்தவர்கள் தி.ஜானகிராமனும் கு.அழகிரிசாமியும் என்பார் விமர்சகர் க.நா.சு. ஐம்பதுகளில் இவ்விருவரின் பங்களிப்பைச் சாதனைக்காலம் என்றே கொள்ளலாம். அதேபோல ஐம்பதுகளின் இறுதியில் எழுதத்தொடங்கி அறுபதுகள், எழுபதுகள், எண்பது களில் தனித்துவத்தோடு இயங்கியவர்களில் ஒருவர் ஆ.மாதவன் தொண்ணூறுகளிலும் ஆ.மாதவன் நல்ல கதைகள் எழுதியிருந் தாலும் ஆர்வம் மட்டுப்பட்ட காலமாகத்தான் இதனைக் கொள்ள வேண்டும். தமிழ்ச் சூழலும், குழுமனப்பான்மையும் எப்போதும் போல சிறந்த எழுத்தாளர்களைக் கொண்டாடுகின்ற பண்பாடு இல்லாததினாலேயே இன்னும் இன்னுமாக அவ் வெழுத்தாளர்கள் நல்ல படைப்புகளைத் தரக்கூடிய ஆற்றல் இருந்தும் தராமலே போய்விட்டனர். அங்கீகாரம் இல்லாததினாலே சோர்வுற்று எழுதி என்ன ஆகப்போகிறது? கிடக்கட்டும் கழுதை என்று வெறுத்து எழுதாமலே விட்டுவிட்டவர்களில் ஒருவர் ஆ.மாதவன். நவீன புனைகதைகளிலேயே சாதனையாகக் கருதப்படுகின்ற மாதவனின் 'கிருஷ்ணபருந்து' சிறுநாவலை வந்த காலத்திலேயே கொண்டாடியிருந்தோமானால் நிச்சயம் அவரிடமிருந்து இன்னொரு ஆகச்சிறந்த நாவலை பெற்றிருக்க முடியும். நமக்கு அந்த அருகதை இல்லாததினாலேயே அவரும் சுரணையற்ற இந்த இலக்கிய உலகத்திடமிருந்து விலகிக்கொண்டார்.

மாதவனின் ஒட்டுமொத்த சிறுகதை தொகுப்பு பற்றி எழுதுவதற்கு முன் என் ஆரம்பகால வாசிப்பைப் பற்றிச் சொல்ல வேண்டும். இருபது ஆண்டுகளுக்கு முன் அப்போதுதான் தொடங்கியிருந்த எங்கள் கிராம நூலகத்தில் மாதவனின் 'கடைத்தெரு கதைகள்' நூல்

கிடைத்தது. முப்பத்தைந்து கதைகளுக்கு மேல் இருந்ததாக நினைவு. சில்லமரத்துப்பட்டி கிளை நூலகத்திலிருந்து மாதத்திற்கு 100 புத்தங்கள் வரும். கொடுத்த நூறு புத்தகங்களை எடுத்துக்கொண்டு வேறு 100 புத்தங்கள் அடுத்தமாதம் வரும். அப்படி வந்ததில்தான் 'கடைத்தெரு கதைகள்' தொகுப்பு கிடைத்தது. அதற்கு முன் இவர் பெயரை நான் கேள்விப்பட்டதும் இல்லை. விமர்சனாதிபதிகள் உச்சரிக்கும் பெயராகவும் இல்லை. சிற்றிதழ்களிலும், நடுத்தர இதழ்களிலும், ஜனரஞ்சக இதழ்களிலும் மூத்தத் தலைமுறை எழுத்தாளர்களின் பெயர்கள் ஏதோ காரணங்களுக்காகப் பெட்டிச் செய்திகளாக வரும். 'கடைத்தெரு கதைகள்' படித்தபோது இதில் ஏன் மாதவன் பற்றி குறிப்புகளோ, சிலாகிப்போ துப்புரவாக இல்லை என்று உழன்றிருக்கிறேன். அவரின் கதைகள் முதல் வாசிப்பிலேயே என்னை மிகவும் நெருக்கமாக உணரச் செய்தன. என்னைப்பற்றி எழுதப்பட்ட கதைகள்போல உணர்ந்தேன். குறிப்பாக, 'காளை' கதையில் வீட்டோடு அடங்கிக்கிடக்கும் மூத்தவள் பட்டறை வைத்திருப்பவனோடு காமத்தைப் பகிர்ந்து கொண்டதை வாசித்ததும் அதிர்ச்சியாக அப்போது இருந்தது. வீட்டில் பேசாமடந்தையாக இருந்தவள். தங்கையோ ஊர்சுற்றி. அவளுடைய தங்கைதான் எப்படியும் கெட்டுப்போவாள் என்று எதிர்பார்த்திருக்கிறேன். தமிழ் சினிமா எனக்குள் ஒரு வழக்கமான முடிவை எதிர்நோக்கித் தள்ளியிருக்கலாம். பெண்களின் அடக்கம் பற்றிய வரையறை அப்போது வேறுமாதிரி இருந்திருக்கலாம்.

கதையில் திசைமெல்லமாய் வேறொன்றாகத் திரும்புவது நடுக்கமாக இருந்தது. இது ஓ ஹென்றி திருப்பமாகவும் இல்லை. வேறு மாதிரியாக இருந்தது. வாழ்வின் மீதான இந்த அனுபவத்தின் பார்வை புதிய வெளிச்சத்தைத் தந்தது. அப்போது இப்படி நினைத்தேன். தனிமைதான் ஆகக்கூடிய எல்லா அவஸ்தைகளுக்கும், மனம் தறிகெட்டு ஓடுவதற்கும் உரிய களமாக இருப்பதாக உணர்ந்தேன். அடைபட்ட வீட்டிலிருந்து விடுபட்ட ஜனங்களோடு திரியும்போது மன அவஸ்தைக் கரைந்து அதுவே ஒரு கண்ணுக்குத் தெரியாத பாதுகாப்பாக இருப்பதாகவும் கதைவழி உணர்ந்தேன். இருபது ஆண்டுகளா? இருபத்து மூன்று வருடங்களுக்கு முன்பு படித்த கதையின் தலைப்புகூட இன்றளவும் நான் மறக்கவில்லை. அதேபோல 'கோமதி' கதையின் தலைப்பும் இப்போதும் இத்தொகுப்பில் 'காளை' கதை மிகவும் பிடித்திருக்கிறது. காமத்தின் சுவையை சுவைக்க விரும்பாத மனமே கிடையாது. இதில் ஆண் பெண் என்ற பேதம் கிடையாது என்பதுதான். சமூகத்தின் வேலிக்குள்

கண்ணுக்குப் புலப்படாது இயங்கும் மனச்சலனத்தின் நதியில் இறங்கி - குளித்து - பின் கரையேறுகிற போது வேலி எப்படி விஸ்வரூபம் எடுத்து பெண்ணை இறுக்குகிறது என்பதையும், ஆண்கள் முன் இற்றுக் கிடப்பதையும் உணர்ந்தேன். சிற்றிதழ்ச் சூழலில் பேசப் பட்டு வந்த நவீனத்துவ எழுத்தாளர்களின் படைப்புகளிலிருந்தும் மாதவனின் படைப்புலகம் வீரியம்மிக்கதாக இருப்பதை முதல் வாசிப்பிலேயே உணர்ந்தேன். ஏன் அவர் முக்கியமான படைப்பாளி யாக விமர்சகர்களின் கடைவாயில் உருளவில்லை என்று கேட்கத் தோன்றியது. ஒருவேளை எனக்குக் கலாப்பூர்வமான படைப்பு எது எனத் தேற்றத் தெரியாதோ என்று நினைத்ததாக ஞாபகம். படைப்புக்குள் விமர்சனத்தை வென்றெடுக்கக்கூடிய நுட்பங்களைப் படைப்பாளி பதுக்கி வைத்திருபான், அதைக் கண்டுபிடித்து சொல்வதுதான் விமர்சன கலை என்றும் அப்படி சில புள்ளிகளைப் படைப்பு தன்னுள் தக்கவைத்திருப்பதுதான் படைப்பின் லட்சணம் என்றும் அதனைக் காணும் பிரத்தேகமான உத்திகள் இருப்பதாக வும் விமர்சனத்தின் இலக்கணம் தெரியாது தத்தளித்தேன். (விமர்சனத்திற்குத் தனித்த இலக்கணம் என்று ஒன்றில்லை என்பதை உணர சிலகாலம் தாண்டி வரவேண்டியதிருந்திருக்கிறது) விமர்சகர்கள் எவ்வளவு பெரிய மேதைகளாக இருக்கவேண்டும்? மாதவனைப் பற்றி போசதிருப்பதற்குக் காரணமில்லாமல் இருக்குமா? என்று சமாதானப்பட்டுக் கொண்ட அந்தக்காலம்! ஜெயகாந்தன். சுந்தரராமசாமி, தி.ஜானகிராமன் படைப்புகளை விட கீழாக இருக்கும் என்று என் மனம் ஏற்காமலேயே விமர்சகர்கள் கலையின் லட்சணம் தெரியாமலா சொல்லி யிருப்பார்கள் என்று சமாதானப்பட்டுக் கொண்டேன். ஆனால் யாரும் மாதவனை அறிமுகப்படுத்தாமலே என் பிஞ்சு பருவத்தில் படித்தேன். ஆழமான எழுத்து என நான் யாரிடம் அப்போது சொல்லியிருக்கக்கூடும்? இப்போதுகூட ஒரு சிற்றிதழில் எழுதிவிட முடியுமா என்ன? இவன் எந்த முகாமைச் சேர்ந்தவன்? இவன் நமக்கு அடியாளாகச் செயல் படுவானா? இவனுக்கு நம்மால் முடிந்த மட்டும் இடமளிக்காமல் செயல்படுவது எப்படி? இப்படி ஒரு படைப்பாளியே இல்லை என்பதாக பம்மாத்து செய்வதை இனியும் எப்படி நீட்டிக்கலாம்? இந்த போக்குத்தானே இன்னமும் நீள்கிறது.

இந்தக் கதைகள் கதைகளல்ல. எங்கோ நடந்திருக்கின்றன. அதைப்பார்த்தே தீரவேண்டும் என என் மனம் அலைமோதியது. அப்போதெல்லாம் எனக்கு ஆசிரியர் பெயரைவிட அவர் எழுதிய கதைகளின் பாத்திரங்கள் உயிர்பெற்று அச்சு அசலாக கண்முன்

வந்து நிற்பதும் நெளிவதும், பெருமூச்சுவிடுவதும் நிகழும். இந்த அனுபவத்தைத் தந்த படைப்பாளிகளில் முக்கியமானவர் மாதவன். அந்த நாளைய பிரியமும் ஏக்கமும் இன்னும் வற்றிவிடவில்லை. அந்த உந்துதல்தான் இப்போது என்னை வாசிக்கத் தூண்டியது. இன்று இக்கதைகள் வாழ்க்கையை ஊடுருவி ஏற்படுத்தும் வெளிச்சங்களால் எனக்குப் பல தெளிவுகளைக் கொடுக்கின்றன.

சரி, ஏன் மாதவன் கதைகள் கு.ப.ரா. ந.பிச்சமூர்த்தி, லா.ச.ரா. ஜெயகாந்தன், சுந்தரராமசாமி போன்றோரின் கதைகளைவிட முக்கியமானதாகப்படுகின்றன என்றால் கதைகளுக்குள் இருக்கும் விரிந்த பரப்புதான். நாணிலிருந்து இழுத்துவிடப்பட்ட அம்பு இடவலம் பார்க்காமல் விரைப்பாகச் சென்று ஒரு புள்ளியில் குத்தி அதிர்வலையை ஏற்படுத்தும் தன்மையன அல்ல மாதவன் கதைகள்.போகிற போக்கில் இருபுறமும் திரும்பிப் பார்த்துக் கொண்டே இரைதேடிச் செல்லும் வலிய மிருகத்தை ஒத்தது. அம்பு மாதவன் கதைகளுக்கு உவமையே ஆகாது. சும்மா பராக்குபார்த்தபடி அசமந்த பயணமுடிவில் ஒரு ரகஸியம் விழுந்து கிடப்பதை அறிகிறோம். எத்தனையோ முறை அந்த ரகஸியத்தின் மீது கடந்திருக்கிறோம். எப்படி இதுநாள் வரை 'கண்கட்டு' வித்தையாக இருந்திருக்கிறது என்று நம்மை நாமே கேட்டுக்கொள்ள வைக்கும் சூட்சுமம் இவரின் கதைகளில் இருக்கின்றன. தி.ஜானகிராமனின் கதைகளில் ஒருவித தூய்மையும், ஜிலுஜிலுப்பும் ரொம்பவும் பிடித்தே இருந்தன. கவித்துவம் மிக்க வரிகளும், கதைநேர்த்தியும் ஈர்ப்பைத் தந்தன. அத்தோடு கதைகள் என்னுள் எந்தளவிற்கு பாதிப்பை ஏற்படுத்தினவோ அந்தளவிற்கு படைப்பாளியைப் பிரமிப்போடு பார்க்கச் செய்தன. மாதவனின் கதைகளில்தான் எழுத்தாளன் மறைந்தே போய்விட்டான். (யார் யாருடைய அந்தரங்கங்களையோ இவர்பாட்டுக்கு இப்படி எழுதியுள்ளார்! கதைக்குரியவர்கள் படித்தால் இவருக்குத் தர்மஅடி விழுமே என்று கவலைப்பட்டதாக ஞாபகம்) இப்படித்தான் மாதவன் எனக்குள் முன் நிலைக்கு வந்தார்.

2

இன்று கதைக்களன்களும் சொல்முறைகளும், கலை குறித்த பார்வைகளும் கதை உருவாக்க அமைப்புகளும் மாறியுள்ளன. இன்னும் புதிய புதிய போக்குகள் வரத்தான் போகின்றன.

எழுதப்பட்டவைகளையும் நிராகரித்துவிட முடியாது. தமிழில் கதைக்களன்கள் அகண்டு இயங்குவதாகத்தான் நான் கொள்கிறேன். சொல்முறையினாலே உசத்தி தாழ்த்தி என்று தரம் பிரித்துவிட முடியாது. தொழில்நுட்பம் படைப்பின் உயிர் அல்ல. எப்போதும் வாழ்க்கை பற்றிய புரிதலில் படைப்புகள் கொள்ளும் நெருக்கத்தின் அடிப்படையிலேயே உயர்ந்தனவும் ஒதுக்கத்தக்கனவுமாகக் கொள்கிறேன். நிமிர்ந்து பளபளக்கிற ரோபோவுக்கும் கூனிக்குறுகி நகரும் அழுக்கடைந்த குடியானவனுக்கும் உள்ள வித்தியாசம்தான் இலக்கியத்தின் வித்தியாசமும். மாதவனின் கதைகள் யதார்த்த - நவீனத்துவ - இயல்புவாத வகைப்பாட்டிற்குள் வருவன. சிறிய அளவில் மாயத்தருணங்களைச் சொல்லும் கதைகளும் உள்ளன. ஒருவித சுயதேடலோடும் மனச்சலனங்களோடும் பிறத்தியாரின் அனுபவத்தைத் தன்னுள் சுய அனுபவமாக்கி வாழ்வின் மீதான ஒரு பார்வையை ஏற்படுத்துவது. தனக்குள் எழும் ஆசைகளை நிறைவேற்றிக் கொள்வதற்கு வாழ்வை வசப்படுத்திக்கொள்கிற தந்திரங்களை - தந்திரங்களாக வைத்துக்கொண்டாலும் சரி. பதுங்கல் உத்தியாகக் கொண்டாலும் சரி. அதில் உள்ள பொய்மையைப் பொய்மை என நிரூபணம் பண்ணுவதற்காக எழுதாமல் பிளந்து காட்டுவது நவீனத்துவபாணி எனலாம். யதார்த்தக் கதைகள் இதே அளவு பொய்மையை வெளிப்புற உலக முரண்களில் வைத்து ஆராய்கின்றன. இயல்புவாதக் கதைகள் உயிரிச்சையின் தத்தளிப்பு களையும் பொங்கிப் பெருகும் ஆசைகளையும் அடிநாதமாகக் கொண்டியங்குகின்றன.

இவ்வகை எழுத்துமுறைகளில் மாதவன் கதைகளை வைத்து விவாதிக்க வசதிகள் இருக்கின்றனவே தவிர, கோட்பாடுகளுக்குக் கட்டுண்டன அல்ல. கட்டுதிட்ட முறைமைகளுக்கும் அடங்குவன அல்ல. ஒருவகையில் கோட்பாடுகளை மதிக்காத சுயத்துவம் மிக்க கதைகள். நாம் கட்டமைத்திருக்கிற வரையறைகளுக்கு உள்ளேயே கட்டுப்படுத்த முடியாதபடி வெகுவாகவே பொந்துகளை உண்டாக்கி தப்பித்துவிடுகிற மானிடர்களின் உலகத்தைத் தன் புனைகதை உலகிற்குள் இனம்கண்டு சொன்னவர். எப்படி அடைத்தாலும் கூட்டைவிட்டுத் தப்பித்து விடுகிறது மனம். இச்சை தடுத்துவிட முடியாத மானிட இயல்பாக இருப்பதைக் காண்கிறார். நாற்புறம் நகரும் நண்டுக்கால் புரவியின் நடனங்கள்தான் காமம் என்பது ஆ.மாதவன் கண்ட விடை. ஒரு உண்மை. அந்த விடைகளின் வழித்தடமாதிரிகள் இவரின் கதைகள். இப்படி மாதவன் கதைகளை ஒரு வட்டத்திற்குள் அடக்க முடியுமா என்றால் முடியாதுதான்.

வெவ்வேறு பிரச்சனைகளைத் தொட்டிருக்கிறார். இருந்தாலும் மாதவன் கண்ட உண்மைகளின் ஜொலிப்பு ஓங்கி இருப்பது காமத்தின் திசை முகங்களில்தான்.

அறுபது எழுபதுகளில் யதார்த்தவாத, நவீனத்துவ எழுத்துக்களின் காலமாக இருந்தது. பின் நவீனத்துவம் அறியப்படாத காலத்திலேயே அவ்வகையான எழுத்துக்களுக்கு கலாப்பூர்வமான முன்னோடியாக ஆ.மாதவன் இருந்திருக்கிறார். இன்று பின்நவீனத்துவ கோட்பாடு களுக்காக எழுதப்படும் கதைகளில் உயிர்ப்பு இல்லை. அது என்னவென்று அறியவராத காலத்தில் எழுதப்பட்ட மாதவனின் கதைகள் கலாப்பூர்வமாக இருக்கின்றன. கு.ப.ரா, தி.ஜானகிராமன் பாலியல் பிரச்சனைகளைப் பிராமண உலகத்தில் வைத்து விவாதித்த போது ஆ.மாதவன் அதனை விளிம்புநிலை மக்கள் வாழ்க்கையிலிருந்தும் நடுத்தரவர்க்க மனிதர்களிடமிருந்தும் புதுசான விதத்தில் கண்டு சொன்னார். அதிர்ச்சிக்காக அல்லாமல் இயல்பான விதத்தில் இயைந்திருப்பதைக் கண்டு சொன்னவிதம்தான் அவற்றைப் படைப்பாக மாற்றியிருக்கின்றன. திருடர்கள், போக்கிரிகள், சீரழிந்தவர்கள், கடைத்தெரு கூலிகள், விபச்சாரிகள், குடிகாரர்கள் இவர்களின் வாழ்க்கையை ஆ.மாதவன் தந்தவிதம் அறுபதுகளில் புதுசு. ‘கோமதி’ என்ற மலட்டுப் பசுவுடன் பாலுறவு வைத்திருந்த கூலித் தொழிலாளிகள், ‘பாச்சி’ என்ற பெண் தெரு நாயுடன் நேசம் கொண்ட யானைக்கால் கூலிக்காரன், (புதிதாக எழுத வந்த இளம்பெண் சுந்தரி மீது காமம் பெருக்கெடுக்க படைப்பு பற்றி பேசவந்த இளைஞனை வளைத்து முயங்குகிறான் பத்திரிக்கை ஆசிரியன். சுந்தரியாகக் கைக்குள் கிடந்தவள் விடியற்காலையில் சுந்தரமாக வெளியேறும் ஒரு வகையில்தான் விசயம் புலப்படுகிறது. இப்படியும் ஒரு கதை) குடிவெறியில் தாயைக் கொலை செய்கிறவன், கல்யாணவீட்டு பந்திகளில் நழைந்து பசியாற்றும் கடைத்தெரு வாசி, இப்படி எத்தனையோ விளிம்புநிலை மனிதர்களின் அன்றாடப் பாடுகள் இவர் கதைகளில் வருகின்றன. மாதவன் இப்படி உதிரிமனிதர்களை மட்டும் எடுத்துக்கொண்டு இயங்க வில்லை. சகலரையும் தன் கதையுலகிற்குள் கொண்டு வந்துள்ளார். ஜீ.நாகராஜன் பரத்தையர் உலகை பிரதானமாக முன்வைத்தபோது ஆ.மாதவன் சகல மனிதர்களின் மறையுலகத்தை முன்வைத்தார். இவர்களை நாவல் உலகத்திற்குள் வைத்து விரித்திருந்தால் ஆ.மாதவனின் இடம் இன்னும் ஓங்கி தெரிந்திருக்கும். அவர் அதை செய்யாமல் போனதற்கு காரணம், நல்ல படைப்பாளிகளுக்கு உரிய அங்கீகாரம் இல்லாததே.

தனிமனித வாழ்விலே காமம் என்ற ஓரம்சம் பதுங்கியிருக்கும் இடங்களை வெகு நுணுக்கமாகக்கண்டு சொல்கிறார். இந்த இச்சை குறித்து எழுதும்போதெல்லாம் கதைக்குள் அந்த பயணத்தை இயல்பான ஒன்றாக உருவாக்கி விடுகிறார். இந்தப் பாதையில் பயணப்பட்ட அளவு வேறுவேறு பாதைகளில் அதிக தூரம் மாதவன் செல்லவில்லை. கொஞ்சம் சென்றிருந்தாலும் கூட அவரது மனவியக்கம் கரிய பக்கங்களைத் திறந்து வைப்பதில் ஆவல் கொண்டு விடுகிறது.

மனிதர்களின் அகத்தை இந்த அளவுதான் என்று குடுவையில் அடைத்து காட்டிவிட முடியாது என்ற விசித்திரம் மிக்க உண்மையைப் பெரும்விருப்போடு எடுத்து நம்முன் வைத்தபடியே இருக்கிறார். முக்கியமாக இளம்பருவத்தில் தோன்றும் இச்சையின் விநோத விருப்பங்களைக் கதையுலகிற்குள் கொண்டு வந்துள்ளார். இவ்வகைக் கதைகளை ஆரம்பகாலத்தில் (அறுபதுகள்) எழுதி இருக்கிறார். திருமண உறவை பொருட்படுத்தாது இருந்து வந்த முப்பத்தைந்து வயது வாத்திச்சிக்கு மாணவன் மீது காதல் வருகிறது (தியானம்), அண்ணன் திருமணம் முடிக்க இருக்கிற அண்ணி மீது மோகம் துளிர்க்கிறது தம்பிக்கு (மூட சொர்கம்), பரத்தைத் தொழிலிருந்து விடுபட்டு இல்வாழ்க்கையைத் தேர்கிற பெண் மீது கோயிலில் எடுபிடி வேலைசெய்றவன் முன்னாள் பரத்தைதானே என்று பாய்கிறான் (தேவதரிசனம்), இளம் எழுத்தாளப் பெண்ணை அடைய முயலுகையில் அவளின் பாட்டியின் மோகத்தில் விழநேர்கிறது (உண்மைக்கதை), பட்டர்மகளைத் தூக்கி வந்து கெடுக்கிற ரவுடியை அந்த பெண் விரும்பியதாக இறந்தபின் அறியமுடிகிறது (நான்), கணவனைவிட்டு அச்சகக்காரனை நம்பி வந்த பெண் அவனையும் விட்டுவிட்டு கல்லூரியில் படிக்கும் பையனோடு தனிவீடு பார்த்து போகிறவள் உண்டு (ராஜா தெரு) நியதிகளுக்கு அடங்காது திமிறி இயங்கும் இப்படியான உலகம். இவரின் ஆரம்ப காலக் கதைகளில் ஆர்வத்தோடும் அரிய புன்னகையுடனும் வெளிப்படுகின்றன. தி.ஜானகிராமன் இம்மாதிரி கதைகளை ஒரு எல்லைவரை கொண்டு நிறுத்தினார். ஆ.மாதவன் இந்த மனிதர்களின் அடுத்த காட்சியைக் காட்டினார்.

காமத்தை பிறர் ஈர்ப்பாகக் காட்டுகிறபோது மாதவன் ஊற்றெடுக்கும் இச்சையாகக் காட்டுகிறார். காமத்தை ஒருவித ஒழுங்கில் வைத்துத்தான் பிறர் எழுதுகின்றனர். அதற்கு ஒழுங்கே கிடையாது என்ற அடிப்படையை மாதவன்தான் தன் கதைகளில்

உருவாக்கிக் காட்டியிருக்கிறார். இதுதான் அவர் கண்டு சொன்ன உண்மை. கோயில், சினிமா, சந்து, பொந்து, வீடு, விடுதி, அலுவலகம், இருட்டு பகல், பள்ளிக்கூடம், திருவிழா, கடைத்தெரு எங்கும் கொப்பளித்துக் கொண்டிருப்பதை மரபுப்பெருமை பேசாமல் காட்டுகிறார். நம் புனிதங்களுக்குள் புழுகுகள் தெரியவருகின்றன. இந்தத் திரைகளைக் 'காளை', 'சுசிலாவின் கதை', 'தண்ணீர்', 'காமினி மூலம்' கதைகள் வெகு நுட்பமாக திறக்கும் சிறப்பான கதைகள்.

எழுபது எண்பதுகளில் இப்பிரச்சனைகள் ஆழத்துடனும் மனித இயல்பின் அடிப்படைகளைக் காணும் முயற்சியுடனும் சொல்லாத விதத்தில் சொல்லப்பட்டிருக்கின்றன. விடலைத்தன பார்வை மறைந்து முதிர்ச்சியுடன் அணுகியிருக்கிறார். அதற்கான விசயங்கள் வாசகர்களும் யூகித்துப் பார்க்கும்படியான இடைவெளிகளுடனும் எழுதப்பட்டிருக்கின்றன. பிற்கால நடுவாந்திரமான கதைகளில் கூட இந்த அமைதியும், நுட்பமும் கூடிவந்த கதைகளாக 'பூமழை', 'சாத்தான் திருவசனம்' கதைகளைச் சொல்லமுடியும்.

அடுத்த நிலையில் விளிம்புநிலை மக்களின் எத்தனங்களையும் பொருளாதாரப் பெருஞ்சக்கரம் நசுக்குகிறபோது வழிந்தோடும் கேவலங்களையும் வெகு அநாயசமாகச் சொல்லிச் செல்கிறார். இந்த இரண்டு பாதைகளும் மாதவனே உருவாக்கியவை. முற்போக்காளர் கள், திராவிட எழுத்தாளர்கள், தேசியவாத எழுத்தாளர்கள் சொல்லும் அடிநிலை மக்கள் வேறு. மாதவன் சொல்லும் உதிரித் தொழிலாளர்கள் வேறானவர்கள். நொடிக்கு நொடி வந்து தாக்கும் கேவலங்களையும், சவால்களையும் ஊடறுத்துத் தாண்டிச் சென்று தூசியைத் தட்டிக்கொள்கிறவர்கள். இப்படி கடைத்தெரு மனிதர்களை வேறு எந்த படைப்பாளிகளிடமும் நான் படித்ததில்லை. ஜெயகாந்தனின் மனிதர்களை நாம் பார்க்கிறோம். மாதவனின் மனிதர்களை எதிரில்பார்ப்பதோடல்லாமல் நம்மை இடித்துவிட்டு தாண்டிச் செல்பவர்கள். அவர்களை அவர்களின் உலகிலிருந்து மாதவன் பின் தொடர்ந்திருக்கிறார் என்பதுதான் சிறப்பு. இருபதாம் நூற்றாண்டின் சிதைவுற்ற - நசிவுற்ற மனிதர்களின் வாழ்க்கையைப் பூச்சில்லாமல் காயாத காயங்களின் காந்தலோடு படைத்திருக்கிறார். 'எட்டாம் நாள்', 'வெறுப்பு', 'தூக்கம் வரவில்லை', 'பறிமுதல்', 'பூனை', 'அழுகை', 'நாலுமணி', 'உம்மிணி', 'ஈடு', 'பாச்சி' கதைகள் இந்த வகையில் முக்கியமானவை. சிறப்பானவையும் கூட.

காமத்தைப் போன்றதொரு வெறியாகப் பதவி ஆசையைப் பார்க்கிறேன். புகழாசையையும் சேர்த்துக் கொள்ளலாம்.

வெறுப்பு, துரோகம், வதை, துவேசம், பொச்சாப்பு என சிறுசிறு கடல்கள் ஏராளம். அன்பு, கருணை, நம்பிக்கை, இரக்கம் என நேர் நிலையான அம்சங்கள் சிறுசிறு ஏரிகளாக இருக்கின்றன என்பதை யும் மறந்துவிடக்கூடாது. இதில் பக்குவத்தாலும் (யேசு,காந்தி, தெரசா) பக்குவமின்மையாலும் (குழந்தைகள், பாமரர்கள், வெகுளிகள், விவரங்கெட்டவர்கள், சிறுக்கிகள்) மேன்மை என்ற நீரோட்டத்தை அறியாமலே ஏந்தித்திரிகின்றனார்கள். கடல் களுக்குள் இந்த நீரோட்டங்கள் கண்ணுக்குத் தெரியாமல் ஓடிக் கொண்டிருக்கின்றன. ஓடவில்லையென்றாலும் ஓடவைப்பதுதான் கலையின் பாய்ச்சல்.

சிறுகதையை ஒரு கலைவடிவமாகப் பார்க்காத பாவனையில் யதேச்சையாக எழுதிச்செல்லும் 'நிதானத்தில்' உருவாக்குகிறார். அதுவே எழுதப்பட்டபின் ஒரு 'கலையாக' மாறி எழுந்து நிற்கிறது. குறிப்பாக வடிவப்பரிசோதனையில் கதையெழுதுகிறேன் என்று எழுதுபவர்களின் கதைகளில் வாழ்க்கை காணாமல் போய் விடுவதைப் பார்க்கிறோம். ஆ.மாதவனின் கதைகள் வடிவப் பிரக்ஞையோடு இருந்தாலும் முழுக்க வாழ்க்கைதான் பிரதானமாக எழுந்து நிற்கிறது. முடிவை நோக்கி வாசகனுக்கு உருவேற்றிவிடாத தன்மையில் வாழ்க்கையைப் பார்ப்பது இவரின் வெற்றிகரமான அம்சம். மிகமிக சிக்கலான காலகட்டத்தில் மாதவன் இதனைச் சாத்திய மாக்கியுள்ளார். ஒரு சிறுகதைக்குள் முடிந்தமட்டும் நாலாபுறமும் வாழ்வைப் பார்த்தபடி - வாழ்வின் இயக்கத்தில் ஊடுருவியபடி நகர்ந்து செல்லும் பாணி நம்பகத்தன்மையைக் கொடுக்கின்றது.

3

பத்தாண்டுகளுக்கு முன் கி.அ.சச்சிதானந்தம், சுந்தர ராமசாமி யின் 'விகாசம்' என்ற கதையை என்னிடம் புகழ்ந்துரைத்தார். கதையில் வரும் பாய் ஒவ்வொருமுறையும் வாழ்க்கையின் நெருக்கடியில் கதவு அடைக்கும்போது (நவீன கருவிகளால்) அதை உடைத்து முன்னகர்கிறார். வரலாற்றில் திரும்பத் திரும்ப மனித வம்சம் இப்படி ஜெயிக்கும். இந்த அம்சத்தில் இடம் பிடிக்கிற அறிவார்த்தப் புள்ளியைச் சொல்லும் கதை அது என்றார். இந்தக் கதை வந்த காலத்திலேயே படித்தேன். என்னைக் கவரவே இல்லை. கி.அ.ச சொன்னதினால் திரும்ப படித்தேன். அப்போதும் கவரவில்லை.

வாழ்க்கை கதவு அடைப்பதும் அதை உடைப்பதுமான மோதலிலேயே அதிக கவனம் செலுத்தப்பட்ட கதையாகிப்போனது. இந்த உத்தி வெளிப்படையாகத் தெரியும் அளவு சொல்லித் தீர்த்துள்ளார் சுந்தரராமசாமி. கதையின் பின் பகுதியில் பாயின் நினைவாற்றலுக்கு - யோசனைகளுக்கு (கால்குலேட்டர்) செயற்கை கண்டுபிடிப்புகள் ஈடுகொடுக்காது. மனிதனே வெல்வான் என்பதை சொல்ல நிதானப் படுவதே இல்லை. இரண்டு மணிநேரத்தில் கடகடவென கருவியை விஞ்சும் பல திறமைகளைச் சொல்லி முடிக்கிறார். வாழ்க்கை மீதான புதிய பார்வையைச் சொல்வதினால் மட்டும் கலையாகி விடாது. கட்டுரையில் சொல்லிவிடலாம். வாழ்தலில் பொருத்தப்பட்ட இயக்கமாக இயங்கும் கதையாக வைப்பதில்தான் கலையாக மாறுகிறது. கதைஞன் கலைஞனாவதும் இதுவே. 'விகாசம்' சுந்தரராமசாமி வாழ்வோடு மிக ஒட்டிய கதைதான். எப்போதும் வாழ்வைப் புதிதாகப் பார்க்கிறேன் என்ற அதீதநம்பிக்கை செயற்கைத் தனமாகிப் போனது. இந்த அலட்டல் இல்லாமலே மாதவன் உபாதைகளோடு சொல்லும் பாணி மிக வலுவாக நம்ப வைக்கிறது. 'புறாமுட்டை', 'எட்டாவது நாள்', 'காளை', 'ஆனைச்சந்தம்', 'அனந்த பாஸ்கர் என் நண்பர்' போன்ற கதைகள் புதுமைப்பித்தனின் படைப்புகளை விஞ்சுவது என்பது இந்தவிதத்தில்தான். அப்புறம் இவர் கதைகள் தரும் அனுபவச் செழுமை என்பது அலாதியான ஒன்று. புதுமைப்பித்தன் கூட 'துன்பக்கேணி'யை தொடர்கதைபோல மளமளவென எழுதிச் செல்கிறாரே தவிர அதை 'எட்டாவது நாள்' போல செறிவான செழுமையான படைப்பு என்று கொள்வதற் கில்லை. தறிகெட்டு எழும் ஆயிரம் எண்ணங்களைச் சிந்தியபடியே எடுத்துக்கொண்ட பிரச்சனை தொடங்கி மெல்லமாய் முடிகிறது. பிரச்சனைக்குரிய நிலையிலிருந்து மாதவன் உருவாக்கிக் காட்டும் பார்வை என்பது வேறு. அது ஒரு அனுபவமாக வாசகருக்குள் கிளைகளை விரிக்கின்றது. உத்திக்கான கதை என்பதை எப்போதும் மாதவன் எட்டி உதைத்துவிடுகிறார். இதை அவரின் படைப்புக் கலையின் கைவரப் பெற்றச் சாதனையாகக் கொள்ளலாம்.

புதுமைப்பித்தனுக்கு அடுத்தபடியாக புறஉலக மனிதர்களை அதிகம் எழுதியவர்களில் மாதவனையும் சொல்லலாம். புதுமைப் பித்தன் அவர்களை எட்ட நின்று சொன்னபோது மாதவன் அவர்களை அகப்படுத்திச் சொன்னவர். தன்னை ஒரு பொறுக்கியாக, குடிகாரனாக, அநாதையாக, காமுகனாக, திருடனாக, விளிம்புநிலை வாழ்க்கையை விளிம்பு மனிதர்களின் மனநிலையோடு சொன்னவர். 'வேஷம்' என்றொரு கதை. கல்யாண நிகழ்ச்சிகளில் அரவமில்லாமல்

நுழைந்து பசியாறும் ஒரு அநாதை பற்றிய கதை. அந்த உணவை உண்பதற்காக கண்ணியம்மிக்க கனவானாகச் செல்ல ஆயத்தமாகிற தருணம் மானுடத்தின் பேரானந்தமானது. கல்யாணமண்டப நிர்வாகி நாயரால் கையும் களவுமாகப் பிடிபட்டு தள்ளப்படுகிற போது தன் பள்ளிக்கால தோழி (மணமகள்)யின் குறுஞ்சிரிப்பு தரும் அவமானம் அவனை நொறுங்கச் செய்கிறது. அநாதைக்கு எந்தவித கௌரவமும் கிடையாது என்பதை உணர்கிறான். பிச்சைக்காரனினும் பிச்சைக்காரனாக எளிமைப்படுத்திக் கொள்கிறான். எதிர்காலத்தில் வல்லரசாகப்போகும் இந்தியா பிச்சைக்கார உலகத்திலும் வல்லரசாக விளங்குவதை மாதவன் கதைகளே சாட்களாக இருக்கின்றன. இருக்கும்போலும்.

'நாயனம்' கதையில் இறந்தவரின் விருப்பப்படி நாயனம் வாசித்து எடுத்துச்செல்ல நாயனக்காரர்களைத் தேடி அலைகின்றனர். காலம் நீள்கிறது. பிணத்தைப் போட்டுக்கொண்டு வெளியில் சொல்ல முடியாமல் ஜனங்கள் படும் அவஸ்தைகளையும் அவர் களின் போலியான துக்கங்களையும் கேலிக்கூத்தான விதத்தில் சொல்கிறார். கேலிக்கூத்தான விதத்தில் மரணத்தைப் பார்ப்பது அவரின் அனுபவ செழுமையால் உண்டான ஒன்று. நான் சொல்ல வருவது இந்தக் கூத்தோடு இன்னொரு கூத்தையும் சேர்த்து சொல்லியிருப்பதுதான். அலைந்து பிடித்து நாயனத்தோடு இழுத்து வருகிறார்கள். நாயனம் வாசிக்கத் தெரியாத, தவுல் அடிக்கத் தெரியாத செட்டப் செய்து கூட்டி வரப்பட்டவர்களாக எந்த இடத்திலும் சொல்லப்படவே இல்லை. முயற்சி பல செய்தும் பலிக்காத நிலையில் பொய்யைக் கையிலெடுத்து வெற்றி பெறுகிறார்கள். அந்த வெற்றி பிணத்தைச் சுடுகாடு கொண்டு சேர்க்கும் வரை கைகொடுக்கிறது. பொய்யைக் கண்டுகொண்டவர், காரியத்தை முன்நின்று நடத்துபவர், பிணத்தைக்கொண்டு சேர்க்கும்வரை பொய்யை ஜீரணித்துக் கொண்டுதான் வந்திருக்கிறார். சுடுகாடு வந்ததும் அதுவரை அடக்கி வந்த பழி உணர்ச்சி மேலெழுகிறது. அந்தப் பலிவாங்குதலில் வேறு வேறு உபாதைகளாலும் எழுந்து வந்ததாக (பசி, காலநீடிப்பு, வெறுப்பு, பாசாங்கு) உணரும்படி இருக்கிறது. சரி, இது ஓட்டை நாயனத்தைப் பற்றியது மட்டும்தானா? அபத்தமான நம் ஜோடனைகளைக் கிழிக்கிறதல்லவா? எண்ணற்ற தளங்களை விரிக்கக்கூடிய படிமக்கதை இது. பல விசயங்களிலும் உள் ஒன்றாகவும் புறம் ஒன்றாகவும் நாம் வேசம் போடுவதை மிக லாவகமாக இக்கதையில் மாதவன் வெளிப்படுத்திவிட்டார். இப்படி சிறுகதைக்குள் அனுபவதளத்தின் விரிவைக் காட்டுவது அவரின் சிறப்பு.

பிற தமிழ் எழுத்தாளர் கதைகளில் குறுக்கும் மறுக்கும் வேறொன்றும் ஊடாடுவதில்லை. மாதவனின் கதைகளில் குறுக்கும் மறுக்கும் இன்னபிற சக மனிதர்கள் இயங்கிக்கொண்டிருக்கிறார்கள். வாழ்ந்துகொண்டிருக்கிறார்கள். ஜடப்பொருள்களும், பிற ஜீவராசி களும் இயக்கத்தில் இணைகின்றன. எல்லாவற்றையும் கொழுவிச் செல்கின்றபோது பிரமாதமான இயக்க அழகு வந்து விடுகிறது. உயிராம்சம் மிக்க அழகு என்றுகூட சொல்லலாம். இதற்கு சாலைக் கடைத்தெரு பெரும்பங்காற்றியிருக்கிறது. பட்டினப்பாலை, மதுரைக்காஞ்சி அக்காலத்திய வாழ்வியல் சித்திரங்களை அறிந்து கொள்ளப் பேருதவிப் புரிகின்றன. சமூகப் பண்பாட்டின் வரலாற்றியல் ஆய்வுகளுக்கும் அவை பங்காற்றுகின்றன. காலத்தின் கோலத்திற்கு உலகமெங்கும் அடிப்படை கருவூலமாக இருப்பது இலக்கியம் தேக்கிவைத்திருக்கும் இந்தப் பகுதிகளே. மாதவன் கதையளவு வெளிதேசத்தானுக்குக் கேரளத்தை அறிந்துகொள்ள வேறொன்றும் இருக்காது. அதாவது தமிழ்ப்படைப்பாளிகளின் படைப்புகளில் இடம் குறித்த பதிவை வைத்துச் சொல்கிறேன். நீல.பத்மநாபன் ‘பள்ளிகொண்ட புரம்’ நாவலில் திருவனந்தபுரத்தை சிறப்பாக பதிவு செய்திருக்கிறார். இப்படி நெருங்கிப் பார்த்தால் இந்திரா பார்த்தசாரதி, ராஜம் கிருஷ்ணன் எல்லாம் அம்போவென்று நம் கைவிட்டு நழுவிச்செல்வதைத் தடுக்கமுடியாது.

தன் தீமையின் காரியங்களைப் பரிசீலிக்கிற சந்தர்ப்பங்களை சொல்லும் பல கதைகளை இன்னும் பொறுமையுடன் பட்டை தீட்டியிருந்தால் நல்ல கதைகளாக மாறியிருக்கும். அவை கேட்ட இதழ்களுக்கு உடனடியாக எழுதப்பட்டவை. அக்கதைகளை வாசிக்கும்போதே தென்படுகின்றன. ‘மீன் முட்டி வளாகம்’, ‘கொச்சு சுந்தரி’, ‘வெட்டிவேர் வேதாந்தம்’, போன்ற கதைகள் கேட்டதற்கு எழுதவேண்டுமே என்ற அலுப்புடன் எழுதப்பட்டன போல தென்படுகின்றன. உற்சாகம் குன்றாத மனநிலையை சூழல் அளிக்காதபோது எழுத்தாளன் மீது எப்படி சிலவற்றை எதிர்பார்க்க முடியும்? ஆ.மாதவனைப் பற்றி எழுதும்போது இதனைச் சொல்ல வேண்டியதிருக்கிறது. அவரால் சிறப்பான விதத்தில் உண்டாக்கித் தந்திருக்க முடியும். தமிழர்கள் இல்லாத தமிழனாக திருவனந்த புரத்தில் ஒதுங்கி இருந்த பிழைப்பையும் சேர்த்துப் பார்க்க வேண்டியதிருக்கிறது. குழு சண்டைகளில் மாதவனும் இரண்டு மூன்று குஸ்திகளையாவது போட்டிருக்கவேண்டும். அதுவும் இல்லாத ஒரு ஒதுங்கியநிலையில் இருந்தவரை பாவை சந்திரன் போன்ற அவரின் நண்பர்கள் எழுதத் தூண்டியதின் விளைவே

ஓரளவு தொண்ணூறுகளில் இயங்க முடிந்திருக்கிறது. எழுபதுகளில் மாதவனுக்குக் கிடைத்த உற்சாகம் தொடர்ந்து கிடைத்திருக்குமானால் அக்காலக் கதைகளை விட இக்கதைகளை சிறந்த ஆக்கங்களாகப் படைத்திருக்கமுடியும்.

பிறரின் யதார்த்த - நவீன - உளவியல் கதைகளிலிருந்து ஆ.மாதவன் வேறுபடும் இடம் முக்கியமானது. அதில்தான் அவரின் தனித்துவம் தெரிய வருகிறது. மனிதர்களின் இயக்கமாக இருக்கிற கடைத்தெருவின் தொழில் பின்னணியிலிருந்து ஆ.மாதவன் உருவாக்கும் கதைகள் அசலாக இருக்கின்றன. வியாபாரிகள், தரகர்கள், கூலித்தொழிலாளர்கள், விபச்சாரிகள், திருடர்கள், குடிகாரர்கள், சமையல்காரர்கள், பொறுக்கிகள், தெருவோரவாசிகள், ஏழைகள் என்று வரும் மனிதர்கள் தங்கள் தொழில் பின்னணியை மட்டும் உணர்த்தவந்த மனிதர்களாக இல்லை. தொழில் சம்பந்தப் பட்ட விசயங்களில் ஆழமாகக் காலூன்றியடி வேறொன்றைத் தங்களின் வழி வெளிப்படுத்துகின்றனர். முற்போக்கு எழுத்தாளர் களிடமிருந்து ஆ.மாதவன் தன்னை ஒரு முக்கியமான படைப்பாளி யாக மீட்டி மேலெழும்பி பறக்கிற இடம் இதுதான். புற உலகம் சார்ந்த பொருளியல் நெருக்கடியை மட்டும் கவனப்படுத்துவது முற்போக்கு எழுத்துக்களின் சாரமாக இருக்கிறது. ஆ.மாதவன் பொருளியல் நெருக்கடியில் மனிதன் உருளும்போதே அவனுள் கொதிக்கும் அகத்தின் வெம்மையையும் இச்சையையும் திறந்து காட்டுகிறார். ஒவ்வொரு மாந்தனிடமும் அவன் தொழில்சார்ந்த வலியும் வேதனையும் வேறு ரூபங்கள் கொள்கின்றன. அவன் வெளிப்படுத்தும் உக்கிரமான தாக்குதலுக்கு நரம்புகளாக இருக்கின்றன. வாசிக்கும் போது மாந்தனின் உழைப்பின்பாடுகளை உணர்த்தியபடியே வேறொரு குகைக்குள் புகுந்து வெளியேறுகிறார். மனிதர்களிடம் உறைந்திருக்கும் விலங்குத்தனம், மூர்க்கம், காமம் அந்த கணத்தில் மிளிர்ந்து தனது பாதையில் மீண்டும் இணைந்து கொள்கிற இயல்பைக் கொண்டுவிடுகின்றன. மனிதர்களின் ஒப்பனைகளைச் சட்டென கழற்றி நிர்வாணம் காட்டி மூடிக்கொண்டு நகர்பவர்களைப் பார்க்க வைத்துவிடுகிறார்.

திருட்டுத் தொழில் செய்யும் திருடன் காண்கிற கள்ள உறவு (திருட்டு), சமையல்கார நாயுடுவின் தூக்கத்தினைக் கெடுக்கிற டூரிஸ்ட் புரோக்கர்களுக்கு எதிராக நாய்கறியைப் படையலாக்கும் பழிகுணம் (இறைச்சி), மீசைப்பூனையின் கலவிக்காட்சிகளைப் பார்க்கிற இளம்பெண்ணுள் படிந்து விட்ட இச்சையின் விசித்திரமும், அவள் கர்ப்பிணியான பின் குழந்தைப் பேற்றின் போது அவளின்

பயத்திலிருந்து வெளிப்படும் உளறலில் படிந்திருக்கும் ஆழ்மன விருப்பம் (மீசைப்பூனை), பந்தங்களை பலப்படுத்துகிற எளிய செயல்களில்கூட முகதாட்சிணைக்காகப் பரஸ்பரம் விசாரிக்க நேர்கையில் எங்கிருந்தோ எள்முனையளவேணும் காமம் துளித்து விடுகிற மாயம் (பிள்ளைசார்) என்று கதைகளின் பின் இருக்கும் உயிரிச்சையையும் சேர்த்துக்காட்டும் படைப்புக்கலையைக் கைவரப்பெற்றவராக இருக்கிறார். விருப்பமும் விருப்பமின்மையும் மோதியபடிதான் இருக்கின்றன. 'பாம்பு உறங்கும் பாற்கடல்' கதையில் பூசாரி போத்தி பக்தர்கள் கூட்டத்தில் கார்த்தியாயினி நிற்கும்போதெல்லாம் நோட்டம் விடுகிறான். இருவருக்கிடையில் வேறு எந்தப் பேச்சும் இல்லை. ஒவ்வொரு பார்வைக்கும் ஒரு அர்த்தம் உண்டல்லவா? போத்தியின் பார்வைக்கோணத்தைப் பொறுக்கமுடியாது ஒருநாள் கார்த்தியாயினி ஆவேசம் கொண்டு கத்துகிறாள். கோயிலைவிட்டு ஊர்மக்கள் துரத்துகிறார்கள். வெறும் மனிதனாகப் படகேறி செல்லும் போது கார்த்தியாயினியும் கரையில் நிற்பது தெரிகிறது. இப்போது அவளுக்குள்ளும் காமம் விளித்துக்கொண்டதோ என்று ஊகிக்க இடம் இருப்பதை அறியலாம்.போத்தியின் மனநிலையில் அரவின் அணைப்பில் இறைவியும் இறைவனும் கிடக்கிற கோலம் வருகிறது. இதன் தாத்பர்யம் வெகுமக்களிடம் வேறொன்றாக இருக்கிறது. மனத்தூய்மை என்ற ஒன்றாக விசமும் அமுதமாக போத்தியும் பார்த்தியாயினியும் இருப்பதாகக் கொள்ளலாம். வாழ்க்கை கூட அப்படித்தானே.

ஒரு எழுத்தாளனை இன்னொரு எழுத்தாளனுடன் ஒப்பிட்டு கூடுதல் குறைவு பற்றி மதிப்பிடுவது என்பது சிறிய அளவே பயன் அளிக்கும். படைப்பாளியின் ஆளுமை என்பது வேறொன்று. படைப்பாளி உண்டாக்கும் பார்வையில் இருக்கிறது. ஒவ்வொரு வருக்குள்ளும் அவர்கள் கண்களுக்கென்றே புலனாகும் புற உலகமும் அகஉலகமும் இருக்கின்றன. இந்தத் தனித்த சிறப்பிற்கும் அப்பாற்பட்டு படைப்பாளி தன்னை ஊடகமாகக் கொண்டு பயணித்திருக்கும் இடங்கள் முக்கியமானவை. மானிட உண்மை களை வெளிப்படுத்தும் வடிகாலாக படைப்பாளி மாறிவிடுகிறான். அதுவே படைப்பின் சாதனையாகவும் மாறுகிறது. இந்தச் சாதனை களிலிருந்துதான் ஆளுமை என்று அடையாளப்படுத்துகிறோம். அவரவர்களின் மனவார்ப்பின்படி ஆளுமைகளும் வித்தியாசப் படுகின்றனர். இதனைச் சற்று விரிந்த பொருளில் பேசுவது நல்லது. படைப்பாளியை ஒரு புள்ளிக்கு இழுத்து வருவது அவ்வளவு உசிதமல்லதான். வேறுபல மானுடப் பண்புகளையும் அவர்கள்

எவ்விதம் பார்த்திருக்கின்றனர் என்பது முக்கியம். இதனை இப்படி விளங்கிக்கொள்ளலாம். படைப்பாளியின் பார்வையில் அதிகமாகத் துலக்கத்திற்குள்ளாகும் பகுதிகளைத் தொகுத்துப் பார்க்கும் போது இரண்டு நிலைகள் தோன்றலாம். ஒன்று குறிப்பிட்ட வட்டத்திற்குள்ளே மட்டும் படைப்பாளி நிற்பது. மற்றொன்று வேறுவேறு களன்களிலும் அவர் சுழன்று கொண்டிருப்பது. கைவரப்பெற்ற கோணத்தில் மட்டும் இயங்கியவர் களை ஒரு முக்கியமான ஆளுமையாளர்களாகக் கருதமுடியாது. ஏனெனில் பிற பக்கங்களைப் பார்க்க பார்வையற்றவர்களாக இருக்கின்றனர். அல்லது அந்த உலகின் அடியாழங்களைப் புரிந்து கொள்ளும் திறன் அற்றவர்களாக இருக்கின்றனர். அல்லது அவற்றைக் கணக்கில் எடுத்துக் கொள்ளாது முதுகு திருப்பிக் கொள்ளும் ஒற்றைத்தன வறட்டுப் பிடிவாதம்தான் அவர்களை ஆளுமையற்றவர்களாகக் குறுக்குகின்றது. இவ்விடத்தில் எனக்கு உடனடியாக நினைவிற்கு வருபவர் அம்பை. கிட்டத்தட்ட முற்போக்குப் படைப்பாளிகளிடமும் இக்குறை இருக்கிறது.

அம்பையின் மனவார்ப்பே பெண்களுக்கான விடுதலையை மீட்டெடுத்தல் என்பதாக இருக்கிறது. அவரது பார்வையில் மனிதவர்க்கத்தில் ஆண்கள் துரோகிகள் எனறாலும் பெண்களின் சகல துயரையும் எழுதமுற்பட்டவர் என்றவிதத்தில் மதிப்பிற் குரியவராகிறார். முழுக்க முழுக்க பெண்களின் சார்பாளராகவே நிற்பது ஒரு படைப்பாளியின் அரசியல் கோணமாகவே தெரிகிறது. இன்னொரு உலகில் சஞ்சரிக்க முடியாமல் பெரும் சுவராக எழுந்து நிற்பது இந்த அரசியல் நிலைப்பாடுதான். ஏன் மனிதனுக்கு மீசை வளர்கிறது? தாடி வளர்கிறது? முன் வழுக்கை விழுகிறது? நெஞ்சில் மயிர் அர்ந்திருக்கிறது? இதெல்லாம் உயிராம்ச ஜீன் பிரச்சனை. ஏன் பெண்களுக்கு முலைகள் தோன்றுகின்றன? கருப்பை உண்டாகிறது? மீசை வருவதில்லை? இதுவும் மானிட உயிராம்ச ஜீன் பிரச்சனை. ஆண்மயிலுக்கு ஏன் இவ்வளவு நீளமான தோகை? சிங்கத்திற்கு ஏன் கழுத்து முழுக்க அடர்ந்த முடிகள். ஏன் பசுக்களுக்கு மட்டும் பொத்தக்கொம்பு அமைவதில்லை. சினைக் காலத்தில் முன்னுரம் கனத்து கிடக்கிறது? இதெல்லாம் உயிரியலம்சம் சார்ந்தவை. படைப்பாளி என்ற பயணமே உயிரம்சம் என்ற அரிச் சுவடியை நினைவில் வைத்திருப்பதுதான். அம்பைக்கு இன்றளவும் இது புரிபடவே இல்லை. பெண்கள் உலகம் தவிர அவரிடம் பிற உலக வண்ணங்கள் இல்லை. மங்கிப்போன ஆண் நிழற்படங்களாக மட்டும் பெண்களின் கைகளில் தொங்குகின்றனர்.

ஆ.மாதவன் காமத்தின் திரைகளை விலக்கிக் காட்டியவர் என்றாலும் அந்த பார்வை கோணம் மட்டுமே அல்ல அவர். பசி, வெறுப்பு, ஏமாற்று, பொறுக்கித்தனம், கருணை என்று பிற திசைகளிலும் பயணமானவர். புதிதான விதத்தில் அறிதலுக்கு உட்படுத்தியவர் என்பதினாலே மாதவன் சிறுகதை ஆளுமையாளராக நிமிர்கிறார். படைத்தல் என்ற தனது தேர்வுப்பணியில் கோட்பாடுகளுக்கு ஒப்புக்கொடுக்காதவர். மனிதர்கள் நாம் நினைப்பதுபோல ஒரு வரையறைக்கு உட்பட்டவர் அல்லர். வரையறைகளை மீறுபவர்கள். அதற்கான சந்தர்ப்பங்கள் வரும்போது தங்களது முகத்தை வெளிப்படுத்திக் கொள்கின்றனர். இதனால்தான் மனிதர்களின் அறியவராத பக்கங்களைத் தமது கதைகளின் வழி அறியச்செய்கிறார் ஆ.மாதவன். நாகரீகம் கருதி எதையும் மறைக்காதவர். உண்மைகளின் பக்கம் தன் படைப்புகளை நிறுத்தி நிறைவாக பங்காற்றியிருக்கிறார்.

கட்டுப்பாடான வரையறைகள் முன் இவரின் கதை மாந்தர்கள் மூர்க்கத்துடன் எழுந்து நிற்கின்றனர். கதைக்குள் இந்தத்திரை இல்லாதது போல படைக்கப்பட்டிருப்பது ஒரு சிறப்பு. கண்ணுக்குத் தென்படாமல் மனிதனோடு சதா மல்லுக்கு நின்றபடி இருக்கிறது இந்தத் திரை. அது தன்னைச் சிக்கவைக்கும் பொறி என தெரிந்தாலும், தெரியாமல் போனாலும் அந்தச் சவாலை எதிர்கொள்ளத் துடிக்கிறாள். அதைக்கிழித்துக்கொண்டு ஸ்பரிசித்துப் பார்க்கும் ஆதார சக்தியைத்தான் 'தண்ணீர்', 'புறாமுட்டை' கதைகள் கண்டடைகின்றன. மனிதனை நிலை குலையச் செய்கின்ற சக்திகள் காமமும் பசியும். ஆட்டிக்குலைக்கும் சக்திகள் என சிவப்புக் கம்பளத்தை முன் விரிந்தபடி செல்லாமல் வாழ்வின் நியதியிலிருந்து சொல்கின்றன. 'நான் மிகச்சிறந்த கதைகள் எழுதுகிறவனாக்கும்' என்று தொடைதட்டி பேனாவைப் பிடிக்காமல் இயல்பான எழுத்து முறையிலிருதே 'அது வெற்றி எனத் தெரியாமலே' உச்சத்தைத் தொட்டிருக்கிறார். இதைத்தான் கலாப்பூர்வமான வெற்றி என்கிறோம்.

4

மாதவன் கையாளும் நடை குறித்து சிலவற்றைச் சொல்ல வேண்டும். லா.ச.ரா, மௌனி முதலியோரிடம் வெளிப்பட்ட மொழி நடை செப்பனிடப்பட்டவை. புதுமைப்பித்தனைப்போல போகிற

போக்கில் வந்துவிழுகிற நடை மாதவனுடையது. அது புதுமைப் பித்தனின் நடையை நினைவூட்டாது மாதவனுக்கான நடையாக இருக்கிறது. புதுமைப்பித்தனின் பார்வையால் எழுந்து வரும் பகடி நடை அல்ல. என் நடையை யாரும் சொந்தம் கொண்டாட முடியாது என்பதுபோல தூக்கலான மொழி பிரவாகத்திற்குச் சொந்தக்காரன் நான் என்பதுபோல புதுமைப்பித்தன் தென்படுவார்.

மாதவனின் நடை இட காலச்சூழலோடு மனச்சூழலைப் பெரிதும் உள்வாங்கி இருப்பது. இவரிடம் வெளிப்படும் ஜிலுஜிலுப்பான நடை தாவித்தாவி கதாமாந்தன் விரும்பும் குணாம்சத்தைக் கிளப்பி விட்டபடியே இருக்கிறது. இந்த நடை நவீனத்துவ அடையாளங்களுடன் பிறக்கின்றன. தமிழுக்கு புதிய வரவுகள், ரொம்பச் சாதாரணமான கதைகளிலும் துள்ளி விழுகின்றன. சில கதைகளிலிருந்து பார்க்கலாம்.

‘சிதல் சிறுகச் சிறுகக் கட்டிய புதர், பாம்பிற்குப் புற்றானது’ ‘எத்தனை பேர் அழிய இட்ட பொட்டோ’, ‘முடிவின் தலைப்பி லிருந்தது அழிவும் ஆரம்பமாகிறது’, ‘இரவு மட்டும் வழிகாட்டி யில்லாத காபோதிபோல நாதியற்றுக் கிடந்தது தெரு’, ‘உள்ள மனைவியின் பிணம் தனித்துத் தூங்கிற்று’ (மோகபல்லவி)

‘சகதியிலிருந்து வழவழவென்று காலை இழுத்துவரும் தவளை’, ‘பரபரவென சருகுக்குள் மறையும் அரவம்போல ஓடி மறைகிறேன்’, ‘அவர்கள் சம்பாஷணைக்காக என் காது கன்னம் வைக்கிறது’, ‘என் அறியாமையும் என் தனிமையும் எனக்குக் குவளை நிறைய நிரப்பித் தந்துவிட்டன குடி.கசப்பான அந்த எரிப்பை’, ‘புற்றுப்போல சிறிய மண் வீடு. மூக்குதுவாரம் போல வாசல்... குளவி பச்சிலை துணுக்குடன் உள்ளே போய்விட்டு, வெளியே அவசரமாய்த் திரும்புகிறது’, ‘உங்கள் நிழல் கறுப்பாக இருப்பதினால் நான் அதை நீர் விட்டழிக்கும் வீண்வேலை செய்ய விரும்பவில்லை’ (மூட சொர்க்கம்)

‘காலம் கெட்டுப் பொழிந்த சாரல்மழை செம்மண்ணை வறுத்து ஆவியாக பொங்க வைத்திருந்தது’, ‘நெஞ்சு நிறைந்த சோகத்தின் போது கண் நிறைய அழுதால் ஏற்படும் சுகம்போல பிருங்கா’, ‘இரவு இருட்டை சூல் கொண்டிருந்தது’, ‘வெள்ளை உடையில் அவளைக் கண்டபோது சட்டை கழற்றிய பாம்பின் மினுமினுப்பை அவள் கண்களில் கண்டேன்’ (பல்லவி)

கண்களின் பின்னலிலிருந்து அவள் எத்தனை இதமாக விழிகளை உருவிக்கொண்டு வந்தவர்களுடன் நடந்துபோய் விடுகிறாள். *(பாம்பு உறங்கும் பாற்கடல்)*

'பிரபஞ்ச கோணத்தின் ஒரு மூலையில் ஒரு இரவிலோ பகலிலோ என்னைக் கருவுற்று வியர்க்க வியர்க்க சகடம் சுற்றி பண்டம் செய்யும் குயவனைப்போல உடைத்தெறியாது வளர்த்தி, என்னை...', 'நான் என்ற கர்வம் முகடு வரையில் எட்ட விட்டவளைத் துடிக்கத் துடிக்க வெட்டி சாய்த்து விட்டேன்' *(நான்)*

கவித்துவ வீச்சுடைய இவ்வரிகள் கதாமாந்தர்களின் மன நெருக்கடியிலிருந்து கிளம்பியவை. அவஸ்தைகளை வரிகளில் முடிந்த மட்டும் மீட்டிப்பார்க்கும் தொனிகள் இவை. இங்கு வரிகள் முக்கியமில்லை. வரிகள் கூட இல்லை. வாசகன் உடலில் உருவாகும் அனுபவ கிளர்ச்சி சார்ந்தவை. வரிகளை மீறி ஊறும் பிசுபிசுப்பைத் தான் நான் இங்கு சொல்ல வருவது.

இன்னொன்று இங்கு சொல்லவேண்டும். மாதவனை சிறப்பிப்ப தற்காக இப்படி தொகுப்பு முழுக்க வரிகளைத் தேடி எடுக்கவில்லை. மேற்சொன்ன ஆறுகதைகளும் தொகுப்பின் முதல் ஆறுகதைகள். கதையின் உயிர்த்துடிப்பிற்கு மிக அருகில் செல்வதற்கு இந்த நடை நம்மை அழைக்கிறது. கதாமாந்தர்களின் வெப்ப மூச்சுக்களாக நம்மீது வந்து தாக்குகின்றன. வரிகளின் அழகில் இல்லை படைப்பு வித்தை. வரிகளில் இருந்தும் கிளம்பும் வாசத்தில் இருக்கிறது. படைப்பிற்குத் தன்னை ஒப்புக்கொடுத்த மாதவன் இதை சாதித்திருக்கிறார். இந்த மனத்தின் கவுச்சி வாசம் ஜெயகாந்தன் கதைகளிலோ அசோகமித்திரன் கதை களிலோ, சா.கந்தசாமியின் கதைகளிலோ வெளிப்படுவதில்லை. இந்தச் சிறப்பம்சம் தமிழுக்கு மாதவனால் வழங்கப்பட்ட கொடை யாகவே கருதுகிறேன். எல்லா வகையிலும் தமிழ்ச்சிறுகதையை மேலெடுத்தவர்களில் முக்கியமானவராகத் திகழ்கிறார் ஆ.மாதவன். ஆகச்சிறந்த தமிழ் சிறுகதையாளர் வரிசையில் தவிர்க்கவே முடியாத ஒரு பெயர் ஆ.மாதவன்.

ரசனை, ஜனவரி, பிப்ரவரி, 2012

கி. ராஜநாரயணன் :
கிராமியப் பன்மைத்தன்மையிலிருந்து சாராம்சத்தைத் தொகுக்கும் எழுத்துக்கலை

ஒரு மனிதனின் பல்வேறு சந்திப்புகளையும் ஒரு குடும்பத்தின் பல்வேறு நிகழ்வுகளையும் ஒரு மனிதனுடைய பகற்கனவின் பல்வேறு சாயைகளையும் பெரும்பாலும் விரித்துரைக்கின்ற கதைகள் தமிழில் ஏராளம். வண்ணதாசன், அசோகமித்திரன், வண்ண நிலவன், லா.ச.ரா., மௌனி என ஒரு பட்டியல் நீளும். ஒரு மனிதன் பல்வேறு சந்தர்ப்பங்களைச் சந்திக்கிறான். ஒவ்வொரு மனிதனும் ஒவ்வொருவிதமான சந்தர்ப்பவாதிகளாகக் குறுகும் சமயங்களைக் கண்டு சொல்கிறவன் முக்கியமான படைப்பாளியாகிறான். இதற்கு சிறந்த உதாரணமாக ஆதவனைச் சொல்லலாம்.

பல்வேறுவிதமான கதை உலகை உண்டாக்கி பல்வேறு விதமான கருத்தாடல்களை அவரவர் அகத்தில் வைத்துப் பரிசீலிக்கிற படைப்பாளி பெரும் படைப்பாளியாகிறான். புதுமைப்பித்தன் இவ்விடத்தில் நினைவிற்கு வருகிறார்.

கி.ராவின் படைப்புச் செயல்பாடுகளில் மேலானதாகத் தெரிவது மனிதர்களின் பன்மைத் தன்மையைத் தெரிவு செய்து ஆற்றல் மிக்க கலையாகப் படைத்திருப்பதுதான். பொருட்படுத்தப் படாத மனிதர்களின் வழி பொதுமக்களுக்கு நல்வெளிச்சத்தைக் காட்டுகிறார். பொருட்படுத்தத்தக்க அம்சங்கள் அம்மாந்தர் களிடம் மழையைப் போல வெயிலைப்போல நகர்ந்துபோவதை உச்சமான பகுதியாக அடையாளப்படுத்துகிறார். பொதுமக்களால் அந்நியமாக்கப்பட்ட அம்மாந்தர்களை கி.ராவைப்போல் வேறொருவர் இன்றளவும் சிறப்பாகப் படைக்கவில்லை. வித்தியாச மான மனிதர்களை முக்கியமான தமிழ்ச் சிறுகதையாசிரியர்கள் படைத்திருக்கிறார்கள். ஒவ்வொருவரிடமும் ஒன்றிரண்டேனும் இருக்கின்றன. அவை நல்ல கதைகளாகவும் அமைந்திருக்கின்றன.

ஆனால் சிறந்த கலையாக தனித்த கடவுளர்களைப் போல உருவாகவில்லை. கி.ரா.விடம் மட்டுமே அவ்விதம் கை கூடி வந்திருக்கிறது. 'பேதை', 'நெருப்பு', 'ஜீவன்', 'நிலை நிறுத்தல்', 'கரிசல் காட்டில் ஒரு சம்சாரி', 'கோமதி', 'கன்னிமை', 'குடும்பத்தில் ஒரு நபர்', 'கறிவேப்பிலைகள்', 'புவனம்' முதலிய கதைகளில் வாசகன் பேராற்றலைக் கண்டடைய முடியும். பன்மைத்தன்மை கொண்ட மனிதர்களின் கூட்டத்தைக் கரிசல்பூமியில் சந்திப்பதுபோல இருக்கிறது. முப்பத்தைந்தாண்டுகளில் எழுதப்பட்ட கதைகள்தான் இவைகள். இவர்களை ஓரிடத்தில் சந்திப்பதுபோன்ற உணர்வு ஏற்படுகிறது. இவர்களை மோதிக் கொண்டும் விலகிக்கொண்டும் செல்வதுபோல இருக்கிறது. சுந்தரராமசாமி, சுஜாதா போன்றோரின் எழுத்துக்கள் அவை புனைவு என்று நம்பப்பட்டு புனைவுகளாகவே அங்கீகரிக்கப்படுகிற மனசே நம்மிடம் இருக்கிறது. நம்மிடம் ரத்தபந்தம் கொள்வதில்லை. ஒவ்வொரு பத்தாண்டுகளிலும் கதைப்போக்கு மாறுவதை வளர்ச்சியாகவே கூடக் காண முடியம். தரையிறங்கி நடமாடுவதில்லை. கி.ராவின் கதைகளை வெவ்வேறு காலகட்டக் கதைகள் எனப் பகுத்துப்பார்க்க (முடியும் என்றாலும்) மனம் முந்துவதில்லை. ஒரே சமயத்தில் நம்மை ஆவலோடு சந்திக்க வருகின்றன

கி.ரா.வின் மனஉலகம் என்பது கிராம மனிதர்களின் அசை வியக்கம். அவற்றை ஒன்றுவிடாமல் தொகுத்துவிட முயல்வதில் பெருவிருப்புக் கொண்டவராக இருக்கிறார். படைப்பின் பல்வேறு விதப் போக்குகளை உண்டாக்கிக் காட்டி விடவேண்டும் என்று உளவியல், இருத்தலியல், மார்க்சியம், நவீனத்துவம், பின் நவீனத் துவம் என்று தத்துவங்களைக் கற்று அதிலிருந்து இலக்கியக் கொள்கைகளை ஆயுதங்களாக எடுத்துக்கொண்டவர் அல்ல. இந்த கொள்கைகளால் விளக்குதலுக்கு உள்ளாகக்கூடிய பற்பல கதைகள் இவரிடம் வெளிப்பட்டுள்ளன. அவையெல்லாம் இவரின் அனுபவ சாரத்திலிருந்து பிறந்தவை. ஒரு வகையில் கிராமத்து மனதை மீட்டெடுக்கிற எழுத்து இவருடையது. மார்க்சியம் குறித்த சாராம்சமான சிந்தனையை மட்டும் பெற்றவர் எனலாம். அதனால் சம்சாரிகளின் நெருக்கடி மிக்க வாழ்க்கையைச் சொல்ல யதார்த்தவாதம் சிறப்பாகவே தொழிற்பட்டிருக்கிறது. கேள்வி ஞானத்தாலும், வாய்மொழி மரபாலும் இனக்குழு சேர்த்து வைத்திருக்கும் செழுமையாலும் வந்து சேர்ந்த காவியமனம் (வைணவ இலக்கியத்தின் உயிர்ப்பான பகுதிகள்) கதைகளுக்கு ஊட்டமாக அமைந்திருக்கின்றன எனலாம். ஒவ்வொரு கதைக்குள்ளும்

பண்பாட்டுக் கூறுகள் பிணைந்து வருகின்றன. இவருடைய ஒட்டு மொத்தக் கதைகளிலிருந்து பண்பாட்டின் அத்தனை கூறுகளையும் தொகுத்துவிட முடியும். கிராமிய வாழ்வில் எத்தனைவிதமான சொல்முறைகள் இருக்கின்றனவோ, அத்தனை அழகுகளும் கூடிவருகின்றன. எளிய மனவியல் கற்பனைகள் அந்நேர மனத் தவிப்புகள், பரவசங்கள் என்று அனைத்தும் அவரின் படைப்பின் வழியே பிறந்திருக்கின்றன. கிராமிய வாழ்வியலின் உடல் சார்ந்த ஆவணங்களாக இருக்கின்றன.

கி.ரா.கரிசல் நிலத்தின் எழுத்தை எழுதியவர் என்று சொல்கிற வர்கள் உண்டு. கரிசல்வட்டார மனிதர்களைப் பற்றியே அதிகமும் எழுதினார். அவருடைய எழுத்தில் மனிதர்களின் செயல்பாடுகளை எடுத்துரைக்கும் இடத்தில் விவசாய இயக்கத்தின் பகுதிகள் இணைக்கப்படுகின்றன. நிலமோ, விவசாயமோ தன்னியல்போடு இயங்குவதில்லை. இதை குறையாகவோ நிறையாகவோ சொல்லவில்லை. அவரின் கதைமனத்தில் கிராம வாழ்வியலின் சாராம்சத்தைத் தொகுக்கும் பெருவிருப்பம் உயிரோட்டமாக இயங்குகிறது. ஒரு வகையில் விவசாயிகளின் அசைவுகளை விவரணப்படுத்தியிருக்கிறார். இன்னொரு ஐம்பதாண்டுகள் கழித்து நம் கிராம மக்களின் அன்றாட இயக்கம் எப்படிப்பட்டதாக இருந்தது என்று காண முனைவோருக்கு கி.ரா.வின் எழுத்துக்கள் முதல் ஆவணமாக அமையும்.

மரபான கதைசொல்லிகளின் நுட்பங்களை எடுத்துக் கொண்டு படைப்பாளிக்கே உரிய ஒரு பார்வையை வைத்தவர் கி.ரா. வெறுமனே அவரைக் கதைசொல்லி என்று கூறுவது அவரின் படைப்பாழத்தை உணர்ந்துகொள்ள முடியாதவர்களால் ஏவி விடப்பட்ட கிசுகிசு. கி.ரா, படைப்பு உண்டாக்கிக் காட்டும் ஒளியை முடிந்த மட்டும் சொல்திறனால் மறைத்தவர். அப்படி வார்ப்பது என்பது தனித்த அழகியல் சம்பந்தப்பட்டது. பார்க்க ஒரு நாட்டுப் புறக் கதை போலத் தெரிவது; ஒட்டுமொத்தமாக கதையிலிருந்து உண்டாகும் ஒரு படிமம் நமக்கு ஒருபுதிய அனுபவ சாராம்சத்தைத் திரட்டித்தருகிறது; உணரவைக்கிறது.

கி.ரா எழுத வரும்போது அவருக்கு வயது நாற்பது. அவரிடம் இலக்கியக் கொள்கைகள் ஏதும் கைவசம் இல்லை. ஆனால் நிறைய அனுபவங்கள் இருந்தன. கு.அழகிரிசாமி இலக்கியத்தோடு கொண்டிருந்த தொடர்பு இவரையும் எழுதத் தூண்டியது. அழகிரிசாமி தனது நண்பராக, கிராமத்துத் தோழனாக இருந்தார்.

அவர் இவரை எழுத ஊக்குவித்திருக்க முடியாது. சக எழுத்தாளர்களுக்கே உரிய எரிச்சல் அது. எனவே எட்ட நின்றுதான் எழுத வேண்டும் என்ற உந்துதலாலும் இவரின் எழுத்து மழையென இறங்கத் தொடங்கியது. கி.ராவின் ஒரே பலம் தன்னிடம் தங்கியிருக்கும் அனுபவச் செழுமை. 40 வயது வரை ஒரு மனிதனாக வாழ்ந்திருக்கும் வாய்ப்பு. நல்ல வேளை இருபது வயதில் அவர் எழுத வரவில்லை. தமிழ்எழுத்தாளன் என்றைக்கு எழுத வருகிறானோ அன்றிலிருந்து இயல்பாக வந்து சேரும் அனுபவங்கள் வேறு பக்கம் கிளம்பிப்போய் விடுகின்றன. எழுத்தாளன் என்ற அடையாளம் தோன்றியவுடன் அவன் மனம் விரும்பிய செயல்களைச் செய்யாமல் தன்னைத்தானே கண்காணிக்கத் தொடங்குகிறான். எழுதுவதற்கு முன் மக்களில் ஒருவனாக இருந்தவன் மெல்ல விலகி புத்தகங்களின் பக்கமோ எழுத்தாளர் கூட்டத்திடமோ போய் நிற்கிறான். இந்த விபத்து கி.ரா.விற்கு நிகழவில்லை.

அவர் எழுத வந்த வயதில் இன்றைய நவீனக்கவிஞர்கள் தங்கள் படைப்புத்தொழிலை நிறுத்திக்கொள்கிறார்கள். எனவே ஒரு கிராமத்தான் நிறைவாழ்வு வாழ்கின்ற தருவாயில் (சுகதுக்கங்கள், வெளித்தாக்கங்கள் இரண்டற கலந்த நிலையில்) எழுத வந்ததினால் இவரின் எழுத்துப்போக்கில் காலப் படிநிலைகளில் பெரிய மாற்றங்கள் இல்லை எனலாம். ஒரு எழுத்தாளன் இருபது வயதில் எழுதிய எழுத்திற்கும் நாற்பது வயதில் எழுதிய எழுத்திற்கும் உள்ள வேறுபாட்டைக் காணமுடியும். பார்வை, நேர்த்தி, பரப்பு, அமைதி எல்லாவற்றிலும் மாறுதலைக் காணமுடியும். கி.ரா. எழுத்தில் யதார்த்தவாத நோக்கு சற்று அழுத்தமாக ஆரம்பகால எழுத்தில் வெளிப்பட்டிருக்கிறது. தவிர பார்வை, நேர்த்தி, பரப்பு, அமைதி, கிராமிய மனம் தொடக்கத்திலேயே கூடிவந்து விட்டது. 'தாமரை', 'சாந்தி', 'கணையாழி', 'தீபம்', 'சரஸ்வதி' என பத்திரிக்கைகளுக்கு எக் கதையை அனுப்பலாம் என்ற தேர்வு மட்டும் செயல்பட்டிருக்கிறது.

2

தத்துவார்த்த விசுவாசமில்லாத கதைகள் இவருடையவை. மொழியை வித்தைகாட்டும் கருவியாக பயன்படுத்த விரும்பியவரல்ல. வாழும் வாழ்க்கையிலிருந்து தனிப்பட்ட மனிதர்களின்

குணாம்சத்திலிருந்து ஒரு ஒளியை உண்டாக்குகிறார். அவ்வொளி நமக்கொரு தெளிவைத் தருகிறது. பகிர்தலையும் புரிதலையும் ஏற்படுத்துகிறது. இப்படிச் சொல்லலாம். கிராம மனிதர்களுக்குத் தம்மைத்தாமே அவ்வெழுத்தில் அடையாளம் கண்டு கொள்வ தற்கும், நகர மனிதர்கள் வேறொரு நெருக்கடிமிக்க உலகை அறிந்து கொள்வதற்கும் உதவுகிறது எனலாம். கி.ரா முன்வைக்கும் உலகினை நல்லதொரு அரசியல்வாதி படிக்கும் பட்சத்தில் அவரிடம் உண்டாகும் விளைவுகள் நிச்சயம் போற்றத்தக்கனவாக இருக்கும். வறுமையே துன்பத்திற்குக் காரணம் என்றார் காரல் மார்க்ஸ். ஏழ்மையுள் மக்கள் உலவுவதற்குக் காரணம் ஒரு புறமாக சொத்துக்கள் முடங்கிப்போய் கிடப்பதே என்று கண்டு வெளிப் படுத்தினார். எளிய விவசாயிகளை நிலவுடைமையாளர்கள் என்று சொல்லிவிட முடியுமா? நிலமிருந்தும் கசப்பையும் துயரத்தையும் அனுபவிக்கிற விவசாயிகளின் உலகைக் காட்டுகிறார்கி.ரா. அதற்கான காரணங்கள் நம் கண்முன் தெரிகின்றன. அழிக்கத்தான் முடிவதில்லை.

கி.ராவின் எழுத்துக்கள் உழைப்பிற்குரிய ஊதியமும், மரியாதையும் அழித்தொழிக்கப்படுவதை உணர்த்துகின்றன. சுதந்திரத்திற்குப்பின் இந்தியாவில் நிகழ்ந்த மிகப்பெரிய சரிவு விவசாய விளைபொருள் களை இடைத்தரகர்களும், பெருமுதலாளிகளும் கொள்ளை அடித்து அவர்களின் ரத்தத்தை உறிஞ்சிய அலங்கோலமே என்பதை இவரின் கதைகள் உணர்த்துகின்றன. எப்படி வறுமைக்குள் தள்ளப்படுகிறோம் என்ற காரணம் அறியப்படாமல் அவர்கள் திக்குத்தெரியாமல் விழிக்கின்ற அவலத்தைக் காட்டுகின்றன. ‘கதவு’ ‘வேட்டி’ ‘மாயமான்’ ‘கொத்தை பருத்தி’ ‘தாவைப்பார்த்து’ முதலிய கதைகள் உண்டாக்கும் சித்திரங்கள் மனதைப் பதைபதைக்க வைக்கின்றன. அதேசமயம் இச் சமூகத்தைப் பார்த்து முன் வைக்கும் கேலிமிக்க புன்னகை என்பது படைப்பாளிக்கே உரிய ஆழமான பார்வையை வெளிப் படுத்துகிறது.

ஜப்தி செய்யப்பட்ட கதவு கிராமச்சாவடியில் கரையான் ஏறிக் கிடப்பதை குழந்தைகள் காண்கின்றனர். அதிகாரிகளின் செயல் பாடுகளினால் நன்மை ஒன்றும் விளையவில்லை. மாறாக ஒரு குடும்பத்தை நிலைகுலைய வைக்கிறது அவர்களுக்குப் பிறர்மீதான அக்கறை கிடையாது. தாங்கள் வாழ வேண்டுமென்று கதவைப் பெயர்த்துக்கொண்டு போகின்றனர். அவமானப்படுத்துதல்

என்ற உத்தி மூலம் கடனை வசூல் செய்கிற அரசுவிதி முறையை அம்பலப்படுத்துகிறது 'கதவு' கதை.

சுதந்திரப் போராட்டத் தியாகியாகி இருக்க வேண்டியவர்தான் துஹங்கா நாயக்கர். சிறை ஏகாமல் அடி உதையோடு கிடந்ததால் தியாகி ஆக முடியாமல் போனவர். வேலை இல்லாது கம்மாய்க்கரை பக்கம் வந்தவர் புளியைக்குனிந்து எடுக்கிறபோது பழைய வேட்டி கிழிகிறது. சுதந்திரதினத்தின் வெள்ளிவிழாக் கொண்டாடவும் பணம் சேகரிக்கவும் கட்சிக்காரர்கள் இவரை நோக்கி வரும்போது அவர் பிய்ந்த வேட்டியின் கிழிசலை மறைத்துக்கொண்டு வரவேற்கத் தயாராகிறார். நல்ல குறியீட்டுக் கதை. விவசாயிகள் எல்லாம் நசுங்கிப்போய் கிடக்கிறபோது இந்த விழா என்பது அபத்தமாக அமைகிறது. இருபத்தைந்தாண்டுகள் ஆகியும் விவசாயிகளுக்கு சுதந்திரக் காற்றைச் சுவாசிக்க முடியவில்லை. இந்த நகைமுரண் முழு கதையின் வழி படிமமாக உருவாகிறது. விவசாயம், வேட்டி குறித்த விவரணைகள் அபத்த நிலையை உணர்த்துகின்றன.

சமூகத்தில் விவசாயக் குடும்பங்களுக்கு இருந்த உயர்ந்த மதிப்பும் தற்போது இருக்கும் கேவலமான பார்வையையும் 'கொத்தப்பருத்தி' தொடர்புபடுத்துகிறது. பெண் கொடுத்தலில் இன்று அரசாங்க ஊழியருக்கு இருக்கிற மதிப்பு மரியாதையையும் விவசாயக் குடும்பத்திற்கு நேருகிற அவமானத்தையும் முன் வைக்கிறது கதை.

'தாவைப் பார்த்து' கதையில் சுப்பா நாயுடுவின் பரபரப்பும் கவனமும் விவசாயிக்கே உரிய அக்கறை சார்ந்ததுதான். நல்ல வேலையாள் கிடைக்கிறபோது முந்திக் கொள்வதும், முதல் அறுவடையைச் செய்து நல்ல விலை பெற விரும்புவதும், இருப்பு வைத்தால் அதிக விலைக்கு விற்கும் என எதிர்பார்ப்பதும் உண்டுதான். அவைகள் தோல்வியில் முடிகிறபோது விவசாயி சரிவை ஈடுகட்ட முடியாதவனாகிறான். நல்ல வேலையாள் கிடைக்கிறபோது ஒருவருக்கொருவர் முந்திக்கொள்கிறதும் கூலியைக் குறைத்துத் தருவதும் நிகழக்கூடியது. எல்லாவிதக் கவனத்தோடும் இருக்கிற சுப்பா நாயக்கர் விவசாயத்தில் தோற்கிறார். வசதிமிக்க ஐயிநாயக்கரின் உலகம் (வெளித் தோற்றத்தில் தெரியும் சொத்துக்காரன்) சொல்லப் படாமலே பெரும் செய்தியை அறிவிக்கிறது. தலைக்கு எண்ணெய் இல்லாமல் கோவணத்தோடு

திரிவதற்குரிய காரணம் பட்டென்று துலங்குகிறது. எப்படி உழைத்தும் சிக்கனமாக இருந்தும் இந்த விவசாயத்தொழில் இன்பத்தை உறிஞ்சியெடுத்துக்கொண்டு வறுமையைச் சுமத்திவிடுகிறது. ஐயி நாயக்கரும் தன்னைப்போலவே தோற்றுப்போன விவசாயி என்பதை விளங்கிக்கொள்கிறார். சுப்பையா நாயக்கரைச் சுற்றிச் சுற்றி வந்து ஐயி நாயக்கர் கூலியாள் சம்பளம், இன்னபிற விசயங்களைக் கிளறுவதற்கு இரு காரணங்கள் வெளிப்படுகின்றன. ஒன்று தனக்குச் சாதகமாக அவருடைய வேலையாளை இழுக்கமுடியுமா என்பது. இது கதை சொல்லும் போக்கில் வெளிப்படுகிறது. தன்னால் ஜெயிக்கவே முடியவில்லையே இவன் எப்படி சம்பளத்திற்கு ஆள்போட்டு விவசாயம் பண்ண முடிகிறது என்ற ஏக்கத்தின் பகுதி உள் உறைந்திருப்பதைச் சொல்லாமல் விட்டு வைக்கிறார்.

உடல் உழைப்பையே பணயம் வைக்கிற விவசாயிகளையும் விவசாயக் கூலிகளையும் நிறைவாழ்வு வாழ்ந்தவர்களாக ஏத்துகிறார் சில கதைகளில். அக்கதைகள் கொண்டிருக்கும் முடிவு உழைப்பிற்கு மகத்துவநிலை இல்லாது போய்விட்ட சமூகத்தின் மீதான விமர்சனமாக இருக்கிறது. உழைப்பைக் கடைந்து கடைந்து அமிர்தத்தைச் சமூகத்திற்கு வழங்கிய காட்சியை மௌனமாக முன் நிறுத்தவும் செய்கிறார். கலைஞனின் பார்வை என்பது இதுதான். இன்று விவசாயம் மதிப்பிழந்து போய்விட்ட பின்னும் எழுத்தாளன் உழைப்பின் பக்கம் நிற்கிறான். இதுதான் கலையின் அரசியல்.

ஒற்றை மாட்டை வைத்து சம்சாரித்தனம் செய்கிற தொட்டணன் - அயிரக்கா குடும்பத்தில் ஒரு மாட்டின் சாவு என்பது பெரிய ஆலமரம் பெயர்ந்து விழுவதுபோல நேர்கிறது. ‘கூட்டுமாட்டுக்காரனுக்குச் சொன்ன வாக்குபடி அவன் நுகத்தடியில் மாட்டிற்கு பதில் நெஞ்சைக் கொடுத்து உழச்செல்லும் காட்சி என்பது மண்ணோடு கொண்டிருக்கிற அளப்பரிய நேசத்தைக்காட்டுகிறது. ‘குடும்பத்தில் ஒரு நபர்’ கதை. மாடு அயிரக்கா வீட்டில் மூத்த ஆண்மகனாக நின்று குடும்பபாரத்தைச் சுமந்ததை அதன் சாவிலிருந்து மீட்டிக் காட்டுகிறார். அது அவர்களின் குடும்பத்தில் ஒரு நபர்; விலங்கல்ல.

புஞ்சை நிலத்தை நஞ்சை நிலமாக மாற்ற கிணறுவெட்டி தோற்றுப்போகிற அப்பாவு செட்டியாரின் கதை ‘மாயமான்’. இனி கனவில்கூட விவசாயியால் முன்னேறமுடியாது என்பதை

இக்கதை உக்கிரத்துடன் எடுத்துரைக்கிறது. வானாம்பாரி நிலத்தைத் தோட்டமாக மாற்ற முனையும்போது கடனாளியாகி ஊரை விட்டுப் போகிறார். அதற்கான சகலகாரணங்களும் உண்மை யானவை. இக் கதையினை நம் அரசாங்கத்திற்கு ஆவணமாக முன்வைக்கலாம்.

நவீன விவசாய முறைகளுள் மின்சாரம் நம் சமூகத்திற்குள் வருகிறது. பயன்பாட்டு நிலையில் அதிகாரிகள் கொள்ளும் பக்கச் சார்பு பற்றி 'கரண்டு' கதை பேசுகிறது. மின்சார வாரியத்திற்குள் எளிய விவசாயி சென்று அவமானத்திற்கு உள்ளாவதைச் சொல்கிறது. ஆடம்பரத்திற்கு (சினிமா) தாராளமாக வழங்கப்படும் மின்சாரம் பயிரை உண்டாக்க முடியாமல் மின்தட்டுப்பாடால் நாசத்திற் குள்ளாவதைப் புற உலக இயக்கத்தை ஒரு முரணாகக் காட்டுகிறார். எந்த நவீனக் கருவியும் எளியவர்களுக்கு மூலதனத்தைப் பெருக்கும் சாதனமாக அமைவதில்லை. மாறாக பெரும் முதலாளிகளுக்கே பெரும் பங்காற்றுகிறது. அதற்காகவே அதிகாரவர்க்கம் அரசு ஊழியர்களை அமைத்திருக்கிறது என்பதை நுட்பமாகக் காட்டுகிறது 'கரண்டு' கதை.

'கறிவேப்பிலைகள்' கதையில் வரும் பப்புத்தாத்தா, பப்புப் பாட்டி ஊருக்கே உழைப்பைக் கொடுத்து இறுதியில் நிராதரவான கிழடுகளாக பிச்சையெடுக்கத் தொடங்குகின்றனர். கி.ரா. உழைப்பின் மேன்மையை விவரித்தபடியே சமூகத்தால் அதற்கொரு மரியாதை இல்லாமல் கிடப்பதைச் சுட்டுகிறார். இவர்கள் கண்டடைவது சாரை உறிஞ்சிக்கொண்டு சக்கையாகத் தள்ளி விடப்படும் மக்கள் கூட்டத்தைத்தான். ஆனால் கி.ரா. உழைப்பையே ஒரு வாழும் கலையாக, (வேலை... வேலையே வாழ்க்கை), உழைப்பைத் தெய்வநிலையாக (பாரத மாதா), பணிவிடையை மிகுந்த நேசிப்புடன் செய்கிற பதினான்கு வயதுச் சிறுமியின் களங்கமின்மையைச் சித்திரமாக (புவனம்), உழைப்பின் வழி கொடுமுடியைத் தொடக்கூடியதாக (கரிசல்காட்டில் ஒரு சம்சாரி) காட்டுகிறார். உழைப்பின் மகத்துவத்தையும் அதற்குக் காலம் தொடுக்கிற சிதைவையும் மக்கள் முன்வைக்கிறார். மேலும் சிதைத்து நொறுக்குவதோ கொஞ்ச நஞ்ச மரியாதையைத் தக்கவைப்பதோ என்ற தொனிப்பொருளை தமிழ்ச் சமூகத்திடமே விட்டுவிடுகிறார். இங்கு ஒன்றைச் சொல்லவேண்டும். கு.அழகிரிசாமியும் கி.ரா.வும் ஒரே ஊரைச் சேர்ந்தவர்களாக இருந்தும் படைப்பின் மனஇயக்கம் என்பது வெவ்வேறானவையாக இருப்பதை அறியலாம். இவரின் மன உலகை அவரோ, அவரின்

மன உலகை இவரோ எழுதமுடியாது. இதுதான் படைப்பு ரகசியம். படைப்பாளியின் தனித்துவம் என்பது அவனுடைய மன உலகிலேயே பதுங்கியிருக்கிறது.

சாராம்சமனம் தொழிற்படும்போது கொள்ளுவன கொண்டு தள்ளுவன தள்ளி செழுமையான பகுதிகள் பிணைந்ததொரு கதை இவரிடம் பிறந்துவிடுகிறது. இவ்விதமான கதை சொல் முறையில் தமிழின் மிகச்சிறந்த கதைகளை எழுதியிருக்கிறார். அதே சமயம் நிகழ்வின் கணங்களில் கி.ரா.வால் பெரியதொரு கலையாளுமையை வெளிக்காட்ட முடிந்ததில்லை. 'தான்', 'அப்பாபிள்ளை அம்மா பிள்ளை', 'ஜடாயு' போன்ற கதைகள் வெறுமனே சம்பவங்களாக நின்றுவிட்டன. 'ஜடாயு' கதை வீட்டில் கோபித்துக் கொண்டுவந்த பெண்ணை இடைவழியில் காமுகர்கள் பாலியல் பலாத்காரம் செய்வதைத் தடுக்க வருகிறார் தாத்தைய நாயக்கர். கைகள் வெட்டுப்பட்டு வீழ வீழ இறுதிவரை முட்டி மோதித் தடுக்கப் பார்க்கிறார். சீதையை இராவணன் தூக்கிச் செல்கிறபோது ஜடாயு பறந்து வந்து தடுக்கப்பார்க்கிறது. இராவணன் ஜடாயுவை வெட்டி வீழ்த்துகிறான். அது ஒரு புனைவு என்று உள்ளம் புரிந்துகொண்ட நிலையில் கம்பனின் அப்பகுதியை புனைவு மனநிலையோடு ரசிக்கிறது. யதார்த்த உலகம் இங்கு பலமாக இருப்பதால் தாத்தய நாயக்கரின் செயல் கற்பனையின் ஈடேற்றமாக மட்டுமே அமைகிறது.

உடம்பை வழங்கி காமப்பசி தீர்க்கும் 'தொண்டு' நாயகியும், ஒவ்வொரு வீட்டிலும் ஒரு பெண் பிறத்தலைத் தெய்வமாகக் கொண்டாடும் 'மகாலட்சுமி'யும், சாதாரணக்கதைகளாக நின்று விட்டன. அக்கதைகளுக்குள்ளிலிருந்து மேன்மையான பகுதி திரண்டு வரவில்லை. கி.ரா.வின் கலைமனம் தொழிற்பட்டிருந்தால் அவ்விதமாக மாறியிருக்கும்; செய்தியாக வெளிப்படுத்தி விட்டார்.

பள்ளிக்கூடத்தை ஒரு சிறைச்சாலையாக உணர்கிற சிறுவனின் சுதந்திர உலகைக் காட்டும் 'ஜெயில்', குறியியல் தன்மை கொண்ட பண்பாட்டு நுட்பத்தைச் சொல்லும் 'சாவு', மசக்கைக் காலத்தில் ஈடேறாது போன ஆசையின் அழுத்தம் வெறுப்பாக மாறுவதைச் சொல்லும் 'பலாப்பழம்' முதலிய கதைகளில் பின்னணியும் விவரணையும் சிறப்பாக இருந்தும் பாதிப்பை ஏற்படுத்தவில்லை. ஜெயில் கதையில் பள்ளிச்சிறுவன் பூட்டிய வீட்டினுள் இருக்கும்

மூன்று வயதுக் குழந்தையைப் பூட்டை உடைத்து மீட்பதாக வருவது அதீத வெளிப்பாடாகப் போய்விட்டது. போர்ஹே சொன்னதாக ஞாபகம் 'மாயத்தன்மை வாய்ந்த கதைகளில் நம்பும்படியான தளத்தில் ஒரே ஒரு நம்ப முடியாத கீற்றை கதைக்குள் மெல்லிதாகப் புதைப்பது' சிறப்பானது என்கிறார். கி.ரா.வின் கதை மாயத்தன்மை வாய்ந்ததல்ல. குழந்தையின் உளக்கோலங்களைச் சொல்லும் கதை. 'சாவு' கதை தமிழ்ச்சமூகம் உண்டாக்கிய ஆழமான குறியியல் தன்மை கொண்ட படிமம். இறந்தவனின் மனைவி மூன்றுமாதக் கர்ப்பிணியாக இருப்பதை வெண்கலத் தாம்பாளத்தைக்கொண்டு தட்டி அறிவிப்பதைக் கூட்டம் புரிந்துகொள்கிறது. பிற்காலத்தில் விதவையான அப்பெண்ணின் மீது யாரும் களங்கத்தைக் கற்பித்து விடாதீர்கள் என்ற அறிவிப்புதான் அந்தச் செயல். இதனுடைய வேறு வடிவத்தை தொ.பரமசிவம் 'பண்பாட்டு அசைவுகள்' நூலில் எழுதியிருக்கிறார். 'சாவு' கதை பண்பாட்டைச் சொல்லும் கதை என்ற அளவில் நின்றுவிட்டது. 'பலாப்பழம்' காதில் சீழ்வடியும் குழந்தைக்கு ஒரு நம்பிக்கை ஈடேறாததால் நிகழ்வதைச் சொல்கிறது. பண்பாடு - நம்பிக்கையை விரித்தபடி கதை மெல்ல உளவியலுக்குள் நுழைகிறது. இருப்பினும் மேன்மையான கணங்களைச் சொல்லும் கதைக்குள் இருக்கும் வீச்சும் வீரியமும் முரண்பாடுகளை (முடிச்சாக) அவிழ்க்கும் கதைகளில் எழவில்லை. கி.ராவின் கலைச் சிறப்பு என்பது பொதுநிலைக்கு முரணான பகுதிகளை மேன்மையின் திசையில் கண்டடைவதுதான்.

'நாற்காலி' 'கன்னிமை' 'நிலைநிறுத்தல்' 'கனிவு' 'நெருப்பு' போன்ற கதைகள் மானுட சமூகத்தின் மகத்தான தருணங்களை வெளிப்படுத்துகின்றன. தமிழ்ச்சிறுகதைப் பரப்பில் நவீனத்துவம் கோலோச்சிய காலத்தில் கி.ரா. அதற்கு எதிர்மாறான தரிசனங்களை வைத்திருக்கிறார். மனிதர்களின், அக, புற முரண்களைக் கண்டடைவதை வெற்றிகரமாகவே வெளிப்படுத்தின நவீனத்துவக் கதைகள். நவீனத்துவ இலக்கியம் உன்னதங்கள் தோற்றுப்போவதை கையறுநிலையில் சொல்லிய அவர்களுக்கு உலகம் வெறுமை மிக்கதாகக் காட்சியளித்தது. நவீனத்துவம் எல்லா மகத்துவங் களையும் அழித்து சுயம்நோக்கி மேலே மேலே போவதாகப் பார்த்தனர். இது ஒருநிலை.

கி.ரா.நாட்டுப்புற மக்களிடமிருந்து அர்த்தம்மிக்க ஒரு இருத்தலை உண்டாக்கிக் காட்டியிருக்கிறார். பிரபஞ்சத்தை நோக்கி மேலெழுகிற நேசத்தைத் தன் கதைகளில் இருந்து மீட்டியெடுத்

திருக்கிறார். இவருக்கு உலகம் இவ்விதம் செழுமை மிக்கதாகக் காட்சியளிக்கிறது. நமக்கும்தான். கஞ்சனென்று மைத்துனர் வாரிசுகளால் கேலி செய்யப்படுகிற தாய்மாமனார் நாற்காலியை இழவுக் காரியத்திற்கென்றே மனப்பூர்வமாகக் கொடுத்துவிட்டதை அறிகிறபோது கதை ஒரு ஒளியை உண்டாக்கி வாசகனின் கையில் கொடுத்துவிடுகிறது. இங்கு ஒன்று சொல்ல வேண்டும். முற்போக்குவாதிகளால் உண்டாக்கப்பட்ட போலி மனிதநேயமாக (கதையில் ஜோடிக்கப் பட்ட) இல்லாமல் ரத்தமும் சதையுமான கதைப்புலத்தில் வைத்து உருவாக்கி இருப்பதை உணரலாம். அதன் தன்மைகளைப் பின்பு ஆராயலாம்.

'கன்னிமை'யில் வரும் நாச்சியாரம்மாவின் செயல்கள் குடும்பத்திற்கே அழகை வாரி வழங்குகின்றன. ஒவ்வொரு தமிழ்க் குடும்பத்திலும் பிறந்த பெண்பிள்ளைகளால் வந்து குடிகொள்கிற அற்புத கணங்கள் அவள் பருவம் எய்திய காலங்களில் இன்றும் நம்மிடையே நிகழ்கின்றன. அவள் ஒரு ராணியாக, தேவதையாக, செயலாளியாக, ஒளிமிக்க விளக்காக, வள்ளலாக, கருணையை வீட்டுக்குள் நிறைத்து வைத்திருப்பவளாக இருக்கிறாள். அந்த அழகிய காலத்தை ஒரு கதையாக வடிக்கிறார் கி.ரா. கதை அத்தோடு நிற்காமல் ஒன்றுவிட்ட அண்ணனுக்கு முலையமுதம் ஊட்டி காய்ச்சலைத் தனிப்பவளாக வடிவெடுக்கிறாள். ஆதி தாயா? காமுகியா? கன்னியா? மின்னல்போலத் தோன்றி மறைகிறாள். அது ஒரு சந்தர்ப்பம். கனிந்த பலாவிலிருந்து கிளம்பும் வாசம் போன்ற ஒன்று.

மாசாணம் பண்ணை வேலைகளில் வந்து சிக்கி உழல்கிறான். அவனுடைய பரம்பரை சாமியாடிகள். தீண்டத்தகாத சாதியில் பிறந்தவன். சம்சாரிகளிடம் கெட்ட வசவுகள் வாங்கி வாங்கிப் பழக்கப்பட்டவன். மனைவியிடமும், சம்சாரிகள் மழையில்லாமல் அல்லற்படும் ஒரு காலம் வருகிறது. வேலை இல்லாமல், அவனும் பட்டினிகிடக்கிறான். ஆடு, மாடுகள் தீவனம் இல்லாமல் மெலிந்து விழுகின்றன. மக்கள் பஞ்சம் போக்க எங்கு செல்லலாம் என்றும், எதைத் தின்று உயிர் வாழலாம் என்றும் அலைகின்றனர். மாசாணம் பார்வதி கோயில் முன் வந்து வணங்கி எழுந்து மழைக்காக கிழக்கு நோக்கி விரதம் இருக்கிறான். கடுமையான வெயிலில் கொடுமையான பசியைத் தாங்கி அமர்ந்திருப்பதைக் கண்டு ஊரே திரண்டு வந்து உதவுகிறது. இறுதியில் மழை வந்து இறங்கி யடிக்கிறது. தொடாதவர்கள் அவனைத் தொட்டு அணைக்கின்றனர்.

தங்கள் கைகளால் பால் தருகின்றனர். அண்ணாந்து குடித்தவன் வாயில் வைத்துக் குடிக்கிறான். தெய்வாம்சம் பெற்றவனாகத் தன்னை அந்த ஊரில் நிலைநிறுத்துகிறான்.

கி.ரா, ஒதுக்கப்பட்டவர்கள், வெறுக்கப்பட்டவர்கள், விலக்கி வைக்கப்பட்டவர்கள், அநாதரவானவர்கள் பக்கம் நின்று எழுதிய கதைகளில் எல்லாம் அவர்கள் மனிதர்களைவிட மேலான பேரன்பு படைத்தவர்களாக மிளிர்கிறார்கள். களங்கமில்லாத காதலை வெளிப்படுத்தும் அரவாணி (கோமதி), எரியும் வீட்டினுள் புகுந்து அம்மை வந்த குழந்தையைக் காப்பாற்ற முடியாமல் கரிக்கட்டை யாகும் பிச்சைக்காரி (நெருப்பு), அழுகி நிணம் சொட்டச் சொட்ட இறந்துபோன குழந்தையிடம் தன் உயிரை வைத்திருக்கும் கிறுக்கி (பேதை), கற்பனையில் வடித்திருந்த மணப்பெண் தன் தம்பிக்கு என்று மாறும்போது உயிர் ஸ்தலத்தை வெட்டிக்கொள்கிற ஊமையன் (ஜீவன்), உருவகித்த பொய்யை நிஜமாக்குகிற சிறுவன் முன்னையன், திருடன் மூக்கன், மாடத்தி (சந்தோசம்) என்று சமூகத்தால் ஒதுக்கி வைக்கப்பட்ட உலகின் மனிதர்கள் தனித்துவம் மிக்கவர்களாக மிளிர்கிறார்கள். அவர்களிடம் தீமைகள் மண்டி யிருக்கவில்லை. அவர்கள் நம்பும் எளிய உண்மைகள் மின்னலைக் கையில் வைத்திருப்பதுபோல் இருக்கிறது. அந்த நம்பிக்கைக்காகவே உயிரை இழக்க சித்தமாக இருக்கின்றனர். பெரும் அறிவாளி களிடம் இல்லாத அம்சம் இது. இவர்கள் கதையின் வழி காவிய நாயகர்களாக சமூகத்தின் மையத்தில் காலூன்றும்படி ஆற்றல்மிக்கப் படைப்பாக வெளிப்பட்டிருக்கின்றன.

புதிய கதைப்புலத்தை விரிக்கிற கதைதான் 'கிடை'. கிடை போடுதலின் நுட்பங்கள் தொகுக்கப்படுகின்றன. அப்பகுதிகள் சிறப்பாகவே இருக்கின்றன. எல்லப்பன் - செவனியின் களவொழுக்கம் தனிக்கதையாக நிற்கிறது. அதனை கிடை பின்னணியில் வைத்துச் சொல்ல முயன்றிருக்கிறார். நாயக்க இளைஞர்களுக்கும் பள்ளர் சமூகப் பெண்களுக்கும் இடையில் ஏற்படும் தொடுப்பு ஏமாற்று தலோடு அறுந்துபோகிற ஒரு காலத்தின் நிகழ்வு. சாதி மேலாண்மையினரால் பாலியல் சுரண்டலுக்கு உடன்பட்டு ஏமாறுகிற அவலத்தை அழுத்தமாகச் சொல்கிறது 'கிடை'. கி.ரா. என்ற தேர்ந்த கதை சொல்லியால் இரண்டு கதைகள் ஒன்றாக இணைக்கப்படுகின்றன. என்றாலும் ஒருமை கூடிவரவில்லை. இரண்டு பகுதிகளின் விவரணைகள் நன்றாகவே உருவாகி வந்திருக்கின்றன.

'அரும்பு' சாதாரணக் காதல் கதையாக முடிந்துவிடாமல் அசாத்தியமான காத்திருப்பின் நிலையாக மாற்றிக் காட்டும்போது அது மிகச்சிறந்த கதையாக மாறிவிடுகிறது. கிறித்துவப் பின்னணி கதைக்கு மேலான அர்த்தத்தளத்தைக் கொடுக்கப் பார்க்கிறது. ஒரு பாதுகாப்பிற்காக கன்னியாஸ்திரி என்ற வடிவத்திற்குள் நின்று கொண்டு, இன்னும் தனக்காகக் காத்துக் கொண்டிருப்பாளோ என்று நீண்ட காலத்தின் காத்திருப்பைக் கூறுகிறார். பேரன், பேத்திகளைப் பெற்றெடுத்த ரெங்கசாமி கூறும்போது காமம் கடந்த மானுடத்தின் மிகச்சிறந்த காதல்பகுதியை அக்கதை தொட்டுவிடுகிறது.

கொஞ்சமேனும் தளுக்குகளுக்கும், பந்தாக்களுக்கும் இயைந்து போகாத வட்டுறுப்பியாகப் பார்க்கப்படுவான். சடங்கு, மூன்று நாள் திருமணம், கிடாவெட்டுதல் என்ற சம்பிரதாயங்கள் எல்லாம் பணத்திற்குக் கிடைத்த கேடு என்று நினைக்கிற ஒரு மனிதனைப் பற்றிய கதை 'கரிசல்' காட்டில் ஒரு சம்சாரி.' பிறத்தியாரின் பார்வையில் கஞ்சனாகவும், வாழ்க்கையைக் கொண்டாடத் தெரியாதவனாகவும் தெரிகிறான். விநோதகுணம் படைத்தவனாகவும் பார்க்கப் படுகிறான்.. அவனுடைய பார்வையில் உலகை மிக நுட்பமாகப் புரிந்து கொண்டவனாகவும் இருக்கிறான். சாவைக் கூட ஒரு விடை பெறுதலோடு பார்க்கிறவன், அவன் கண்ட ஒரே தெளிவு உழைப்பு. சுயமுன்னேற்றம். கடுமையான உழைப்பே லட்சியங்களுக்கு எல்லாம் மூலவித்து என்பதை மிகக் கலைநயத்துடன் சொல்கிற கதை இது.

அந்யோன்யமும் ரகசியங்களும் பொங்கிய காலம்போய் விலகி நிற்கும் உலர்ந்த காலத்திற்குள் இயங்குவதைச் சொல்லும் 'கன்னிமை' கதைக்கு எதிர்த் துருவத்தில் நிற்கும் கதை 'கனிவு.' புதுமணத் தம்பதிகளின் பயங்களும், தயக்கங்களும், அந்நியத் தன்மைகளும் மெல்லமெல்லக் கரைந்து நேசம்மிக்க உறவை இழையெடுத்து இழையெடுத்துகூடுவதைச்சொல்கிறது 'கனிவு'தட்டியோ,அடைத்தோ பழுக்க வைக்காமல் தம்பதிக்குள் சிறுகச்சிறுக் காதல் ஊற்றெடுத்து ஒருவருக்குள் ஒருவர் கலப்பதை அழகாகச் சொல்கிறது 'கனிவு'. ஒரு இனம் இப்படியொரு அற்புதமான இணைவை ஏற்படுத்திக்கொள்ள பண்பாட்டை உருவாக்கி வைத்திருக்கிறது. மரபோடு ஆழமான உறவு கொள்பவர்களிட மிருந்தே இவ்விதமான சிறப்புகளைக் கலையாகப் படைக்க முடியும். கி.ராவிற்கு இனக்குழுத் தன்மை மிக நல்ல படைப்புகளை உருவாக்க ஆதாரமாக இருந்திருக்கிறது. அதே

சமயத்தில் சாதி உடைவிற்குள்ளும், நிலவுடைமைச் சிதைவிற்குள்ளும் வேறு பல சமூக எழுச்சிகள் உண்டாவதை அவ்வினக்குழு மனம் கொண்டாட முடியாமல் போயிருப்பதையும் பார்க்க முடிகிறது. ஒரு படைப்பாளி இனக்குழுத் தன்மைக்குள்ளும், காலம் உண்டாக்கும் பாதிப்புகளை விரிந்த உள்ளத்தோடு அணுகுகிறவனாக இருக்க வேண்டும். அறிவியல் யுகத்தின் வரவைப் புரிந்துகொண்டிருந்தால் சமூகத்தின் விளைவுகளிலிருந்து வேறு வகையான கதைகளை கி.ரா தந்திருக்கமுடியும். அப்பக்கம் வெற்றிடமே. 'கனிவு' கதையில் கனிவு முதலிரவில் வருவது இல்லை. ஏதோ ஒரு பகலுறவில் விளையக்கூடும். அதைத்தான் உழைப்பின் பின்னணியில் உருவாக்கிக் காட்டுகிறார். நல்ல புஷ்டியான காதல் கதை 'கனிவு'.

உச்சபட்சமான வெளிப்பாடுகளை வாழ்வின் மீதான பார்வை களை சமூக இயக்கத்தில் நெறிபடும் அவலங்களைக் கலைநயத்தோடு வெளிப்படுத்தாத பல சிறுகதைகள் உள்ளன. அச்சிறுகதைகளை வாசித்து முடிக்கிறபோது நிறைவுகொள்ளக் கூடிய ஓரிரு அம்சங்கள் தவறாமல் பிறந்துவிடுகின்றன. அவற்றிக்காகவே இவரின் எல்லாக் கதைகளையும் வாசிக்கலாம்.

கி.ரா. கதைகளில் உண்டாக்கும் அகஉலகம் என்பது தன்முனைப்பு, விருப்பம், தோல்வி, வெறுப்பு என்ற மனஓட்டங்கள் தாம். அவைகளை நம் சகமனிதர்களிடம் சாதாரண சந்தர்ப்பங்களில் கண்டுணர முடியும். அவ்விதமே கதைகளின் வழி பார்க்கமுடிகிறது. ஆனால் 'ஒரு காதல் கதை' 'கனா' 'வலி வலி' 'கண்ணீர்' போன்ற கதைகளில் உண்டாகும் பிரச்சனைகளுக்கான தீர்வை வாசகன் தேடிக் கண்டடையும் படியாக வைக்கிறார். இது ஒரு நல்ல அம்சம். அழகியான செவத்தம்மாளை வீதி வழியே அடிப்பதும் தகிக்கும் மணல் குழியில் இறக்கி நிறுத்துவதும் விநோதமாக இருக்கிறது. 'கண்ணீர்' கதைதான் அது. விநோதம் என்பது இச்சமூகம் மனைவியை எவ்விதத்திலும் துன்புறுத்திக் கொள்ளலாம் என்ற அங்கீகாரத்தைப் பெற்றிருப்பது தான். அவள் செய்த பாவம் அவள் அழகியாகப் பிறந்ததுதானா? ஒரு சேடிஸ்ட் மனநிலை கணவனுக்குள் கொதிப்பதின் காரணமென்ன? தாயாதிகள் தெருவில் சண்டைபோடும்போது ஓடிப்போய் விலக்கும் மனிதர்கள் மனைவியை கணவன் அடித்து நொறுக்கும்போது அது அவர்கள் பிரச்சனை நாம் நுழையக் கூடாது என்று ஒதுங்குவதென்ன? ஒட்டு மொத்த சமூக அமைப்பே ஆண்களுக்காக உருவாக்கப் பட்டதாக இருக்கிறதோ? என்று கேள்வி எழுப்புகிறது. அழகி முன் ஏற்படும்

தாழ்வுணர்ச்சியை இப்படி வதைத்துத் தீர்க்கிறானா? அப்படியும் இருக்கலாம். மெல்ல இக்கதையைச் சாபத்தின் பக்கம் திருப்பி ஒரு தொன்மமாக மாற்றுகிறார். அவனின் வாரிசுகள் சப்பாணியாகவோ, உதடுகள் பிளவுபெற்ற அலங்கோலத்திலோ பிறக்கிறார்கள். செவத்தம்மாளின் சாபமா? இருப்பினும் பெண் இனத்தை இப்படி அவலட்சணத்தின் தொடர்ச்சியாக மாற்றியிருக்க வேண்டாம் என்பதுபோல் தேவி கண்ணீர் விடுவதாகக் கொள்ள இடமிருக்கிறது. செவத்தம்மாளுக்கு நேர்ந்த கொடூரத்திற்கு நினைத்து நினைத்து கண்ணீர்விட்டுச் சாகவேண்டும் என்ற சாபத்தின் விழைவுகளோ இந்தக் குறைபிறவிகள் என்று நினைக்கவும் தோன்றுகிறது.

ஒரு நிகழ்வின் இருவேறு பயணங்களாக அணுகிப் பார்க்கிறார் ஓரிடத்தில், 'ஒரு காதல்கதை' 'அரும்பு' இரண்டு கதைகளும் ஒரு நிகழ்வின் இருவேறு கோணங்கள். 'அரும்பு' கதையில் கற்பனையின் வீச்சு சாதகமாகக் கை கூடியிருக்கிறது. -'ஒரு காதல் கதை' இன்றைய நிதர்சனம். இரு வேறுபட்ட பண்பாட்டில் பிறந்தவர்கள் காதலித்துத் திருமணம் செய்கிறார்கள். இந்து, கிறித்துவ மதங்கள் அவரவர் பண்பாட்டில் ஆழமாகக் கோலோச்சு கின்றன. மாற்று மரபை ஒருவருக்கு ஒருவர் ஏற்றுக் கொள்ள முடியாத தன்மையால் விவகாரத்துப் பெறுகிறார்கள் என்ற தன்மையை வாசகன் உய்த்துணரமுடியும். மரபு உண்டாக்கும் உளவியல் சிக்கல் காதலை மெல்ல அழித்தொழிக்கிறது. கி.ரா. தம்பதியர்களின் மனக்கசப்பை ஊடுருவி ஆராயாமல் ஒதுங்கி நின்று சொல்கிறார். கதைக்குள் நாம் விவாதிக்கும்படி சமூக உளவியல் உறைந்திருப்பதை அறியமுடியும்.

காமத்தைக் கொண்டாடிய தம்பதியரின் கதை 'வலி வலி' நாற்பது வயதில் கணவன் இறந்துபோய்கிறான். இறந்து போனதற்கு ஒப்பீடாக ஒரு உபகதை வருகிறது. இடைவிடாது சாற்றை உறிஞ்சும் கண்ணுக்குப் புலப்படாத உருவம். வசதிபடைத்த பெண்ணிற்கு வீட்டோடு மாப்பிள்ளையாகச் செல்வதன் நோக்கமே விதவிதமான அனுபவித்தலுக்குரிய கருவியாக மட்டும்தானா? அவன் அதிலே மூழ்கிப்போனவனாக இருக்க வாய்ப்பிருக்கிறது. அவனின் இறப்பிற்குப்பின் அவளுக்கு இன்னும் அழகிய தோற்றப் பொலிவு தென்படுகிறது. ஆனால் அவளுக்கு உடலில் நோவு வராத இடமே இல்லை. எந்த மருத்துவராலும் வலியைக் கட்டுப்படுத்த முடியவில்லை. பிரிவின் வலியா? ஏக்கத்தின் வலியா? உடலை நீவுதலுக்கு ஆளில்லாமல் போன வலியா? என்று துழாவிப்பார்க்க

கதை இடம் வைக்கிறது. பாற்கடல், ஒற்றைமுலைச்சி, வாசுகி என்ற தொன்மங்கள் பாலியல் வெளிப்பாடாக ஒன்று கலந்து வெளிப்படுகிறது. 'கனா' கதையில் மு.தளையசிங்கத்தின் 'தொழுகை' கதை நினைவிற்கு வருகிறது. அக்கதை பாலியலின் தாய்மைக் கோலத்தைக் காட்டுகிறது. அவள் ஆதித்தாய். மரபிலிருந்து அந்நியப்பட்ட வர்களால் இம்மாதிரியான கதையை உருவாக்க முடியாது. மரபு தரும் கலைவெளிப்பாட்டு சாதகமான அம்சம் கி.ரா.விற்கு வாய்த்திருக்கிறது.

கி.ராஜநாராயணனை 'கதை சொல்லி' என்று நவீனத்துவ எழுத்தாளரான சுந்தரராமசாமி சொன்னதற்குக் காரணம் கதையின் சொல்முறை சார்ந்த விசயத்தைக் கொண்டுதான். அக்கதைக்குள் உண்டாகிவரும் புரிதலையோ அறிதலையோ வைத்து அல்ல. கதைக்குள் பெறப்படும் இந்தப் பார்வை நவீனத்துவ எழுத்தாளர் காட்டும் வாழ்க்கை பற்றிய விமர்சனம் போல ஒன்றுதான். ஒரு பிரச்சனையை கி.ரா ஆதியிலிருந்து தொடங்கி எடுத்துரைக்கும் பாணியைத்தான் 'கதைசொல்லி' என்று கட்டம் கட்டினர். இன்று லத்தீன் அமெரிக்கக் கதைகள் நிறைய மொழிபெயர்க்கப்பட்டுள்ளன. அக்கதைகளைப் படிக்கிறபோது கி.ராஜநாராயணனை விட அவர்கள் 'கதைசொல்லி'களாக இருக்கின்றனர். எஸ்.ராம கிருஷ்ணன், பிரேம் ரமேஷ், கோணங்கி போன்றவர்கள் எல்லாம் கதை சொல்லிகள் தான். ஐரோப்பியச் சிறுகதை வடிவத்தில் எழுதுவதனால் உயர்ந்த கலையென்றும், இந்தியக் கதைசொல்லி மரபில் எழுதுவதனால் கீழான கலையென்றும் கொள்ளமுடியாது. கதைகளில் உண்டாகி வரும் வெளிச்சமும், தீமையின் நெடியும் மனிதனுள் உறைந் திருக்கும் கோலத்தை கண்டடைகிற இடத்தில் தான் ஒரு படைப்பு உயர்ந்தது என்றும் பொக்கானது என்றும் கொள்ள முடியும்.

'வந்தது', 'திரிபு' கதைகள் எல்லாம் நவீனத்துவக் கதைகள்தான். அவை ராஜநாராயணனுக்கு கைவந்த பாணியில் உண்டான நவீனத்துவக் கதைகள். 'வந்தது' கதை ஒரு கனவுக்கதை. 'கனவில் வந்த காட்சிகள்' எனக் கொள்ளலாம். காலம், இடம், சம்பவம் எல்லாம் ஒருங்கு கூடி வந்த கதை தறிகெட்டு நகரும் எண்ணங்களையும் காட்சிப்படிமங்களையும் அப்படியே திறந்து வைக்கிறது. இக்கதையை ஃபிராய்டின் உளவியல் கோட்பாட்டின்படி புரிந்துகொள்ள முடியுமா என்றால் முடியாது. யுங், லகான் தேவைப்படலாம். அத்துடன் இனவரைவியல் அடிப்படையில் அதிகம் புரிந்து கொள்ளலாம்.

பன்றியைத் தலைகீழாக தடியில் கட்டித் தூக்கிச்செல்லும் காட்சி, நரிக்குறத்தி நரிக்கு முலைப்பாலூட்டிக் கொண்டிருக்கும் காட்சி, சூடடிக்கும் களத்தில் மாடுகள் மிதித்து நசிந்து போகும் கைக்குழந்தை என்று நான்கைந்து காட்சிகள் வருகின்றன. சூடடிக்கும் காட்சியில் மாடுகளால் மிதிபடும் குழந்தை கனவு காண்பவனின் குழந்தையாக இருக்கிறது. விழித்தவுடன் மனைவி அக்குழந்தைக்குப் பாலூட்டும் காட்சியில் நிறுத்துகிறார் கி.ரா. கனவு காண்பவன் ஒரு விவசாயியாக இருப்பதால் மாடுகள் கொண்டு சூடடிக்கும் காட்சி அவனுடையதாக வருகிறது. இக் கனவுக்குத் திட்டமிட்ட நோக்கம் என்ற ஒன்றில்லை. கனவின் வழி கி.ரா. இனக்குழுக்களின் ஆழ் மனதில் உறையும் தொழில் உலகத்தை மீட்கிறார். 'கனவில் வந்தது' அவனை அவனுடைய கூட்டு நனவிலிக்குள் உறையும் பதட்டத்தையும் வாழ்முறையியல் அம்சத்தையும் காட்டுகிறது. நாம் காணும் கனவிற்கு இவ்வகையில் பொருள் கொள்ள ஏது இருப்பதாக அக்கதை புரிதலை உண்டாக்குகிறது. கனவிற்கும் இனக்குழுத் தன்மைக்கும் நெருங்கிய உறவிருப்பதாக கி.ரா காட்டுகிறார். இதுதான் கி.ராவின் படைப்பு மனம். நவீனத்துவம் என்பது வெறுமையை மட்டும் காட்டுவதன்று. ஆதிமனமும் அதனுள் கிடந்து அல்லாடும். இதனைச் சொல்வதில்தான் படைப்பை ஒரிஜினல் என்கிறோம்.

'திரிபு' கதை இன்றைய பெண்ணியவாசிப்பிற்கு அளவற்ற சிறப்புக்களைத் தரக்கூடியது. பிரியத்தோடு குழந்தையை வளர்க்கிறோம். பண்பாட்டுக் கூறுகளுக்குள் அக்குழந்தையை இறுக்கத் தொடங்குகிறோம். தெரிந்தேவா? அல்லது தெரியாமலேவா? என்று அடையாளமிடாமலே பெண்குழந்தையை கதையின் நாயகி ஆக்கியிருக்கிறார். இந்த விளிப்புத்தான் கதையை அர்த்தமிக்கதாக ஆக்குகிறது. ஆண்குழந்தையாக இருந்தால் இந்தியச் சூழலுக்கு கதையின் வீரியம் குறையும்.

சுதந்திர உணர்வுடன் மனிதர்களையும், புற உலகத்தையும் காண்பதற்கு, வாய்ப்புத் தருகின்றனர் தாய் தந்தை இருவரும். மாமா, அத்தை, தாத்தா, அக்கா என்று தெருவில் போவோரை அழைத்து நேசபாசத்தை நெய்கிறது. அற்புதமான காலம். ஓராண்டு முடிகிறது. குழந்தைக்கு மொட்டை எடுத்து காதுகுத்த கோவிலுக்குத் தூக்கிச் செல்கின்றனர். மொட்டை எடுத்தலையும், காது குத்தலையும் குழந்தை ஏற்க மறுக்கிறது. பெற்றோர் என்ற அதிகாரம். வலுவானவர்கள் என்ற திமிர். தங்களுடைய விருப்பத்தை குழந்தைமேல் சுமத்துகிற அச்செயல் கொடூரமாக இருக்கிறது. ஒரு பெண் குழந்தைக்குத் தனது

முதல் ஆண்டு முடிவிலேயே சுதந்திரம் பறிபோய் விடுவதாக அக்கதை காட்டுகிறது. வருங்காலத்தில் இவ்விதமாக அக்குழந்தையைப் பல சடங்குகளில் அடக்கி ஒடுக்கி விடக்கூடியதற்கான முதல் அச்சாரமாக அந்நிகழ்ச்சியைக் காட்டுகிறார். அப்போதே ஒடுக்கத் தொடங்கிவிடுகின்றனர். அங்கேயே சுதந்திர உணர்வு பறிபோய் விடுகிறது. ஒடுக்கு முறைக்கு ஏற்ப மனது திரிபடைந்து விடுகிறது. நமது பண்பாட்டுக் கூறுகளிலிருந்து இவ்விதமான பார்வையை நவீனத்துவப் படைப்பாளிகளால் உண்டாக்க முடியவில்லை. பண்பாட்டுக் கூறுகளை வெறுப்புற்ற மனநிலையில் எதிரிடையாக வைத்து நவீனத்துவ வாதிகள் உண்டாக்கிய போது கி.ரா. மனிதர்களின் இயக்கத்தி லிருந்து உண்டாக்கிப் புதிய அர்த்தத்தை அளிக்கிறார்.

3

இந்தக் கட்டுரையில் கி.ரா உருவாக்கியிருக்கும் கவித்துவ மொழியைத் தொகுத்துத் தர மனம் தவிக்கிறது. அதை தனியாக பின்னாளில் விரிவாக எழுதக்கூடும் என்று நினைக்கிறேன். இங்கு மொழி உண்டாக்கியிருக்கும் ஆழத்தை மட்டும் சொல்லலாம் என்று நினைக்கிறேன். அந்தந்தக் கதைக்கு மட்டுமே உரித்தான மனிதர்களின் செயல்பாடுகளும் அச்செயல்பாடுகளிலிருந்து கி.ரா உண்டாக்கும் பார்வைக் கோணங்களும் கச்சிதமாக இருக்கின்றன. பொருத்தமில்லா அசைவையோ நோக்கையோ இவரின் கதைகளில் காணமுடிவ தில்லை. இந்தக் குணத்தாலேயே அவரின் எழுத்து அச்சு அசலான தோற்றங்களோடு மண்ணில் உலவுகின்றது. இயக்கங்களின் கணத்திலிருந்து அர்த்தப்பூர்வமான கவித்துவ வரியை ஒரு ஜ்வாலையின் தன்மையோடு எழுதி விடுகிறார். (ஏரைக்கட்டி, உழ ஆரம்பிப்பதற்கு முன்னால் மேழியைத் தொட்டு கும்பிட்டுத்தான் உழ ஆரம்பிப்பார். பரம நாஸ்திகன் ஒருவன் அந்தக் காட்சியைப் பார்த்தாலும்கூட, அதற்கு ஒரு நல்ல அர்த்தம் தெரியும். உண்மையிலேயே அது மனசைத் தொடுகிற நிகழ்ச்சிதான் - ‘கறிவேப்பிலைகள்’), எந்த அலங்காரமு மில்லாமலே மொழியில் அந்த இயக்கம் வெகுநிதானத்தோடு இயங்குகிறது. மனக்கண்ணில் காட்சியாக விரிகிறது (விறுவிறு என்று சாப்பிட்டுவிட்டு, தெருவழியே கையைத் துடைத்துக் கொண்டே கடைக்கு வந்து ஏழாயிரம் பண்ணை தென்னைப்

பொடியில் ஒரு சிட்டிகை எடுத்து... வகையாய் உட்கார்ந்து விடுவார் 'கிடை')

மிக உயர்ந்த கதையில் பிரபஞ்சத்தின் அத்தனை இயக்கங்களும் தேவைக்குரிய அளவு எடுத்துக்கொள்ளப் பட்டிருக்கும். நீண்ட மரபுடைய சமூகத்தில் பிறந்த படைப்பாளியின் ஆழ்மனங்களிலிருந்து அத்துணை அழகுகளும் நம்பிக்கைகளும், முரண்களும், விருப்பங்களும் அவனறியாமலே பொங்கும். இம்மனநிலையில் பிறந்த கதைகளாகப் பத்துப் பதினோரு கதைகளேனும் கி.ராவிடம் இருக்கும் என்று நினைக்கிறேன். மேலைநாட்டுச் சித்தாத்தங்களுக்கு கதை எழுதுபவர்களிடம் இந்த மகோன்னதமான கலை வெளிப்பாடு திரண்டு வரவே வராது. மோசம் - நல்லன என்று இனம்பிரிக்காமல் இச்சமூகத்தினுள் வாழ்கிற படைப்பாளிகளாலேயே இந்தப் பக்கமான பாய்ச்சல் நிகழ்ந்திருக்கிறது. ('நிலைநிறுத்தல்', 'பேதை')

கி.ராவின் மாந்தர்களிடம் வெளிப்படும் உடல்மொழி அக்கதையின் சூழலை வெற்றிகரமாக நிலைநிறுத்தத்தான். அந்நயன பாஷைகள் நீண்ட மரபின் தொடர்ச்சியால் உருவாகி வந்தவை. அதனைத் தன் ஆழ்மன உலகிலிருந்தும் புறச்சூழலிலிருந்தும் மீட்டெடுக்கிறார். இந்த உடல் மொழியில் வெளிப்படும் அர்த்தப்பரிமாற்றம் இம் மண்ணிற்கே உரிய ஒன்று. (நீங்களும் சர்க்கஸுக்குத்தானா? என்று கேட்டான். அவள் உதட்டைப் பிதுக்கி காதுகளிலுள்ள பாம்படத்தை வேகமாய் ஆட்டி ''ஒரு துட்டிக்குப் போறோம் அவசரமா; நாங்க போயித்தான் எடுக்கணும்'' என்றாள். அதோடு அவள் அங்குள்ள கூட்டத்தை முகத்தாலேயே வட்டம் போட்டுக் காட்டி, ''அம்புட்டு சனமும் துட்டிக்குத்தான் வாராக; பெரிய துட்டி'' என்றாள் - 'தான்') பிற எழுத்தாளர்கள் சொற்களைக் கொண்டு மனவெளிப்பாடுகளைத் தொட்டுக்காட்டுகின்றனர் என்றால் கி.ரா, மாந்தர்களின் செயல்களிலிருந்தும் அங்க அசைவுகளிலிருந்தும் மனவெளிப்பாட்டைக் காட்டுகிறார். பல சமயம் காட்சிகளிலிருந்தும் மனவுலகத்தை உருவாக்கிக் கொள்ளும்படி விட்டுவிடுகிறார். (விதைப்புக் காலம் வந்துவிட்டது. தூரத்தில் எங்கோ மழை பெய்து மண்வாடை காற்றில் மிதந்து வந்தது. தொட்டணன் இழுத்து சுவாசித்தான். ஆனந்தத்தால் அவன் கண்களில் நீர் கோர்த்தது. பலமாக வாய்விட்டு கெக்கெக்கெக்கே என்று சிரிக்க வேண்டும்போல் இருந்தது. வீட்டுக்கு வந்து மனைவியைக் காரணமில்லாமல் அணைத்து முத்தமிட்டான். இடது கையால் அவள் பிடரியை முன்னால் வளைத்து வலது முஷ்டியின் புறங்கையால் அவள் முதுகில்

சதைப்பிடிப்பான இடமாகப் பார்த்து ஒரு 'இருக்கு' வைத்தான். 'எப்பே' என்று அயிரக்கா பொய்க் கூக்குரல் இட்டாள். - 'குடும்பத்தில் ஒரு நபர்')

மாந்தர்களின் உடல்மொழியிலிருந்து நம் நம்பிக்கைகள், மரபான செய்திகள், சந்தோசங்கள், துக்கங்கள், வெறுப்புகள், இக்கட்டான சமாளிப்புகள், ஏக்கங்கள், மரியாதைகள் என மனிதர்களின் அகம் வெளிப்படுகின்றது. அதேபோல தொழில் செயற்பாடுகளிலிருந்தும் எல்லாவித உணர்வுகளையும் காட்டுகிறார். காட்டும்போதே அச்செயல்பாடுகளைக் கவித்துவ நிலைக்குத் தனது பார்வையால் எடுத்துச் செல்கிறார்.

கி.ராவின் படைப்புமனம் அமைதியில் தவழ்வது. பன்மைத் தன்மைகளைக் கூர்ந்து பார்ப்பது. அதனதன் அழகுகளோடு அணுகுவது. ஒட்டுமொத்த சமூகம் உருவாக்கிய மரபின் திரட்சி களைக் கொண்டு மனிதர்களை அடையாளப் படுத்துவது நடை, உடை, பாவனை, பேச்சு, மதிப்பீடு என மரபின் பரப்பிலிருந்து திரட்டிக்கொண்டு எழுதுவது. தமிழர் மானுடவியலின் அசைவுகளை தம் படைப்புகளில் அழகாக எடுத்துரைக்கிறார். கி.ரா.வின் தனித்த அழகியல் இவைதாம். கி.ரா.வின் ஆழ்மனம் இவ்வழகியல் கூறுகளை அள்ளுவதில் மிக்க துடிப்போடு செயல் பட்டிருக்கிறது. மண்ணின் மைந்தர்கள் இவரின் கைகளிலேயே அசலாக உருவாகியிருக்கின்றனர்.

நவீனத் தமிழ் இலக்கியத்தில் புதிய புதிய இலக்கியப் பாதைகளில் நடந்து பார்க்கவேண்டும் என்று அவர் விரும்பவில்லை. அப்படி அவர் சோதனை முயற்சியில் இறங்கியவரும் அல்ல. மெத்தப் படித்தவர்கள் அப்படியொன்றும் உலகத்தரமான தமிழ்ப் புனைகதை ஒன்றை உருவாக்கிவிடவில்லை. அப்படிச் சொல்லிக் கொண்டவர்களின் சில நல்ல படைப்புகளிடையே கி.ரா பல நல்ல படைப்புகளைத் தந்திருக்கிறார் என்பதுதான் உண்மை. கரிசல் நிலத்தோடு உறவு கொண்ட மாந்தர்களை எழுத்தில் மீட்டெடுக்கிற போதெல்லாம் கலைநயம் மிக்க படைப்பாக உண்டாக்கிவிடுகிறார். கதைக்களனை பேருந்து நிறுத்தம், பேருந்துகளில், தீப்பெட்டித் தொழிலில் வைத்து எழுதும்போது சிறப்பாக உருவாகவில்லை. எனவே கி.ரா தனக்கு நெருக்கமான உலகினைச் சிறப்பாக எழுத்தில் கொண்டு வந்து தனது இலக்கியப் பங்களிப்பைச் செய்துள்ளார் எனலாம். மேலை இலக்கியப் போக்குகளுக்கு நிகரான மாதிரிகளை

தமிழில் கி.ரா. உருவாக்க முனைந்திருந்தால் நல்லவிதமாக வந்திருக்கும் என்று சொல்வதற்கு இல்லை. ஒன்று மட்டும் சொல்லலாம் கி.ரா நிலத்தோடு தொடர்புடைய இன்றைய எழுத்தாளர்களின் படைப்புகளைப் படித்திருந்தாரென்றால் நிலத்தைப் பெரும் கதைக்களனாக்கி அதன் மேல் மனிதர்களை உலவவிட்டிருப்பார். கி.ராவிடமிருந்து நாம் பெற்றிருப்பது கரிசல் நிலத்து மனிதர்களை. கரிசல் நிலத்தின் சகல சம்பத்துக்களையும் அல்ல. கி.ரா. அதனை நோக்கி மனதைச் செலுத்தியிருந்தால் உலகத்தரமான ஒரு நாவலை அவரால் உருவாக்கியிருக்க முடியும். அதற்கான அடையாளங்களாக அவரிடம் சில கதைகள் வெளிப்பட்டிருக்கின்றன. 'சாவைப் பார்த்து', 'மாயமான்', 'வேட்டி', 'கதவு', 'குடும்பத்தில் ஒரு நபர்', 'கரிசல் காட்டில் ஒரு சம்சாரி', 'நிலைநிறுத்தல்', 'பாரத மாதா', 'கனிவு', 'கறிவேப்பிலைகள்', 'வேலை... வேலையே வாழ்க்கை' முதலிய கதைகளை இங்குக் குறிப்பிடலாம். கதை சுவாரஸ்யத்திற்காக அலாக்காக அம்மாந்தர்களைப் பெயர்த்துக்கொண்டு வந்து விட்டார். இவருடைய நாவல்களிலும் இதுவே நிகழ்ந்தது. மக்கள் பெயர்க்க முடியாதபடி நிலத்தோடு பின்னிப் பிணைந்து கிடப்பதையே சொல்லுகின்ற நோக்கு உண்டாக்கியிருக்கும். இதுதான் வாசிப்பினால் பெற்றிருக்கக்கூடிய வாய்ப்பு. கி.ராவால் வெகு இயல்பாகப் படைத்திருக்கக் கூடிய நிலத்தின் எழுத்து படைக்கப்படாமலே போய்விட்டது. கி.ராவின் கதைகளில் வரும் கரிசல் நிலம் மாந்தர்களை அழுத்தமாக அடையாளப்படுத்தத்தான். நிலம் ஒரு கதாபாத்திரமாக உருவாகவில்லை. இருப்பினும் நிலத்தின் சில சித்திரங்களும் தொழில்முறைகளும் அழகாக உருவாகி வந்திருக்கின்றன.

(23.10.2007)
உயிரெழுத்து, மார்ச் 2008.